சேரன்மாதேவி
குருகுலப் போராட்டமும்
திராவிட இயக்கத்தின் எழுச்சியும்

சேரன்மாதேவி

குருகுலப் போராட்டமும் திராவிட இயக்கத்தின் எழுச்சியும்

பழ. அதியமான்

திருநெல்வேலி மாவட்டம் சேரன்மாதேவியில் வ.வே.சு. ஐயரால் நடத்தப்பட்டது சேரன்மாதேவி குருகுலம். இளைஞர்களுக்குத் தேசியக் கல்வி தரும் நோக்கத்தில் காங்கிரசு மற்றும் புரவலர்களின் நிதி உதவியுடன் இயங்கிய கல்வி நிறுவனம் அது.

சேரன்மாதேவி குருகுலத்தில் கடைபிடிக்கப்பட்ட சாதி ஏற்றத்தாழ்வு பெரும் கிளர்ச்சியை ஏற்படுத்தியது. குருகுலத்தில் சமத்துவத்தைக் கொண்டுவர காங்கிரசின் வரதராஜுலு நாயுடு, பெரியார் முதலானோர் போராடினர். பத்திரிகை, பொதுமேடை, கட்சி, காந்தி என ஓராண்டுக்கும் மேலாக நடந்த போராட்டம் பிற்படுத்தப்பட்ட சாதிகளின் எழுச்சியாக உருப்பெற்று, நவீன தமிழகத்தின் அரசியல் சமூகப் போக்கைத் தீர்மானித்த நிகழ்வாக வரலாற்றில் பதிவாயிற்று. பெரியார் காங்கிரசிலிருந்து வெளியேறுவதற்கும் பார்ப்பனரல்லாதார் இயக்கம் வேகம் பெறுவதற்கும் திராவிட இயக்கம் எழுச்சிபெறுவதற்கும் குருகுலப் போராட்டம் திருப்புமுனையாயிற்று. சேரன்மாதேவி குருகுலப் போராட்ட நிகழ்வுகளின் பதிவே இந்நூல்.

சேரன்மாதேவி குருகுலப் போராட்டம் 85 ஆண்டுகளுக்குப் முற்பட்ட நிகழ்வு. *சுதேசமித்திரன், தி இந்து, குமரன், ஊழியன், நவசக்தி* போன்ற சமகால இதழ்களை நேரடியாகப் பார்வையிட்டு நம்பகமான முதன்மை ஆதாரங்களுடன் எழுதப்பட்ட நூல் இது. போராட்டத்தை ஆதரித்த, எதிர்த்த, நடுநிலை வகித்த அனைத்துத் தரப்பு வாதங்களையும் பரிசீலித்து உருவாகியுள்ளது இவ் வரலாற்று நூல். இதுவரை இதுபற்றி எழுதியோர் பயன் கொள்ளாத ஆவணங்களின் உதவியுடன் விரிவான தரவுகளுடன் பல்லாண்டு உழைப்பில் முழுமையான விவரங்களுடன் இயன்றுள்ளது இந்நூல்.

பழ. அதியமான் (பி.1961)

வ.ரா.வின் படைப்புகளில் ஆய்வுசெய்து முனைவர் பட்டம் பெற்றவர்.

'தி.ஜ.ர.', 'அறியப்படாத ஆளுமை: ஜார்ஜ் ஜோசப்', 'வ.ரா.', 'சக்தி வை.கோவிந்தன்', 'சென்னைக்கு வந்தேன்', 'கு. அழகிரிசாமி சிறுகதைகள்: முழுத் தொகுப்பு', 'பெரியாரின் நண்பர்: டாக்டர் வரதராஜுலு நாயுடு வரலாறு', 'சேரன்மாதேவி குருகுலப் போராட்டமும் திராவிட இயக்கத்தின் எழுச்சியும்', 'பாரதி கவிதைகள் முழுத் தொகுப்பு', 'பாரதியின் பாஞ்சாலி சபதம்', 'நவீனத் தமிழ் ஆளுமைகள்', 'கிடைத்தவரை லாபம்', வைக்கம் போராட்டம்', 'சலபதி 50: தொடரும் பயணம்', 'சரஸ்வதி காலம்', 'நான் கண்ட எழுத்தாளர்கள்', 'மகாகவி பாரதியார்' ஆகிய நூல்களின் ஆசிரியர்/ தொகுப்பாசிரியர், பதிப்பாசிரியர். தமிழ்ச் சிந்தனை வரலாறு தொடர்பான ஆய்வுகளில் ஈடுபட்டிருப்பவர். அகில இந்திய வானொலியில் உதவி இயக்குநராகப் பணியாற்றி ஓய்வுபெற்றவர். சென்னையில் வசிக்கிறார்.

மனைவி: டாக்டர் அமுதா, மகள்: ஆழி

பழ. அதியமான்

சேரன்மாதேவி
குருகுலப் போராட்டமும்
திராவிட இயக்கத்தின் எழுச்சியும்

காலச்சுவடு பதிப்பகம்

அன்பார்ந்த வாசகருக்கு,

வணக்கம்.

காலச்சுவடு நூலை வாங்கியமைக்கு நன்றி.

நூலின் உள்ளடக்கம், உருவாக்கம், அட்டைப்படம் இன்ன பிற அம்சங்கள் பற்றிய உங்கள் கருத்துகளையும் ஆலோசனைகளையும் காலச்சுவடு வரவேற்கிறது. தகவல், எழுத்து, வாக்கியப் பிழைகள் தென்பட்டால் கட்டாயம் தெரிவித்து உதவுங்கள். நூல் தயாரிப்பில் கடும் குறைபாடு இருப்பின் மாற்றுப் பிரதி உங்களுக்குக் கிடைக்கக் காலச்சுவடு ஏற்பாடு செய்யும்.

மின்னஞ்சல்: *publisher@kalachuvadu.com*

காலச்சுவடு நாகர்கோவில் தலைமையகத்துக்கும் கடிதம் அனுப்பலாம்.

தங்கள்
எஸ்.ஆர். சுந்தரம் (கண்ணன்)
பதிப்பாளர் – நிர்வாக இயக்குநர்

சேரன்மாதேவி குருகுலப் போராட்டமும் திராவிட இயக்கத்தின் எழுச்சியும் • ஆய்வு நூல் • ஆசிரியர்: பழ. அதியமான் • © பழ. அதியமான் • முதல் பதிப்பு: டிசம்பர் 2013, பத்தாம் பதிப்பு: ஜூலை 2023 • வெளியீடு: காலச்சுவடு பப்ளிகேஷன்ஸ் (பி) லிட்., 669, கே.பி. சாலை, நாகர்கோவில் 62900

ceeranmaateevi kurukula poratamum dravida iyakkathin ezhuchiyum • Monograph on Cheranmadevi Gurukulam Controversy, 1923-25 • Author: Pazha. Athiyaman • © Pazha. Athiyaman • Language: Tamil • First Edition: December 2013, Tenth Edition: July 2023 • Size: Demy 1 x 8 • Paper: 18.6 kg maplitho • Pages: 336

Published by Kalachuvadu Publications Pvt. Ltd., 669, K.P. Road, Nagercoil 629001, India • Phone: 91-4652-278525 • e-mail: publications @kalachuvadu.com • Printed at Clicto Print, Jaleel Towers, 42 KB Dasan Road, Teynampet Chennai 600018

ISBN: 978-93-81969-91-5

07/2023/S.No.528, kcp 4619, 18.6 (10) rss

என் ஆசிரியர்
இரா. இளவரசு
அவர்களுக்கு

உள்ளடக்கம்

முன்னுரை	11
1. சேரன்மாதேவி குருகுலம்	23
2. போராட்டம்: தொடக்கமும் போக்கும்	42
3. போராட்டம்: உச்சமும் முடிவும்	82
4. குருகுலம் கற்பித்த பாடம்	128
5. வரலாற்றில் குருகுலப் போராட்டம்	183
பின்னிணைப்புகள்	197
துணைநூற் பட்டியல்	332

பின்னிணைப்புகள்

1. குருகுலம்
   - (i) வ.வே.சு. ஐயர் வேண்டுகோள் — 201
   - (ii) பெற்றோர் ஒப்பந்தம் — 208
   - (iii) குருகுல வாழ்க்கை – சுத்தானந்த பாரதி — 211
   - (iv) தினசரி புத்தகக் குறிப்புகள் — 226
   - (v) எங்கள் பாபநாச யாத்திரை – வ.வே.சு. ஐயர் — 239
   - (vi) குருகுலப் படம் — 244

2. போராட்ட ஆவணங்கள்
   - (i) அறிக்கைகள் — 246
     வரதராஜுலு நாயுடு, வ.வே.சு. ஐயர்,
     சொ. முருகப்பா, வை.சு. சண்முகம், பெரியார்
   - (ii) விவாதங்கள்
     1. எம். பக்தவத்சலம் – பி. கந்தசாமி — 261
     2. காந்தி – வரதராஜுலு — 269
     3. தமிழ்நாடு காங்கிரஸ் கமிட்டி விவாதம் — 272
   - (iii) காந்தி கடிதங்கள்
     வரதராஜுலு நாயுடு — 302
     டி.ஆர். மகாதேவ ஐயர் — 303
     எஸ். ராமநாதன் — 304
     திருமதி வ.வே.சு. ஐயர் — 305

3. ஏணியேற்ற நிலையம் – அ. மாதவையா — 307

4. பிற்காலப் பார்வை
   ராய. சொக்கலிங்கன் — 313
   டி.எஸ். சொக்கலிங்கம் — 318

5. படங்கள் — 321

6. வாழ்க்கை வரலாற்றுக் குறிப்புகள் — 329

முன்னுரை

"எரியறத இழுத்தால் கொதிக்கிறது தானே நிக்குது" என்று என் அப்பா ஒரு சந்தர்ப்பத்தில் சொன்னார். அப்போது நான் எட்டாம் வகுப்பு படித்துக்கொண்டிருந்ததாக நினைவு. இதன் முழு அர்த்தம் அப்போது எனக்குப் புரிந்ததா என்று தெரியவில்லை. ஆனால் அதை விரிவாகச் சொல்லும்படிக் கேட்டது நினைவிருக்கிறது. இரவு சாப்பிடும் நேரம் எங்கள் வீட்டில் அறவுரை நேரம். தயக்கமில்லாமல் அப்பா பேசினார். சேரன்மாதேவி என்றொரு ஊரில் குருகுலம் ஒன்று இருந்ததாம். அதில் ஏதோ பிரச்சனை வந்ததாம். அப்போது குருகுலத்திற்கான நிதி உதவியை நிறுத்தினால் பிரச்சனையின் வேகம் குறையும் என்ற பொருளில் அந்த வாசகத்தைப் பெரியார் மேடை ஒன்றில் பேசியதாக அப்பா விவரித்தார். எனக்கு வேறு ஒன்றும் புரியவில்லை.

1925இல் பிறந்த என் அப்பா, பெரியாரின் பேச்சை 1950 அல்லது '60களில் கேட்டிருக்கலாம். எனக்குச் சொன்னது '70களின் முற்பாதியில். பிறகு '80, '90களில் பலர் சொல்ல குருகுலப் பிரச்சனையைக் கேள்விப்பட்டேன். என்னதான் நடந்தது என்று சேரன்மாதேவி குருகுலப் போராட்டம் பற்றிப் படித்து தெரிந்துகொள்ள விரும்பினேன். 2000த்தில் அதுபற்றிய நூல்களைத் தேடினேன். ஒரு சிறு நூல் தவிர வேறில்லை. தமிழர்தம் பெருமை சொல்லவும் தகுமோ. பிறகு பலவற்றை நான் தேடிப்பிடித்துப் படித்தேன். படித்ததை இப்போது ஒழுங்குபடுத்தி தர முயன்றிருக்கிறேன். அதுவே இந்நூல்.

நவீன தமிழகத்தின் உள்கட்டுமானத்தையே கலைத்துப் போட்ட முக்கியமான சமூகப் போராட்டங்களுக்குக்கூட முறையான முழுமையான பதிவுகள் இல்லை. அதனால் இத்தகைய பலவற்றைப் பற்றி நமக்கு அக்கறையும் அதனால் கூர்மையான அவதானிப்பும் இல்லாது போகின்றன. முன்னேற்றமும் வளர்ச்சியும் எந்தச் சமூகத்திலும் தானாய் நிகழ்ந்து விடுவதில்லை. அவற்றை முன்னுரைத்தவர் அனுபவித்த வலிகளும் வேதனைகளும் விவரிக்க இயலாதவை. ஆனால் நாம் பலசமயம் அவற்றை அலட்சியமாக கடந்து போய்விடுகிறோம்.

குடுமி போய் கிராப் வந்தது கேவலம் மயிர் குறைந்த நிகழ்வா? கொதிக்கும் எண்ணெயை உடல் முழுவதும் வாங்கிப் பற்றி எரிய வேண்டியிருந்ததே! சிறுநீரில் புரண்ட மணல் உருண்டைகளின் அர்ச்சனைகளுக்குப் பிறகுதானே ஒரு மனிதனுக்குப் பக்கத்தில் சக மனிதன் உட்கார்ந்து சாப்பிட முடிந்தது. நாயும் பன்றியும் சுற்றித் திரியும் தெருக்களில் ஒரு மனிதன் உரிமையுடன் கால் வைத்து நடக்க, மலம் நாறிய பூட்டிய அறைக்குள் பல மனிதர்கள் பல காலம் அடைபட்டுக் கிடக்க வேண்டியிருந்ததே. தலித் மற்றும் பிற்பட்ட வகுப்பினர் நுழைய முடியாத தெருக்களும், அமர முடியாத சாப்பாட்டுக் கூடங்களும் சென்னைப் பெருநிலத்தின் வைக்கத்திலும் கல்பாத்தியிலும் சேரன்மாதேவியிலும் விரிந்து கிடந்தனவே. இவை எல்லாம் இன்று மாறியிருக்கின்றன. ஆனால் இதன் பின்னால் உறைந்திருக்கும் வலி தாங்கிய துன்ப துயரங்களைச் சமூக வரலாற்றை வாசிப்பவன் உணர முடியாது. ஏனெனில் இவை பற்றிய குறிப்புகள்தாம் கிடைக்கும். முறையான வரலாறு தமிழில் இல்லை.

மாற்றத்திற்காக நிகழ்ந்த போராட்டங்கள் யாரோ சிலரின் தனிப்பட்ட முன்னேற்றத்துக்காக எடுக்கப்பட்ட முயற்சிகள் அல்ல. அவை ஒரு சமூகத்தின் அசைவுகள். யோசித்தால் அவை மனித சாதனையோ கட்சி சாதனையோகூட அல்ல. மாறும் சமூகத்தின் அசைவுகள். இப்படி உணரப்படாததற்கு அவை பற்றி ஆவணப்படுத்தப்பட்ட வரலாறு இன்மையும் ஒரு காரணம். அதை உருவாக்குவது நமது கடமை.

இந்தச் சமூக வரலாற்று கடமை நிறைவேற்றத்தின் ஒரு பகுதியாகப் *பெரியாரின் நண்பர்: டாக்டர் வரதராஜுலு நாயுடு வரலாறு* (2012) வெளிவந்தது. அதன் அடுத்த பகுதியாக இப்போது *சேரன்மாதேவி குருகுலம்* வெளிவருகிறது.

~

"[2001ஆம் ஆண்டு] ஜூலை மாதம் விடுமுறை முடிந்து பல்கலைக்கழகத்திற்குத் திரும்பிய, விடுதியில் தங்கிப் படிக்கும் மாணவர்களுக்கு அதிர்ச்சி காத்திருந்தது. அதுவரை ஒன்றாகத் தங்கியிருந்து படித்து வந்த மாணவர்களை ஜாதீய அடிப்படையில் பிரித்து பிராமணர் களுக்குத் தனி விடுதியையும் பிராமணரல்லாதவர் களுக்குத் தனி விடுதியையும் ஏற்பாடு செய்திருந்தது காஞ்சி மடம் என்கிறார்கள் மாணவர்கள்."

காஞ்சி காமகோடி பீடம் நடத்தும் சந்திரசேகர சரஸ்வதி நிகர்நிலைப் பல்கலைக்கழகத்தில் (தமிழ்நாடு காஞ்சிபுரம் - ஏனாத்தூர்) நிகழ்ந்ததாக விடுதி மாணவர்கள் கூறிய சாதிப் பாகுபாட்டைச் செய்திக்கட்டுரையாக மேற்கண்டவாறு எழுதியிருந்தது 'இந்தியா டுடே' (5 செப்டம்பர் 2001). அந்தச் சாதி வேறுபாட்டைத் திராவிடர் கழகப் பொறுப்பாளர் கண்டித்தார். அன்றைய பெரியார் திராவிடர் கழகம் போராட்டம் நடத்தியது. எதிர்ப்புகள் அந்த அளவில் நடந்து முடிந்தன. தமிழ்ச் சிந்தனை உலகத்தை அச்செய்தி போய்ச் சேர்ந்ததாகத் தெரியவில்லை. இந்தக் கல்வி நிலையத்தில் நிகழ்ந்த இந்தச் சாதி வேறுபாட்டை இந்தியா டுடேயில் வெளிப்படுத்திய பத்திரிகையாளர் கவிதா முரளிதரன் இதே மாதிரி தமிழ்நாட்டில் முன்பு நடைபெற்ற ஒரு சம்பவத்தையும் அக் கட்டுரையில் சுட்டிக்காட்டியிருந்தார்.

"அது 1924ஆம் வருடம். சேரன்மாதேவியில் உள்ள ஒரு குருகுலத்தில் பிராமணர்களுக்கும் பிராமண ரல்லாதவர்களுக்கும் தனித்தனி இடங்களில் உணவு பரிமாறப்பட்டதை எதிர்த்துப் போராடி வெற்றி பெறுகிறார் பெரியார்."

ஆம். கல்வி, பொருளாதாரம், சமூக நிலை ஆகியவை வளர்ச்சி அடைந்த 2000த்தில் சிறிய விவாதத்துக்குக் கூட உள்ளாகாத ஒரு சாதி வேறுபாட்டு நிகழ்வு, வளர்ச்சி அரும்பி யிராத 1924இல் போராட்டமாக மாறி வெற்றியும் பெற்றிருக் கிறது. அதோடு நடந்து 75 ஆண்டுகளுக்குப் பிறகு அது நினைவும் கூரப்படுகிறது, அதுவும் வெகுசனப் பத்திரிகையில். அந்த அளவுக்குச் சேரன்மாதேவி போராட்டம் சமூகத்தை ஆழமாகப் பாதித்திருக்கிறது.

~

திருநெல்வேலி மாவட்டம் சேரன்மாதேவியில் காங்கிரசு மற்றும் புரவலர்கள் நிதி உதவியுடன் வ.வே.சு ஐயர்

நடத்தியது அந்தத் தமிழ்க் குருகுலம். அங்குப் பார்ப்பன மாணவர்களுக்கும் பார்ப்பனரல்லாத மாணவர்களுக்கும் தனித்தனி இடங்களில் உணவு அளிக்கப்பட்டது. கல்வியிலும் கூட இவ்வகை வித்தியாசம் இருந்தது. அதை அவமானமாகக் கருதிய காங்கிரசு தலைவர்களான வரதராஜுலு நாயுடு, பெரியார் ஆகியோர் சமத்துவத்தை வேண்டினர். அதற்காகப் போராடினர். புரவலர்களும் சமத்துவத்தை ஆதரித்தனர். அந்தச் சாதி பாகுபாட்டை நீக்க முடியாத குருகுலத் தலைவர் வ.வே.சு. ஐயர் உள்ளிட்ட நடப்புநிலையை ஆதரித்த வருணாசிரம ஆதரவுக் குழுவினருக்கும், சமத்துவம் நாடிய வரதராஜுலு நாயுடு, பெரியார் உள்ளிட்ட சீர்திருத்தம் விரும்பியோருக்கும் அதை ஒட்டி வாத விவாதங்கள் எழுந்து நீண்டன. பொது மேடைகள், பத்திரிகைகள், காங்கிரசு கட்சி எனப் பல தளங்களில் மலேயா, பர்மா முதலிய தமிழர் வாழ்ந்த பல நாடுகளில் நடந்த அப்போராட்டம் பெரும் கிளர்ச்சியைத் தமிழ் மக்களிடையே ஏற்படுத்தியது. தீர்வைத் தேடி காந்தி வரை சென்ற அப்போராட்டம் ஓராண்டுக்காலம் நீண்டு 1925 ஜூன் மாதம் வ.வே.சு. ஐயர் திடீரெனக் கால மாகும்வரை நிகழ்ந்தது. அக்காலப் பகுதியில் அரசியல் தளத்தில் நிலவிவந்த பார்ப்பனர் – பார்ப்பனரல்லாதார் என்ற பிளவை இச்சேரன்மாதேவி குருகுலப் போராட்டம் நிலைபெறச் செய்துவிட்டது.

~

பெரியார் பார்ப்பனரல்லாதார் நலனை முன்னெடுத்துப் போராடியதும், அதன் விளைவாக 40 ஆண்டுகளுக்கும் மேலாக நீடிக்கும் பிற்படுத்தப்பட்டோர் அரசியல் ஆதிக்கமும் கண்கண்ட தமிழக வரலாறு. இவ்வளவு பெரிய நீடித்த மாற்றம் நிகழ்வதற்குச் சமூக நலனை முதன்மைப்படுத்தியதும் அதன் விளைவாய்க் காங்கிரசிலிருந்து பெரியார் வெளியேறி யதும் மிக முக்கியக் காரணங்கள் என்பதில் சந்தேகமில்லை.

தான் காங்கிரசிலிருந்து வெளியேறியதற்குப் பின்னாளில் காரணம் தெரிவித்த பெரியார், சேரன்மாதேவி சம்பவத்தால் நேர்ந்த கசப்பையே முதலாவதாகக் குறிப்பிட்டார். அடுத்தே எல்லோரும் பரவலாக அறிந்த வகுப்புவாரி பிரதிநிதித்துவ கோரிக்கைக்கு ஏற்பட்ட தோல்வியைச் சுட்டினார். பெரியாரைப் பற்றிய ஒரு பேனாச் சித்திரத்தில் பெரியார் காங்கிரசிலிருந்து வெளியேறியதை விளக்குவதற்கு, குருகுலக் கிளர்ச்சியையும் வகுப்புவாரி பிரதிநிதித்துவக் கோரிக்கையையும் முறையே விவரித்துள்ளார் பெயரை வெளிப்படுத்தாத அதன் ஆசிரியர். பெரியாரும், அந்நூலாசிரியரும் குருகுல சம்பவத்தை

முக்கியப் படுத்தியதைப் போலவே *இந்து* பத்திரிகையும் 'ஈ.வே. ராமசாமி நாயக்கர் காங்கிரசிலிருந்து வெளியேறி பிராமணர்களையும் பிராமணர் செல்வாக்கையும் ஒழிப்பதற்கு ஓர் அமைப்பை உருவாக்குவதற்கு இந்தக் கிளர்ச்சி ஒரு காரணமாயிற்று' என்று எழுதியது (*A Hundred Years of the Hindu*, p. 337).

சேரன்மாதேவி குருகுலப் போராட்டம் தமிழக அரசியலிலும் சமூகத்திலும் பெரிய விளைவுக்குக் காரணமானதோடு காங்கிரசு கட்சிக்குள்ளும் பெரிய பாதிப்பை ஏற்படுத்தியது. சேரன்மாதேவி சம்பவ காலமும், அதற்கு முந்தைய பத்தாண்டுக் காலமும் பார்ப்பனரல்லாதார் நலனை முன்னெடுத்த நீதிக்கட்சி செல்வாக்குடன் திகழ்ந்த காலம் ஆகும். அதன் முக்கியத்துவத்தைக் குறைக்க, காங்கிரசு தலைவர்கள் பார்ப்பனரல்லாதார் நலனுக்கு முன்னுரிமை அளிக்க முன் வந்தனர். இதன்பொருட்டு பார்ப்பனரல்லாதாரைக் கொண்ட சென்னை மாகாணச் சங்கத்தைத் தொடங்கினர். கட்சியிலும் பார்ப்பனரல்லாதாரை முன்னிலைப்படுத்தினர். அதன் விளைவாகப் பெரியாரும் வரதராஜுலுவும் அடுத்தடுத்த ஆண்டுகளில் கட்சியின் தலைவர்களாயினர். கட்டுமீறிப் போய்விடாமல் தடுத்து வைக்க இத்தலைவர்கள் தொடர்ந்து தொந்தரவு படுத்தப்பட்டனர். அதைப் பெரியாரின் சொற்களிலேயே கேட்கலாம்.

> "தமிழ்நாடு காங்கிரசு கமிட்டித் தலைமை முதன் முதலாக திராவிடர் (பார்ப்பனர் அல்லாதார்) என்கின்ற தன்மையில் எனக்குத்தான் கிடைத்தது. உடனே என் மீதும் வ.வே.சு. ஐயர் என்கின்ற தேசிய பார்ப்பனர் நம்பிக்கை இல்லாத் தீர்மானம் கொண்டு வந்தார். இரண்டாவது தடவையாக எனது முயற்சியின்மீது டாக்டர் வரதராஜுலு அவர்களுக்குத் தமிழ்நாடு காங்கிரசு கமிட்டித் தலைவர் பதவி கிடைத்தது. அப்போதும் திரு. சி. இராஜகோபாலாச்சாரியார் அவர்கள் டாக்டர் வரதராஜுலு மீது நம்பிக்கை இல்லாத் தீர்மானம் கொண்டுவந்தார். இதை அன்று தமிழ்நாடு காங்கிரசு கமிட்டி காரியதரிசியாக இருந்த நான் எதிர்க்க வேண்டி நேரிட்டது." (*பெரியார் ஈ.வெ.ரா. சிந்தனைகள்,* முதல் வரிசை ப. *611*)

இவ்வாறு முன்பே இருந்துவந்த பார்ப்பனர் – பார்ப்பனரல்லாதார் முறுகல் சேரன்மாதேவி குருகுல போராட்டத்தினூடாகப் உறுதிப்பட்டுவிட்டது. இச்சம்பவத்திற்குப் பிறகு எந்தப் பார்ப்பனராலும் (இராஜாஜியைத் தவிர) தமிழக

முதல்வராக முடியாததே இதற்கான சரியான சான்று. இன்றைய நிலை ஒரு விபத்து. சேரன்மாதேவி குருகுலப் போராட்டம் மற்றும் அதை ஒட்டிய விவாதங்கள் இருந்த பிளவைப் பெரிதுபடுத்தி நிலைப்படுத்திவிட்டன.

பிற்படுத்தப்பட்டவர்களின் எழுச்சியினூடாக, காங்கிரசின் தேசியவாதிகளுக்கிடையில் நடந்த சமூக சமத்துவம் நோக்கிய போராட்டமாகவும், சமூக நீதிப் போராட்டத்தின் முதலடியாகவும், பார்ப்பனரல்லாதார் இயக்கம் எழுச்சி பெறுவதற்கு முன்னோடிச் சம்பவமாகவும், பார்ப்பனரல்லாதார் எழுச்சியின் நினைவுக்குறியாகவும் கணிக்கப்படும் சமூக வரலாற்று முக்கியத்துவம் வாய்ந்தது சேரன்மாதேவி போராட்டம்.

உணர்ச்சியைத் தூண்டும் நாடகப்பாங்கிலான சில நிகழ்ச்சி விவரிப்புகள் கொண்ட நாரா நாச்சியப்பனின் சிறுநூல், பெரியாரை முன்னிலைப்படுத்தி எழுதப்பட்ட கி. வீரமணியின் நூல், வ.வே.சு. ஐயரைப் பாதுகாக்கும் நோக்கம் (அவரையும் அறியாமல்!) இழையோடும் ஆர். சண்முகசாமியின் ஆங்கிலக் கட்டுரை, வ.வே.சு. ஐயரின் வாழ்க்கை வரலாற்று நூல்களில் இடம்பெற்றிருக்கும் சில அத்தியாயங்கள் எனக் குறைந்த எண்ணிக்கையில் சில பதிவுகள் கிடைக்கின்றன. எனினும் காலவரிசையிலான போராட்ட நிகழ்வுகள், அதையொட்டி நடைபெற்ற விரிவான விவாதங்கள், சமகால தரவுகளால் அமைந்த முதல்நிலைத் தகவல்களைக் கொண்ட முழுவிவர நூல் இதுவரை வெளி வரவில்லை.

சமூக வரலாற்றுப் பதிவுக்கான தேவை, அவ்வறிவைப் பரவலாக்குவதின் சமூகப் பயன் ஆகியவற்றை மனத்தில் நிறுத்தி, சேரன்மாதேவி போராட்டம் பற்றிய மேற்கண்ட வரலாற்று ஆவணக் குறையை நிறைவு செய்யும் முயற்சியாகப் பல்லாண்டுத் தேடுதலுக்கும் உழைப்புக்கும் பிறகு இந்நூல் வெளிவருகிறது.

தமிழ்க் குருகுலத்தின் தோற்றம், செயல்முறை, நிகழ்ந்த சாதி வேறுபாடு, நீக்கல் முயற்சிகள், கிளர்ச்சிகள், எழுந்த எதிர்ப்புகள், நடைபெற்ற ஆலோசனைகள், விவாதங்கள், இறுதியாக நேர்ந்த முடிவு, சம்பவத்தில் இடம்பெற்றோரின் நிலைப்பாடுகள், அவை பற்றிய விமர்சனங்கள், வரலாற்றில் சேரன்மாதேவி குருகுலம் பெற்றுள்ள முக்கியத்துவத்தை வாசகர் அறியும் நோக்கில், சமூக வரலாற்றில் அது கவனப் படுத்தப்பட்டிருக்கும் பதிவுகள் என சேரன்மாதேவி குருகுலப்

போராட்டம் தொடர்பான அனைத்தையும் ஆவணப்படுத்த இந்நூல் முயல்கிறது.

போராட்டத்திற்கு ஆதரவாக இருந்த *தமிழ்நாடு, குமரன், ஊழியன்* முதலிய இதழ்களின் தாக்குதல், போராட்டத்திற்கு எதிரான நிலைப்பாடு எடுத்த *சுதேசமித்திரன், பாலபாரதி* ஆகியவற்றின் தற்காப்புகள் என இரு தரப்பு கருத்துகளையும் விருப்பு வெறுப்பற்ற நிலையில் நூலில் சேர்க்க அதிக கவனம் எடுத்துக்கொண்டிருக்கிறேன். வரலாற்று நூல் தகவல்களை அவ்வரலாற்றாசிரியர்களின் சார்பு நிலையையும் ஏகதேசம் கவனத்தில்கொண்டே பயன் கொண்டேன். மற்றும் பிற்கால, பல நோக்கு ஆய்வாளர்க்கும் பயன்பட வேண்டுமென ஆதாரங்களை முடிந்த அளவு விரிவாகத் தருவதையே விரும்பினேன். எனினும் அலுப்பூட்டும் என்பதால் பல இடங் களில் சுருக்கத்தைத் தந்துள்ளேன். ஒரேவகை தகவல்களைத் தொடர்ந்து தருவதைத் தவிர்த்துள்ளேன். பின்னணியுடன் போராட்ட நிலைமையை, பங்கேற்றவர்களின் கருத்துநிலை யுடன் விளக்குவது என்ற எழுதுமுறையைக் கையாண் டுள்ளேன்.

வ.வே.ஸ°. ஐயர், வ.வே.சு. ஐயர், வ.வெ.சு. ஐயர் எனப் பலவாறு அவரது பெயர் வரலாற்றில் பயன்படுத்தப் பட்டுள்ளன. பெரியாரின் பெயரும் இ.வி. ராமசாமி நாயக்கர், ஈ.வி. இராமஸ்வாமி நாயக்கர்... போன்று பலவண்ணம் பயின்றுள்ளன. இந்நூலில், எடுத்தாளப்பட்ட இடங்களில் அவரவர் முறையே விளங்குகின்றன. நான் எழுதும் இடங்களில் வ.வே.சு. ஐயர் என்றும் பெரியார் என்றும் எழுதியுள்ளேன். அவ்வாறே வரதராஜுலு என்றே நான் கையாண்டுள்ளேன்.

குருகுலம் மற்றும் போராட்டம் பற்றிய முழுப் புரிதலைத் தரும் நோக்கத்தில் பல ஆவணங்களைப் பின்னிணைப்பாகத் தந்துள்ளேன். அவற்றின் விவரம் வருமாறு.

குருகுலம் தீர்க்கமான திட்டமிடலுடன் தொடங்கப் பட்டதை உணர்த்தும் வ.வே.சு. ஐயரின் விரிவான வேண்டு கோள், குருகுலத் தரப்பிலேயே இறுதிச் சொல் இருக்கும்படி யாக அமைந்த இதுவரை அச்சேறாத பெற்றோர் ஒப்பந்தம், லட்சியமயமான கல்வியை நினைவூட்டும் குருகுல அமைப்பு மற்றும் தினசரி வாழ்க்கையின் காட்சி வருணனையாக அமைந்த சுத்தானந்த பாரதி எழுதிய கட்டுரை, கல்லிடைக் குறிச்சியிலும் சேரன்மாதேவியிலும் இயங்கிய குருகுலத்தில் தினந்தோறும் நிகழ்ந்த நிகழ்வுகளின் விவரிப்பு கொண்ட குருகுலத்தவரே எழுதி வைத்திருந்த, இதுவரை வெளிவராத

தினசரிப் புத்தகக் குறிப்புகள், குருகுலப் பயிற்சி யில் சிறப்பாகச் சுட்டப்படும் நேரடிக் கல்வி ஒன்றைப் பற்றி வ.வே.சு. ஐயர் எழுதிய 'எங்கள் பாபநாச யாத்திரை', 1937இல் ஹனுமான் இதழில் வெளிவந்த இத்தலைமுறை பார்த்திராத குருகுலத்தினரின் படம் ஆகியவை பின்னிணைப்பு 1இல் தரப்பட்டுள்ளன.

பின்னிணைப்பு 2 குருகுலப் போராட்டத்தில் இடம்பெற்ற முக்கிய அறிக்கைகள், விவாதங்கள், கடிதங்கள் அடங்கியது. போராட்ட உரையாடலைப் புரிந்துகொள்ள உதவுபவை இவை. போராட்டத்தை முன்னெடுத்தவர் (வரதராஜுலு), குருகுலத் தலைவர் (வ.வே.சு. ஐயர்), பத்திரிகை ஆசிரியர் (சொ. முருகப்பா), புரவலர் (வை.சு. சண்முகம்), போராட்டத் திற்குப் பின்புலமாக இருந்தவர் (பெரியார்) ஆகியோர் எழுதிய, வகைக்கு ஒன்றாய்க் கால ஒழுங்கில் தேர்ந்தெடுக்கப்பட்ட கட்டுரைகளைக் கொண்டது அறிக்கைகள் பகுதி. விவாதப் பகுதியைத் தேர்வதில் பன்முகப் பார்வை என்ற அம்சத்தை முதன்மைப்படுத்தியுள்ளேன். எம். பக்தவத்சலம் வாதத்தையும் அதற்கு பி. கந்தசாமி ஆற்றிய எதிர்வினையையும் இப்பகுதியில் சேர்த்துள்ளேன். வ.வே.சு. ஐயரை ஆதரித்த பிராமணரல்லாதார் என்ற அரியதன்மைக்காக வழக்கறிஞர் பக்தவத்சலத்தையும், போராட்ட வரலாற்றுச் சுருக்கத்தைத் தந்துள்ளவர் என்பதற் காக மாவட்ட காங்கிரசு செயலாளர் கந்தசாமியையும் தேர்ந் தேன். காந்தி – வரதராஜுலு விவாத இடம்பெறல் போராட்டத் தின் முக்கியத்துவத்தைப் புலப்படுத்தும் நோக்கிலானது. காங்கிரஸ் கமிட்டி விவாதம் (29 ஏப்ரல் 1925) பிராமணர், பிராமணரல்லாதார், வைதிகர், நடுநிலையாளர், முஸ்லிம் என்றும் அனைத்துத் தரப்பினர் பார்வைகளையும் தொனியுடன் தெளிவுறக் காட்டுவதாகும். அதற்காகவே பக்க எண்ணிக்கை கூடுதலானாலும், பத்திரிகையிலிருந்து பெயர்த்து எழுதுவது சிரமமாக இருந்தாலும் அதைச் சேர்ப்பதில் உறுதியாக இருந்தேன். காந்தியின் வாழ்காலத்தில் அவர் ஈடுபடாத இந்தியாவின் முக்கிய நிகழ்வுகள் ஒன்றுமே இருக்காது போலும். இப்போராட்டத்தில் காந்தியின் நீண்ட தொடர்பைச் சுட்டும் அவரது சில கடிதங்களைத் தந்துள்ளேன்.

பின்னிணைப்பு 3 இப்போராட்டத்தின் சமகால இலக்கிய எதிரொலியாகக் கிடைக்கும் ஒரே படைப்பான அ. மாதவையா வின் 'ஏணியேற்ற நிலையம்' சிறுகதையைக் கொண்டது. வரலாறு படிப்பவர்களுக்கு இலக்கியத்தில் ஆர்வம் இருக்காதே என்று நண்பர்கள் கூறிய பிறகும் இதைச் சேர்க்க விரும்பிய தற்குக் காரணங்கள் இரண்டு. வ.வே.சு. ஐயரின் நிலையை

சூசகமாக ஆதரித்த போக்கை இக்கதையில் நான் உணர்வது ஒன்று; பின்னணி பற்றிய ஓர்மையில்லாமல் இந்தக் கதையை இலக்கிய விமர்சகர்கள் சிலர் விதந்தோதுவதைக் கேட்டது இரண்டாவது. இலக்கியம் எல்லாவற்றோடும் இணைந் திழையும் கலை.

போராட்ட சமயத்தில் குறிப்பிட்ட நிலை எடுத்தவர் பிற்காலத்தில் வேறு பார்வைக்கு மாறியிருக்கவும் கூடும். பிற்கால நிலைமை என்ன என்றறிவதும் வரலாற்றுக்கு முக்கியம். அவ்வகையில் வாசகர்களே அக்கட்டுரைகளை நேரடியாகப் படித்து சுயமாக கருத்தை உருவாக்கிக்கொள்வது பயன் தரத்தக்கது. அதற்கு வசதியாகப் போராட்டக் காலத்தில் வ.வே.சு. ஐயருக்கு எதிர்நிலை எடுத்த *ஊழியன்* ஆசிரியர் ராய. சொக்கலிங்கன், *தமிழ்நாடு* பத்திரிகையில் பணிபுரிந்த டி.எஸ். சொக்கலிங்கம் ஆகிய இருவரும் முறையே 1943இலும் 1956இலும் எழுதிய வ.வே.சு. ஐயர் பற்றிய கட்டுரைகளைப் பின்னிணைப்பு 4இல் தந்துள்ளேன். சொக்கலிங்கங்களின் வேகம் நிதானப்பட்டிருக்கலாம். ஆனால் கருத்து மாறவில்லை. இப் போராட்டத்தை எழுதிவைக்க வேண்டிய வரலாற்றுத்தேவை இக்கட்டுரைகளால் மறுபடியும் எனக்கு உறுதிப்பட்டது.

“நினைவு முகம் மறந்து போச்சே” என்று வரலாறு முணுமுணுக்கும் தொடர்புடைய சிலரின் படங்களைக் கொண்டது பின்னிணைப்பு 5. ஹோசி மின்னை நினைவூட்டுகிற காவியகண்ட கணபதி சாஸ்திரியின் படம் அதில் ஒன்று. நூலில் இடம்பெற்றுள்ள பிரமுகர்களுள் காலம் மறந்துவிட்ட பலருள் எம்.கே. ஆச்சாரியா, காவியகண்ட கணபதி சாஸ்திரி, வை.சு. சண்முகம், சொ. முருகப்பா ஆகியோர் பற்றிய சிறு வாழ்க்கைக் குறிப்புகளைக் கொண்டது பின்னிணைப்பு 6.

~

சேரன்மாதேவி குருகுலம் பற்றிய இந்நூலை ஆ.இரா. வேங்கடா சலபதியோ எஸ்.வி. ராஜதுரையோ ம.சா.ச. பாண்டியனோ தான் எழுதியிருக்க வேண்டும். *தமிழ் இனி 2000* அரங்கில் எஸ்.வி. ஆரிடம், “சேகரித்த தரவுகள் இருக்கின்றன. தருகிறேன். நீங்கள் எழுத வேண்டும்” எனக் கேட்டுக்கொண்டேன். “அது நியாயமில்லை. நீங்களே எழுதுங்கள்” என்று மறுத்துவிட்டார். சலபதியும் இதே வகையில் ஒரு காரணத்தைச் சொல்லி தவிர்த்துவிடவே நான் எழுத நேர்ந்தது. பாண்டியனிடம் இது பற்றி நான் பேசவில்லை.

சேரன்மாதேவி குருகுலம் பற்றிக் கிடைத்தவை பெரும் பான்மையும் விமர்சனம் ஏறிய தகவல்களாகவே இருந்தன.

முதல்நிலைத் தகவல்களைத் தேடி அவை என்னைத் துரத்தின. குருகுலப் பிரச்சனை நடந்த 1924 - 25ஆம் ஆண்டு களில் வெளிவந்த, வேறுபட்ட நிலைப்பாடுகளைக் கொண் டிருந்த *சுதேசமித்திரன், தமிழ்நாடு, நவசக்தி, குமரன், ஊழியன், தி இந்து, குடிஅரசு, சுதர்மா* இதழ்களைத் தேட வேண்டி வந்தது.

மறைமலை அடிகள் நூலகம், சென்னை; அழகப்பா பல்கலைக்கழக நூலகம், காரைக்குடி; ஞானாலயா, புதுக்கோட்டை; நேரு நினைவு அருங்காட்சியகம் மற்றும் நூலகம், புதுதில்லி ஆகிய முக்கிய நூலகங்களை மட்டு மல்லாமல் வாய்ப்பிருக்கும் எனத் தோன்றும் பல ஊரின் சிறு நூலகங்களையும் இதற்காகத் தேடிப்போனேன். திருச்சிராப்பள்ளி வ.வே.சு. ஐயர் நினைவகம், குளித்தலை கா.சு. பிள்ளை நூலகம், இராஜபாளையம் காந்தி கலைமன்றம், மன்னார்குடி கோட்டூர் அரங்கசாமி முதலியார் நூலகம், சென்னை கார்ல் மார்க்ஸ் நூலகம் என அவை பல. பயன் இல்லை என்றாலும் ஒன்றும் கிடைக்கவில்லை என்றும் சொல்லிவிட முடியாது. திருச்சிற்றம்பலம் மு. அருணாசலம் வீட்டில் ஒரே ஒரு தகவல் கிடைக்கும். அதற்காக இரண்டு நாள்களும் இரண்டாயிரம் ரூபாயும் செலவாகியிருக்கும். பொதக்குடி கதீஜா நூலகத்தில் ஒரு இதழ் கிடைத்திருக்கும். அதற்காக 400 கி.மீ பயணம் செய்து ஒரு முழு நாளையும் இரண்டு இரவுத் தூக்கத்தையும் முழுதாகத் தொலைத் திருப்போம். இந்தியத் தலைநகரின் நூலகங்களில் தகவல் தேட பயணம் செய்த தூரம், கழிந்த நாள்கள், செலவான தொகை என் சக்திக்கு மீறியவை. சிகாகோ மற்றும் கொழும்பு நகர்களிலிருந்து *தி இந்து, தமிழ்நாடு* இதழ்களின் பல தகவல்களை ஆ.இரா. வேங்கடாசலபதி தன் ஆராய்ச்சியி னூடாகக் கண்டு, கொண்டுவந்து கொடுத்தார். இப்படிப் பல்லாண்டுகளாய்த் தேடித்தேடி ஒரு குருவியைப் போல இந்த நூல் கூட்டைக் கட்டியுள்ளேன். உழைப்பைப் போலவே பலவீனமும் இதில் நிறைந்திருக்கும். என் பலவீனத்தை, நூலை மேற்பார்த்த ஆ.இரா. வேங்கடாசலபதி தன் அறிவாலும் உழைப்பாலும் எவ்வளவுதான் நீக்க முடியும்?

நூல் உருவாக்கத்தில் உதவியோருக்கு நன்றி தெரிவிக்க முனைவது தேடுதலை அசை போடுவதாகவும், என் ஆய்வு நண்பர் பட்டியலைத் தருவதாகவும் மாறிவிடும்.

வ.வே.சு. ஐயர் பேரன் சுப்பிரமணியன் தம்பதியினரைத் திருச்சியில் ஒரு நாள் (19 டிசம்பர் 2004) காலைப் பொழுதில் சந்தித்தேன். சரியான முகவரியைப் பெறத்தான் அப்பெரிய

நகரத்தில் இருநாள் அலைய நேர்ந்தது. சேரன்மாதேவி குருகுலத்தில் சம்பவ காலத்தில் படித்த வ.வே.சு. ஐயரின் மகன் வி.சு. கிருஷ்ணமூர்த்தி '90களில் காலமாகிவிட்டிருந்தார். அவரது 1970களின் நாட்குறிப்புகள் சில கிடைத்தன. அவற்றுள் சேரன்மாதேவி குருகுலப் போராட்டக்காரர்கள் மீது வெளிப் பட்ட கோபம் கொண்ட குறிப்பும் ஒன்று. ஒரு குறிப்பிட்ட தலைவரின் மரண நாளன்று எழுதிவைத்த நாட்குறிப்பு பதிவு அது. அப்பதிவின் வாக்கியங்கள் பெரும் அதிர்ச்சியைத் தந்தன. இப்போராட்டம் சாதாரண சாப்பாட்டுப் பிரச்சனை அல்ல என்ற என் கருத்து உறுதிப்பட்டது. 50 ஆண்டுகளுக்குப் பிறகும் ஒரு கோபம் நீடிக்குமா? மனிதன் எப்போதும் மனிதன்தானா? ஆன்றோன், சான்றோன், அமரன், பக்குவப் பட்டவன்... என்ற சொற்களெல்லாம் பொருளற்ற வெறும் சப்தசேர்க்கைதானா?

குருகுலத்தின் தற்போதைய நிலை அறிய சேரன்மா தேவிக்கு நேரில் (8 மே 2003) போனேன். சலபதி கேட்டுக் கொண்டதன் பேரில் ச. தமிழ்ச்செல்வன் உள்ளூர் உதவிக்காக அஞ்சலக நண்பர் ஒருவரை என்னுடன் அனுப்பியிருந்தார். குருகுலத்தின் பொறுப்பாளரான துறவியை ஒரு மதிய வேளை யில் சாப்பிட்ட பிறகு போய்ப் பார்த்தோம். அறிமுகப்படுத்திக் கொண்டு, குருகுலம் அவர்கள் கைக்கு வந்த வரலாறு கேட் டோம். திருப்பராய்த்துறை ஸ்ரீ இராமகிருஷ்ண தபோவனத்தின் நிருவாகத்தில் குருகுலம் இயங்குவதாகச் சொல்லி துறவி சில தஸ்தாவேஜுகளைக் காட்டினார். எனினும் நகலெடுக்க அனுமதிக்கவில்லை. இப்போதெல்லாம் துறவிகள், கிரகஸ்தர் களைவிட எச்சரிக்கையாக இருக்கிறார்கள். துறவி என்ற சொல் இப்போது இடுகுறிப் பெயராகிவிட்டது. வேறு தகவல் எதுவும் பெற முடியவில்லை.

அடுத்து தபோவனத் தலைவரைக் காணத் திருப்பராய்த் துறைக்கு இருமுறை சென்றேன். காணக் கூடவில்லை. சில நூல்களை மட்டும் வாங்க முடிந்தது. இப்போது நான் படித்துக் கொண்டிருக்கும் திருவாசகப் பிரதி அங்கு வாங்கியதுதான் (குறைந்த விலை நிறைந்த எடை என்பது தபோவன வெளியீடு களின் சிறப்பு). திருப்பராய்த்துறைக்கு உடன் வந்தவர் திருச்சி வானொலி நண்பர் வெங்கடேசுவரன்.

சமஸ்கிருத பிரதி ஒன்றைத் தமிழுக்குப் பெயர்க்க நண்பர் களைக் காட்டி உதவியவர்கள் வீ. அரசு, அரவிந்தன். தில்லி நூலகத்தைப் பார்வையிட உதவியோர் கி. சீனிவாச ராகவன், இ. சுந்தரமூர்த்தி. பல நூல்களைத் தந்துதவியோர் பா. மதிவாணன், ரெங்கையா முருகன், மா.ரா. அரசு, அல்லயன்ஸ் சீனிவாசன். படம் எடுத்து உதவியவர் கே. முரளிதரன்.

தகவல் சேகரிப்பு உங்களுக்கு பொழுதுபோக்கா என்று ஒருநாள் கீழ்வேளூர் பா. ராமநாதன் கேட்டுவிட்டார். இந்த நூல் தரவுகளைக் கணினியில் கோத்த காலச்சுவடு நண்பர் அவர். தேடுதலை நிறுத்த வேண்டிய சூழலின் தேவையை உணர்ந்த தருணம் அது. அப்படிக் கேட்டும் ஆயிற்று நான்காண்டுகள். இடையில் வரதராஜுலு வாழ்க்கை வரலாற்று நூலை, அவர் வயது முதிர்ந்த மகன் பார்க்க வேண்டும் என்ற விருப்பத்தில் முன்வெளியிட வேண்டிய மன நிர்ப்பந்தம் நேர்ந்தது. நேர்த்தியான வெளியீட்டில் குறியாக இருந்தார் கண்ணன். இறுதியில் நூலாக்கத்தில் பொறுமையுடன் உதவியோர் நாகம் மற்றும் கலா.

சென்னை **பழ. அதியமான்**
26.09.2013

~ ~

1

சேரன்மாதேவி குருகுலம்

தமிழ்க் குருகுல வித்தியாலயம் துந்துபி வருடம் கார்த்திகை மாதம் 23ஆம் தேதி (8 டிசம்பர் 1922) கல்லிடைக்குறிச்சியில் தொடங்கியது.

இன்று காலை சுமார் நாலரை மணிக்கு சன்னதித் தெருவிலிருந்து பஜனை சகிதம் வித்தியாலயத்தின் தற்கால ஜாகாவில் பிரவேசம் நடந்தது. அதுகாலை ஆச்சாரியர், ஸ்ரீமான்கள் தி. ரா. மகாதேவ ஐயர் அவர்கள், தேசிய கலாசாலை உபாத்தியாயர் கிருஷ்ணய்யர், கோமதிசங்கர தீக்ஷிதர், ரா. அனந்த கிருஷ்ணன், மாணவர்கள் ராமானந்தன், சத்தியானந்தன் ஆகியவர்கள் பிரசன்னமாயிருந்தனர். ஆச்சாரியர் அந்த சுபமுகூர்த்தத்தில் வித்தியாரம்பம் செய்து தியாகத்தின் பெருமையைப் பற்றியும் ஸநாதன தர்மத்தின் மஹிமை, தத்துவங்கள் பற்றியும் போதனை செய்தார்கள். ஸ்நான ஸபுந்தியா வந்தனாதிகளுக்குப் பிறகு சன்னதி தெருவிலும் மாட வீதிகளிலும் பஜனை செய்து அரிசி வசூல் செய்யப் பட்டது. பிறகு மாலை 5 மணிக்கு ஸ்ரீலக்ஷ்மிபதி கோயிலில் ஆச்சாரியர் ஸ்ரீமான் வ. வெ. ஸு. ஐயர் அவர்கள் அரியதோர் உபந்நியாசம் செய்தார்கள் (குருகுல தினசரி குறிப்பேடு).

பிற்காலத்தில் சேரன்மாதேவிக்கு இடம் மாறிய குருகுலம் முதலில் கல்லிடைக்குறிச்சியில் இப்படித்தான் ஆசாரமாகத் தொடங்கியது.

‘தேசபக்தன்’ கட்டுரைக்காகத் தளைப்பட்டிருந்த வ.வே.சு. ஐயர் பெல்லாரி சிறையிலிருந்து விடுதலையானதும் சொந்த ஊரான திருச்சி, வரகனேரிக்கு வந்து தங்கினார். காங்கிரஸ் கட்சியின் நடவடிக்கைகளில் அச்சமயம் தீவிரமாகப் பங்கேற்ற அவர், காந்தி அப்போது வலியுறுத்திக்கொண்டிருந்த தேசியக் கல்வி முயற்சியில் ஈடுபடலானார். இதில் ஈடுபடுமுன்பே அவருக்குப் பண்டைய குருகுலம் போன்றதொரு கல்விக் கூடத்தை அமைக்கும் எண்ணம் இருந்தது. இந்தத் தேசியக் கல்வியை, அமெரிக்க கறுப்பினத் தலைவர் புக்கர் வாஷிங்டன் தன் கல்வி நிறுவனத்தில் செய்திருந்தவாறு தொழிற்பயிற்சி யோடு இணைத்து செயல்படுத்த அவர் விரும்பினார். காந்தி விரும்பிய தேசிய உணர்வுடன் கூடிய தொழிற்கல்வி முறை உருவாகவும் இப்பிணைப்பு உதவும் என்று அவர் நம்பினார்.

வ.வே.சு. ஐயர் தான் தொடங்க விரும்பிய கல்விக்கூடத் துக்குச் சென்னை, கோடம்பாக்கம், மன்னார்குடி, தஞ்சாவூர் ஆகிய ஊர்களில் இடம் தேடினார். நிறைவாகக் கல்லிடைக் குறிச்சியும் பின் சேரன்மாதேவியும் அமைந்தன (*வ.வே.ஸு. ஐயர்*, ப. 215). முதலில் கல்லிடைக்குறிச்சியில், திலகர் வித்தியாலயத்தின் உதவியுடன் மேலே விவரித்தவாறு குருகுலம் தொடங்கியது.

குருகுலம் வ.வே.சு. ஐயரின் தனிப்பட்ட விருப்பத்தின் விளைவு மட்டுமல்ல. காங்கிரசின் நடவடிக்கைகளுள் ஒன்று. விடுதலைக்குப் போராடிக்கொண்டிருந்த காங்கிரசு கட்சி கல்வி தொடர்பானவற்றிலும் தன் கவனத்தைச் செலுத்தியது. ஆங்கிலேய அரசின் ஆதரவில் நடந்த கல்வி நிறுவனங்களின் பாடத்திட்டமும் பயிற்றுமுறையும் தேசியத்திற்கு எதிராக இருந்ததால் புதிய தேசியக் கல்வியை உருவாக்க வேண்டியதன் தேவையைக் காங்கிரஸ் உணர்ந்தது. விடுதலைப் போராட்டத்தை வலுப்படுத்துவதன் ஓர் அம்சமாக நாட்டின் இளைஞர்களைத் தேசியப் பற்று கொண்டவர்களாக மாற்ற வேண்டிய தேவையையும் காங்கிரஸ் உணர்ந்தது.

காங்கிரசின் வேண்டுகோள்படி 1920களில் நாட்டின் பல்வேறு இடங்களில் தேசியக் கல்வி நிறுவனங்கள் தோன்றின. அலிகர் முஸ்லிம் பல்கலைக்கழகம், திலகர் மகாராஷ்டிரா வித்யாபீடம், குவாமி வித்யாபீடம் முதலியவை இவற்றுள் சில. இந்தப் பின்னணியில் தமிழ்நாட்டில் தோன்றிய தேசியக் கல்வி ஸ்தாபனமே சேரன்மாதேவி குருகுலம்.

ஆங்கிலக் கல்வி பயின்ற தேசியவாதியான வ.வே.சு. ஐயரின் (1881 – 1925) விருப்பத்தில் தோன்றிய பாரத்வாஜ ஆசிரமத்தில் குருகுலம் அமைந்தது. அது தமிழ்க் குருகுல வித்தியாலயம் என்றழைக்கப்பட்டது. குருகுல நிர்வாகத்தைத் தவிர, பாரத்வாஜ ஆசிரமத்திற்குப் பத்திரிகை வெளியிடும் பணியும் இருந்தது. எனினும் வ.வே.சு. ஐயருக்கு குருகுலமே முதன்மை.

1920களில் காங்கிரசின் சார்பில் தோன்றிய பல ஆசிரமங்கள் சிரத்தையற்ற முறையில் நடத்தப்பட்டுவந்தன. அது குறித்து சமூக சீர்திருத்தவாதிகள் கவலையுற்றனர்.

> இப்பொழுது நமது நாட்டிலே ஆசிரமங்கள் பல விடங்களில் தலை கிளம்பிப் பெருகிவருகிறது. இது அபாயங்களுக்கு இடமான விஷயம். உண்மையான ஞானத்தினாலும், பக்தியினாலும், தன் மதக்கோட்பாடு களில் திருத்தமடைந்த ஒருவன் முழுதும் குணம் மாறி சீலனாகக்கூடும். ஆனால் இரண்டு, மூன்று வருஷங்கள் ஒத்துழையாமை இயக்கத்தில் சேர்ந்ததனால் மாத்திரம் இத்தனை வக்கீல்களும் பள்ளி உபாத்தியார்களும், உத்தம ஆச்சாரிய புருஷர்களாயும் குருசிகாமணிகளாயும் மாறிவிடுவாரென்று நம்ப முடியாது. நடுவயது கழிந்த புருஷர்களும் ஸ்திரீகளும் தங்கள் சாயுங்காலத்தை அமைதியாய் ஆசிரமத்தில் கழிப்பதில் தடையில்லை. ஆனால் கதர் உடுப்பதைத் தவிர வேறு யோக்கியதை யின்றி இவர்கள் வாலிபர்களுக்கு ஆச்சாரியர்களாகி விடுவதை நாம் பலமாய் ஆக்ஷேபிக்கிறோம் (*பஞ்சாமிர்தம்*, வைகாசி 1925).

சீர்திருத்தவாத நோக்கம் நிரம்பிய அ. மாதவையா தரமற்ற ஆசிரம குருகுலப் பெருக்கத்தைப் பற்றிய தமது கவலையை மேற்கண்டவாறு உறுதி செய்தார்.

தியாகி, தேசியவாதி என்ற நிலையில் வ.வே.சு. ஐயர் பற்றிய பிம்பம் நல்லவிதமாக இருந்ததால், மேற்கண்ட ரீதியில் அவச்சொல் ஏதும் அவருக்கு நேரவில்லை. அன்றைக்குக் குறிப்பிடத்தகுந்த இதழ்களுள் ஒன்றாக விளங்கிய *குமரன்* இதழின் ஆசிரியர் சொ. முருகப்பா, வ.வே.சு. ஐயர் பற்றிக் குறிப்பிடுவது இந்த நோக்கில் பாராட்டுரையாகும்.

> இத்தமிழ்க் குருகுலத்தின் தலைவர் ஸ்ரீமான் வ.வே. ஸுப்ர மணிய ஐயராவர். இவர்களது சீரிய ஒழுக்கமும் அகன்ற உலக அறிவும் நிறைந்த கல்வியும் போற்றற்குரியன

வாகும். மேலைதேசக் கல்வியறிவுடையவர்கள் தென்னாட்டில் இவர்களே நிறைவுடையவர்களென்று நாம் துணிந்து கூறுவோம் (*குமரன்*, 12 நவம்பர் 1924).

விடுதலைக்குப் பல பத்தாண்டுகளுக்கு முன்னரே இந்தியாவுக்கென தேசியக்கொடி உருவாக்கிய அபிநவ பாரத் (புதிய இந்தியா) சங்கத்தின் தீவிர செயற்பாட்டாளராக விளங்கியவர் வ.வே.சு. ஐயர்; துருக்கியின் புரட்சித் தலைவர் கமால் ஆடா துர்க்கைச் சந்தித்து விடுதலைப் போராட்டத்துக்குத் துணைவலி தேடியவர்; இத்தாலியை ஐக்கிய நாடாக்கிய கரிபால்டியின் சரித்திரத்தை எழுதியவர்; நண்பரான சாவர்கர் எழுதிய *'1857: முதல் இந்திய விடுதலைப் போராட்டம்'* மராத்தி நூலின் ஆங்கில ஆக்கத்தை மேற்பார்த்தவர்; கர்சான் வைலியை மதன்லால் திங்கரா சுட்டுக் கொன்றபோது அச்சூழலில் இருந்தவர்; பிரிட்டீஷ் அரசு தன்னைக் கைது செய்ய முயன்றபோது திறமையுடன் தப்பியவர்; புதுவையில் புரட்சி வீரர்களைத் தயார் செய்தவர்; திருக்குறள் மொழி பெயர்ப்பு, கம்பராமாயணப் (பாலகாண்டம்) பதிப்பு, மங்கையர்க்கரசியின் காதல் முதலிய கதைகள், ரவீந்திரநாத தாகூர் கதை மொழிபெயர்ப்பு, சந்திரகுப்த சக்கரவர்த்தி சரித்திரம், புக்கர் டி. வாஷிங்டன் வரலாறு போன்ற இலக்கியக் கொடை புரிந்தவர்; *தேசபக்தன்* இதழின் ஆசிரியர்; நாட்டுக்காகச் சிறை சென்றவர் எனப் பன்முக ஆற்றல், அனுபவம் கொண்டவராக வ.வே.சு. ஐயர் விளங்கினார். சாரமாகச் சொல்வதானால், எதிர்காலம் குறித்த முன் எண்ணம், உலக நாடுகள் பற்றிய விவரம், ஆங்கிலம், சமஸ்கிருதம் உள்ளிட்ட பன்மொழி அறிவு, பயமின்மை, வீரம், நூல் ஆராய்ச்சி, பத்திரிகைத் தொடர்பு, தியாக உள்ளம் போன்ற ஆளுமைப் பண்புகள் கொண்டவராக வ.வே.சு. ஐயர் திகழ்ந்தார். அதனால் இக்கல்விப் பணி செய்யப் பொருத்தமானவராக உணரப்பட்டார்.

தமிழ்க் குருகுலத்தின் தோற்றம்

கல்லிடைக்குறிச்சியில் தோன்றிய குருகுலம், நேற்று இரவு திட்டமிட்டு இன்று காலையில் ஆரம்பிக்கப்பட்டதல்ல. ஆராய்ச்சியில் கிடைத்த ஆதாரங்களின் அடிப்படையில் வ.வே.சு. ஐயரின் தமிழ்க் குருகுலத்தின் தொடக்கம் பற்றிய வெளிப்படையான அறிவிப்பு *சுதர்மா* (23 ஏப்ரல் 1922) இதழில் கிடைக்கிறது. *சுதர்மா* இ.எல். ஐயரை ஆசிரியராகக் கொண்ட ம. சிங்காரவேலு செட்டியார், லட்சுமிநரசு போன்றோர் பங்கேற்ற, தொழிலாளர்க்கென்றே சென்னையில் வெளியான ஆங்கில இதழ்.

இளைஞர்களுக்குத் தேசிய உணர்வில் கல்வி கொடுக்கும் நோக்கத்தில் தமிழ்நாட்டில் பொதுநிலையம் தொடங்க வேண்டியதன் தேவையை இந்நாளில் விரிவாகப் பேச வேண்டியதில்லை என்ற பீடிகையுடன் வ.வே.சு. ஐயர் விடுத்த வேண்டுகோள் தொடங்குகிறது.

> இந்த நோக்கத்தில் ஒரு குருகுல வித்தியாலயத்தை நிறுவ வேண்டுமென வெகுகாலமாகவே எண்ணியிருந் தோம். திருநெல்வேலி மாவட்டம் கல்லிடைக்குறிச்சியில் அதை ஆரம்பிப்பதற்கான ஏற்பாடுகள் செய்யப்பட்டு விட்டதை அறிவிப்பதில் மகிழ்கிறோம். சென்னையை அடுத்துள்ள கோடம்பாக்கத்திலும் விரைவில் கிளை ஒன்று திறக்கவுள்ளோம் (*சுதர்மா, 23 ஏப்ரல் 1922*).

பெரும் கனவுடன் கல்லிடைக்குறிச்சியில் வாடகை இடத்தில் தொடங்கப்பட்ட குருகுலம், ஒரு வருடத்திற்குள் சேரன்மாதேவிக்குச் சொந்த நிலத்திற்குச் சென்றது. ஆனால் கோடம்பாக்கத்தில் தொடங்கப்படுவதாக இருந்த குருகுலக் கிளை, லட்சியத் திட்டங்களுள் ஒன்றாகவே முடிந்துபோனது.

அறிவு வளத்தோடு, உடல் வலிமையையும் கோரி நின்றது வித்தியாலயாவின் கல்விக்கொள்கை. பழங்கால ஆரிய, திராவிட, ஸ்பார்ட்ன், ஜப்பானிய முறைகளில் உள்ள சிறப்பான முறைகளைக் கற்றுத்தருவது வித்தியாலயத்தின் நோக்கம். ஆங்கில இந்திய விளையாட்டுகளும் ஹடயோகமும் இங்கு பயிற்றுவிக்கப்படும் என்று வேண்டுகோள் பேசுகிறது.

> கலா பூர்வமாகத் தங்களை வெளிப்படுத்திக்கொள்ளும் திறனைப் பயிற்றுவிக்கவும் வித்தியாலயாவில் கலைச் சூழல் உருவாகவும் உலக மற்றும் இந்திய வரலாற்றின் முக்கிய நிகழ்வுகளை மாணவர் மனம் கொள்ளுமாறு செய்யவும் நாடகங்களை அரங்கேற்றத் திட்டங்கள் உள்ளன.
>
> . . . திறந்த வெளியில் நடத்தவிருக்கும் இந்நாடகங்கள் ராமநவமி, கிருஷ்ணாஷ்டமி, வித்தியாலயத்தின் ஆண்டுவிழா சமயங்களில் நடைபெறும். பொதுவான கல்வி நிலையங்களிலிருந்து இவ்வித்தியாலயாவை வேறுபடுத்திக்காட்டும் அம்சமாக திகழ்வது இங்கு நிலவும் தர்ம, தேசிய உணர்வுமே ஆகும்.
>
> தேவையான அளவு பணம் கிடைத்ததும் பெண்களுக் கென்று தனி வித்தியாலயம் அமைக்கப்படும். தனி வித்தியாலயம் அமைப்பதற்குமுன் அனுப்பப்பெறும் பெண்கள் இப்போதிருக்கும் வித்தியாலயாவிலேயே கல்வி பெறுவர்.

தியாக உணர்வுடனும் முழுமனத்துடனும் உழைக்க சித்தமான சிறுகுழு வித்தியாலயத்தையும் ஆசிரமத்தையும் திறம்பட நடத்த ஆயத்தமாகிவிட்டது. அக்குழு வ.வே.சு. ஐயர் கட்டுப்பாட்டில் இருக்கும். தேசியக் கல்வியைத் தென்னிந்தியாவில் விரிவுபடுத்தும் வேலையை முழுமனத்துடன் செய்ய ஐயரும் தயாராகி விட்டார்.

எனவே ஆசிரமம் மிக தைரியமாக இந்திய மக்களிடம் பண மற்றும் வேறு உதவிகளையும் கோரி நிற்கிறது. ஆசிரமத்திற்கு இந்த நோக்கத்தைச் செயல்படுத்த லட்ச லட்சமாய் பணம் தேவைப்படுகிறது. தயாள சிந்தனை உள்ளவர்களும், பொதுச் சிந்தனை உள்ள ஆண்களும் பெண்களும் உதவிசெய்ய சில முறைகளை முன் வைக்கிறோம்.

என்று சொல்லி ஆறு முறைகளை அவ்வேண்டுகோள் கூறுகிறது.

அ. புரவலர்கள் மொத்தமாகப் பணத்தை நன்கொடை யாக ஆசிரமத்திற்கு அளிக்கலாம்.

ஆ. புரவலர்கள் நிலங்களைக் கொடையாக ஆசிரமத்திற்கு அளிக்கலாம்.

இ. ஆசிரமத்திற்கு ஆண்டுதோறும் அல்லது மாதந்தோறும் சந்தா அனுப்பலாம்.

ஈ. மாத வருமானத்தில் அல்லது லாபத்தில் சிறுபகுதியை ஆசிரம நலனுக்கு ஒதுக்கலாம். அதை ஒவ்வொரு மாதமும் அனுப்பிவைக்கலாம்.

உ. ஒவ்வொரு நாளும் கைப்பிடி அரிசியை ஆசிரம உபயோகத்திற்கென்று ஒதுக்கலாம். அதை ஆசிரம உத்தரவு பெற்றவர் வரும்போது கொடுத்தனுப்பலாம்.

ஊ. திருமணம் மற்றும் பிற பண்டிகை சமயங்களில் ஆசிரமத்தை நினைத்து பரிசாகவோ சம்பாவணை யாகவோ ஏதாவது செய்யலாம்.

என்று குருகுலத்திற்கான பண வருவாயைத் திரட்டுவதற்குப் பல முறைகளை முன்வைத்தார் வ.வே.சு. ஐயர். முதலாண்டு செலவுக்கு ரூ. 10,200 ஆகும் என்று தோராய திட்டச் செலவையும் தயாரித்தார்.

எவ்வளவு விரைவில் முடியுமோ அவ்வளவு விரைவில் வேலையைத் தொடங்கவிருப்பதால் பொது நோக்குள்ள

பெண்களும் ஆண்களும் அவர்கள் கொடுக்க விரும்பியதை தனக்கு அனுப்பி வைக்குமாறு தன் முகவரியையே வ.வே.சு. ஐயர் அளித்திருந்தார்: வ.வே.சு. ஐயர், பாரத்வாஜ ஆசிரமம், கல்லிடைக்குறிச்சி, திருநெல்வேலி மாவட்டம். பணம் முதலியன அவர் பெயருக்கே அனுப்பப்பட வேண்டும் என்று குறிப்பிட்டிருப்பதும், எந்த அறக்கட்டளை (தர்ம டிரஸ்ட்) பெயருக்கும் இல்லை என்பதும் கவனத்திற்குரியன. பிற்காலத்தில் எழுந்த பிரச்சனையைப் புரிந்துகொள்ள இது பிறகு பயன்படும்.

விவரமாக வேண்டுகோளை விடுக்கும் வ.வே.சு. ஐயர், 'பாரத்வாஜ ஆசிரமம்' என்றே முகவரியைக் குறிக்கிறார். ஆசிரமத்திலிருந்து செயல்பட்டாலும், அவர் முன்னிறுத்தியது குருகுலத்தைத்தான். வேண்டுகோளின் தலைப்பில் அவர் பொறித்திருந்த 'குருகுல வித்தியாலயா' என்ற மகுடமும், படிப்பு ஒன்றையே பிரதானப்படுத்தி குறிப்புகள் எழுதியுள்ளமையும் கொண்டு ஆசிரமத்தைக் குருகுல நோக்கத்திற்காகவே தொடங்கினார் என்று உறுதிபடச் சொல்லலாம். (முழு வேண்டுகோள் பின்னிணைப்பில் தரப்பட்டுள்ளது.)

நிதி ஆதரவு

ஆங்கில அரசின் உதவியுடன் வலுப்பெற்றிருந்த கல்விக்கு எதிரான மாற்றுக் கல்வி ஏற்பாட்டை விரும்பிய காங்கிரஸ் இக்குருகுலத்திற்குப் பெரும் உதவி செய்தது. சமூகத்தில் புதிதாக எழுந்திருந்த தேசிய சிந்தனை புதிய கல்வியின் எதிர்கால பலன் ஆகியவற்றைக் கருதிய தேசிய சிந்தனை உள்ள புரவலர்களின் உதவிகளும் தேசிய சிந்தனையின் ஊடாகவே தம்மை வளர்த்தெடுத்துக்கொண்டிருந்த பத்திரிகைகளின் உதவிகளும் குருகுலத்திற்குப் பெருமளவில் கிடைத்தன.

காங்கிரஸ்

தொடர்ந்து காங்கிரசில் ஈடுபாடு காட்டிவந்த வ.வே.சு. ஐயர் 1920இல் நாகபுரியில் நடந்த காங்கிரஸ் மாநாட்டில் கலந்து கொண்டிருக்கிறார். 1924ஆம் ஆண்டு பெல்காம் காங்கிரசுக்குத் தேர்ந்தெடுக்கப்பட்ட திருநெல்வேலி மாவட்டப் பிரதிநிதிகளுள் வ.வே.சு. ஐயரும் ஒருவர்.

முன்பே தேசியக் கல்வி நிதி ஒன்றை உருவாக்கியிருந்த காங்கிரஸ், ஆர்வமிக்க காங்கிரஸ்காரர் ஒருவர் தோற்றுவித்த குருகுலத்திற்கு உதவி செய்ததில் ஆச்சரியமில்லை. காங்கிரசின் தேசியக் கல்வி நிதியிலிருந்து வ.வே.சு. ஐயரின் குருகுலத்திற்காக 10,000 ரூபாய் ஒதுக்கப்பட்டது. பெரியார் தமிழ்நாட்டுக் காங்கிரஸ் தலைவராக இருந்த காலத்தில் இம்மான்ய தொகையில் சரிபாதி பணத்தை வ.வே.சு. ஐயர் பெற்றார்.

தமிழ்நாடு காங்கிரசு கமிட்டியின் 1923 ஜூன் வரையிலான கணக்கு விவரத்தை *இந்து* இதழில் (26 ஜூன் 1923) பார்த்தேன். அதில் குருகுலம் பற்றிய குறிப்பேதும் இல்லை. தமிழ்நாடு காங்கிரசு கமிட்டி புதிதாகத் தேர்ந்தெடுக்கப்பட்ட தலைவர் ஈ.வி. ராமசாமி நாயக்கர் தலைமையில் கூடிய செய்தி *இந்து* இதழில் (4 டிசம்பர் 1923) வெளியாகியுள்ளது. எனவே இதற்குப் பிறகே காங்கிரசின் பணம் குருகுலத்திற்குத் தரப்பட்டிருக்க வேண்டும். காங்கிரசின் பணம் குருகுலத்திற்குத் தரப்பட்ட தேதியைக் கண்டுபிடிக்க முடியவில்லை.

நாட்டுக்கோட்டை செட்டியார்

குருகுலத்திற்கு அதிக நிதியளித்தவருள் நாட்டுக்கோட்டை நகரத்தாரே மிகுதியானவர்கள். அவர்களுள் வை.சு. சண்முகம் செட்டியார் அளித்த பணத்தைக் கொண்டுதான் சேரன்மாதேவியில் குருகுலம் அமைந்த 30 ஏக்கர் நிலமே வாங்கப்பட்டது. இடத்திற்கு மட்டுமல்லாமல் பிற செலவுகளுக்கும் வை.சு. சண்முகம் செட்டியார் தொடர்ந்து பண உதவி செய்து வந்திருப்பதைக் குருகுல நாட்குறிப்பிலிருந்து அறிய முடிகிறது. உள்நாட்டு செட்டியார்கள் தவிர, வெளிநாடுவாழ் (குறிப்பாக மலேயா, பினாங்கு, சிங்கப்பூர்) நகரத்தாரின் உதவியும் பெரும் அளவில் இருந்திருக்கிறது. குருகுலத்தைப் பற்றிய விரிவான தகவல்களைத் தரும் முதல் நூலான சுத்தானந்த பாரதியாரின் 'வீரவிளக்கு வ.வே.சு. ஐயர்' தரும் தகவல்களும் இதை உறுதி செய்கின்றன.

இதழ்கள்

1920களில் வெளிவந்துகொண்டிருந்த *இந்து*, *குமரன்*, *சுதேசமித்திரன்*, *தமிழ்நாடு*, *நவசக்தி* ஆகிய புகழ்பெற்ற இதழ்களும் குருகுலத்திற்கு நிதி சேர்ப்பதில் பெரும் பங்காற்றின. *இந்து* இதழில் புதுக்கோட்டை வழக்கறிஞர் கோகர்ண சாஸ்திரி தேசியக் கல்வி என்ற தலைப்பில் வ.வே.சு. ஐயரின் தமிழ் குருகுலத்திற்கு நிதி திரட்டும் நோக்கில் ஒரு கட்டுரை எழுதினார். தேசிய கல்வி இயக்கத்தின் முதல் வடிவம் தமிழ்நாட்டில் வ.வே.சு. ஐயரின் குருகுலம் மூலம் உருவாகியுள்ளது என்று புகழ்ந்து, ஆசிரம செயல்பாடுகள், ஆசிரியர் கே.எல். சர்மாவின் கல்வி, மருத்துவத் திறமைகள் ஆகியவற்றைக் குருகுலத்திற்குப் பெருமை ஏற்படும்படி புகழ்ந்துவிட்டு இறுதியாக குருகுலத்திற்கு பண உதவி செய்யுங்கள் என ஒரு வேண்டுகோளுடன் கட்டுரையை முடித்திருந்தார்.

திருநெல்வேலி மாவட்ட காங்கிரசு கமிட்டி, ஆசிரமத்தில் அச்சகம் அமைக்க ரூ. 3,500 கொடுக்க முன்வந்து தீர்மானமும்

நிறைவேற்றியது. ஆனால் சிலர் அதை எதிர்த்தனர். அனைத்து தரப்பும் மனம் ஒப்பி கொடுக்காததால் வ.வே.சு. ஐயர் அவ்வுதவியைப் பெற மறுத்துவிட்டார் என்ற தகவலையும் அக்கட்டுரை குறிப்பிட்டிருந்தது (*தி இந்து*, 6 ஜூலை 1923).

இந்து (17 ஜூலை 1923) இதழில் பணத்திற்கான வேண்டுகோள் வந்ததுடன் 1923 மார்ச் வரையில் சேகரமான நன்கொடையைக் கொடையாளர்களின் பெயர்களுடன் குறிப்பிட்டு நன்றியும் தெரிவிக்கப்பட்டுள்ளது. அதே இதழில் கல்லிடைக்குறிச்சி கே.வி. யக்ஞேஸ்வர சர்மா தான் சிறை செல்லுமுன் விடுத்த அறிக்கையில் தாராளமாக உதவும்படி கோரியுள்ளார்.

குருகுலத்திற்கு பொதுமக்களைப் பண உதவி செய்யுமாறு *குமரன்* விடுத்த கோரிக்கை பின்வருமாறு.

> (தமிழ்க்) குருகுலம் நன்கு வளர்ச்சிபெற்று வருகிறது. இதனைத் தாங்கி வளர்த்துவிடுவதற்குச் சில பொருளாளரின் உதவி இன்றியமையாததாயிருக்கின்றது. பொருள் நிலைமை இதுகாலை மிக கஷ்டமாகவிருக்கிறதென் றறிந்து வருந்துகிறோம். உண்மையான தலைவர்கள் பலர் இதற்கு உடலையும் உயிரையும் அர்ப்பணம் செய்து உழைக்க முன்னிற்கிறார்கள். போலி வேடதாரிகட்கும் பட்டம் முதலிய ஆடம்பரங்கட்கும் பிறவற்றுக்கும் பொருளை வாரிக் கொடுக்கும் செல்வர்களது மனம் தமிழ்க் குருகுலத்தை நாடித் திரும்ப கடவுள் அருள் புரிவாராக! தமிழ்க் குருகுலத்தில் ராவ்பகதூர் முதலிய பட்டங்களையாவது ஆடம்பரங்களையாவது எதிர் பார்க்க முடியாது. ஆனால் தீராத புகழையும் புண்ணியத்தையும் பாரதத் தாயின் விடுதலையையும் எதிர்பார்க்கலாம் (*குமரன்*, 2 ஜனவரி 1924).

பொதுமக்கள் செய்த உதவியை *குமரன்* செய்தியாக வெளியிட்டது. இது உதவி செய்பவரை மேலும் ஊக்கியிருக்க வேண்டும்.

'குருகுலத்திலிருந்து பணம் சேகரிக்க 'மூவார்' வந்தவர்களுக்கு சுமார் 1200 வெள்ளியும் 'பத்துப்புகார்' வந்தவர்களுக்கு 300 வெள்ளியும் பொதுமக்கள் சேகரித்து கொடுத்தனர்' என்ற செய்தி *குமரன்* (12 நவம்பர் 1924) இதழில் வெளியாகியுள்ளது.

திரு.வி.கவின் *நவசக்தி*, வ.வே.சு. ஐயரின் வேண்டுகோளை விரிவாக வெளியிட்டது.

தமிழ் மக்கள் அனைவரும் தங்கள் வருமானத்திலும் லாபத்திலும் அவரவர்களுக்குத் தோன்றும் பிரகாரம் ரூபாய்க்கு இத்தனை பைசா என்று எடுத்துவைத்து வருஷத்தில் நான்கு தடவைகளிலோ சௌகரியப்பட்ட பிரகாரமோ குருகுலத்துக்குச் சேர்ப்பித்து வரலாம் *(நவசக்தி, 26 செப்டம்பர் 1924).*

1922 ஏப்ரலில் வெளியான வ.வே.சு.ஐயரின் முதல் வேண்டுகோளில், வித்தியாலயத்திற்குப் பெரிய அளவில் உதவி கிடைக்குமானால் அறிவியல், தொழில்நுட்ப, வணிக, வங்கிப் படிப்புகளை அறிமுகப்படுத்த விரும்புவதாகவும் தெரிவித் திருந்தார். அடுத்து இரண்டு ஆண்டுகள் ஓடியும், அவர் எதிர்பார்த்த அளவு பேருதவிகள் வாய்க்கவில்லை போலும். எனவே மீண்டும் தனது விருப்பத்தை வெளியிட்டார் *(நவசக்தி, 26 செப்டம்பர் 1924).*

சுற்றுப்பயணம் மூலம் பொருள் தேடும் முயற்சி அசாத்திய மாக இருப்பதைக் குறிப்பிட்டு, உதவியைத் தாங்களே நேரடியாகச் செய்யும்படியும் வ.வே.சு. ஐயர் வேண்டுகோள் விடுத்தார். மொத்தமாக உதவுவதுடன் குருகுலத்துக்காக ஒரு சிறு 'மகிமை'யை எடுத்துவைத்து அதை விடாமல் குருகுலத்திற்கு அனுப்பிவைத்தால் அது அமோகமாய் பெருகும் என்று நீண்ட தொடர் உதவியையும் கோரினார்.

மற்றவர்

ஆசிரமிகள் பல இடங்களுக்குச் சென்று பிரசாரம்செய்து குருகுலத்திற்கு நிதி திரட்டினர். தமிழ்நாட்டுப் பயணத்தை ஆசிரமவாசியான ரா. அனந்தகிருஷ்ணனும், இந்தியப் பயணத்தை வ.வே.சு. ஐயரும், வெளிநாட்டுப் பயணத்தை ஆசிரம உதவி ஆசிரியரான தி.ரா. மகாதேவ ஐயரும் மேற் கொண்டனர்.

தமிழ்நாடு குருகுலத்தின் ஆச்சாரியரான ஸ்ரீமான் வ.வே.சு. ஐயர் போன வாரம் பம்பாய் வந்திருந்தார். இந்நகரின் பல பாகங்களிலுள்ள தென்னிந்தியவாசி களுக்கும் மற்றபடி இந்நகரத்தாருக்கும் அவர் கல்வியின் லட்சியங்களைப் பற்றிப் பல பிரசங்கங்கள் செய்தார். குருகுலத்திற்குப் பணஉதவி செய்தவர்களில் வி.ஐ.பி. ரயில்வே பிரதான கணக்குப் பரிசோதகரான ஸ்ரீமான் பலராம ஐயரும் ஒருவர். அவர் ரூ. 500 கொடுத்தார். ஸ்ரீமான் கே.எஸ். ராமசாமி ஐயர் ரூ. 250 நன்கொடை அளித்தார் *(சுதேசமித்திரன், 14 ஜனவரி 1925).*

சுற்றுப்பயணம் மூலமும் மற்ற வகையிலும் குருகுலத்திற்குக் கிடைத்த பண உதவிகள் அவ்வப்போது பத்திரிகைகளில் வெளியாகி வந்தன.

மாணவர் சேர்க்கை

பெற்றோரின் விருப்பத்தின்பேரில், ஒப்பந்த அடிப்படையில் சேர்க்கப்படும் இளைஞனுக்கு 20 வயதுவரை கல்வி கொடுப்பது ஆசிரமத்தின் நோக்கம். காங்கிரஸ், நாட்டுக் கோட்டை செட்டியார் எனப் பலவகையில் உதவிகள் கிடைப்பினும் குருகுலத்தில் சேரும் மாணவர் தம் படிப்பு மற்றும் உணவுச் செலவிற்குப் பணம் செலுத்த வேண்டும். எனினும் சிலர் கட்டணமின்றியும் சேர்த்துக் கொள்ளப் பட்டனர் எனத் தெரிகிறது. இவ்வகையில் மாணவர் ஆசிரமத்தில் வசிக்கும் காலத்தில் அவர்களது உணவு, உடை முதலிய அடிப்படைச் செலவு ஆசிரமத்தைச் சார்ந்ததே. 20 வயதிற்குள் அவ்வாலிபனுக்குத் திருமணம் செய்யக் கூடாது. இவ்வாறு திருமணத்தாலோ வேறு காரணங்களாலோ ஆசிரமத்தைவிட்டு வெளியேறினால் ஒப்பந்த தேதி முதல் வெளியேறிய தேதி வரையிலான காலத்திற்கு மாதம் ஒன்றுக்கு ரூ. 25 வீதம் ஆசிரமத்திற்குப் பணம் திரும்பச் செலுத்த வேண்டும். பெற்றோருக்கும் ஆசிரமத்தின் தலைவருக்கும் இடையில் ஏற்படும் இவ்வொப்பந்தப்படியே மாணவர் சேர்க்கை நடைபெற்றதாகத் தெரிகிறது. நமச்சிவாயம் என்ற ஆசிரம மாணவரின் தந்தை மேலூர் சி. விநாயக முதலியார் 27 மார்ச் 1923 தேதியிட்டு எழுதிக்கொடுத்த ஒப்பந்தத்தைப் பின்னிணைப்பில் காணலாம்.

மாணவர்கள்

குருகுலத்தில் ராமானந்தன், சத்தியானந்தன் ஆகியோர் முதலில் சேர்ந்த மாணவர்கள். வேதாரண்யத்திலிருந்து நடராஜன், ராஜபாளையத்திலிருந்து ராஜு, வ.வே.சு. ஐயர் மகன் வி.சு. கிருஷ்ணமூர்த்தி, கோமதி சங்கர தீட்சிதர் மகன் கோ. மகாதேவன், சுப்பையர் மகன் மன்னார்குடி சுப்பிரமணி, வைத்தியநாதன், ஓமலூரிலிருந்து ராமசாமி, நாஞ்சில் நாட்டு மாணவர் ஐவர், முத்துக்குமாரசாமி, ராமநாதன், கேரளத்திலிருந்து ராகவன், பர்மாவிலிருந்து இருவர், தைப்பிங்கிலிருந்து ஒரு மாணவர், இலங்கையிலிருந்து சில மாணவர்கள், ஈரோட்டிலிருந்து ஒரு சேட்டு என்பதாக மாணவர் பட்டியலைக் குருகுலம் பற்றிய கட்டுரையொன்றில் ஆர். சண்முகசாமி தருகிறார். பெண்கள் என்ற கணக்கில் சுபத்ரா, சங்கரி ஆகிய இரு மாணவியர் பயின்றதாகவும் அவர் குறிப்பிடுகிறார் (*V.V.S. Aiyar : Critical Studies*, pp. *48 – 49*).

பாலக்காடு சங்கரன், மேலூர் நமச்சிவாயம், ஓமந்தூர் சுந்தரம் என்னும் புதிய மூன்று பெயர்களும், இலங்கை மாணவர் பெயர் சிவப்பிரகாசம், தைப்பிங் மாணவன் பெயர் ரத்னம், பர்மா மாணவர் பெயர் கிட்டு, ஈரோடு மாணவர் பெயர் ஆஷர் என்ற விவரங்கள் சுத்தானந்த பாரதியின் ஆத்மசோதனை மூலம் மேலும் தெரியவருகிறது.

மதுரையிலிருந்து கஸ்தூரி ரெங்கன், குருசாமி, சுந்தரேசன், சுப்பராய செட்டியார் (மாணவர்தான்), ரங்காச்சாரி, ஆந்திரத்திலிருந்து ஒரு மாணவர், மெலட்டூர் மாணவர் சிவகடாட்சம், மணி, பத்மநாபன், வித்யாரண்யன் என மேலும் சில பெயர்கள் ஆசிரம தினசரி குறிப்பேட்டிலிருந்து கிடைக்கின்றன.

மேற்கண்ட விவரப்படி குருகுலத்தின் மாணவர்களின் எண்ணிக்கை ஏறக்குறைய 25. இதில் பொருளாதாரத்தில் மேம்பட்டவர்களின் பிள்ளைகளின் எண்ணிக்கையே மிகுதி. செட்டிநாட்டுப் பகுதியிலிருந்து சில செட்டியார் மாணவர்களும், ஈரோட்டிலிருந்து சில சேட்டுகளின் பிள்ளைகளும், ஓமந்தூர் இராமசாமி ரெட்டியார் மகன் சுந்தரமும் படித்ததாகத் தெரிகிறது. தேவைக்கேற்பப் பெயர் குறிப்பிடப்பட்ட ஆசிரம தினசரி குறிப்பேட்டில் சுந்தரம் பெயர் இல்லை. தினசரி குறிப்பேடு வருகைப் பதிவேடு அல்ல (அது முக்கிய நிகழ்வுகளின் குறிப்பேடு) என்பதையும் நினைவில்கொள்ள வேண்டும். பிரச்சனைக்குள்ளான தனித்துண்ணலில் ஈடுபட்ட இருவரில் ஒருவர் உள்ளூர் பத்தாம்பசலி ஒருவரின் மகன். மற்றொரு பையன் கல்லிடைக்குறிச்சி தேசபக்தர் ஒருவரின் மகன் (*V.V.S. Aiyar: Critical Studies*, p. 51) எனத் தெரிகிறது. தலித் மாணவர்கள் எவரும் படித்தார்களா என்பதை உறுதி செய்ய முடியவில்லை.

ஆசிரியர்கள்

பாரத்வாஜ ஆசிரமத்தில் இயங்கிய தமிழ்க் குருகுல வித்தியாலயத்தில் ஆச்சாரியர் வ.வே.சு. ஐயர்; உப ஆச்சாரியர் தி.ரா. மகாதேவ ஐயர்; செயலராக இருந்தவர் ரா. அனந்த கிருஷ்ணன்.

1923 டிசம்பரில் வெளியிடப்பட்ட குருகுல ஆண்டறிக்கையின்படி ஆச்சாரியரைத் தவிர ஐந்து ஆசிரியர்கள் வித்தியாலயத்தின் கல்விப் பொறுப்பைக் கவனித்து வந்தது தெரிகிறது. கும்பலிங்கம் பிள்ளை, கா.சிவராம ஐயர், த.மு. சொர்ணம் பிள்ளை, கி. லட்சுமண சர்மா, நாராயண ஐயர் ஆகியோர் அவர்கள். சுத்தானந்த பாரதியும் பின்னால் ஆசிரியராகச் சேர்ந்தார். பிறகு மூவர் சேர்ந்திருக்கலாம்.

இவர்களைத் தவிர வேறு சிலரையும் சுத்தானந்த பாரதியார் குறிப்பிடுகிறார்.'(விவரங்களைப் பின்னிணைப்பில் காண்க.) முதல் ஐவருள் ஒருவரான மகாவித்துவான் சொர்ணம் பிள்ளையை அத்தலைமுறையின் பெரிய தமிழ்ப் பண்டிதர்களுள் ஒருவர் என அறிக்கை சுட்டுகிறது. அரசஞ் சண்முகனாரின் சீடர், பழந்தமிழில் நிபுணர், மூன்றாம் தமிழ்ச் சங்க இலக்கியங்கள் அவரது சிறப்புத் துறை என அந்த அறிக்கை மேலும் புகழ்கிறது. ஆசிரம ஆசிரியர்களுள் கி.லட்சுமண சர்மா புதுக்கோட்டையில் வழக்கறிஞராகத் தொழில் செய்தவர். சமஸ்கிருதம், ஆங்கில மொழிகளில் புலவர். ஆசிரமத்தில் பகவத் கீதை போதித்தார். தவிர, நீர் மருத்துவத்திலும் நிபுணர். இத்தகவல்கள் கோகர்ண சாஸ்திரி என்பவர் எழுதிய ஒரு கட்டுரையிலிருந்து கிடைத்தன (*தி இந்து*, 6 ஜூலை 1923).

வ.வே.சு. ஐயருக்குத் துணையாக ஆசிரமத்தில் இருந்த ஆசிரியர்கள் சமூகத்தில் ஏதோ ஒருவிதத்தில் முக்கியமானவராகவோ பிரச்சனைக்குரியவராகவோ இருந்துள்ளனர் என்று சொல்லலாம்.

குருகுலத்தில் உப ஆச்சாரியராக இருந்தவர் தி.ரா. மகாதேவ ஐயர். இவர் குருகுலத்திற்காக வெளிநாட்டிற்கு சென்று பணம் திரட்டி, பிரச்சனைக்குள்ளானவர். அதோடு திருநெல்வேலி காங்கிரசு கமிட்டியில் கடன் வாங்கிவிட்டு திருப்பித் தராதவராக இருந்துள்ளார். ஈரோட்டில் 17 ஜனவரி 1925இல் கூடிய காங்கிரசு கமிட்டிக் கூட்டம் மகாதேவ ஐயரிடம் பணத்தை எப்படி திருப்பி வாங்குவது என்று தீர்மானமே நிறைவேற்றியுள்ளது (*சுதேசமித்திரன்*, 19 ஜனவரி 1925). 'திருநெல்வேலி மாவட்டக் காங்கிரசிடமிருந்து 'ஸ்ரீமான்' மகாதேவ ஐயரிடம் கடனாகக் கொடுக்கப்பட்டிருக்கும் ரூபாய் 2000த்தையும் இன்னும் ஒரு மாதத்திற்குள் திருப்பிக் கொடுக்க வேண்டுமென்றும் தவறினால் 12% வட்டியுடன் வசூலிக்கப்படுமென்றும் ரிஜிஸ்டர் நோட்டீஸ் அனுப்ப வேண்டியது' என்பது அந்தத் தீர்மானம். குருகுலப் போராட்டத்தில்தான் அவர் பிரச்சனைக்குரியவராக இருந்தார் என்றில்லை.

த.மு. சொர்ணம் பிள்ளை தமிழாசிரியராகக் குருகுலத்தில் பணியாற்றியுள்ளார். இவர் மூன்றாம் தமிழ்ச் சங்க இலக்கியத்தில் புலமை உள்ளவர் என்று வ.வே.சு.ஐயர் பாராட்டியுள்ளார். அவரோ என்று சந்தேகப்படும் சொர்ணம் பிள்ளை என்று ஒருவர் பற்றி கிடைக்கும் தகவல்களும் மகிழ்ச்சிக்குரியதாக இல்லை. பதினென்கீழ்க் கணக்கு நூல்களுள் ஒன்றான கைந்நிலை பற்றிய சர்ச்சை நீண்ட காலத்தது. அந்நூல் இன்னிலையா கைந்நிலையா என்பதே பிரச்சனை. அது

இன்னிலை என்பது ஒரு சாரார் பிடிவாதம். அது கைந்நிலை என்பது மற்றொரு சாரார் கருத்து. இன்னிலையை ஏற்போராக ந.மு. வேங்கடசாமி நாட்டார், த.மு. சொர்ணம் பிள்ளை, செல்வகேசவராய முதலியார் போன்றோரையும் கைந்நிலை என்போராக சி.வை. தாமோதரம் பிள்ளை, ரா. இராக வையங்கார், உ.வே. சாமிநாதையர், எஸ். வையாபுரி பிள்ளை ஆகியோரைக் குறிப்பிடுகிறார்கள். பின்னவர் கருத்தே காலத்தால் நின்றது.

இதோடு இருந்தால் பிரச்சனை இல்லை. தான் நம்பும் ஏதோ ஒரு கருத்தைப் பேசுபவர் சொர்ணம் பிள்ளை என்று நாம் கருதியிருக்கலாம். "இன்னிலையை எழுதியவர் சொர்ணம் பிள்ளை. இவர் தாம் எழுதும் நூல்களைப் பண்டைக் காலத்து நூல்கள் என நம்பும்படிச் செய்து உள் நுழைத்துவிடும் ஆற்றல் பெற்றவர்" என மு. அருணாசலம் கூறியுள்ளார் (*இளம்பூரணம்*, ப. 40). "தான் எழுதிய இன்னிலையை வ.உ.சி.யிடம் கொடுத்து அது கீழ்க்கணக்கு நூல் என்று நம்பும்படிச் செய்து, அவரை உரை எழுத வைத்து [பதிப்பிக்கச்செய்து] ஏமாற்றியவர்" என்று இவரைப் பற்றி மேலும் கூறியுள்ளார் மு. அருணாசலம் (*இளம்பூரணம்*, ப. 115).

மேற்கண்ட இரு குறிப்புகளிலும் சொல்லப்பட்ட சொர்ணம் பிள்ளை திருநெல்வேலிக்காரரே. அவரே வ.வே.சு. ஐயரின் ஆசிரம ஆசிரியராக இருக்கலாம். இதை உறுதி செய்ய மேலும் ஆதாரங்கள் தேவைப்படுகின்றன. இவர் அவராகவே இருந்தால், வ.வே.சு. ஐயரின் குருகுலத்தில் பிரச்சனைக்குரிய ஆசிரியர்கள் பணியாற்றினர் என்று நாம் கொள்ளலாம்.

குருகுலத்தினர் எடுத்துக்கொண்ட புகைப்படம் ஒன்று ஆ. இரா. வேங்கடாசலபதியின் உதவியால் கிடைத்தது. அதை பின்னிணைப்பில் காணலாம்.

தினசரி நடைமுறை

சேரமாதேவி தமிழ்க் குருகுலத்தில் தினசரி அலுவல்கள், காலை 4 மணிக்கே ஆரம்பமாகிவிடும். முதலில் ஐயர் எழுந்து விடுவார். கை கால்களைச் சுத்தம் செய்து கொண்டு 4.30 மணிக்கு ஒரு விசில் மூலம் ஒலி எழுப்பி மாணவர்களைக் கிளப்புவார். எல்லாரும் எழுந்து பல் துலக்கி, தேகப் பயிற்சி செய்வார்கள். பிறகு வெளிப்புறம் சென்று திரும்புவர். கண்ட இடங்களில் மலம் கழிக்க லாகாதென்று ஐயர் கண்டிப்பாக இருப்பார். குறிப்பிட்ட இடங்களில்தான் மலம் கழிக்கலாம். கையில் ஒரு சிறு மண்வெட்டியுடன் போக வேண்டும். அரையடி

ஆழத்துக்கு குழிவெட்டி, அதில் மலம் கழித்து, மண் போட்டு மூடிவிட வேண்டும். இந்த மாதிரியான ஓர் ஏற்பாடு காந்தியடிகளின் ஆசிரமங்களிலும் கையாளப் பட்டுவந்தது. தேகப் பயிற்சியில் உடலுறுதிக்காக மேனாட்டுப் பயிற்சிகளும் கவாத்து அணி பயிற்சிகளும் மல்யுத்தமும் யோகாசனங்களும் கற்றுக் கொடுக்கப் பட்டன. தேகப் பயிற்சியில் ஆர்வமுள்ளவரான ஐயர், தாமும் பல பயிற்சிகளில் கலந்துகொள்ளுவார்.

ஆசிரமவாசிகள் தங்கள் பாத்திரங்களைத் துலக்கிவிட்டுத் துணிகளைத் துவைத்து ஸ்நானம் செய்து முடித்தபின் காலை 7.30 மணிக்குப் பெரிய ஹாலில் கூடுவார்கள். ஒரு மணிநேரம் நல்ல சிந்தனைக்காக ஒதுக்கப்படும். ஐயர் அவர்கள் பெரியோர் வாழ்க்கையிலிருந்து ஊக்க மூட்டும் சம்பவங்களை எடுத்துரைப்பார். உணவு சத்து உணவுதான். அதாவது காபி, தேநீர் ஏதும் யாருக்கும் கிடையாது. எல்லோரும் புஷ்டியான கஞ்சி குடிப்பார்கள். சமையலில் புளியும் மிளகாயும் சேர்க்கமாட்டார்கள். எலுமிச்சம் பழமும் மிளகும் சேர்ப்பார்கள் (வ.வே.ஸு. ஐயர், பக். 221–222).

“வ.வே.சு. ஐயரின் பொறுப்புக்கு ஆசிரம இடம் வந்தபிறகு அதில் ஏற்பட்டிருக்கும் மாற்றம் அதிசயத்தக்கது. ஆசிரமம் கைக்குவந்த பிறகு பயனற்றுக் கிடந்த அந்தப் பெருமண் பரப்பை அழகிய தோட்டமாக மாற்றியது எளிதான பணி அல்ல. மாமரக் கன்றுகளும் தென்னங்கன்றுகளுமாய்க் காட்சி தந்தது அச்சிறு பகுதி.

“சேரன்மாதேவி ரயில் நிலையத்திலிருந்து 10 நிமிட நடை தூரத்தில் இருந்தது ஆசிரமம். நகரத்திலிருந்து வெளியே அளவான தூரத்தில் அது அமைந்திருந்தது. ஆசிரமத்தில் இரண்டு கல் கட்டிடங்கள் இருந்தன. தவிர மாணவர்களே கட்டிய சில கூரை வேய்ந்த குடில்களும் உண்டு. அவை குறைந்த செலவில் கட்டப்பட்டவை. இவை பகல் நேரத்தில் வகுப்பறைகளாகவும் இரவில் படுக்கை அறைகளாகவும் பயன்பட்டன. வசதியான சாப்பாட்டுக் கூடத்துடன் கூடிய நன்றாகக் கட்டப்பட்ட சமையல் அறை உண்டு. ஆசாரியரது அலுவலகம் ஓட்டுக் கூடத்தில் அமைந்திருந்தது.

“இல்லத்தின் எளிமையுடனும் எல்லையற்ற அமைதியுட னும் திகழ்ந்த ஆசிரம வாழ்க்கை பண்டைக் கால குருகுல நாள்களை நினைவுக்குக் கொண்டு வருவதாகும். 1924இல் 15 என்ற எண்ணிக்கையில் இருந்த குருகுல மாணவர்கள் ரங்கூன் போன்ற தூரப் பகுதிகளிலிருந்தும் வந்தவர்கள். ஆறு ஆசிரியர்கள் குடும்பத்துடன் ஆசிரமத்தில் வசித்தனர்.

"1924இல் ஆசிரமத்தில் நான்கு வகுப்புகள் இருந்தன. படிப்பின் காலம் 12 ஆண்டுகள். மாணவர்கள் குறிப்பிட்ட வகுப்பில் படிப்பவராகக் கருதப்படுவதில்லை. பாடத்தில் மாணவருக்கு இருக்கும் தேர்ச்சியைக்கொண்டு அவர்கள் பிரிக்கப்பட்டார்கள். பல்வேறு திறந்த வகை முறைகளில் பாடங்கள் கற்பிக்கப்பட்டன. மொழி, கணக்கு, வரலாறு ஆகிய வழக்கமான படிப்புகளோடு தோட்டவேலை, இசை, அச்சு, கைத்தறி போன்ற வித்தியாசமான படிப்புகளும் தரப்பட்டன.

"சாத்வீக உணவே தரப்பட்டது. சமையலில் மிளகாய், புளி சேர்க்கப்படுவதில்லை. நோய்களை குணமாக்க நீர் மருத்துவம் பயன்படுத்தப்பட்டது. விளையாட்டுகளில் மிகுந்த கவனம் செலுத்தப்பட்டது.

"சுகாதாரமான, வெளிக்காற்று நிறைந்த, சுற்றுலாக்கள் கொண்ட ஆசிரிய – மாணவ வேற்றுமை அற்ற ஆசிரமம், பழங்காலக் குருகுல வாழ்க்கையை நினைவுபடுத்துகிறது என்பதைச் சொல்லத் தேவையில்லை" (*தி இந்து*, 8 ஜூலை 1924).

தினசரிப் புத்தகக் குறிப்பேடு தரும் செய்திகள்

அன்றாடச் செயல்களை எழுதிவைக்கும் பழக்கம் குருகுலத்தில் இருந்திருக்கிறது. வ.வே.சு.ஐயரோ, அவரது உத்தரவின் பேரில் ஆசிரியர் தகுதிகொண்ட ஆசிரமவாசி யாரோ ஒருவரோ இந்தப் பணியைச் செய்துள்ளனர். பெரும்பாலும் எழுதியவர் ஒருவராகவே இருக்கலாம். தினசரி குறிப்பேட்டின் ஒரு சில பகுதிகளே இதுவரை வெளிவந்துள்ளன. தமிழ் ஆண்டு, மாதம், நாள், கிழமை என்ற முறையில் அமைந்த அந்த தினசரி குறிப்பேட்டிலிருந்து இதுவரை வெளியாகாத சில செய்திகளை இனிக் காண்போம்.

இந்தத் தினசரிக் குறிப்புகளில், ஆசிரமத்தில் நடைபெற்ற சிறப்பு நிகழ்வுகளே பெரும்பான்மை. ஆசிரமவாசிகளுக்கு உடல்நலம் கெட்டால் அது பற்றிய குறிப்பு, வந்திருந்த விருந்தினர், அவர்களை உபசரித்த விதம், கிடைத்த நன்கொடை புதிய இடம் வாங்குவது தொடர்பான தகவல்கள், ஒரு சரஸ்வதி பூஜை நாளில் யாருமில்லாத வேளையில் ஆசிரமத்தில் திருட வந்தவனின் முயற்சி, ஒரு மார்கழி மாதத்தில் பெய்த மழை, அதனால் ஆற்றில் பெருக்கெடுத்த வரலாறு காணாத வெள்ளம், ஆசிரமத் தோட்டத்தில் நடந்த நெல், கத்திரி, தென்னை, வாழை சாகுபடி, சிறப்பு நேரடிப் பயிற்சி வகுப்புகள், இரவுப் பாடம், சிறப்பு பிரசங்கங்கள் பற்றிய குறிப்புகள் கிடைக்கின்றன.

மேற்பத்தியில் குறிப்பிட்ட நேரடிப்பயிற்சி ஒன்றுக்காக குருகுலத்தினர் 1925 ஜூன் முதல் நாள் பாபநாசம் அருவிக்குச் சென்றனர். பின்னர் வ.வே.சு. ஐயர் மகளோடும் மகனோடும் சென்று அவர்களுடன் இணைந்து கொண்டார். இக்குறிப்பிட்ட யாத்திரை அவரது வாழ்வின் முடிவுக்கே காரணமாகி விடும் என்று அப்போது யாருக்கும் தெரியவில்லை. அருவியில் நீராடச் சென்ற மகள் நீர்ப்பகுதி ஒன்றைத் தாண்டும்போது தவறி விழுந்தாள். உடனிருந்த வ.வே.சு. ஐயர் காப்பாற்ற விரைந்தார். தடுமாறினார். அருவி, மகளோடு தந்தையையும் அடித்துச் சென்றது. தமிழகம் அதிர்ச்சியுற்றது. இதே போன்ற தொரு கொடும் நிகழ்வு முன்பே குருகுலத்தவருக்கு ஏற்பட்டிருக்கிறது. அதில் ஒரு ஆசிரம மாணவன் இறந்தும் போயுள்ளான் என்பது இந்தத் தினசரி குறிப்புகளிலிருந்து தெரிய வருகிறது. மாணவனுக்கு நேர்ந்த அந்நிகழ்விலிருந்து பாடம் படித்துக் கொண்டிருந்தால் ஆச்சாரியருக்கு இப்படி ஒரு அவல முடிவு நேர்ந்திருக்காது. ஆசிரம மாணவனுக்கு நேர்ந்த நிகழ்வு பின்வருமாறு பதிவாகியுள்ளது.

> அணை தாண்டுகையில் அக்கரை சேர 20 அடி இருக்கும் பொழுது வெ. பத்பநாபன் மாத்திரம் கால் வழுக்கி அணையில் தவறி விழுந்து தத்தளிக்கையில் தன் கையிலிருந்த இரண்டு குட்டிப் பையன்களையும் ம.வெ. சுப்ரமண்யன் கையில் ஒப்படைத்துவிட்டு ரா.அ.கி. (ரா. அனந்த கிருஷ்ணன்) உடனேயே ஜலத்திற் குதித்து மேற்படியானைப் பிடிக்க முயற்சி செய்தும் கைக்கு அகப்படாமல் சுழியில் அகப்பட்டு நீரோட்டத்திற் மறைந்துவிட்டதாகவும், பின்னர் தான் எவ்வளவு முயற்சி செய்தும் அந்தவிடத்தில் தேடியும் காணவில்லை யென்பதாகச் சொல்லி பிரலாபித்தான். ஆறோடும் வழியெல்லாம் இரவென்றும் பாராமல் நிலவொளியில் தேடியும், மறுநாள் பல ஆட்களைக் கொண்டு தேடியும் சடலம் கிடைக்கவில்லை. இருநாள் சென்றே சடலம் கிடைத்தது.

“கிரகணம் பிடித்த சமயத்தில் சந்திரன் ஒரு ரத்த பிண்டமாக இருந்தது. கிரகணம் பிடித்து சுமார் ஒன்றரை மணி நேரம்வரை அப்படியே இருட்டாக இருந்து பிறகு விட ஆரம்பித்தது. பிடிப்பதும் விடுவதும் மிக அழகாக இருந்தது” என்று கிரகண நிகழ்வை ரசித்தது தொடர்பான குறிப்பும், சந்திர கிரகண நாளில் வெகு ஆசாரமாகச் சமய அனுஷ்டானங்களை அனுசரித்த குறிப்பும் கிடைக்கின்றன.

“திங்கள் அஷ்டமி பாடமில்லை” என்ற குறிப்பும், தொடர்ந்து “செவ்வாய் நவமி பாடமில்லை” என்ற குறிப்பும்

உள்ளது. வைதிக இந்து முறைப்படி அன்றாட பாட முறைகள் இருந்திருப்பது தெரிகின்றது.

"காலையிலேயே பையன்களை ஸ்ரீ கும்பலிங்கம் பிள்ளையின் கீழ் காலையாகார சகிதம் அணைக்கட்டுக்கு அனுப்பி, மத்தியான்ன ஆகாரத்தைத் தயார் செய்துகொண்டு ரா.அ.கி., ஸ்ரீவள்ளியம்மாள் சகிதம் அணைக்கட்டுக்குப் போனார். போஜனத்துக்குமேல் பூகோள சம்பந்தமான பாடம் நடத்தப்பட்டது. கொள்ளேகால் அணைக்கட்டு முதலிய சுற்றுப்பாகங்களையும் சுற்றிப்பார்க்கச் செய்து இரவு ஆசிரமம் திருப்பியழைத்து வரப்பட்டனர்" என்ற குறிப்பு மாணவர்களுக்கு நேரடிப்பயிற்சி மூலம் கல்வி அளிக்கப்பட்டதை உணர்த்துகிறது.

இக்குறிப்புகளைக் கொண்டு பார்க்கிறபோது இந்து வைதிகப் பாரம்பரிய வழியில் நேரடிப் பயிற்சி உள்ளிட்ட சிறப்பு முறைகள் மூலம் நவீன வாழ்க்கைக்குரிய கல்வியைக் கொடுக்க சேரன்மாதேவி குருகுலம் முயன்றது தெரிகிறது.

இத்தகைய நேரடிப்பயிற்சி சேரன்மாதேவி குருகுலத்திலேயே முதலாக நடைபெற்றது என்று உவகை பொங்க தாய்நாடு பத்திரிகையில் எழுதிப் பெருமைப்பட்டுள்ளார் வ.வே.சு. ஐயர். இவ்வாறு கல்வி தருவதில் புதிய முயற்சிகளுடன் இயங்கினாலும் உணவு தொடர்பில் மாணவர் மிகுந்த சிரமப்பட்டுள்ளனர் எனத் தெரிகிறது.

அதோடு, ஆசிரமப் பையன்கள், ஆசிரம ஊழியர்கள் பேரில் கோபம்கொண்டு, அடிக்கடி ஊருக்குப்போகத் துணிந்ததையும், அவர்கள் சமாதானம் செய்யப்பட்டு ஆசிரமத்தில் தொடரச் செய்த குறிப்புகளும் உள்ளன.

காலை பழையது வேண்டாமென்றும், தனக்கு special dietதான் வேண்டுமென்றும் சொல்லி, சத்தியானந்தன் ஆகாரம் ஏற்றுக்கொள்ளாமல் ஊடல் கொண்டிருந்ததைப் பின்பற்றி ஸ்ரீனிவாசனும் அவ்விதமே செய்யத் தலைப்பட்டான். விரதம் (சனிக்கிழமை) என்று தங்களுக்குப் பிரத்தியேக ஆகாரம் கொடுக்க வேண்டுமென மதுரைப் பையன்கள் கேட்க, சமையல் ஆய்விட்ட படியால் சாப்பிடச் சொல்ல முடியாதென்று சொல்லி தங்களுக்கும் special diet ஆகாரமே வேண்டுமெனச் சொல்லி ஊடல் கொண்டனர். மேலும் மேற்படி நால்வரோடு கஸ்தூரியும் சேர்ந்து, ஊர்போய்விடுகிறோம் என்று சொல்லி தத்தம் சாமான்களைக் கட்டிக்கொண்டு புறப்பட்டார்கள்...

சாப்பாடு தனியே போடுவது ஒருபுறமிருக்க, சாப்பாடே அவர்களுக்குப் பிரச்சனையாகியிருக்கிறது. மேற்கண்ட ருத்ரோத்காரி வைகாசி 20ஆம் தேதி குறிப்பு இதனைச் சொல்கிறது.

சி.சு. சர்மா சந்தையிலிருந்து திரும்பும்முன் புதுவைப் பையன்களும் ரெங்காச்சாரியும் கட்டுக்கடங்காது பொறுப்பற்று கள்ளத்தனமாய் ஆசிரமத்தை விட்டு வெளியேற எத்தனித்ததால் காவல் வைக்க நேர்ந்தது. கஸ்தூரி வகையறாள்கள் சமாதானம் ஆகி இரவுதான் ஆகாரம் உட்கொண்டனர்.

ஆசிரம குழந்தைகளுக்குக் கொடுக்கப்பட்ட உணவு வகைகளைத் தினசரிப் புத்தகத்திலிருந்து அறிய முடிகிறது. அவை பெரும்பாலும் பழம், தேங்காய், வெல்லம், பொரி, கம்பஞ்சோறு, பழைய சாதம் போன்றவையாகவே இருந்தன.

குருகுலத்தினர் எழுதிவைத்துள்ள குறிப்புகளில் உணவு தொடர்பாக இத்தகைய தகவல்களே காணப்படுகின்றன. குருகுலத்தில் பார்ப்பன மாணவர்களையும் பார்ப்பனரல்லாத மாணவர்களையும் வேறுவேறாக உட்கார வைத்து உண வளித்தது பற்றிக் குறிப்பில்லை. பின்னர் புகுந்த வித்தியாசமுறை வெளி உலகிற்குப் பரவலாகத் தெரியவந்தபோது பலத்த கண்டனத்துக்குள்ளானது.

~ ~

2

போராட்டம்: தொடக்கமும் போக்கும்

ஜாதி வித்தியாசத்தைப் பாராட்டாத குருகுலத்தினால்தான் ஏதாவது நமது தேசத்திற்கு நன்மை செய்ய முடியும். அதுதான் நமக்குத் தேவை. இந்த வித்தியாசம் தமிழ்க் குருகுலத்திலிருந்து வருகிறது. ஆகவே இந்த வித்தியாசம் இருக்கும்வரை இக் குருகுலம் தமிழ்நாட்டிலுள்ள பிராமண ரல்லாதாரை இழிவுபடுத்திக் காண்பித்துக் கொண்டிருக்கும் ஒரு ஞாபகக்குறி என்று நான் கூறவேண்டியிருப்பதற்காக மிகவும் வருந்துகிறேன். அங்கே பிராமணரும் பிராமணரல்லாதாரும் வித்தியாசத்துட னேயே நடத்தப்படுகிறார்கள். சாப்பாட்டில் சகல வகுப்புகளையும் சேர்ந்த பிராமணர் ஒரு பக்கமாகவும் சகல வகுப்புகளையும் சேர்ந்த பிராமணரல்லாதவர் ஒரு பக்கமு மாகவே இருந்து சாப்பிட வேண்டும். இதை நான் நேரில் அறிவேன்.

குருகுலத்தில் இவ்வித்தியாசம் கூடாது என்று நான் சொன்னேன். ஆனால் இந்த வேற்றுமையை ஒழிக்க முடியாதென்று ஐயர் கூறினார். இதைக் கேட்டதும் நானும் ஸ்ரீமான் ஈ.வி. ராமசாமி நாயக்கர் போன்ற பிராமணரல்லாதாரும் திடுக்கிட்டுப் போனோம்.

இது *தமிழ்நாடு* இதழில் காங்கிரசு தலைவரும் பார்ப்பன ரல்லாதார் தலைவருமான வரதராஜுலு எழுதியது. இதுதான் குருகுலப் பிரச்சனை குறித்து கிடைக்கும் முதல் எழுத்துப்பூர்வ பதிவாகும். *லக்ஷ்மி* இதழில் (அக்டோபர் 1924) மறுபிரசுரமான கட்டுரையே மேலே கண்டது.

அரசியல், நீதி, சமயம், கல்வி, பண்பாடு ஆகிய முக்கிய மான எல்லாத் துறைகளிலும் ஆதிக்கம் செலுத்திய பார்ப்பனர் களுக்கு எதிராக பார்ப்பனரல்லாதார் இக்காலகட்டத்தில் பெற்றிருந்த சமூக எழுச்சி இவ்விடத்தில் கவனிக்கத்தக்கது. 1912இல் சென்னையில் தி மெட்ராஸ் யுனைடெட் லீக் என்ற பார்ப்பனரல்லாதாரின் முதல் சமூக அமைப்பு உருவானது. சரவண பிள்ளை, ஜி. வீராசாமி நாயுடு, துரைசாமி முதலியார், நாராயணசாமி நாயுடு போன்றோர் இவ்வமைப்புக்கு காரண மாக இருந்தனர் (*நீதிக்கட்சி வரலாறு* I, ப. 143). அதன் செயலாளராக டாக்டர் சி. நடேசன் பணியாற்றினார். பார்ப்பன ரல்லாதார் எழுச்சியைப் பற்றிப் பேசும்போது பாரதியாரும் இவ்வமைப்பைக் குறிப்பிட்டுள்ளார். இவ்வமைப்பே பின்னர் சென்னை திராவிடர் சங்கம் என்று மாறியது. 1916இல் பிட்டி தியாகராயர், டி.எம். நாயர், டாக்டர் சி. நடேசன் ஆகியோர் கூட்டுறவில் நீதிக்கட்சி தோன்றியது. (நீதிக்கட்சி என்று மக்களால் அழைக்கப்பட்ட இந்த அரசியல் இயக்கம் *South Indian Liberal Fedaration* என்ற ஆங்கிலப் பெயரிலானது. தென்னிந்திய நலவுரிமைச் சங்கம், தென்னிந்திய தாராளர் கூட்டமைப்பு என இது தமிழில் அழைக்கப்பட்டது.) காங்கிரசு கட்சியில் செயலாற்றிய டி.எம். நாயரும், தியாகராயரும் நீதிக்கட்சியில் வீறுடன் இயங்கினர். இவர்களது செயல்திறன், அறிவுக்கூர்மை, செல்வாக்கு மூலமாகவும் சமூகத்தேவை காரணமாகவும் நீதிக்கட்சி நன்கு வளர்ந்தது. 1917இல் ஆறு மாநாடுகளையும் 1918இல் இரண்டு சிறப்பு மாநாடுகளையும் நடத்தியது. காங்கிரஸ் இவ்வமைப்பை மாய்க்கத் தனி அமைப்பு தொடங்க வேண்டிய தேவை எழுமளவு செழித்தது. நீதிக் கட்சியின் அமைப்பு பலத்தால் டி.எம். நாயர் பார்ப்பன ரல்லாதார் குறைகளை இலண்டன் சென்று முறையிட முடிந்தது. (அப்படிச் சென்ற இரண்டாவது முறை அங்கேயே அவர் காலமானார்.) சட்டமன்ற இடஒதுக்கீட்டுப் பிரச்சனைக்கு ஆலோசனை கூற பார்ப்பனரல்லாதார் சார்பில் நீதிக்கட்சி அழைக்கப்பட்டது. 1920இல் புதிய அரசியல் சீர்திருத்தப்படி நடந்த முதல் பொதுத் தேர்தலில் நீதிக்கட்சி பெரும்பான்மை யுடன் வெற்றி பெற்றது. அ. சுப்பராயலு ரெட்டியார் சென்னைப் பெருநிலத்தின் முதல் முதலமைச்சரானார். 1923இல் நடந்த அடுத்த பொதுத் தேர்தலிலும் நீதிக்கட்சியே வென்றது.

பார்ப்பனரல்லாதார் ஒருங்கிணைவு தியாகராயர், பனகல் அரசர், ஜே.என்.இராமநாதன் போன்ற தலைவர்களின் பேருழைப்பால் அரசியல் களத்தில் வலுவுடன் நிகழ்ந்தது. தமிழ் இலக்கியம், மொழி, சைவம் என்ற அடிப்படையில் த.வே. உமாமகேசுவரம் பிள்ளை, ந.மு. வேங்கடசாமி நாட்டார், மறைமலையடிகள் போன்றோர் பண்பாட்டுத் தளத்தில் செயல்பட்டனர். செயலூக்கம் மிக்க கேசவபிள்ளை, சோம சுந்தர பாரதியார் போன்றோர் செயற்தளத்தில் மக்கள் செல்வாக்குடன் திகழ்ந்தனர்.

இப்படியான அரசியல், சமூக, பண்பாட்டுத்தளங்களில் பார்ப்பனரல்லாதார் உணர்வும் இயக்கமும் ஓங்கிவந்த சூழலில் சேரன்மாதேவி குருகுல விவாதம் எழுந்தது.

தமிழ்க் குருகுலம் தோன்றியதன் நோக்கத்தில் உடன்பாடு கொண்டவரும் அதற்குப் பல உதவிகள் புரிந்தவருமான வரதராஜுலு குருகுலத்தில் சாதி பாகுபாடு நிகழ்ந்ததைக் கேள்விப்பட்டு, பின் சரியான நபர்கள் மூலம் விசாரித்தறிந்தார். வருந்தினார். அதை நீக்கும் முயற்சியின் முதல் கட்டமாகத் தன் எதிர்ப்பைப் பத்திரிகை மூலமாக வெளிப்படுத்தினார். தொடக்கத்தில் குருகுலம் எந்தப் பாகுபாடுமின்றி இயங்கியதாகத் தெரிகிறது. குருகுலத்தில் கட்டிடம் கட்ட முயன்றபோது வித்தியாசம் தொடங்கியிருக்கலாம். எப்படியோ குருகுலம் ஆரம்பித்து இரண்டாண்டு முடிவதற்குள் இப்பிரச்சனை தோன்றி வெடித்துவிட்டது. குருகுலத்தின் இவ்வித்தியாச செயல்பாட்டை அறிய வந்தவுடன் வரதராஜுலு தானே ஒரு பத்திரிகை ஆசிரியராக இருந்தபோதிலும் உடனே எதிர்ப்பைக் காட்டவில்லை. வ.வே.சு.ஐயர் மீது கொண்ட நம்பிக்கையால், கால ஓட்டத்தில வித்தியாசம் ஒழிந்துபோய் விடும் என்று நிதானமாகக் காத்திருந்தார். அத்தருணத்தில் நண்பர் ஒருவர் குருகுலம் பற்றி விசாரித்து எழுதச்சொன்ன கோரிக்கையே வரதராஜுலு இவ்வெதிர்ப்பில் இறங்க உடனடிக் காரணம் ஆயிற்று.

குருகுலத்தைச் சேர்ந்த மகாதேவ ஐயர், மலேயாவில் பிராமணரல்லாதாரிடத்தில் பணம் திரட்டச் சென்றபோது இந்த வித்தியாசம் பற்றிக் கேட்டதற்கு அவ்வாறு ஏற்றத்தாழ்வு கிடையாதென்று கூறியிருந்தார். இத்தகவல் சரியா என்று விசாரித்து எழுதும்படி அந்நாட்டு நண்பர் சமரபுரி வரதராஜுலு விடம் வேண்டியிருக்கிறார். இந்த வேண்டுகோளையடுத்து குருகுல நடைமுறையைப் பற்றி விசாரித்ததில் வித்தியாசம் ஒழியவில்லை என்று வரதராஜுலுவுக்குத் தெரியவந்தது.

'இம்மாதிரியான வித்தியாசம் தொட்டில் பழக்கம் சுடுகாடு மட்டும் என்பது போல. சிறுபிள்ளைக்கு ஆரம்பத்தி

பழ. அதியமான்

லேயே உயர்வு தாழ்வு கற்பிப்பதால் இன்னும் பல தலைமுறைகளுக்கு வேற்றுமை புத்தியை வளர்த்துவரும்படி செய்யக்கூடியதாயிருக்கும். எனவே, இதைத் தேசிய பாவம் என்றே தான் கருதுவதாக' வரதராஜுலு கண்டித்தார். வ.வே.சு. ஐயருக்கு எச்சரிக்கை விடுக்கும் நோக்கில் கீழ்க்கண்ட வேண்டுகோளையும் அவர் தமிழ் மக்கள் முன்வைத்தார்.

> காந்தியின் சத்யாக்கிரக ஆசிரமம், சிரத்தானந்தரின் காங்கிரி குருகுலம், ரவீந்திரநாதரின் சாந்தி நிகேதனம் போல வித்தியாசமின்றி இக்குருகுலம் நடக்க வேண்டும். சமபந்தி போஜனம், சமமான கல்வி முதலியவை கொடுத்து சமதிருஷ்டியுடன் நடத்த தயாராகவிருப்பதாக ஐயர் அறிவித்தாலன்றி இக்குருகுலத்திற்குப் பொருள் உதவி செய்யக்கூடாதென்று பிராமணரல்லாதாரைக் கேட்டுக்கொள்கிறேன் *(லக்ஷ்மி,* அக்டோபர் 1924).

இக்கண்டனக் கட்டுரை பல்வேறு மட்டங்களில் கிளர்ச்சியை ஏற்படுத்தியது. பல பத்திரிகைகள் இக்கட்டுரையை மறுபிரசுரம் செய்தன. சில பத்திரிகைகள் கட்டுரையோடு தம் கருத்தையும் வெளியிட்டன. நவீன கல்வியை அன்பு உணர்ச்சி ஏற்படுத்தாத வெற்றுக்கல்வி என்று வெறுத்து, பழம் கல்விமுறையான குருகுலக் கல்வியில் நாட்டம் கொண்டிருந்தவர் திரு.வி.க.. அவர் தனது *நவசக்தி* இதழில் மதுரை, திருச்சி முதலிய பல இடங்களிலிருந்து குருகுலத்தைப் பற்றி வாசகர்களிடமிருந்து வந்திருந்த கடிதங்களை வெளியிடாது, அக்கடிதங்களின் சாரம் வரதராஜுலு எழுதிய கட்டுரையில் பெரிதும் அடங்கியிருப்பதால் வரதராஜுலுவின் கட்டுரையை மறுபிரசுரம் செய்வதாகக் குறிப்பிட்டுத் தன் கருத்தைப் பின்வருமாறு தெரிவித்தார்.

> உணவு கொள்வதில சமரசம் விரும்புநருமுளர்; விரும்பாதவருமுளர். உடனுண்ணல் முதலியன அவரவர் வழக்க ஒழுக்கங்களையும் மனோநிலையையும் பொறுத்திருக்கின்றன. உடன் உணவு கொள்ள விரும்பாதவரை வலியுறுத்தலாகாதென்பது எமது கொள்கை. வ.வே.சு. ஐயர் சமரச உள்ளத்தோடு நடக்க முயன்றாலும் வைதிகர்கள் குறுக்கே நின்று இடர் செய்கிறார்கள். அதனால் இவரால் சமரசத்தோடு நடக்க முடியவில்லை என்றும் கூறப்படுகிறது. அது உண்மையாயின் எல்லா வகுப்பாரிடத்தும் பொருள் வாங்க முயன்றிருத்தல் ஆகாது. ஸ்ரீமான் ஐயர் பல திறக் கொள்கையுடையாரிடத்தும், காங்கிரசிலும் பொருளுதவி பெற்றிருத்தலால் பொதுஜன விருப்பத்திற்கு மாறுபட்டு நடக்க மாட்டார் என்ற நம்பிக்கை எனக்குண்டு.

அதோடு 'சேரன்மாதேவியிலாவது மற்றெந்தவிடத்திலாவது ஒரு சிறு மாநாடு கூட்டிக் குருகுலத்தைப் பற்றி சிந்தித்து ஒரு முடிவுக்கு வர ஐயர் அவர்கள் முயல்வது நலம்' என்று ஒரு ஆலோசனையையும் அவர் வழங்கினார் (*நவசக்தி*, 17 அக்டோபர் 1924). வரதராஜுலுவுக்குக் குருகுலத்தை அழிக்க வேண்டும் என்பது எண்ணமல்ல, அதைச் சீர்திருத்துவதே நோக்கம் என்பதால் இம்மாநாட்டைக் கூட்ட அவரும் இணங்குவார் எனவும் அவர் நம்பிக்கை தெரிவித்தார்.

வரதராஜுலுவின் அறிக்கைக்கு அடுத்ததாகவும், *நவசக்தி* இதழில் வெளிவந்த திரு.வி.க.வின் தலையங்கத்திற்குப் பதிலாக வும் வ.வே.சு. ஐயரின் அறிக்கை *நவசக்தியில்* வெளிவந்தது. அதில் அவர் தெளிவுபடுத்திய செய்திகளுள் முக்கியமானவை இரண்டு.

(1) 'இங்கு எந்தஎந்தத் தந்தையர் தங்கள் குழந்தைகள் தனியே சாப்பிட வேண்டியதில்லை என்று எங்களுக்குத் தெரிவிக்கிறார்களோ அந்தஅந்தக் குழந்தைகள் தனியிடத்துச் சாப்பிட வேண்டியதில்லை என்பது விதி. ஆனால் எந்த எந்தக் குழந்தைகளின் தந்தையர் தங்கள் குழந்தைகள் தனியிடத்துத்தான் சாப்பிட வேண்டும் என்று சொல்கிறார் களோ, அந்தஅந்தக் குழந்தைகளை அவர்களுடைய தந்தை களின் இஷ்டப்படி நடக்கச் செய்கிறோம். கல்வியில் பேதம் காட்டப்படுகிறது என்று ஸ்ரீ நாயுடு கேள்வியுற்றிருந்தால் அது தவறாகும். கல்வியில் யாதொரு பேதமும் கிடையாது என்று நிச்சயமாகக் கூறுகிறேன்.'

2. சாதிகளை மாற்றியமைத்து நவ நிர்மாணம் செய்யத் தான் பள்ளியில் படிக்கும் காலத்திலிருந்தே யோசித்து வந் திருப்பதாகச் சொல்லி அதை விளக்கினார் (*நவசக்தி*, 24 அக்டோபர் 1924).

லக்ஷ்மி, *குமரன்*, *நவசக்தி* முதலிய பத்திரிகைகளில் குருகுலக் கிளர்ச்சி வலுப்பெற்றது. அதையடுத்து, அதுவரை அமைதி காத்த அன்றைய பிரபல நாளேடான *சுதேசமித்திர னும்* குருகுலம் பற்றிய தன் கருத்தைத் தலையங்கமாக எழுதியது. குருகுலம் பற்றி வெளிவந்த கண்டனங்களும் யோசனை களும் குருகுலத்தின் நோக்கம் சரிவர நிறைவேறத் துணைபுரிபவை என்று அவற்றை வரவேற்ற *சுதேசமித்திரன்*, வ.வே.சு. ஐயர் உயர்சாதியாருடைய பிடிவாதத்துடன் போர் புரிந்து சமத்துவத்தை நிலைநிறுத்த சிறப்பான முயற்சி எடுத்து வருவதாகப் பாராட்டியது. குருகுலத்தின் மீது சொல்லப்பட்ட குற்றச்சாட்டுகளையும், அவற்றுக்கு குருகுல நிர்வாகி கூறிய பதில்களையும் ஆராய்ந்து அவற்றின் மேல் தன் கருத்தையும் யோசனையையும் வெளிப்படுத்தியது.

தமிழ்க் குருகுலத்தில் இருப்பதாகச் சொல்லப்படும் குறைகள் இரண்டு. முதலாவது கல்வி வித்தியாசம் இருக்கிறதாக தமிழ்நாடு பத்திரிகையில் சொல்லப்பட்டது. இதை ஆசிரியர் வ.வே.சு. ஐயர் மறுக்கிறார். ஆசிரியர் மறுப்பை ஏற்றுக்கொண்டு அதை விட்டுவிடலாம். இரண்டாவது குறை பந்தி வித்தியாசம். இது பற்றி ஆசிரியர் தெரிவிக்கும் கருத்தாவது, தனியே சாப்பிட வேண்டியதில்லை என்று தெரிவிக்கிறவர்களின் குழந்தைகள் தனியே சாப்பிட வேண்டியதில்லை என்றும், ஆனால் சிலர் தனியே சாப்பிட விதித்திருப்பதாகச் சொல்லுகிறார். இது முழுமையான சமத்துவ உணர்ச்சிக்கு ஏற்றதல்ல என்பது உண்மை. இது தற்காலிக முறை. பிரஸ்தாப குருகுலம் போன்ற உயர்ந்த நோக்கங்களின் விளைபுலனில் பந்திவிதி எங்ஙனம் அமைக்கப் படுதல் நலம் என்பது பற்றி அறிவாளர் கூடி முடிவு செய்தல் வேண்டும். அதுவரை இந்தத் தற்காலிக முறை அனுஷ்டிக்கப்படும் என்று தெரிகிறது (*சுதேசமித்திரன்*, 4 நவம்பர் 1924).

என்று எழுதிய சுதேசமித்திரனுக்கு அதோடு நிற்க மனமில்லை. மேலும் சில கருத்துகளைச் சொல்லித் தனது சார்பை முழுவதும் வெளிப்படுத்திக்கொண்டுவிட்டது.

"இப்போதிருக்கும் பந்தி வித்தியாசம், பிராமண – பிராமண ரல்லாதார் உணர்ச்சியின் வெளிப்பாடு அன்று; எல்லா சாதியரிடமும் பரவிக்கிடக்கும் சாதி உணர்ச்சிப் பேயின் வாடை" என்று *சுதேசமித்திரன்* கூறியது. பந்தி வேற்றுமைக்குப் பார்ப்பனர் மட்டும் காரணம் அல்ல. சாதி உணர்ச்சிக்கு ஆட்பட்ட பார்ப்பனரல்லாதார் உட்பட எல்லோருமே காரணம். அதனால் வேற்றுமை பாராட்டுவதாக பார்ப்பனரை மட்டும் குறை சொல்வது தவறு என்று பிரச்சனையைக் கவனம் குவிக்கப்பட்ட மையத்திலிருந்து விலக்கி வேறு பரப்பிற்கு எடுத்துச் சென்றது. அதோடு நிறுத்தியிருந்தாலும் அதன் பிரச்சனையை நீர்க்கச் செய்யும் சாமர்த்தியத்தைக் கண்டு ரசித்து அமைந்திருக்கலாம். அது மேலும் சொன்னது.

"இத்தகைய பந்தி வித்தியாசம் சாந்தி நிகேதனத்திலும் இருக்கிறது. சபர்மதியில் இருக்கும் கூர்ஜா வித்தியாலயத்திலும் இருக்கிறது. கூர்ஜரத்தில் காங்கிரஸ் உதவி பெற்று இயங்கும் பல பள்ளிக்கூடங்களில் தாழ்த்தப்பட்டவருக்கு இடமளிக்கப் படவில்லை" என்று சமகால இந்திய நிலைமையைச் சொல்லி, வ.வே.சு. ஐயரின் செயலைக் காலத்தின் நிலையாக எடுத்துக் காட்டி அவருக்குச் சார்பாக நின்றது (*சுதேசமித்திரன்*, 4 நவம்பர் 1924).

பல மாதங்களாகக் குருகுலப் பிரச்சனை பற்றி வாய்திறவா திருந்த வ.வே.சு. ஐயரின் *பாலபாரதி*யும் கடைசியில் மௌனத்தை உடைக்கும்படியாயிற்று. 1924 நவம்பர் மாத இதழில் 'ஆலோகன அவலோகனம்' பகுதியில் தமிழ்க் குருகுல வித்தியாலயத்தில் கையாளப்பெறும் கல்வி, உணவு சமத்துவ முறைகள் பற்றி வ.வே.சு. ஐயர் விளக்கவேண்டியதாயிற்று.

> இங்கே குருகுல வித்தியாலயத்தில் தமிழ் பேசும் அல்லது தமிழ்க் கல்வி கற்க விரும்பும் அனைவரும் ஹிந்துகள், முஸல்மான்கள், கிறிஸ்துவர்கள், ஸ்வர்ணர்கள் என்கின்ற பேதமின்றி சேர்ந்து சமமான கல்வி கற்கலாம். ஆகாரத்தில் திருஷ்டிதோஷம் பார்க்கப்படுவதில்லை. சேர்ந்து உண்ண எல்லோருக்கும் அனுமதி இருக்கிறது. உபாத்தியாயருள் யாருக்கும் எந்த வகுப்பாருடனும் உண்ணுவதற்கு ஆக்ஷேபமில்லை. ஆனால் எந்தத் தந்தையர் தங்கள் குழந்தைகள் தனியே சாப்பிட வேண்டும் என்று தெரிவிக்கிறார்களோ அந்தத் தந்தையரின் குழந்தைகளுக்குத் தனியே உண்ண, கூடியவரை வசதி ஏற்படுத்தித் தரப்படுகிறது.

'பேதமின்றி சேர்ந்து சமமான கல்வி கற்கலாம்' என்று சொன்ன வ.வேசு. ஐயர், அந்தத் தொடரை பின்வருமாறு விளக்கினார்.

> வேதமந்திரங்களை வேதமறிந்தவர் உபநயனம் பெற்ற துவிஜர்களுக்குத்தான் உபதேசிப்பார்களாதலால், ஹரித்துவார குருகுலத்தைப் போல மாணவர்கள் அனைவருக்கும் துவிஜனன சம்ஸ்காரம் செய்விப்பதைப் பற்றி பரத்துவாஜ ஆசிரமம் பெரியவர்களோடு கலந்தும் தானே சிரத்தாபூர்வமாக ஆலோசித்துகொண்டும் வருகிறது (*பாலபாரதி*, 4 நவம்பர் 1924).

இதிலிருந்து வேதக் கல்வி குறிப்பிட்ட துவிஜர்களுக்கு மட்டுமே கற்பிக்கப்படுகிறது, மற்றவருக்குக் கற்பிக்கப்பட வில்லை என்பது பெறப்படுகிறது. ஆக கல்வியில் பேதம் இருக்கிறது என்பது உறுதியாகிறது; அதேபோல உணவு பரிமாறலில் நிலவிய பேதமும் வ.வே.சு. ஐயர் மூலமே தெளிவு படுகிறது.

தமிழ்க் குருகுலம் தோன்றுவதற்கு நிதி உதவி அளித்தவர் களுள் நாட்டுக்கோட்டை செட்டியாரே முன்னிலையில் இருந்தனர். அந்தச் சமூகப் பெரியவர்களால் நடத்தப்பெற்று வந்த இதழ்களுள் *ஊழியனும் குமரனும்* முக்கியமானவை. *குமரன்* இதழை நடத்தி வந்தவர் சொ. முருகப்பா. *தமிழ்நாட்டிலும்*

நவசக்தியிலும் குருகுலத்திற்கு எதிராக வெளிவந்த அறிக்கை களைத் தொடர்ந்து கவனித்து வந்தாலும் உடனடியாக எதிர் வினை ஆற்றாமல் வ.வே.சு. ஐயர் மீது வைத்திருந்த பெரு மதிப்புக் காரணமாக நேரில் நிலைமையை அறிந்த பின்னரே தன் கருத்தை அவர் தெரிவித்தார்.

கல்வி வித்தியாசம், பந்தி வித்தியாசம் என்ற இரு அம்சங்களைப் பற்றி ஆராய்ந்த சொ. முருகப்பா, வ.வே.சு. ஐயர் மூலம் அறிந்ததைக் கொண்டும் தான் நேரில் கண்டதைக் கொண்டும் கல்வியில் பேதங்காட்டப்படவில்லை எனச் சமாதானம் அடைந்தார். பந்தி வித்தியாசத்தைப் பற்றி மட்டும் கவலையுடன் விரிவாகப் பேசினார்.

நாம் முன்னர் கேள்வியால் அறிந்திருந்தபோது சில பிராமணக் குழந்தைகள் மட்டும் தனியாகச் சாப்பிடு கிறார்களென்றும், ஏனைய சில குழந்தைகள் கலந்திருந்து உட்கொள்கிறார்களென்று அறிந்திருந்தோம். அங்கு சென்ற பிறகு பிராமணக் குழந்தைகள் யாவரும் உள் ஹாலிலும் மற்ற குழந்தைகள் யாவரும் வெளியிலுள்ள வாரமொன்றிலும் இருந்து உண்ணுகிறார்களென்று அறிந்தோம்.

இப்படி தான் நேரில் கண்ட பந்தி வித்தியாசத்தை விவரித்த முருகப்பா, இது பற்றி வ.வே.சு. ஐயரிடத்தில் வினவியபோது அவர் இறுத்த பதிலாகத் தருவது வருமாறு:

முன்னர் யாவரும் வரிசையாகவேயிருந்து உண்டார்க ளென்றும், பிறகு போசனசாலையாக உபயோகிக்கப் பட்ட கட்டடத்தில் அச்சுக்கூடம் வைக்கப்பட்டபடியால் இக்கட்டடத்திற்கு மாற்ற வேண்டியதாய் விட்டதென்றும், இங்கு ஒரே வரிசையாக இருந்துண்பதற்கு இடம் போத வில்லையென்றும் கூறினார்கள் *(குமரன், 12 நவம்பர் 1924).*

இதிலிருந்து கலந்துண்ணும் இயக்கத்தில் வ.வே.சு. ஐயர் விருப்பம் காட்டுகிறார் என்று மட்டும் தெரிகிறதன்றி குருகுலத்தை அந்த வழியில் நடத்த இன்றைக்கு அவர் விரும்ப வில்லை என்பதை நினைவில் கொள்ள வேண்டும் என்று விளக்கினார் முருகப்பா.

'கலந்துண்பதில் வ.வே.சு. ஐயருக்கு ஆட்சேபனை இல்லை. வைதிகர் உள்பட எல்லா கட்சியாரும் சேர்ந்துசெய்யும் முடிவின் படி ஆசிரமத்தை நடத்த தயாராயிருக்கிறார்கள். அதுவரை ஆசிரமம் இப்போதிருக்கிறபடிதான் நடக்கும். அதாவது ஜன சமூகத்தில் இருக்கும் ஆசாரங்களையொட்டியே ஆசிரம

ஆசாரங்களும் இருக்கும்' என்று ஐயர் தெளிவாகச் சொல்லி விட்டார் எனத் தெரிவிக்கிறார். ஆனால் வ.வே.சு. ஐயரின் இம்முடிவை முருகப்பா ஏற்கவில்லை.

"வெளியிலிருக்கிற ஆசாரப்படி ஜாதிப் பிரிவில் சாப்பாட்டிடம் வைக்க வேண்டியதவசியமானால் குழந்தைகள் வீட்டில் எப்படி உணவு கொண்டார்களோ, அப்படிப்பட்ட உணவே ஆசிரமத்திலும் கொடுக்கப்பட வேண்டுமென்றாகுமல்லவா? இந்த உணவு மாற்றத்திற்காகக் குழந்தைகள் வராமற் போனால் போகட்டும் என்று ஆசிரம விதி கட்டாயப் படுத்துவது போல் சம உணவுக்கு உடன்படாதவர் விலகி நிற்கட்டுமென்று விதி செய்வதில் ஆக்ஷேபமில்லையன்றோ? வெளி ஆசாரப்படி என்றால் பிராமணரல்லாதாரின் பல பிரிவினரையும் தனித்தனியாகவே உட்கார்த்தி சாப்பிடச் செய்ய வேண்டும். அது சிரமமல்லவா?" என்று கேட்டார் முருகப்பா.

இப்படி நிலைமைகள் அனைத்தையும் விரிவாக விவாதித்து, இறுதியில் பிரித்து உணவளிப்பதை ஏற்றுக்கொள்ள முடியாது என்ற முடிவுக்கு வந்த முருகப்பா, வ.வே.சு. ஐயருக்கு வேண்டுகோள் ஒன்றை வைத்து *குமரன்* இதழின் கருத்தைத் தெளிவாக்கினார்.

தனித்தனியான சாப்பாட்டிடம் அவசியமானால் அப்படித்தான் செய்யப்படும் என்று விளக்கமாகத் தெரிவித்துவிடுதல் அவசியமாகும் அல்லது ஒன்றாக்கி விட வேண்டும். அவ்வாறு தங்கள் நோக்கத்தை விளக்கிக் கூறிவிட்டால் அதனை விரும்புவோர் உதவிபுரிவர். வியவகாரமுண்டாக மாட்டாது. விளக்கமாகக் கூறப் படாதபடியால்தான் இருவகை நோக்கமுடையாரும் கலக்கமுற இடமுண்டாகியிருக்கிறது. இவ்விதமான நிலைமையைச் சீர்திருத்த அவசியம் இப்போது நேர்ந்து விட்டதென்று நாம் கூற வேண்டியதில்லை *(குமரன், 12 நவம்பர் 1924).*

இப்படியாக, சுதேசமித்திரன், பாலபாரதி தவிர மற்ற பத்திரிகைகள் அனைத்துமே வ.வே.சு. ஐயரின் செயலைக் கண்டித்தன. சுதேசமித்திரனால்கூட வ.வே.சு. ஐயரின் செயலைப் பகிரங்கமாக ஆதரிக்க முடியவில்லை என்பது அதன் அறிக்கையைப் பார்த்தால் விளங்கும்.

சான்றோர் கூட்டம்

குருகுலப் பிரச்சனை முற்றிக்கொண்டே வருவதை உணர்ந்த வ.வே.சு. ஐயர், தனக்கு ஆதரவான சுதேசமித்திரன்,

நடுநிலை எனத் தான் நினைத்த நவசக்தி உள்ளிட்ட பல பத்திரிகைகளின் வேண்டுகோளை ஏற்றுச் சான்றோர் கூட்டம் என ஒன்றைக் கூட்டி, அதில் கலந்து பேசி பிரச்சனைக்கு முடிவெடுக்கலாம் என்று நினைத்தார். அதற்கான முயற்சி யிலும் ஈடுபட்டார்.

1924 டிசம்பர் இறுதியில் திருவண்ணாமலையில் நடைபெற இருந்த மாகாண காங்கிரசு மாநாட்டில் திரு.வி.க., காவியகண்ட கணபதி சாஸ்திரி, ராய. சொக்கலிங்கன் ஆகியோரிடம் நேரில் இது குறித்துக் கலந்து பேசிய பிறகு, அச்சான்றோர் கூட்டத்தைச் சென்னையில் ஏற்பாடு செய்யலாம் என்று யோசித்து வருவதாக வ.வே.சு. ஐயர் அறிவித்தார் (குமரன், 17 டிசம்பர் 1924).

அக்கூட்டத்தில் தான் செய்யவிருக்கும் காரியம் பற்றி வ.வே.சு. ஐயர் விளக்கம் அளித்தார்.

> ஒரு தனிமனிதனுக்குச் சாதாரணமாக ஜாதியின் அமைப்பை மாற்ற அதிகாரம் கிடையாது. ஜாதியின் அமைப்பு கெட்டிருக்கிறதால் அது மாற்றி அமைக்கப் பட வேண்டும் என்று ஒருவன் ஆராய்ந்து தீர்மானித்து, அவன் அபாரமான ஆத்தியாத்ம ஆற்றல் படைத்தவனா யிருந்து பல சிஷ்யர்களை ஏற்கெனவே அடைந்திருந்தா னானால், அவனுடைய ஆணையின்படி நடக்க ஆயத்த மாக இருக்கும் அந்த சிஷ்யகோடியே அவனுக்கு வேண்டிய லௌகீக பலத்தைத் தந்து அவன் விரும்பிய அமைப்புக்கு ஆதாரம் தரும். அவன் அத்தகைய பூரண புருஷனாக இல்லாதவனாயிருந்தால், அவன் தன் னுடைய கருத்தைப் பகிரங்கமாக வெளியிட்டு சான்றோரின் கூட்டம் ஒன்றை அழைத்து அவர்கள் முன்னே தன்னுடைய கருத்தைச் சொல்லி அவர்களை அக்கருத்துக்கு இணங்கச்செய்ய முயல வேண்டும். விஷயம் மாமூலுக்கு விரோதமானதால் அநேகர் ஆக்ஷேபிப்பார்கள். மாமூல் புத்தியினால் கூறப்பட்டா லும், குதர்க்கமின்றிக் கூறப்படும் ஆக்ஷேபனைகளுக்குப் பொறுமையோடு, அன்போடு, யுக்தியோடும், சனாதன மான தர்மத்தோடும் பொருந்தும்படி பதில் சொல்லுவதே மாறுதலுக்காகப் பாடுபடுவோரின் கடனாகும். கட னெல்லாம் ஆற்றிய பிறகு கோஷ்டியிற் பெரும்பாலோர் சம்மதம் கொடுத்தால் நினைத்த காரியம் உடனே பூரண சாதகமாகிவிடுகிறது. பெரும்பாலோர் விரோதமாக இருந்தால் மாறுதல் அத்தியாவசியம் என்று நினைக்கும் சிறுபான்மையோர் தங்கள் தீர்மானத்தைப் பகவானிடம் ஒப்புவித்து ஏற்ற கிரியைகளையும் சரியைகளையும்

வகுத்துக்கொண்டு சிரத்தாபூர்வமாக அத்தீர்மானத்தை நிறைவேற்ற முயல வேண்டும். இதுவே பரத்வாஜ ஆசிரமம் செய்யவிருக்கும் முறை *(குமரன், 17 டிசம்பர் 1924).*

ஜாதி அமைப்புக்குச் சற்றும் கேடுவராத, சனாதன தர்மத்திற்குப் பொருந்தும்படியான சாஸ்திர சம்மதத்தைப் பெற விரும்பும் வ.வே.சு. ஐயரின் எண்ணம் இந்த விளக்கத்திலிருந்து தெரிய வருகிறது. சாதிகள் மறுசீரமைப்பு பற்றி வ.வே.சு. ஐயருக்கு நீண்டகாலமாகவே ஒரு கருத்து உண்டு. அந்தக் கருத்தின் விளக்கமாகவே இந்த விவரிப்பைக் கருதலாம்.

சான்றோர் கூட்டத்தை ஏற்பாடு செய்துகொண்டிருந்த நிலையிலும் பந்தி வித்தியாசநிலை பற்றி மீண்டும் மீண்டும் வ.வே.சு. ஐயர் தெளிவுபடுத்திக்கொண்டே இருந்தார். அவர் வெளிப்படுத்திய தெளிவுகள் உடனுண்ணல் நிகழவில்லை என்பதையே உறுதிப்படுத்தின.

இதில் இரு மாணவர் தவிர மற்றெல்லோரும் சமபந்தி போஜனம் செய்ய ஆக்ஷேபியாதவர்களே. கட்டட சௌகரியம் ஏற்படாதவரையில் மாணவர் இரண்டு வகுப்புகளாய் உட்கார்ந்து சாப்பிட்டனர். கட்டட சௌகரியம் ஏற்பட்டது முதற்கொண்டு மேற்சொன்ன இருவர் நீங்கலாக மற்றவர் ஒரே இடத்தில் உண்கின்றனர் *(குமரன், 17 டிசம்பர் 1924).*

குமரன் இது உண்மையில்லை என்று கடுமையாக மறுத்தது.

கட்டட சௌகரியம் ஏற்படாதவரையில் இரண்டு வகுப்புகளாக உட்கார்ந்து சாப்பிட்டார்கள் என்று ஐயர் குறிப்பிடுகிறார்கள். இதை ஒருநாளும் ஏற்றுக்கொள்ள முடியாது. இது உண்மையானால் பிராமணரல்லாத குழந்தைகளும் பிராமணக் குழந்தைகளும் கலந்து சில வெளியிலும் சில உள்ளேயும் இருந்து உண்டிருக்க வேண்டும். ஆனால் அவ்வாறு நடக்கவில்லை. பிராமண குழந்தைகள் ஒரு பந்தியாகவும், பிராமணரல்லாத குழந்தைகள் வேறு ஒரு பந்தியாகவும் இருந்தே உண்டார்கள் *(குமரன், 17 டிசம்பர் 1924).*

வை.சு. சண்முகம் செட்டியாரின் சமாதானம்

குருகுலத்திற்கு இடம் வாங்கித் தந்தவர், அதன் தொடக்கத்திற்குப் பேரளவு நிதிஉதவி செய்தவர், நகரத்தார் சமூகப் பிரமுகர், சீர்திருத்த எண்ணங்கொண்டவர், வைசு (அ) வயிசு

என்றறியப்படும் வைரவன் சுப்பிரமணியன் சண்முகம் செட்டியார் (1894 – 1962). இவரும் முருகப்பாவைப் போலவே ஆசிரம நிலையை நேரில் கண்டு வ.வே.சு. ஐயருடன் பேசிய பிறகே குருகுலப் பிரச்சனை பற்றிய தன் கருத்தை அறிக்கையாக வெளியிட்டார். இவர் முருகப்பாவை விடவும் நிதானப் போக்கைக் கடைப்பிடித்தார். இவர் விடுத்த அறிக்கை, வ.வே.சு. ஐயரின் நிலையைப் பரிவோடு கவனித்து, அவருக்குச் சீர்திருத்தம் செய்யக் கால அவகாசம் கொடுக்கக் கோரியது. சீர்திருத்தக்காரர்கள் வ.வே.சு. ஐயரைத் தவறாகக் கருத வேண்டாம் என்றும் அவர் வேண்டினார்.

> சாஸ்திர சம்மதமானதும், அறிஞர் அனுமதிக்கக்கூடியது மான ஒரு சீர்திருத்தத்தைப் பற்றி தீவிரமாக ஆராய்ந்து கொண்டிருக்கிற – இன்னும் முடிவுக்கு வராத – தற்கால நிலையில் ஐயரவர்களின் மனநிலையைத் தெரிந்து கொள்ளாது அதிருப்தியான உணர்ச்சி நாட்டில் பரப்பி விடப்பெற்றதற்கு வருந்தாதிருக்க முடியவில்லை... பெல்காமில் கூடவிருக்கிற தேசிய மகாசபை கூடிமுடிந்த இரண்டு மாதங்களுக்குள் குருகுலத்தில் பேதமற்ற நடைமுறைகளையும் நிர்வாக சம்மந்தமான கூட்டம் முதலிய சீர்திருத்தங்களையும் ஏற்படுத்திவிடுதல் கூடுமென ஐயரவர்கள் சொன்னார்கள்

என்று ஒரு நிதானமான அறிக்கையை வெளியிட்டார் (குமரன், 17 டிசம்பர் 1924).

குருகுல நிலைமை பற்றி வரதராஜுலுவின் கண்டனம் வெளிவந்து அதற்கு *நவசக்தி* போன்ற மிதத்தன்மை கொண்ட இதழ்கள்கூட ஆதரவான நிலைப்பாட்டை எடுத்த பிறகும் முருகப்பா, வை.சு. போன்றவர்கள் வ.வே.சு. ஐயருக்கு முற்றிலும் எதிரான நிலைப்பாட்டை எடுக்க முற்படவில்லை.

முருகப்பாவின் நிலைப்பாடு, வை.சு. சண்முகம் அவர்களின் நிலைப்பாட்டைவிடச் சீர்திருத்த ஆர்வலர்களுக்கு நெருங்கியது என்றாலும், நிலைமையைப் பற்றித் தன் கருத்தை வெளியிட்டாரேயன்றி வரதராஜுலுவை முருகப்பா முழுவதும் ஆதரித்துவிடவில்லை. வரதராஜுலு குருகுலத்தை வேரறுப்பதே தன் நோக்கம் என்று ஆசிரமவாசியும் ஆசிரம ஆசிரியருமான கும்பலிங்கம் பிள்ளையிடம் கூறியதாக, வ.வே.சு. ஐயர் மறுப்புரை ஒன்றில் குறிப்பிட்டிருந்தார். அதை முருகப்பா சுட்டிக்காட்டி, அது உண்மையாக இருந்தால் அது நியாயமன்று என்று வரதராஜுலுவுக்குத் தன் கண்டனத்தையும் தெரிவித்தார் (குமரன், 17 நவம்பர் 1924).

காங்கிரஸ் கட்சியில் எதிரொலி

தமிழ்நாட்டுக் காங்கிரசின் தலைவரான பிறகும் வரதராஜுலு, குருகுலத்திற்கு எதிராக அறிக்கைகள் விடுத்தும், கூட்டங்களில் பேசியும், தமிழ்நாட்டில் பெருங்கிளர்ச்சியை ஏற்படுத்தினார். சமத்துவத்தை விரும்பாத மேல்சாதியினர் இச்செயலைக் கண்டிக்க முனைந்தனர். பத்திரிகைகளில் எழுதத் தொடங்கினர். காங்கிரசுகாரர்கள் சிலர் கட்சியில் தாம் வகித்த பதவிகளிலிருந்து விலகிக் கட்சித்தலைவரான வரதராஜுலுவுக்கு எதிர்ப்பைக் காட்டினர். அவ்வாறு விலகி முதல் எதிர்ப்பைக் காட்டியவர் வரதராஜுலுவின் சொந்த மாவட்டமான சேலம் காங்கிரஸ் தலைவராயிருந்த வாசுதேவையா. வரதராஜுலு பிராமண வகுப்பைத் தப்பான வழியில் தாக்குவதைப் பற்றி முக்கியமாக அவரும் பொது ஜனங்களும் கவனிக்கும்படி தூண்டுவதே தன் நோக்கம் என்று கூறித் தன் பதவியை அவர் ராஜினாமா செய்தார். மேலும் 'குருகுலம் பற்றி தமக்கு அதிகம் தெரியாது', 'தமிழ்நாடு பத்திரிகையையும் தான் படிப்பதில்லை' என்றும் தெரிவித்திருந்தார் (சுதேசமித்திரன், 8 டிசம்பர் 1924).

குருகுலப் பிரச்சனையைப் பற்றி அறியாத நிலையிலும் வரதராஜுலுவின் கருத்துகள் வெளியான தமிழ்நாடு பத்திரிகையைப் படிக்காத நிலையிலும் வாசுதேவையா போன்றவர்கள் வரதராஜுலுவுக்கு எதிரான நிலை எடுத்த சூழலை இதிலிருந்து புரிந்துகொள்ளலாம். நடப்பு விஷயம் பற்றிய தகவல் அறிவோ, தம் செயலுக்கான அடிப்படை ஆதாரமோ இல்லாமலேயே வரதராஜுலுவுக்கு எதிராக ஒரு சாரார் திரண்டுகொண்டிருந்ததை இது காட்டுகிறது.

வாசுதேவையாவின் அறிக்கைக்கு விளக்கம் அளித்த வரதராஜுலு, பார்ப்பனரல்லாத காங்கிரசுகாரர்களுக்கு வாசுதேவையாவின் விலகலும், அதன் விளைவாய் ஏற்பட்டிருக்கும் விவாதமும் ஒரு படிப்பினை என்று கூறினார். பார்ப்பனரல்லாத காங்கிரசுகாரர்களில் ஒரு சிலர் இன்னும் தன் நிலைப்பாட்டை ஆதரிக்காத சூழலில் வரதராஜுலு இவ்வாறு கருத்து தெரிவித்தார். அதோடு சிலர் தன் சமத்துவக் கோரிக்கையைத் தவறாகப் புரிந்துகொண்டிருந்த நிலைமையையும் விளக்கினார்.

நான் என்னுடைய ஜனங்களுக்குச் சுயராஜ்ஜியம் கொடுக்க வேண்டுமென்று கேட்டால் நான் ராஜாங்க துவேஷியென பிரிட்டீஷ் அதிகார வர்க்கத்தினர் கருதி என்னைச் சிறையிலிடுகின்றனர். எல்லோருக்குள்ளும் சமத்துவம் வேண்டுமென்று சொன்னால் நான்

பிராமண துவேஷி என்கிறார்கள். நான் எதையும் பஹிரங்கமாகவே செய்துவருகிறேன். பிராமணர்களிடத்தில் எனக்கு துவேஷமில்லை. என்னுடைய சகோதரர்களைப் போலவே அவர்களையும் நான் நேசிக்கிறேன். எல்லா இந்தியர்களும் சந்துஷ்டியடைய வேண்டுமென்றே நான் வேலை செய்கிறேன். ஆனால் பிரிட்டிஷாராவது பிராமணராவது எதேச்சாதிபத்தியம் நடத்துவதெனில் அதற்கு நான் பரமதுவேஷிதான் *(சுதேசமித்திரன்,* 12 டிசம்பர் 1924).

என்று சூழ்நிலை விளக்கம் அளித்த வரதராஜுலு, தான் தலைவரானதால் காங்கிரசில் செல்வாக்கு இழந்த சிலர் இத்தகைய பிரச்சனைகளைத் தனக்கு ஏற்படுத்துகிறார்கள் என்றும் கூறினார்.

குருகுலப் போராட்டத்தில் பார்ப்பனரல்லாதாரின் பக்கம் நிலைப்பாடெடுத்த வரதராஜுலுவை வீழ்த்த நினைத்தவர்கள், காங்கிரஸ் என்னும் பொது அமைப்பின் உறுப்பினராகவும் தலைவராகவும் உள்ள ஒருவர் ஒரு பக்கச் சார்புநிலை எடுப்பது காங்கிரஸ் என்ற பொது அமைப்பிற்கு விரோதமானது என்ற பிரசாரத்தை முடுக்கிவிட முயன்றனர். அதற்கு முன்பே தனக்குப் பார்ப்பனரல்லாதாரைவிடவும் காங்கிரசே முக்கியமானது என்று வரதராஜுலு அறிவித்திருந்தார்.

பெல்காம் காங்கிரஸ் மாநாட்டிற்குச் செல்லும் பல பார்ப்பனரல்லாத தலைவர்கள் அங்கு நடக்கவிருக்கும் பார்ப்பனரல்லாதார் மாநாட்டில் கலந்துகொள்ளலாமா என்று வரதராஜுலுவைக் கேட்டார்கள். அதற்கு அவர் அளித்த பதிலாவது,

மாநாட்டில் வரவிரும்பும் எல்லா பிராமணரல்லாதார்களையும் பிரதிநிதிகளாக சேர்த்துக்கொள்ள அதற்கு ஏற்பாடு செய்திருப்பவர்கள் ஒப்புக்கொண்டால் நாம் அதில் கலந்துகொள்ளுவதால் பிரயோஜனமுண்டா என்று யோசனை செய்யலாம். ஆனால் காங்கிரஸ் கொள்கையைத் தவிர வேறு குறிப்பிட்ட ஏதாவது கொள்கையை ஒப்புக்கொண்டவர்கள்தான் வரலாமென்று இருந்தால் காங்கிரசுகாரர்கள் பிராமணரல்லாதார் மாநாட்டிற்குச் செல்லுவது சாத்தியமில்லை *(சுதேசமித்திரன்,* 15 டிசம்பர் 1924).

இதன் மூலம் வரதராஜுலு, தான் ஏற்படுத்த விரும்பும் பார்ப்பனரல்லாதாரின் ஒற்றுமை என்பது காங்கிரசின் கருத்து எல்லைக்குட்பட்டதுதான் என்பதைத் தெளிவுபடுத்தி, அதன் மூலம் காங்கிரசின் மீது தனக்கிருந்த ஈடுபாட்டைப் புலப்படுத்தினார்.

குருகுல நிலைமை அறியும் குழு

வரதராஜுலு, பெரியார் ஆகியோரின் பேச்சாற்றலின் விளைவாலும் நாட்டில் ஏற்கெனவே தோன்றியிருந்த பார்ப்பனரல்லாதாரின் எழுச்சிமிக்க சூழலாலும் குருகுலப் பிரச்சனை பெரிதாய் வளர்ந்தது. மக்கள் மன்றத்திலும் பத்திரிகைகளிலும் காங்கிரசு கட்சியிலுமாகப் பிரச்சனையின் தீவிரம் வலுவடைந்து விட்டது. திரு.வி.கவின் ஆதரவோடு, வ.வே.சு. ஐயர் முயற்சி செய்த சான்றோர் கூட்டமும் நடந்தபாடில்லை.

இச்சூழலில் ஈரோட்டில் தமிழ்நாடு காங்கிரஸ் கமிட்டியின் பொதுக்கூட்டமும் நிர்வாக சபையின் கூட்டமும் 17 ஜனவரி 1925இல் நடைபெற்றன. அதில் சேரன்மாதேவி குருகுலம் பற்றிய ஒரு தீர்மானம் நிறைவேறியது.

இக்கமிட்டியிலிருந்தும் பொது ஜனங்களிடமிருந்தும் பொருள் உதவி பெற்று நடந்துவரும் சேரமாதேவி குருகுலத்தில் பிராமணர் – பிராமணரல்லாதார் விஷயமாகப் பத்திரிகைகளில் வெளிவந்திருக்கும் விஷயங்களைக் குறித்து விசாரித்துத் தெரிவிக்கும்படி கீழ்கண்ட கமிட்டியை நியமிப்பதென்றும், இக்கமிட்டியின் செலவுக்காக ரூ.100 காரியதரிசியிடம் கொடுப்பதென்றும் தீர்மானிக்கிறது (சுதேசமித்திரன், 19 ஜனவரி 1925).

அக்குழுவில் காவியகண்ட கணபதி சாஸ்திரி, வி. தியாகராஜ செட்டியார், வ.மு. தங்கப்பெருமாள் பிள்ளை ஆகியோர் இடம்பெற்றனர். காவியகண்ட கணபதி சாஸ்திரி காங்கிரஸ் கட்சியில் இருந்த துறவி. சாஸ்திரங்களில் தேர்ச்சி பெற்றவராகக் கருதப்பெற்ற இவர், அவற்றில் முற்போக்குக்கு இடமுண்டு என்று கூறிவந்தவர். தேவகோட்டையைச் சேர்ந்த வி. தியாகராஜ செட்டியார் இந்தக் குழுவில் மட்டுமல்லாமல், பின்னர் 29 ஏப்ரல் 1925இல் காங்கிரஸ் அமைத்த மற்றொரு குருகுலக் குழுவிலும் இடம்பெற்றவர். தங்கப்பெருமாள் பிள்ளை, ஈரோட்டைச் சேர்ந்த செல்வமும் செல்வாக்கும் மிக்க வழக்கறிஞர். குடிஅரசு இதழின் முதலாசிரியருள் ஒருவர். இளம் வயதில் காலமான இவர், பெரியாரின் உற்ற தோழர். பாரதியாரின் கடைசி பேச்சாகக் கருதப்படும் கருங்கல்பாளைய சொற்பொழிவுக்கு ஏற்பாடு செய்தவர். இக்குழுவின் அறிக்கை நமக்குக் கிடைக்கவில்லை. இக்குழுவால் விளைந்த பயனும் தெரியவில்லை.

வரதராஜுலுவுக்கு நெருக்கடி

வரதராஜுலு சேரன்மாதேவி பிரச்சனையில் தீவிரமாய் இயங்கியதால் கட்சியிலும் கருத்தியல் தளத்திலும் நெருக்கடிகள் ஏற்பட்டன.

இந்து அறநிலையச் சட்டம், சேரன்மாதேவி குருகுலம், கதர் குழு நிர்வாகம், தொழிலாளர் நிதி முதலியவற்றைப் பற்றிய வரதராஜுலுவின் கருத்துகளுக்குக் கட்சியில் கண்டனத் தீர்மானம் கொண்டுவரத் தமிழ்நாடு காங்கிரஸ் கமிட்டி உறுப்பினர் கே.எம். சுப்பிரமணியம் முயன்றார் *(சுதேசமித்திரன், 2 மார்ச் 1925)*. நீதிக்கட்சி அரசு கொண்டுவந்த இந்து அற நிலையச் சட்டத்திற்குக் காங்கிரஸ் கட்சி பிராமணர்களின் கருத்துக்கு மாறாக வரதராஜுலு ஆதரவு பிரசாரம் செய்து வந்தார். இதற்குக் கட்சியினர் கடும் எதிர்ப்பு தெரிவித்தனர். இப்படி கட்சித் தளத்தில் நெருக்கடி மிகுதிப்பட்டது.

இவை தவிர வரதராஜுலுவின் ஆதார பலமான சீர் திருத்தத்தின் மீதே தாக்குதல் தொடுக்கப்பட்டது. "வருணாசிரமி களும் ஆசார சீர்திருத்தக்காரர்களும்" என்று வருணாசிரமி களுக்கே முதல்நிலை கொடுத்து எழுதப்பட்ட எச்.சுப்பிரமணிய ஐயரின் (திருவாங்கூர் சமஸ்தானத்தின் திவான் பேஷ்கார்?) சுதேசமித்திரன் கட்டுரை ஆசார சீர்திருத்தக்காரரின் முயற்சி அவர்கள் நோக்கத்திற்கே நேரெதிரானது என்றொரு கருத்தை முன்வைத்தது.

சில தடைகளை நீக்குவதாலும், சமபந்தி போஜனத்தினா லும் இந்த வித்தியாசத்தை (மேல் கீழ் என்ற வித்தியாசம்) நீக்க முடியாதென்பதையும் அவர்கள் அறியவில்லை. இந்தத் தடைகளை நீக்குவதால் போட்டியும் போராட்ட மும் அதிகரிக்கின்றன. சிலர் வெற்றிபெற்று இதரர்கள் தோல்வியடைகின்றனர். வெற்றியடைந்தவர்கள் மேலாகி விடுவதால் முதலிற் கூறிய வித்தியாசம் நீங்குவதற்குப் பதிலாக அதிகரிக்கும். ஒவ்வொரு வகுப்பினரும் சிற்சில நிபந்தனைக்குட்பட்டு நடப்பதால் சமூக வாழ்வு சௌகர்ய மாக இருக்கிறது. ஆசார சீர்திருத்தக்காரர்கள் ஒற்றுமை யேற்படுத்துவதாகக் கூறிக்கொண்டு அதற்கு நேர் விரோத மானதைச் செய்கிறார்கள்....

... ஒரு சூத்ரன் வைசியனாகவாவது அல்லது வைசியன் பிராமணனாகவாவது ஆக முடியாது. ஒவ்வொருவரும் அவரவர் மதத் தொழிலை நடத்திவர வேண்டும். இந்த மாறுதல்தான் நம்மைக் கெடுத்துவிட்டது. தூர திருஷ்டியற்ற ஆசார சீர்திருத்தக்காரர்களை ஒழுங்குக்குக் கொண்டுவர முயற்சி எடுத்துக்கொள்ள வேண்டும். பற்பல மடாதிபதிகளும் இந்த வேலைக்குத் தலைமை தாங்க வேண்டும் *(சுதேசமித்திரன், 6 பிப்ரவரி 1925).*

கோயில் தெரு நுழைவு, சமபந்தி போஜனம் போன்ற சீர்திருத்த நடவடிக்கைகளைச் சமூக அமைதி என்ற நோக்கத்

திற்கே எதிரானதாகக் காட்டும் இக்கட்டுரையை வெளியிட்டுக் கருத்தியல் தளத்திலும் ஒரு நெருக்கடியை வரதராஜுலு வுக்கும் அவர் சார்பானவர்களுக்கும் *சுதேசமித்திரன்* போன்ற பத்திரிகைகள் ஏற்படுத்தின. வரதராஜுலுவுக்குப் பெருகிவந்த செல்வாக்கை முறியடிக்கச் செய்யப்பட்ட பத்திரிகைவழிப் பிரசாரங்கள் இவை.

பண உதவி நிறுத்தம்

குருகுலத்திற்குப் பண உதவி செய்துவந்த பார்ப்பன ரல்லாதாரில் ஈப்போவில் வசித்த பி.ச. சுப்பிரமணிய செட்டியா ரும் ஒருவர். அவர் குருகுலத்தோடு 1923 ஜூனிலிருந்தே தொடர்பு வைத்திருந்தார். கல்லிடைக்குறிச்சியில் குருகுலம் இயங்கியபோதே நேரில் சென்று பார்த்தவர். வித்தியாசமாக உணவளிப்பதைக் கண்ணால் கண்டும், வ.வே.சு. ஐயர் மீதிருந்த பக்தியால் விகற்பம் தோன்றாமல் போய்விட்டதாகக் கூறிய அவருக்கு, மதுரையில் பெரியாரைச் சந்தித்தபோது, அவர் குறிப்பிட்டுச் சொன்ன பிறகே அவ்வாறு உணவளிப்பது தவறென்று தோன்றியிருக்கிறது. பின்னர் அவரும், அவர் நண்பர் அமராவதிப்புதூர் ஆ. சொக்கலிங்கமும் இது குறித்து வ.வே.சு. ஐயருக்குக் கடிதம் எழுதினர். இந்த வித்தியாசத்தை ஒழித்துவிட வேண்டியது அவசியமே எனினும் இப்போதிருக் கும் பிள்ளைகளை விலக்குவது நியாயமில்லை என்றும், ஆனால் இனித் தனித்துண்ணும் பிள்ளைகள் சேர்க்கப்பட மாட்டாரென்றும் வ.வே.சு. ஐயர் பதில் எழுதினார். பி.ச. சுப்பிரமணிய செட்டியாரும் சரிதானென்று இருந் திருக்கிறார்.

அனேகமாக 1924இன் இறுதியில் தி.ரா. மகாதேவ ஐயர் பினாங்கு வந்து பணம் வசூல் செய்யும்போது அவரிடம் இவ்வித்தியாசம் பற்றி இவர்கள் வினவினர். அப்போது முன்னுக்குப் பின் முரண்பட அவர் பேசியிருக்கிறார். ஒன்றாகச் சாப்பிடுகிறவர்களைத்தான் சேர்க்கப்பெறுமென்ற யோசனை யைத் தற்போது மாற்றிக்கொண்டுவிட்டதாகவும், தனித்துண்பவர் களுக்கு இடமிருக்கவே இருக்குமென்றும், இப்பொழுது சில பிராமணர்கள் மற்றவருடன் வீதிப் பிரமாணமில்லாதிருந் துண்ணும் தவற்றை நீக்கிக்கொள்ளவே சம்மேளனம் கூட்டி துவிஜர்களாக்கி சம்ஸ்காரம் செய்யப்போகிறார்களென்றும், வேறு ஜாதிக்காரர்கள் பார்க்க பிராமணர்கள் சாப்பிடுவது மதத்திற்கு விரோதமென்று சாத்திரத்தில் கூறப்பட்டிருப்பதாக வும் மகாதேவ ஐயர் விளக்கியிருக்கிறார்.

மகாதேவ ஐயரின் பேச்சுகளே பிரச்சனையை மிகுதிப் படுத்திவிட்டதாகத் தெரிகிறது. இவர்கள் மகாதேவ ஐயரின்

இந்தப் பேச்சைக் குறித்து வ.வே.சு. ஐயருக்குப் பல கடிதங்கள் எழுதியும் எந்தப் பதிலுமில்லை. சான்றோர் கூட்ட யோசனை பற்றி வ.வே.சு. ஐயர் பத்திரிகைக்கு எழுதிய கடிதத்தின் நகலொன்று மட்டும் தனக்கு வந்ததாக சுப்பிரமணியன் செட்டியார் கூறுகிறார். வசூலித்த பணத்தை வித்தியாசம் அழியாமல் தர முடியாது என்று சொன்னதால் வருத்தமுற்ற மகாதேவ ஐயர் பணமில்லாமல் பெட்டியடியை விட்டுப் போகமாட்டேன் என்று சாத்வீக எதிர்ப்பைக் காட்டியிருக்கிறார். அதையடுத்துப் புரவலர்கள் ஒரு உண்டியல் (இன்றைய வரைவோலை போன்றதொரு ஏற்பாடு) எடுத்து அனுப்பியிருக்கிறார்கள். வித்தியாசம் ஒழிந்தது பற்றிய சரியான விவரம் கிடைக்காமல் மீதிப் பணத்தை எப்படிக் கேட்டாலும் தருவதில்லை என்ற முடிவுக்கு வந்துவிட்டதாக சுப்பிரமணியன் செட்டியார் தெரிவித்தார் (*குமரன்*, 11 பிப்ரவரி 1925).

தனிப்பட்ட புரவலர்கள் மேற்கண்டவாறு முடிவு செய்ததைப் போலவே மலேயா தனவைசியர்களின் சங்கமும் இந்தியாவிலுள்ள தலைவர்களின் கருத்தினைத் தெரிந்து கொண்ட பின்னரே பணஉதவியைத் தொடர்வது என்று முடிவெடுத்தது. இந்த முடிவை வரவேற்று எழுதிய *குமரன்*, மகாதேவ ஐயர் பண வசூல் செய்த முறைகளைக் கடுமையாகக் கண்டித்தது.

> பணம் கிடைக்கும்வரை குருகுலத்தில் பேதமில்லை என்ற புளுகுப் பிரசங்கத்தை ஸ்ரீமான் ஐயர் [மகாதேவ ஐயர்] மலாய் நாட்டிற் செய்து வந்திருக்கிறார். பணம் கைக்கு வருமுன்னர் உண்மை வெளியாகிவிட்டது. எப்படியாவது பணத்தை வாங்கிக்கொண்டு வருவதென்ற முடிவில் ஐயர் அங்கு தங்கியிருக்கிறாரென்று தெரிகிறது. . . .
> . . . இப்பொழுது உதவி புரிந்த அன்பர்களையும் புறக்கணித்து வேலை நடத்த ஐயர் ஆரம்பித்திருக்கிறாரென்று செய்தி கிடைத்திருக்கிறது. குருகுலத்தில் சாப்பாட்டு வேற்றுமை ஒழியாதென்ற வகையில் பேச ஆரம்பித்திருக்கிறாராம். எழுதுகிற கடிதத்திற்குக்கூட பதிலெழுதாமல் வ.வே.சு. ஐயரவர்கள் மௌனம் சாதிக்கிறார்களாம்.

என்று நீளும் அக்கண்டனம், மலாய் நாட்டு தனவைசியர்களின் தீர்மானத்தை மதித்து, மகாதேவ ஐயரைத் தமிழ் நாட்டுக்குத் திரும்ப அழைக்க வேண்டியது வ.வே.சு. ஐயரின் கடமை என்று வற்புறுத்தியது.

> மகாதேவ ஐயர் கோர்ட்டிலும் வழக்கிடுவார் போல் தெரிகிறது என்று மலாய் நாட்டுக் கடிதம் ஒன்று கூறுகிறது.

அப்படிச் செய்தால் அது மிக நன்றாக இருக்கும். வக்கீலும் பாரிஸ்டரும் சேர்ந்தால் வழக்கில்லாமற் போகாது போலும். [வக்கீல்: மகாதேவ ஐயர்; பாரிஸ்டர்: வ.வே.சு.ஐயர்] மகாதேவ ஐயரின் பூர்வீக குடும்பப் பணத்தை மலாய் நாட்டு நண்பர்கள் வைத்திருக்கிறார்கள் அல்லவா? இந்த நிகழ்ச்சியிலிருந்தாவது நம்மவர் விழிக்க வேண்டும்

என்று இப்பிரச்சனையில் மகாதேவ ஐயர் நடந்துகொண்ட முறை பற்றிய விவாதத்தைக் *குமரன்* தொடர்ந்தது (18 பிப்ரவரி 1925).

பண வசூல் சமயத்தில் மகாதேவ ஐயர் வெளிநாட்டில் நடந்துகொண்டதை நியாயப்படுத்திய வ.வே.சு.ஐயர் "நண்பர்கள் கசங்காமல் கொடுத்த தொகை போக மிகுதியை விவாத மெல்லாம் முடிந்த பிறகு பெற்றுக்கொள்ளலாம் என்று அவர் விட்டு வந்திருக்கலாம். ஆனால் புஸ்தகசாலையின் அபிவிருத் திக்கும் இன்றியமையாத பிற செலவுகளுக்கும் பணம் செல வழிந்து வருவதால் இவ்விடத்தில் இருப்பு அருகிவிட்டது என்று நான் அறிவித்திருந்ததால் குருகுலத்தில் பொருள் நிலையைப் பற்றி விசாரப்பட்டார். இது இயற்கைதானே" (*குமரன்,* 11 மார்ச் 1924) என்று எழுதினார். மேலும், அவர் சொந்தப் பயன்பாட்டிற்காக அவ்வாறு நடந்துகொண்டிருந்தால் அது கண்டிக்கத்தக்கது, குருகுலத்தின் மேல் இருந்த பற்றினால் அவ்வாறு நடந்துகொண்டார் என்று மகாதேவ ஐயர் சார்பாகவே வ.வே.சு.ஐயர் பேசினார்.

காங்கிரஸ் மற்றும் உள்நாட்டுப் புரவலர்களிடமிருந்து குருகுலத்திற்கு நிதிஉதவி கிடைப்பினும், கணிசமான அளவு வெளிநாடுவாழ் தமிழர்களிடமிருந்தே கிடைத்தது. வெளிநாட்டு உதவி நிறுத்தம் குருகுலத்தின் பொருளாதாரத்தைக் கட்டாயம் பாதித்திருக்கும்.

சம்ஸ்கார யோசனை

குருகுலத்தில் நடந்த பந்தி வித்தியாசத்திற்குச் சாதி ரீதியான உயர்வு தாழ்வு என்ற பேதமே அடிப்படை ஆகும். பிறப்பால் கற்பிக்கப்பட்ட இந்த பேதத்தைச் சடங்கு செய்து நீக்கிவிடலாம் என வ.வே.சு.ஐயர் கருதினார். தாழ்வாகக் கருதப்பட்டவர்களுக்குச் சடங்கு ஒன்றைச் செய்து உயர் வானவர்களுக்குச் சமமானவர்களாக அவர்களை மாற்றி விடுவது அவர் திட்டம். 1924 டிசம்பர் மாதவாக்கில் சான்றோர் கூட்டத்தைக் கூட்ட வேண்டுமென அவர் விரும்பியது இந்தத் திட்டத்தை முன்மொழியத்தான் என்று தெரிகிறது. இந்து சாத்திரங்களில் நிபுணத்துவம் உடையவராகவும், தேசிய

இயக்கத்தில் ஆர்வமுடையவராகவும், எந்த முற்போக்குத் திட்டத்திற்கும் சாத்திரத்தில் இடமிருக்கிறது என்று சொல்லி வந்தவருமான காவியகண்ட கணபதி சாஸ்திரியின் தலைமையில் கூட்டம்கூட்டி இத்திட்டத்தை வ.வே.சு. ஐயர் முன்மொழிய விரும்பினார்.

> அக்கூட்டத்தில் வைதிகர்கள் ஒப்புக்கொள்ளுகிற மாதிரி சமாதானம் சுருதி, யுக்தி பிரமாணங்களுடன் பொருந்தும் படி அளிக்கப்படும். பிரம்மசாரிகளுக்குச் சம்ஸ்காரங் களை வகுத்து வைத்து சம்ஸ்காரம் ஆயின் பிரம்மசாரிகள் அனைவரும் ஒரே இடத்தமர்ந்துண்ணச் செய்யும் ஏற்பாடு வருகிற சித்திரா பௌர்ணமிக்குள் நடந்தேறி விடும் என்பதில் தடையில்லை (குமரன், 11 மார்ச் 1925).

என்று வ.வே.சு. ஐயர் பெரும் நம்பிக்கையுடன் அத்திட்டத்தை அறிவித்தார். ஆனால் இந்த சம்ஸ்கார யோசனைக்கு வலுவான எதிர்ப்புக் கிளம்பியது.

> எல்லார்க்கும் பூணூல் தரித்து உடன் உண்ணச் செய் வதற்கு எந்தப் பொருளுமில்லை; வைதிக பிராமணர் களும் ஒத்துக்கொள்ளமாட்டார்கள். எந்த சம்ஸ்காரத் திற்கும் இப்பொழுது பொருளில்லை. தற்பொழுது புதுமுறையைக் கையாள்வது பின்னை மாற்றப்படுவதாக முடியினும் முடியும்

என்று *நவசக்தி* எழுதியது (மேற்கோள் *குமரன்,* 18 மார்ச் 1925).

லோகோபகாரி இந்த சம்ஸ்காரம் பயனற்ற ஏற்பாடு என்று பின்வருமாறு மறுத்தது.

> உலகத்தில் தற்கால நிலையில் பழைய வர்ணங்களையோ ஜாதிகளையோ புதுப்பிக்க முயல்வதும், புதிய வர்ணங் களையோ ஜாதிகளையோ வகுக்க முயல்வதும் வியர்த்தமான வேலையென்று நாம் கருதுகிறோம். ...ஒன்றாய் உண்பதற்கு நல்ல நாள் பார்க்க வேண்டு மென்று நமக்குத் தோன்றவில்லை. குருகுலத்தில் சாதி வித்தியாசம் ஒழிந்த நாள் எதுவோ அதுவே அதற்கு நல்ல திருநாளாகும்

என்று கூறி சம்ஸ்கார யோசனையை மறுத்தது (மேற்கோள் *குமரன்,* 11 மார்ச் 1925).

> குருகுலத்தில் நுழைபவருள் வேற்றுமையிருத்தலாகா தென்பதே முக்கிய நோக்கமாகும். உடனுண்ணல் முதலியவற்றை ஐயரவர்கள் ஆதரிக்கிறார்கள்.

பிரம்மசாரிகள் யாவரும் ஒன்றாக இருந்துண்பதற்கும் முடியுமென்று தோன்றுகிறது. ஆனால் சமையல் வேலை பிராமணன் வசமேயிருத்தல் வேண்டுமாம். சம்ஸ்காரம் செய்யப்பட்டுவிட்டால் அப்படிச் சுத்தப்படுத்தப் பட்டவர்கட்குள் பேதமின்றி ஒருவர் மாறியொருவரோ அல்லது சம்ஸ்காரம் பெற்ற ஒருவரோ சமையல் செய்யலும் ஆகாதாம். ஜாதிப் பிராமணனே மறைவாக சமையல் செய்ய வேண்டுமென்றும் கருதுவதாக அறி கிறோம். இப்படியானால் சம்ஸ்காரம் என்பதற்குப் பொருளேயில்லை. எத்தனை சம்ஸ்காரம் செய்யப்பட்டா லும் சூத்திரன் சூத்திரனேயென்று கூறும் வைதிகர் களுக்கும் நமது குருகுல கோட்பாட்டுக்கும் வித்தியாச மில்லை (*குமரன்*, 11 மார்ச் 1925).

என்று சம்ஸ்காரச் செயல்பாட்டை கடுமையாக எதிர்த்த *குமரன்*, குருகுலத்தில் ஏற்பட்டிருக்கும் பேதம் சம்ஸ்காரம் செய்யப்படுவதால் நீங்கப்போவதில்லை என்பதையும் எடுத் துரைத்தது. குருகுலத்தில் ஏற்பட்டுள்ள பேதம் குழந்தைகளைப் பற்றி அல்ல; அங்குள்ள நிர்வாகிகள், ஆசிரியர்கள் பொருட்டே என்றும் அது குற்றம் சாட்டியது.

பிரம்மசாரிகளைப் பிரித்துப் பேசுவதாலும், சமையலறை ஜாதிப் பிராமணன் கைவசமிருக்க வேண்டுமென்று கருதுவதாலும் அங்குள்ள ஐயர்மார்களின் பொருட்டே பேதம் அவசியமாகிறதென்று விளங்குகிறது. பிள்ளை குட்டிகளையுடைய அவர்கள், தங்கள் மக்கட்கு விவாகம் முதலிய காரியங்கள் நடத்த முடியாதபடி தங்கள் சமூகத்தார் ஒதுக்கிவிடுவார்கள் என்று கருதுதல் இயற்கையேயாகும். குருகுலத்தில் ஒன்றாக இருந்து சாப்பிட்டாலும், மறைந்து சாப்பிட்டோம் என்று அவசியமானால் சொல்லிக்கொள்ளுமாறு இடமிருக்க வேண்டும் என்று கருதியே குழம்படி செய்கின்றனரென்று தோன்றுகிறது. தங்கட்கு விருப்பம் இருந்தாலும் பின் னாளில் தங்கள் குடும்ப நிகழ்ச்சிகளில் துன்பம் வரு மென்று பயப்படுகின்றனர் போலும்! உபாத்தியாயர் களின் சௌகரியத்திற்காக குருகுலம் கோணல் வழிப் பற்றுதல் கூடாது. சமத்துவத்துக்கு காணப்பட்டதென்று கூறப்படும் குருகுலத்தில் தங்குழந்தை குட்டிகளை எண்ணி நிற்கும் உபாத்தியாயர்கட்கு வேலையில்லை என்று கூற நாம் துணிகின்றோம்

என்று *குமரன்* பேதத்தைத் தக்கவைக்கும் நபர்களைச் சுட்டிக் காட்டியது. சம்ஸ்கார யோசனை சமத்துவத்திற்கு எதிரானதாக இனம் காணப்பட்டு எதிர்ப்புக் கிளம்பியது.

சம்ஸ்கார யோசனையை வைதிகர்கள் எதிர்ப்பார்கள். வைதிகர்கள் எதிர்க்கிறார்கள் பாருங்கள் என்று சீர்திருத்தக் காரரின் ஆதரவைப் பெற்றுவிடலாம் என்று நினைத்திருந்த வ.வே.சு.ஐயர் இவ்வெதிர்ப்பைக் கண்டு பெருத்த ஏமாற்ற மடைந்தார். எனினும் இந்த சம்ஸ்கார ஏற்பாட்டை சீர்திருத்தக் காரரை ஒப்புக்கொள்ளச்செய்யவே அவர் முயன்றார். செட்டிநாடு சென்று புரவலர் பலரையும் சந்தித்தார். ஆனால் அவர்களின் ஒப்புதலைப் பெற முடியவில்லை (*குமரன், 11 மார்ச் 1925*). எப்படியாவது இந்த ஏற்பாட்டைத் திணித்துவிட விரும்பிய வ.வே.சு.ஐயர் இம்முறையின் பார்ப்பனரல்லா தாருக்குச் சாதகமான அம்சங்களை மீண்டும்மீண்டும் வலியுறுத்தி வந்தார்.

> நான் குறிக்கும் சம்ஸ்காரம் பயங்கரமான ஒரு சடங்கு அன்று. அது மனிதன் பிறந்தபடியேயுள்ள சாமானிய அறிவுடன் நிற்கும் பருவம் நீங்கி, கல்வியும் ஞானமும் பெறுவதற்காக மந்திர உச்சாடனத்துடன் மறுமுறை ஞானக்குழந்தையாய் பிறக்கிறான் என்பதைச் சம்பிரதாய ரீதியாகக் காட்டும் ஒரு சடங்காகும். இதுவேதான் பிரம்ம, க்ஷத்திரிய, வைசியர்களாகிற துவிஜர்கள் தங்கள் குழந்தைகளுக்கு துவிஜ சம்ஸ்காரமாகிய உபநயனம் செய்விப்பதன் உட்கருத்து. தமிழ்நாட்டுப் பிராமணோதரர் அறிவாலும், கல்வியாலும், நோக்கத்தாலும் துவிஜர்களே யன்றி சூத்திரர்களல்லர் என்பது நான் நெடுநாளாகத் தீர்மானித்துவைத்த முடிபாகும். சூத்திரர் என்ற பெயரை அவர்கள் தள்ளிவிட்டதைப் பற்றி நான் சந்தோஷப்படு கிறேன். நாம் விரும்பி வருகிற உபநயன சம்ஸ்காரம் பிராமணோதரருடைய தற்கால நிலைமையை ஹிந்து தர்மத்தில் கூறியிருக்கிற சடங்குகளால் சம்பிரதாய ரீதியாக அங்கீகரித்தலே தவிர வேறன்று.
>
> ...ஆனால் சம்ஸ்காரம் செய்வதற்கு நான் ஏற்பாடு செய்கிறேன் என்று எழுதிய பகிரங்க கடிதத்தைக் குறித்து வெளிவந்த அபிப்ராயங்கள் அதற்கு அனுகூலமாக இல்லை ...
>
> ...யாருடைய விருப்பங்களைத் திருப்தி செய்ய ஒரே வழியிருக்கிறது என்று என் சிற்றறிவுக்குப் பட்டதோ அவர்கள் அவ்வழியைத் திரஸ்காரம் செய்துவிட்டார்கள். வைதிகர்களின் பெரும்பாலோருக்கோ அது கிரமத் தவறு என்றே தோன்றுகிறது. இந்த நிலைமையில் ஒரு கக்ஷியினருக்கும் திருப்தியைத் தராத சம்ஸ்காரத்தைத் தற்பொழுது ஏற்படுத்த முயல்வது பயனில்லை என்றும்,

அதன் அவசியத்தை மதிக்கத்தக்க ஓர் கூட்டமாவது அங்கீகரிக்கும் வரையில் இவ்விவகாரத்தைத் தீர்க்க வேறுவழி தேட வேண்டும் (*சுதேசமித்திரன்,* 18 மார்ச் 1925).

என்று வ.வே.சு. ஐயர் விசனித்தார். சம்ஸ்கார வழியைக் கைவிட்டார்.

காந்தியுடன் ஆலோசனை

தமிழ்க் குருகுலத்தில் எழுந்த சமூகப் பிரச்சனையைச் சமாதானம், சத்சங்க ஆலோசனை, சடங்கு என்ற உத்திகளால் சமயப் பிரச்சனையாக மாற்றி முற்போக்கு வைதிகர்களின் துணைகொண்டு தீர்த்துவிடலாம் என்ற வ.வே.சு. ஐயரின் எண்ணம் நிறைவேறவில்லை. இந்த நிலையில் தேசியவாதிகளுக்குள் ஏற்பட்ட பிரச்சனையைத் தேசியவாதிகளின் தலைவரைக் கொண்டே தீர்க்க யோசனை பிறந்தது. அச்சமயம் கேரளம் வரவிருந்த மகாத்மா காந்தியிடம் ஆலோசனை கேட்கும் ஒரு புதிய வழியை வ.வே.சு. ஐயர் கண்டுபிடித்தார். இந்த யோசனையை அவருக்குக் கூறியது ஆசிரியர் கும்பலிங்கம் எனத் தெரிகிறது.

வைக்கம் யோசனை

சேரன்மாதேவியில் பிற்படுத்தப்பட்டோர் சமத்துவம் கோரி போராடிய அதே காலத்தில் வைக்கத்தில் ஈழவர் கோயில்தெருநுழைவுப் போராட்டத்தை நடத்திக்கொண்டிருந்தனர். அங்குப் போராடுபவர்களுக்கு ஆதரவு தெரிவிக்கவும் எதிரிகள் மற்றும் அரசுடன் பேச்சுவார்த்தை நடத்தவும் காந்தி சென்னை வழியாக அச்சமயம் வைக்கம் செல்லும் திட்டம் இருந்தது. கேரளம் செல்லும் வழியில் தமிழ்நாட்டில் அதாவது சென்னையில் காந்தி தங்குவதற்கான வாய்ப்பு குறைந்து வருவதை அறிந்து வைக்கத்திலேயே வைத்து ஆலோசனை கலந்துவிடலாம் என்று வ.வே.சு. ஐயர் கருதி அங்குப் பயணமானார் (*சுதேசமித்திரன்,* 3 மார்ச் 1925).

குருகுல மாணவர்கள் சமபந்தி போஜனம் செய்யும் பொருள் பற்றி மகாத்மாவிடம் ஆலோசனை கலக்கும்போது தமிழ்நாட்டின் தலைவர்களும், மகாத்மா வைக்கம் வந்து சேர்ந்த இரண்டு தினங்களுக்குள் அங்கு வந்து சேர்ந்தால் மிக்க நலமாயிருக்கும் என்று தமிழ்நாட்டுத் தலைவர்களுக்கு வேண்டுகோளையும் வ.வே.சு. ஐயர் விடுத்தார் (*சுதேசமித்திரன்,* 7 மார்ச் 1925). இவ்வேண்டுகோளை ஏற்று எவரும் வைக்கம் சென்றதாகத் தெரியவில்லை.

தமிழ்க் குருகுலத்தில் உடன் உண்ணலைப் பற்றி மகாத்மாவின் கருத்து யாருக்குத் தெரியாது? தமிழ்க்

குருகுலம் பல கொள்கை உடையார் உதவிகொண்டு நடைபெறுவது. பொருள் திரட்டு முன்னர் ஸ்ரீமான் ஐயர் உடன் உண்ணலைப் பற்றி ஒன்றுங் கூறவேயில்லை. பின்னர் உடன் உண்ணல் பெற்றோர் விருப்பப்படி என்னும் விதி முளைத்தது. அதற்குப்பின் எல்லோர்க்கும் பூணூல் தரித்து சமபந்தி போஜனம் அனுஷ்டிக்கப்பட்ட தாகச் சொல்லப்பட்டது. இப்பொழுது மகாத்மாவின் விருப்பப்படி என்று சொல்லப்படுகிறது. எல்லாவற்றிலும் மகாத்மாவின் விருப்பப்படி என்று கூறலாமன்றோ? மகாத்மா சட்டசபை பகிஷ்காரத்திற்கு மாறுபட்ட கருத்தை ஸ்ரீமான் ஐயர் தெரிவிக்கவில்லையா?

என்று காந்தியிடம் ஆலோசனை கேட்பது பற்றி திரு.வி.க. எழுதினார் (*தமிழ்நாட்டில் காந்தி*, ப. 441; *நவசக்தி*, 13 மார்ச் 1925).

சென்ற வாரத்தில் ஸ்ரீமான் வ.வே.சு. ஐயரவர்கள் இங்கு [செட்டிநாட்டுக்கு] வந்திருந்தார்கள். இங்குள்ள நண்பர்கள் சிலரையும் கண்டு பேசினார்கள். உடனிருந் துண்பதை மட்டும் ஒப்புக்கொள்கிறார்கள். ஆயினும் ஜாதி வித்தியாசம் பாராட்டா திருக்கும்படியான முறை யில் திருத்தி நடத்த இணங்கவில்லை. ஆகவே குருகுல நடைமுறையைப் பற்றி ஒரு முடிவுக்கு வர முடியவில்லை. இப்போது மகாத்மா இங்கே விஜயம் செய்திருப்பதால் அவர்களிடம் தீர்ப்பு பெறலாமென்று ஐயரவர்கள் அபிப்ராயப்படுகிறார்கள். மகாத்மாவுக்குத் தமிழ்நாட் டின் நிலைமையையும் குருகுலத்தின் நிலைமையையும் எடுத்துக்கூற வேண்டுவது இன்றியமையாததாகும்

என்று கருத்து தெரிவித்த *குமரன்* (11 மார்ச் 1925), ஒரு வாரம் கழித்து இதே கருத்தை மேலும் ஆணித்தரமாக முன் வைத்தது.

இந்தக் குருகுலத்தின் சம்பந்தமாக எழுந்திருக்கும் பிரச்சனையை மகாத்மாவிடம் கூறியொரு வழிகாணப் போவதாக வ.வே.சு. ஐயர் அவர்கள் அறிவிக்கிறார்கள். இது அவசியமில்லை என்று நமக்குத் தோன்றுகிறது. இது மட்டுமன்று. எதைப் பற்றிக் கேட்டாலும் கட்டாயப் படுத்தக் கூடாது என்றே அடிகள் தெரிவித்தல் கூடும். இவ்விஷயத்தில் மகாத்மா நடத்திவருகிற சத்யாகிரக ஆசிரமத்தைப் பின்பற்ற வேண்டுமேயன்றி என்னால் முடியவில்லை, என்ன வழி என்று அவரைக் கேட்பது நியாயமாகாது (*குமரன்*, 18 மார்ச் 1925).

இவ்வாறு சமத்துவவிரும்பிகள் எவரும் காந்தியிடம் யோசனை கேட்பதை ஆதரிக்கவில்லை. அவர் பழம்முறை

சார்பான தீர்வையே அளிப்பார் என்று அவர்கள் எதிர்பார்த் திருக்கக்கூடும். அதற்குக் காரணம் காந்தியின் வருணாசிரம ஈடுபாடு ஒன்று. காந்தியிடம் தமிழ்ச்சூழலைச் சரியாக விளக்கிச் சொல்ல முடியாமல் போய்விடலாம் என்ற அச்சம் இரண்டாவது.

காந்தியிடம் தமிழ்ச் சமூகச் சூழலை நன்கு விளக்கித் தெளிவாகச் சித்தரிக்க அனைத்துக் கட்சித் தலைவர்களைக் கொண்ட கூட்டம் ஒன்றைக் கூட்டவும் தமிழ்நாடு காங்கிரஸ் கமிட்டித் தலைவரான வரதராஜுலு முயன்றார். சர்வகட்சித் தலைவர்கள் கூட்டம் ஒன்றுக்கு காந்தியிடம் இசைவு பெற்றார் (*சுதேசமித்திரன்*, 9 மார்ச் 1925). ஆனால், அறிவித்தபடி இந்த சர்வகட்சி மாநாடு நடைபெறாது என்று வரதராஜுலுவே ஐந்துநாள் கழித்து அறிவிக்க வேண்டியதாயிற்று (*சுதேசமித்திரன்*, 14 மார்ச் 1925). இடையில் நடந்தது என்னவோ!

1925 மார்ச் மாதத் தொடக்கத்திலேயே தமிழ்நாட்டுக்கு வரும்படி காந்தியை வரதராஜுலு அழைத்திருக்கிறார். அதற்கு தன்னால் உடனடியாக எதுவும் சொல்ல முடியாமல் இருப்பதையும் காந்தி தெரிவித்து, பின்னர்தான் இந்தக் கூட்டத்திற்கு இசைந்திருக்கிறார் என்று யூகிக்கலாம்.

சென்னைக்கு 1925 மார்ச் 7ஆம் தேதி வந்துவிட்டு அன்று மாலையே வைக்கத்திற்குப் புறப்படுவதாகவும், தமிழ்நாட்டில் சுற்றுப் பயணம் செய்வதைப் பற்றி வைக்கம் போய்ச் சேர்ந்த பிறகுதான் நிச்சயம் செய்ய முடியுமென்றும் வரதராஜுலு வுக்குத் தந்தி மூலம் காந்தி தெரிவித்தார் (*சுதேசமித்திரன்*, 3 மார்ச் 1925).

தமிழ்நாட்டுச் சுற்றுப்பயணம் சந்தேகமாகிவிட்ட நிலையில் காந்தியை வைக்கத்தில் சந்திக்க வ.வே.சு. ஐயர் முடிவு செய்தார்.

குருகுலம் தொடர்பாக வ.வே.சு. ஐயருக்கு மகாத்மா பேட்டி கொடுத்துப் பேசினார். அவர் சமபந்தி போஜன விஷயத்தில் இஷ்டமில்லாதவர்களைக் கட்டாயப்படுத்தக் கூடாதென்று கூறினார் (*சுதேசமித்திரன்*, 11 மார்ச் 1925).

என்று அச்செய்தியை முதல் நாள் சுருக்கமாக வெளியிட்ட சுதேசமித்திரன், மறுநாள் 'நமது விசேஷ நிருபரிடமிருந்து' என்று விரிவாக வெளியிட்டது.

இந்த விஷயத்தில் நிர்ப்பந்தம் எதுவும் இருக்கக் கூடாது என்றும், எந்த மாணவருக்காவது இதில் இஷ்டமில்லா திருந்தால் அவரைக் கட்டாயப்படுத்தக் கூடாதென்றும்,

ஜாதி வித்தியாசங்களை ஒழித்து எல்லாவற்றையும் ஒன்றாகச் செய்துவிடுவது கூடாதென்றும், ஹிந்து மதத்தில் வருணாசிரம தர்மமும் ஒரு முக்கிய தத்துவ மென்றும் மகாத்மா அபிப்ராயங் கூறியதாகத் தெரிகிறது (*சுதேசமித்திரன்*, 12 மார்ச் 1925).

ஆனால் வ.வே.சு. ஐயரைச் சந்தித்த மறுநாள் 10 மார்ச் 1925 தேதியிட்ட கடிதத்தில் காந்தி வரதராஜுலுவுக்கு எழுதியிருந்தது இக்கருத்துக்கு மாறாக இருக்கிறது.

> உங்களைக் கலக்காமல் ஒரு முடிவான அபிப்பிராயத்தைத் தெரிவிக்க முடியாது என்று நான் வ.வே.சு. ஐயரிடம் கூறிவிட்டேன். இப்போதுள்ள நிலையில், குழந்தைகளின் பெற்றோர்கள் வற்புறுத்தினால், அவர்தம் குழந்தைகள் தனியாகச் சாப்பிடட்டும். ஆனால் எதிர்காலத்தில் தனியாக அமர்ந்துண்ணும் குழந்தைகள் அனுமதிக்கப்பட மாட்டார்கள் என்று அறிவித்துவிட வேண்டியது. சமையல் செய்பவன் பிராமணனாக இருக்கலாம். குழந்தைகள் அனைவரும் ஒரே வரிசையில் அமர்ந்துண்ண வேண்டும் என்றே நான் நினைக்கிறேன் (*சுதேசமித்திரன்*, 11 மார்ச் 1925).

உங்களைக் கலக்காமல் ஒரு முடிவான அபிப்பிராயத்தைத் தெரிவிக்க முடியாது என்பதைத் தவிர குருகுலம் தொடர்பான தகவல் ஏதுமில்லாத காந்தியின் ஒரு குறிப்பு, காங்கிரசு செயலர் பெயரில் *இந்து* பத்திரிகையில் (17 மார்ச் 1925) வெளியாகியிருக்கிறது. இது தவிர, மேற்கண்ட குறிப்பின் முழுக் கடிதம் 21 மார்ச் 1925 *இந்து* இதழில் வந்தது. இவ்வாறு வைக்கத்திலிருந்து கிடைத்த காந்தியின் ஆலோசனைகளும் பிரச்சனையைத் தீர்க்க உதவுவதற்கு மாறாக மேலும் குழப்பவே பயன்பட்டன.

வைக்கத்தில் வைத்து வ.வே.சு. ஐயரால் பெறப்பட்ட காந்தியின் கருத்தைப் பிரபலப்படுத்தி எழுதிய *சுதேசமித்திரன்* சமபந்தி போஜனம் தொடர்பாக *யங் இந்தியா*வில் காந்தி எழுதிய குறிப்பையும் தொடர்ந்து வெளியிட்டு, வ.வே.சு. ஐயரின் நிலைப்பாட்டுக்கு வலுச்சேர்க்க முயன்றது.

> பல வகுப்பினரைச் சேர்ந்தவர்களாயும், ஒரே விடுதியில் சாப்பிட்டு வருகின்றவர்களாயும் உள்ள குழந்தைகள் ஒரே பந்தியில் உட்கார்ந்து சாப்பிடும்படி செய்யப்பட வேண்டுமா? என்று ஒரு நிருபர் கேட்கிறார். கேள்வியின் வாசகம் நன்றாக இல்லை... சாப்பாட்டு விடுதியை வைத்துக்கொண்டிருப்பவர் தமது விடுதியில் சேருகின்ற

வர்கள் எல்லோரும் சமபந்தி போஜனம் செய்ய வேண்டு மென விதி செய்யக்கூடுமென்று வற்புறுத்தப்பட்டால் அது நியாயமான கோரிக்கையாக இராது. இதர ஜாதிக் குழந்தைகளுடன் சேர்த்துக்கொள்ளப்பட்டிருக் கும் குழந்தைகளைச் சமபந்தி போஜனம் செய்ய வேண்டு மென்று நிர்ப்பந்திப்பது எப்படி அநீதியாகுமோ அப்படியே இதுவும் அநீதியாக இருக்கும். சமபந்தி போஜனமானது அவசியமான சீர்திருத்தமா என்பதே எனக்கு நிச்சயமாகத் தெரியவில்லை (*சுதேசமித்திரன், 23 மார்ச் 1925*).

தொடர்ந்து, சமத்துவத்தின் அடிப்படையையே தகர்க்கும் விதமாக சமபந்தி போஜனம் தொடர்பாக வேறொரு சந்தர்ப் பத்தில் காந்தி எழுதியதை எடுத்து மீண்டும் வெளியிட்டது.

சமபந்தி போஜனம் நல்லெண்ணத்தை விருத்தி செய்யக் கூடிய சாதனம் அல்ல என்றே நான் தீர்மானிக்கிறேன்... சிநேக பாவத்தை விருத்தி செய்வதற்கான காரியங்களுள் சமபந்தி போஜனத்தையும் ஒன்றாகச் சேர்த்து அவ்வாறு செய்ய வேண்டுமென்று வற்புறுத்துவதால் பல பொய் யான பிரச்சனைகளும் நம்பிக்கைகளும் தோன்றி நல்லெண்ண வளர்ச்சியைத் தடுத்துவிடுமென்று நான் அபிப்பிராயப்படுகிறேன்

என்று சமபந்தி போஜனத்திற்கு எதிராகப் பொதுமக்கள் கருத்தை காந்தியைக் கொண்டே உருவாக்க முனைந்தது *சுதேசமித்திரன் (4 மே 1925)*.

இவ்வாறு வைக்கத்தில் பெறப்பட்ட கருத்துகளும், அதை யடுத்து சமபந்தி போஜனம் பற்றிய பொதுவிவாத கருத்துகளும் குருகுலப் பிரச்சனையில் மேலும்மேலும் குழப்பத்தையே ஏற்படுத்தின.

சென்னையில் ஆலோசனை

வைக்கத்தில் வைத்துப் பெறப்பட்ட ஆலோசனைகள் தனிப்பட்ட முறையில் சொல்லப்பட்ட கருத்துகளாக அமைந்து விட்டன. காந்தியின் தலைமையில் சென்னையில் கூடவிருந்த சர்வ கட்சித் தலைவர்களின் கூட்டமும் என்ன காரணத்தி னாலோ நடக்கவில்லை. எனினும் தமிழ்நாட்டு காங்கிரஸ் பிரசாரகர்களை 1925 மார்ச் 24ஆம் தேதி எஸ். சீனிவாச ஐயங்கார் வீட்டில் காந்தி சந்திக்கவுள்ளதால் அதற்கு வரும்படி காங்கிரசில் குறிப்பிட்ட பொறுப்புகளில் உள்ளவர்களுக்கு வரதராஜுலு அழைப்பு விடுத்தார் (*சுதேசமித்திரன், 14 மார்ச் 1925*).

> காந்தி சென்னையில் தங்கும் 1925 மார்ச் 22, 23, 24 தேதிகளில் குருகுலம் பற்றி விவரிக்க விரும்புவோரை சென்னையில் காந்தி தங்கும் இடத்திற்கு அழைக்கிறேன்

என்று வ.வே.சு. ஐயரும் தனியே ஒரு அழைப்பு விடுத்தார். இவ்வழைப்பில், குருகுலம் தொடர்பாக வைக்கத்தில் காந்தி யிடம் தான் பெற்ற ஆலோசனையையும் விவரித்திருந்தார் (*சுதேசமித்திரன்,* 18 மார்ச் 1925).

வரதராஜுலு, வ.வே.சு. ஐயர் ஆகியோரின் அழைப்பின் பேரில் காந்தியின் முன்னிலையில் கூட்டம் நடைபெற்றது. வரதராஜுலு, திரு.வி.க., சொ. முருகப்பா, ராய. சொக்கலிங்கன், சுரேந்திரநாத் ஆர்யா, வை. சு. சண்முகம் செட்டியார், வ.வே.சு. ஐயர், எஸ். சீனிவாச ஐயங்கார், சத்தியமூர்த்தி, பாஷ்யம், க. சந்தானம், இராஜாஜி, ராமதாஸ் காந்தி, மகாதேவ தேசாய் ஆகியோர் விவாதத்தில் பங்கேற்றனர். இரண்டு பெண்மணி களும் கவனிப்பவர்களாக கலந்துகொண்டனர்.

பெரியாரின் வசதியையும் குறிப்பிட்டு வ.வே.சு. ஐயர் இத்தேதிகளை அறிவித்திருந்தார். எனினும் இந்த முக்கியமான கூட்டத்திற்கு வரதராஜுலுவுடன் இணைந்து போராடிக் கொண்டிருந்த பெரியார் வரவில்லை. இது குறித்து வரதராஜுலு மறுநாள் பெரியாருக்குத் தன் வருத்தத்தையும் கூட்ட முடிவையும் பின்வருமாறு எழுதி தெரிவித்துக் கொண்டார்.

> தாங்கள் நேற்று இவ்விடம் வராமைக்கு வருந்துகிறேன். குருகுல விஷயம் பிராமணர்களின் பிடிவாதத்தினால் முடிவு பெறவில்லை. நேற்று நடந்த காட்சி வெகு முக்கியமானது. பிராமணர்களின் சூழ்ச்சி மகாத்மாவின் மனதில் நன்றாகப்பட்டது. தாங்கள் விலகியிருப்பீர் களென்று எனக்குத் தெரிந்திருந்தால், அக்கூட்டத்திற்கு நான் போயிருக்கவே மாட்டேன். காங்கிரஸில் பிராமணர் – பிராமணரல்லாதவர் என்ற பிளவு ஏற் பட்டுவிட்டது. இந்நிலைமையில் என்ன செய்வதென்று எனக்குத் தோன்றவில்லை (*விடுதலை – தந்தை பெரியார் 100வது ஆண்டு பிறந்தநாள் மலர்,* 1978).

அக்கூட்டத்தில் குருகுலப் பொருள் விவாதத்திற்கு எடுத்துக்கொள்ளப்பட்டது. விவாதம் கடுமையாக நடந்தது. ஒரு முடிவுக்கு வருமுன்னரே அடுத்த வேலைக்கான நேரம் வந்துவிட்டதால் விவாதத்தை அப்படியே விடும்படியாயிற்று காந்திக்கு. கூட்டம் முடிவுக்கு வரவில்லையானாலும் கீழ்வரும் அம்சங்கள் விவாதத்திற்குள்ளாகி தெளிவுபெறத் தொடங்கி யிருந்தன.

1. குருகுலவாசம் செய்கிற பிரம்மசாரிகள் ஒரே பந்தியில் உட்கார வேண்டும். 2. குருகுலத்தில் பிராமணனே சமையல் செய்ய வேண்டும். 3. விஷேச சந்தர்ப்பங்களில் வெளியில் வசித்துவரும் மாணவர்களைப் பள்ளிக்கூடத்தில் சேர்த்துக் கொள்ளலாம். ஆனால் இவர்களுக்கு ஆகார சம்பந்தமாக எவ்வித ஏற்பாடும் குருகுலத் தலைவர் செய்துதரக் கூடாது. 4. பணத்தைக் கொடுத்தவர் (புரவலர்) கேட்டால் திருப்பித் தந்துவிடுவது. பணத்தைத் திருப்பித் தராதபட்சத்தில் புரவலரால் அமைக்கப்படும் நிர்வாக குழுவின் மேற்பார்வையில் குருகுலம் இயங்க வேண்டும் (*சுதேசமித்திரன்*, 26 மார்ச் 1925).

ஏற்கெனவே தனிப்பட்ட வகையில் ஆகாரம் சாப்பிட உத்தரவு பெற்றிருந்த பிரம்மசாரிகள் தவிர மற்ற எவருக்கும் குருகுலத்தில் தனியாகச் சாப்பிட ஏற்பாடு செய்து தர முடியாது என்று வ.வே.சு. ஐயர் அறிவித்தார் (*சுதேசமித்திரன்*, 26 மார்ச் 1925). ஆனால் முன்னரே அனுமதி பெற்றிருந்த இருவர் தனித்துண்பதால் விவாத முடிவுகளுள் ஒன்றான குருகுல வாசம் செய்கிற பிரம்மசாரிகள் ஒரே பந்தியில் உட்கார வேண்டும் என்ற முதல் அம்சம் இனிவருங்காலத்துக்குப் பயன்படுவதாகவே அமைந்தது.

இரண்டாவது அம்சமான, 'குருகுலத்தில் பிராமணனே பாகம் செய்ய வேண்டும்' என்ற கருத்தில் கோட்பாட்டளவில் சிக்கல் எழுந்தது. பார்ப்பனர் குருகுலத்தில் சமையல் செய்வதைப் பற்றித் தமிழருக்குக் கருத்து வேறுபாடில்லை. ஆனால் பார்ப்பனர் பிறப்பினால் உயர்ந்தவர்; ஆகையால் அவர்தாம் சமையல் செய்ய வேண்டும் என்று சொல்வதா யிருந்தால் அதை ஒப்புக்கொள்ள முடியாது என்று அறிவித்தனர் வரதராஜுலு குழுவினர். வ.வே.சு. ஐயர் இவ்வெதிர்ப்பைப் பொருட்படுத்தவில்லை.

அடுத்தது, சமபந்தி போஜனத்தை ஏற்காதவர்களைக் குருகுலத்தில் இனி சேர்க்கக் கூடாது என்று காந்தி அறிவுறுத்திய கருத்து. அதைப் பார்ப்பனரல்லாதார் ஒப்புக்கொண்டனர். ஆனால் வ.வே.சு. ஐயர் ஒப்புக்கொள்ளவில்லை. சமபந்தி போஜனத்தை ஏற்காதவர்கள் குருகுலத்தில் படித்துக்கொண்டு, சாப்பாட்டை வேறு இடத்தில் வைத்துக்கொள்ளலாம் என்று அவர் கருதி னார். இக்கருத்துதான், "விசேஷ சந்தர்ப்பங்களில் வெளியில் வசித்துவரும் மாணவர்களைப் பள்ளிக்கூடத்தில் சேர்த்துக்கொள்ளலாம்" என்ற வாசகத்தில் குறிப்பிடப்பட்டது.

"வெளியில் வசித்துவரும் மாணவர்கள்" என்ற சொற் றொடர் ஒன்றாக அமர்ந்து சாப்பிடுவதை ஒப்புக்கொள்ளா தவர்கள் என்பதற்குப் பதிலாக சாமர்த்தியமாக வ.வே.சு.

ஐயரால் சேர்க்கப்பட்ட வாசகம். சமபந்தி போஜனத்தை மறுக்கும் பார்ப்பனர்களை வெளியில் சாப்பாட்டுக்கு ஏற்பாடு செய்துவைத்து ஆசிரமத்தில் படிக்க வைக்கலாம் என்பது வ.வே.சு. ஐயரின் மனத்திட்டம். சமபந்தி போஜனத்தை விரும்பாத மாணவர்களை ஆசிரமத்தில் சேர்க்கக் கூடாது என்ற கருத்தை வ.வே.சு. ஐயர் ஒப்புக்கொண்டது ஒரு வகை தந்திரம் என வரதராஜுலு குற்றஞ்சாட்டினார். மாணவர் சாப்பாட்டை வெளியில் சாப்பிடுவர் என்றால் பிறகு 'குருகுலம்' என்ற வார்த்தைக்கே அர்த்தமில்லை என்பது அவருடைய வாதம் (*சுதேசமித்திரன், 25 மார்ச் 1925*).

விவாதப்பொருள்களுள் அடுத்துப் பெருத்த சிக்கலை எழுப்பியது புரவலர்கள் பணத்தைத் திருப்பிக் கேட்டால் திருப்பி தந்துவிடுவது என்ற அம்சம். இது விஷயமாய் வ.வே.சு. ஐயரின் கேள்விக்கு காந்தி பதில் அளிக்கும்பொழுது, 'என்னிடம் ஒரு ஸ்தாபனத்தை நடத்துவதற்குச் சிலர் பொருள் கொடுத்து, பின்னால் எனது கொள்கை அவர்களுக்குப் பிடிக்கவில்லையென்று சொல்லி பணத்தை வாபஸ் செய்யும் படி கேட்டால் யாதொரு தாமதமுமின்றி உடனே பணத்தைத் திருப்பிக்கொடுத்துவிடுவேன். புரவலரின் விருப்பப்படி நீங்கள் நடக்க மறுத்தால் அவர்களுடைய பணத்தைத் திரும்பக் கொடுத்துவிடுவதே ஒழுங்கு' என்று சொன்னார். இக்கருத்தை வ.வே.சு. ஐயர் ஒப்புக்கொள்ளவில்லை (*குமரன், 1 ஏப்ரல் 1925*).

பணத்தைத் திருப்பித் தராதபட்சத்தில் பொருள் உதவி செய்தவர்களால் அமைக்கப்பட்ட நிர்வாகக் குழுவின் மேற்பார்வையில் குருகுலம் நடைபெற வேண்டும் என்பது விவாதத்தில் எழுந்த தொடர் கருத்து. இதையும் வ.வே.சு. ஐயர் ஒப்புக்கொள்ளவில்லை. பொருளைப் பாதுகாப்பது மட்டும் தான் குழுவின் வேலையாயிருக்க வேண்டும் தவிர, மற்ற விஷயங்களில் குழுவிற்கு யாதொரு அதிகாரமும் இருக்கக் கூடாதென்று இராஜாஜியும் மற்றவரும் கூறினர். இதற்கு வரதராஜுலு உள்ளிட்டோர் இணங்கவில்லை. பணம் கொடுத்தவர்களுக்கு நிர்வாகத்தில் அதிகாரம் இல்லை யென்றால் குழுவே அவசியமில்லை என்றார் வரதராஜுலு (*குமரன், 1 ஏப்ரல் 1925*).

எந்த இறுதி முடிவும் எடுக்காமல் இவ்வகை விவாதங் களோடு கூட்டம் முடிந்தது. எனினும், காந்தியின் முடிவை எதிர்தரப்பினர் ஒப்புக்கொள்ளவில்லை என்று இருதரப்பினரும் அறிக்கைகள் விடுத்தனர் (*தி இந்து, 26 மார்ச் 1925*). கூட்ட விவரங்களாக வ.வே.சு. ஐயர் தெரிவித்தவற்றை மறுக்க

வரதராஜுலு ஒரு அறிக்கை விடுத்தார். அதில் இடம்பெற்ற காந்திக்கும் வரதராஜுலுவுக்கும் நிகழ்ந்த உரையாடல் பகுதி சுவாரசியமானது (பின்னிணைப்பில் காண்க). வைக்கத்தில் வ.வே.சு. ஐயருடன் காந்தி பேசிய பேச்சை அவரது ஆணையை மீறியே பத்திரிகைகளுக்கு வ.வே.சு. ஐயர் வெளிப்படுத்தியிருக்கிறார் என்பது இவ்வுரையாடல் மூலம் தெரிகிறது (குமரன், 25 மார்ச் 1925).

குருகுலக் கிளர்ச்சி தொடர்ந்து நடந்துகொண்டிருந்தாலும், சென்னையில் காந்தியின் முன்னிலையில் விவாதிக்கப்பட்ட பிறகு அது பெரிதாக ஆகிவிட்டது என்றுதான் சொல்ல வேண்டும்.

> மானமுடைய தமிழர் யாவருடைய மனதையும் ஸ்ரீ வ.வே.சு. ஐயர் புண்படுத்திவிட்டார். அந்தப் புண்ணை ஆற்றிவிடுவதாகக் கூறி சென்னையில் பலரைக் கூடச் செய்து புண்ணைப் பெரிதாக்கியும் விட்டார். ஸ்ரீமான் சீனிவாசயங்கார் போன்ற பெரியாரும் ஐயருக்கு ஊக்க முண்டாக்க ஆரம்பித்துவிட்டனர். யார் என்ன செய்யினும் தமிழர் விழித்திருக்கின்றனர் என்பது மட்டும் உண்மை. பிராமணோத்தமர்கள் ஏமாற்றிய காலம் மலையேறிவிட்டது. உலக மக்கள் யாவரும் விழிப்படையும் வழியில் முனைந்து நிற்கிற இக்காலத்திலும் வருணாசிரம விலங்கைப் பலப்படுத்தித் தமிழருக்குத் தளையிட நினைக்கும் பிராமண ஜாதியாரின் வன்கண்மை பொறுக்க முடியாததாகும். இந்த மக்கள் தீண்டாமை விலக்கைப் பற்றி வீணழுகையழுவதைப் பார்க்க ஒரு வேடிக்கையாகவுமிருக்கிறது. இந்தப் போராட்டத்தின் முடிவு தமிழரின் விடுதலையாக இருக்க வேண்டுமென்று கடவுளைப் போற்றுகிறோம்.

என்று குமரன் (25 ஏப்ரல் 1925) காந்தியின் முன் நடந்த ஆலோசனை பற்றிக் கருத்தறிவித்தது.

ஆசிரமத்தில் தான் மேற்கொண்டிருக்கும் வருணாசிரம தருமம் தழுவிய நிலைப்பாட்டிற்கு மிகுந்த ஊறு விளைவிக்கும் எந்த யோசனையையும் இந்து மதத்தில் ஆழ்ந்த ஈடுபாடும், வருணாசிரமத்தில் மிகுந்த நம்பிக்கையும் கொண்டிருக்கும் காந்தி தெரிவித்துவிட மாட்டார் என்று நம்பியே அவரை வ.வே.சு. ஐயர் அணுகியிருக்க வேண்டும். அதோடு காந்தி தெரிவிக்கும் தமக்காதரவான முடிவையும் காங்கிரசில் அவர் வகிக்கும் தலைமைத் தகுதி கொண்டு மிக எளிதாக எதிர்ப்பின்றி நடைமுறைப்படுத்திவிடலாம் என்ற நம்பிக்கையும் வ.வே.சு. ஐயருக்கு இருந்திருக்கும். இந்த எதிர்பார்ப்புக்கு

வைக்கத்தில் நடந்த சந்திப்பு எந்தப் பயனையும் அளிக்காமல் வீணாய்க் கழிந்தது என்றால் சென்னையில் நடந்த ஆலோசனைக் கூட்டமோ பிரச்சனையைப் பூதாகாரமாக்கி விட்டது.

சென்னை ஆலோசனையில் காந்தியிடம் பெறப்பட்ட யோசனைகள் பற்றி ஒவ்வொன்றாகக் கருத்துச் சொல்வ தானால் இப்படிச் சொல்லலாம். இரு மாணவர்களின் விதிவிலக்குடன், குருகுலவாசம் செய்கிற பிரம்மசாரிகள் ஒரே பந்தியில் உட்கார வேண்டும் என்பது முதல் அம்சம். இது இந்து மதத்தில் நம்பிக்கை உள்ள, மிதவாத சீர்திருத்தவாதி களுக்கு ஏற்றதான, ஆனால் அதேசமயம் வைதிகர்களின் கடுங்கோபத்திற்கு ஆளாகிவிடாத ஏற்பாடு. இரண்டாவது அம்சம் குருகுலத்தில் பிராமணனே சமையல் செய்ய வேண்டும் என்பது. இது சாதிகளின் உன்னதத்தை ஒப்புக்கொண்டு வருணாசிரமிகளை அனுசரித்த முடிவு. மூன்றாவது அம்சம், விசேஷ சந்தர்ப்பங்களில் . . . என்ற விதிவிலக்குடன் உடன் உண்ணலை விரும்பாத குருகுல மாணவர் வெளியில் சாப்பாட்டை வைத்துக்கொள்வது. இவ்வம்சம் மிக முக்கிய மானது. 'குருகுலம்' என்ற கருத்தாக்கத்திற்கே எதிரான முடிவு இது. குருகுலத்தைப் பள்ளியாக்குவது. வருணாசிரமி களுக்கு எதிராக எதுவும் நடக்கவில்லை, நடந்துவிடாது என்று அவர்களுக்கு நம்பிக்கை ஊட்டக்கூடியது. சீர்திருத்தக் காரர்களை வார்த்தைத் தந்திரத்தால் ஏமாற்றுவது. அடுத்ததும் நிறைவானதுமான அம்சம், பணத்தைத் திருப்பிக்கொடுத்தல் அல்லது புரவலரால் அமையும் நிர்வாகக் குழுவின் தலைமையை ஏற்பதாகும். இது பற்றிய காந்தியின் ஆலோசனை, 'நானாக இருந்தால் பணத்தைத் திருப்பிக்கொடுத்துவிடுவேன்' என்று வ.வே.சு. ஐயருக்குப் பணத்தைத் திருப்பிக்கொடுக்க குறிப்பாக ஆலோசனை கூறுவது. செயலைக் கோருவதில் கறார்த்தன்மை இல்லாமல் ஆனால் நேர்மையை வலியுறுத்தும் முடிவு என்பதாக இதைச் சொல்லலாம்.

தமிழர் கூட்டம்

காந்தியின் முன்னிலையில் நடைபெற்ற விவாதம் பிரச்சனையைத் தீர்க்கும் திசையில் நகரவில்லை. இதனால் வருத்தமுற்ற வரதராஜுலு மற்றும் புரவலர்கள் உள்ளிட்ட சீர்திருத்தம் விரும்பியோர் 'தமிழர் கூட்டம்' என்ற அடையாளத் தோடு சென்னையில் 1925 மார்ச் 24 அன்று பிரச்சனையின் அடுத்த கட்ட நடவடிக்கை குறித்து விவாதித்தனர். இக் கூட்டத்திற்குப் பிறகு பார்ப்பனரல்லாதார், பிராமணரல்லாதார் என்ற சொல்லாட்சி கைவிடப் பெற்று தமிழர் என்ற பதமே பத்திரிகைகளில் இடம்பெறலாயிற்று.

இக்கூட்டத்தின் தீர்மானங்களுள் முதலாவது தீர்மானம், வ.வே.சு. ஐயர் குருகுலத்திற்காகப் பெற்ற பொருளுதவியை அவரவரிடத்தில் திருப்பிக்கொடுத்துவிட வேண்டும் என்பது. *குமரன்* இதழும் அவ்வாறு செய்வதே நியாயம் என்று பின்னர் வலியுறுத்தியது (*குமரன்*, 25 மார்ச் 1925). ஆனால் வ.வே.சு. ஐயர் இத்தமிழர் கூட்டத்தை அலட்சியப்படுத்திக் கூறியதோடு, சிலர் கூடி தீர்மானித்ததை எப்படி ஏற்றுக்கொள்ள முடியும், பணங்கொடுத்துள்ள யாவருங் கூடித் தீர்மானிக்க வேண்டும் என்று பதிலளித்தார் (மேற்கோள் *குமரன்*, 1 ஏப்ரல் 1925; *தி இந்து*, 31 மார்ச் 1925).

இவ்வாறு வ.வே.சு. ஐயர் கூறியதை அடுத்துப் பொருளுதவி செய்தோருக்குக் *குமரன்* ஒரு வேண்டுகோளை விடுத்தது. குருகுலத்திற்குப் பொருளுதவிய அன்பர்கள் ஒவ்வொருவரும் *தமிழ்நாடு* ஆபிசில் மார்ச் மாதம் 24ஆம் தேதி கூடிய தமிழர் கூட்டத்தில் செய்த தீர்மானத்தை ஆதரிக்கிறோம் என்று வ.வே.சு. ஐயருக்கு கடிதமெழுதி அதன் சரியான நகலை வரதராஜுலு அவர்களுக்கு அனுப்ப வேண்டும் என்று அது கேட்டுக்கொண்டது (*குமரன்*, 1 ஏப்ரல் 1925).

அதோடு, "பணங்கொடுத்தவர்களில் பலர் சென்னையில் கூடிய தமிழர் கூட்டத்தில் பிரசன்னமாகவில்லை என்று வ.வே.சு. ஐயர் எழுதியிருக்கிறார்கள். இதன் கருத்து நமக்கு விளங்கவில்லை. பணங்கொடுத்தவர்கள் கேட்டால் ஐயர் கொடுக்கத் தயாராக இருக்கிறாரா? இருப்பின் இனிவரும் ஒவ்வொரு கடிதத்தையும் பெற்றுக்கொண்டு முன்வாங்கிய பணத்தைத் திருப்பிக்கொடுப்பாராக" என்று *குமரன்* (15 ஏப்ரல் 1925) கிண்டலாகவும் எழுதிப் பார்த்தது. ஆனால் வ.வே.சு. ஐயர் அசையவேயில்லை.

'தமிழர் கூட்டம்' கூடிய பிறகும் நிலைமை சீர்படவில்லை. பணங்கொடுத்தோர் அதைத் திருப்பக்கோரிய கோரிக்கையும் பயனற்று வீழ்ந்தது. இந்நிலையில் வரதராஜுலு, கடுமையான நடவடிக்கை ஒன்றை எடுத்தார். காங்கிரசு கமிட்டியிடமிருந்து பெற்ற பணத்தை 1925 ஏப்ரல் மாத முடிவுக்குள் திருப்பிக் கொடுக்காவிட்டால் மே மாதத் தொடக்கத்தில் குருகுலம் முன்னால் சத்தியாகிரகம் நடைபெறும் என்றும், வேறு 'தமிழ்க் குருகுலம்' ஆரம்பிக்கப்படுமெனவும் அறிவித்தார் (*குமரன்*, 8 ஏப்ரல் 1925; *தி இந்து*, 9 ஏப்ரல் 1925).

இந்த சத்தியாகிரக அறிவிப்புக்கு வ.வே.சு. ஐயர் பின்வருமாறு எதிர்வினை புரிந்தார்.

பாரத்வாஜ ஆசிரமத்தின் தலைவன் என்ற முறையில் குருகுலத்தின் சொத்துகளுக்கு நான் ஒரு தர்மகர்த்தாவாக

இருக்கிறேன். தமிழ்த் தேசத்தில் பிரதிநிதித்துவம் வாய்ந்த சில கனவான்களை ஆசிரமத்துடன் ஒரு தர்மகர்த்தாக்களின் சபையில் சேரும்படி கேட்டுக்கொண்டிருக்கிறேன். சபை ஏற்பட்டதும் மெம்பர்களின் பெயர் அறிவிக்கப் படும். முன்பு குருகுலத்திற்குப் பண உதவி செய்துவிட்டு இப்போது அபிப்ராயத்தை மாற்றிக்கொண்டவர்களிடம் பணத்தைத் திருப்பிக்கொடுத்துவிடும்படி ஸ்ரீமான் நாயுடு முதலியோர் கேட்கிறார்கள். தமிழ்க் குருகுல சொத்துக்கள் என்னுடையனவாக இருந்தால் பணத்தைத் திருப்பிக் கொடுத்துவிட நான் சற்றும் தயங்கமாட்டேன். பொது ஸ்தாபனமாகிய குருகுலத்தின் தர்மகர்த்தா என்ற முறையில் பொது ஜனங்களுக்குள் அதன் உபயோகத்தை அதிகப்படுத்தக்கூடிய வழியைத் தவிர வேறு எவ்வழி யிலும் அதன் சொத்துக்களை நான் செலவழிக்க எனக்கு உரிமை கிடையாது. குருகுல சொத்துகளைப் பற்றி ஸ்ரீமான் நாயுடு ஸத்தியாக்கிரஹம் ஆரம்பிக்கப்போவ தாகக் கூறுவதை ஜனங்கள் புரளியாகவே எடுத்துக் கொள்ளுவார்களென்று நினைக்கிறேன் (சுதேசமித்திரன், 15 ஏப்ரல் 1925; தி இந்து, 15 ஏப்ரல் 1925).

இவ்வாறு எப்படியும் பணத்தைத் திருப்பித்தரப்போவ தில்லை என்று எழுதிவிட்டார் வ.வே.சு. ஐயர். தன் ஆதர வாளர்களை ஒருங்கிணைத்து பலப்படுத்தவும், ஆதரவாளர் களின் பலப் பிரயோகத்தை அறக்கட்டளை என்ற பெயரில் சட்ட ரீதியாக ஆக்கிக்கொள்வதும், அதைத் தமிழர் கூட்டத் துக்கு எதிராகப் பயன்படுத்துவதும் அவர் அமைக்க விரும்பிய தர்மகர்த்தா சபையின் பின்னிருக்கும் மற்ற நோக்கங்களாகக் கொள்ளலாம்.

வ.வே.சு. ஐயரின் பதிலுரையில் உள்ள தகவல்களை மறுத்து எழுதிய வரதராஜுலு,

பணத்தைத் திருப்பிக்கொடுக்க மறுப்பது பிடிவாதமான துராக்கிரமமாகும். குருகுலச் சொத்து அவர் (வ.வே.சு. ஐயர்) பெயராலேயே இருக்கிறது. டிரஸ்டிகள் பெயரால் இல்லை. நிர்வாக சபையை அவர் பார்த்து அமைப்பது பொதுஜனங்களுக்கு சம்மதமாயிராது. பொதுஜனங்களே குருகுல நிர்வாக சபையைத் தேர்ந்தெடுக்க வேண்டும்.

என்ற வ.வே.சு. ஐயர் பணத்தைத் திருப்பிக்கொடுக்க முடியாது என்று சொன்னதன் பொருத்தமின்மையை எடுத்துச் சொன்னார் (சுதேசமித்திரன், 16 ஏப்ரல் 1925; தி இந்து, 16 ஏப்ரல் 1925).

வ.வே.சு. ஐயர் காந்திக்கு முன் நடந்த விவாதத்தின்படி நடந்துகொள்ளாததாலும், குருகுலத்தில் சமத்துவமின்மை

தொடர்ந்ததாலும் போராட்டம் வலுப்பெற்றுக்கொண்டே போனது. வரதராஜுலு மீது பிராமண துவேஷி என்ற குற்றச்சாட்டும் வந்துசேர்ந்தது. குருகுலப் போராட்டத்தில் வரதராஜுலுவின் கோரிக்கையில் தெளிவில்லை என்ற குற்றச்சாட்டும் எழுந்தது. எல்லாவற்றுக்கும் பதில் சொல்லும் நோக்கில் வரதராஜுலு தொடர்ந்து தன் வேண்டுகோளை விடுத்தவண்ணம் இருந்தார்.

குருகுலத்தில் வசிக்கும் பிராமணரல்லாத மாணவர்களுக்கு நியாயம் வழங்க வேண்டுமென்றே நான் மன்றாடுகிறேன். எனக்கு ஒருவர் மீதும் துவேஷம் கிடையாது. எல்லோரிடத்திலும் எனக்கு அன்புண்டு. ஆனால் திக்கற்றவர்களிடத்தும் ஒடுக்கப்பட்டவர்களிடத்தும் விசேஷ அன்பு செலுத்துவது என் வழக்கம். அடிமைத்தனத்தை மீண்டும் உயிர்ப்பித்து பிராமணரல்லாதாரை அதற்கு ஆட்படுத்த ஸ்ரீமான் வி.வி.எஸ். அய்யரும் மற்ற பிராமணர்களும் செய்யும் தீவிர முயற்சிக்கு விரோதமாக நான் இப்போது பகிரங்கமாகப் போராடி வருகிறேன்.

குருகுலத்தில் எல்லா மாணவரையும் சேர்த்துக்கொள்ள வேண்டும். அவர்கள் யாவரையும் சமத்துவமாகவும் நடத்த வேண்டும். ஒரு மாணவருக்கும் மற்றொரு மாணவருக்கும் வித்தியாசம் பாராட்டக் கூடாது. தேசிய முறையிலேயே குருகுலத்தை நடத்த விரும்பாமல் வருணாசிரம தர்மத்தை அங்கும் உயிர்ப்பித்து அனுஷ்டிக்க ஸ்ரீமான் வி.வி.எஸ். ஐயர் விரும்பினால் காங்கிரசிடமிருந்தும் பிராமணரல்லாதாரிடமிருந்தும் பெற்ற பணத்தை அவர் திருப்பிக்கொடுத்துவிட வேண்டியதுதான். அப்படிச் செய்தால் நானும் இந்தப் போராட்டத்தை நிறுத்திவிடுகிறேன். இல்லையேல் குருகுலத்தைப் பற்றித் தமிழ்நாடு காங்கிரஸ் கமிட்டியாராலேயோ அன்றி பணஉதவி செய்தவர்களாலேயோ நியமிக்கப்படும் ஒரு கமிட்டியின் பார்வையில் அதை வைப்பது என் கடமையாகும்.

என்று மீண்டும் வேண்டுகோள் விடுத்த வரதராஜுலு தன் முடிவான அபிப்ராயத்தைச் சொல்லிவிடும்படியும் வ.வே.சு. ஐயரைக் கோரினார் (*குமரன்*, 15 ஏப்ரல் 1925).

வ.வே.சு. ஐயரின் விலகலும் விளைவுகளும்

குருகுலத்தின் முன் சத்தியாகிரகம் நடத்தப்பெறும் என்று வரதராஜுலு அறிவித்த இறுதி எச்சரிக்கை வ.வே.சு. ஐயரை நெருக்கடிக்கு ஆளாக்கியது. இதிலிருந்து விடுபட குருகுலத்தின்

தலைமைப் பொறுப்பிலிருந்து விலகிவிட முடிவுசெய்தார் வ.வே.சு. ஐயர். *பாலபாரதி* இதழின் ஆசிரியர் பொறுப்பை மட்டும் வைத்துக்கொள்வது என்று முடிவெடுத்தார்.

"டாக்டர் வரதராஜுலு நாயுடு உன்னத கொள்கையின்றி மனம் போனபோக்கில் மனுஷ்யர்களைப் பொறுத்தே இது வரையில் குருகுலத்திற்கு விரோதமாய் பிரசாரம் செய்திருப்பத னால் தான் தனது ஆச்சாரியார் பதவியை ராஜினாமா செய்வதாகவும் தனக்குப்பின் இந்த ஸ்தானத்தை ஏற்கக் கூடியவர்கள் இத்தகராறை இன்னும் சுலபமாக தீர்க்கக்கூடு மென்பதே ராஜினாமாவின் நோக்கம்" என்று வ.வே.சு. ஐயர் தன் விலகல் கடிதத்தில் தெரிவித்தார் (*சுதேசமித்திரன், 21 ஏப்ரல் 1925*).

'பரத்வாஜ ஆசிரமம், தமிழ்க் குருகுலம் ஆகியவற்றின் தலைமையை ராஜினாமா செய்து ஆசிரம அங்கத்தினர்களுக்கு எழுதியது' என்று வ.வே.சு. ஐயர் ஒரு விரிவான கடிதத்தை வெளியிட்டார்.

> குருகுலப் பிரச்சனையும் பிராமண பிரச்சனையும் தனித்தனியான்வை. ஆனால் ஆத்திரத்தில் இரண்டையும் ஒன்றாகச் சேர்த்துவிட்டார்கள். குருகுலமும் பிராமண சமூகமும் அநீதமாகத் தாக்கப்படுகின்றன. இதன்மூலம் தமிழ் ஜாதியானது பண்டைக்கால யாதவ சமூகத்தைப் போல் தனக்குள்ளாகவே சச்சரவு செய்துகொண்டு தற்கொலை செய்துகொள்ள முயலுவதாக நான் காண் கிறேன்.
>
> பெரும் அபாயங்களை எதிர்த்து நின்றவரும், கல்மனத்தை யும் கரைக்கக்கூடிய மனவேதனை, சரீர கஷ்டம் முதலியவற்றைப் பொறுத்துக்கொண்டு தேச சேவை, கல்வி, தர்மம் இவற்றிற்குமே தன்னை அர்ப்பணித்துக் கொண்டவர் சுயநலமும், தாழ்மையுமான நோக்கத்தை உடையவராக கருதப்படமாட்டார் என்று நான் நினைத் தேன். [வ.வே.சு. ஐயர் தன்னைப் பற்றித் தானே கூறிக் கொண்டது இது.] ஆனால் பொதுவாக பட்சபாதமற்ற *நவசக்திகூட* நான் மகாத்மாஜியின் வார்த்தைகளைத் திரித்துக் கூற முயலுகிறேன் என்று கூறுகையில் தமிழ் ராஜிய சமூகத்திற்குள் வகுப்புத் துவேஷம் என்ற விஷம் நன்றாகப் பதிந்துவிட்டது என்று வருத்தத்துடன் ஒத்துக் கொள்ளும் ஒருவழிதான் எனக்கு இருக்கிறது.
>
> உங்களுடைய எதிரிகளுடன் நீங்கள் இன்னம் சுலபமாகச் சமாதானப் பேச்சு நடத்த 'நான் இவற்றை விடுவதனால் அதிக சௌகரியம் ஏற்படுமென்பது என் கருத்து'

என்பது அக்கடிதத்தின் ஒரு பகுதி (*சுதேசமித்திரன்*, 23 ஏப்ரல் 1925).

வ.வே.சு. ஐயர் விலகிய நிலையில் காரியஸ்தர் என்ற பதவியின் பெயரிட்டு ஒரு பகிரங்க வேண்டுகோள் குருகுலம் சார்பில் வெளிவந்தது. அவ்வேண்டுகோளில், "மகாத்மாவின் முடிவை ஸ்ரீமான் நாயுடு அவர்களின் அபிப்ராயங் கொண்டவர்கள் ஏற்றுக்கொள்ளாது இன்னும் கிளர்ச்சி செய்துவருவதால் அக்கிளர்ச்சிக்கு உள்ளாகிக்கொண்டு நாங்கள் பிரம்மசாரிகளுக்குக் கல்வி கொடுப்பது அசாத்தியமாகும். ஆதலால் இந்த விவகாரத்தை முடிவுக்குக் கொண்டுவர இரண்டே வழிகள்தான் உளவென்று கருதுகிறேன்" என்ற குறிப்புடன் அந்த இரண்டு வழிகளை கீழ்வருமாறு தெரிவித்தார் காரியஸ்தர்.

1. மகாத்மாஜி கூறிய முடிவுப்படி தமிழ்க் குருகுல வித்தியாலயத்தை நாங்களே நடத்திவருதல். ஸ்ரீமான் நாயுடு அவர்களின் அபிப்ராயமுடையவர்கள் தங்கள் கிளர்ச்சியை நிறுத்திக்கொள்ளுதல்.

2. ஸ்ரீமான் நாயுடு அல்லது அவர்களின் அபிப்ராய முடையவர்கள் இந்தக் குருகுலத்தை ஏற்றுக்கொண்டு எங்கள் கையில் ஒப்படைக்கப்பட்டிருக்கும் பிரம்மசாரிகளுக்குக் கல்வி கொடுப்பதற்கும், நாங்கள் இதுவரை ஏற்றிருக்கும் பொறுப்புகளைச் சரிவர நிறைவேற்றுவதற்கும் எங்கட்கு ஆற்றல் இருக்கும்படி நியாயமான ரீதியில் நடுநிலை வகிக்கும் ஒரு பஞ்சாயத்தின் மூலம் எங்களைப் பிரித்துவிடுதல்.

இவ்விரண்டு வழிகளில் எந்த வழியையானாலும் நாங்கள் பற்றி நடக்கத் தயாராக இருக்கிறோம் (*சுதேசமித்திரன்*, 28 ஏப்ரல் 1925; *தி இந்து*, 27 ஏப்ரல் 1925).

வ.வே.சு. ஐயர் விலகிய நிலையில் சூழலின் நிர்ப்பந்தத்தால் குருகுலம் இத்தகைய யோசனைகளுடன் பேச்சுவார்த்தைக்கு இறங்கிவந்தது. இதற்கான எதிர்வினைகளை இப்போது பார்க்கலாம்.

குருகுலத்தின் இந்த யோசனைகளுக்குத் *தமிழ்நாடு* இதழ் அளித்த பதில் நமக்குக் கிடைக்கவில்லை. ஆனால் *குமரன்* அளித்த பதில் கிடைத்திருக்கிறது. அநேகமாகக் *குமரனின்* பதில் போலவே, இப்பதிலைவிட கறார்த்தன்மை கூடுதலாகவோ *தமிழ்நாட்டின்* பதில் இருந்திருக்கும் எனக் கொள்வதில் தவறிருக்க முடியாது.

காரியஸ்தர் இரண்டு வழிகள் கூறுவதில் மகாத்மாஜி கூறியபடி செய்வதானால் தாங்களே நடத்தலாமென்ப

தொன்று. இதுவரை மகாத்மா முடிவாக ஒன்றுங் கூற வில்லை. அவரைப் பின்பற்றுவது உண்மையானால் அவரால் நடத்தப்பெற்றுவரும் சத்யாகிரக ஆசிரமத்தைப் போலவே நடத்தி வரவேண்டும். அதற்குச் சம்மதமின்மை யாலேயே இங்குக் கிளர்ச்சி ஆரம்பிக்கப்பட்டது. அதனைத் திரித்துகூறுவதால் பயனில்லை.

இரண்டாவதாக அவர் கூறுவது ஆழ்ந்து யோசிக்கத் தக்கது... எப்படியும் ஒரு பஞ்சாயத்து மூலம் கட்டுப்பட சம்மதிப்பதாகவே தெரிகிறது. குருகுலம் வேறு, ஆசிரமம் வேறு என்று கருத்துப்பட சில நாட்களாக எழுதி வருவதை முன்னொரு முறை நாம் குறிப்பிட்டுள்ளோம் (*குமரன்*, 11 மார்ச் 1925). இரண்டும் ஒன்றாக இருக்க வேண்டுவனவேயாகும். இரண்டுபடுத்த அவசியமில்லை. சேரன்மாதேவி ஸ்தாபனத்திற்கு ஒரு பஞ்சாயத்தை நியமித்து அப்பஞ்சாயத்தார் பொறுப்பில் நடைபெறுமாறு செய்தல் வேண்டும்

என்று குமரன் பதில் தந்தது.

குருகுலத்திற்குப் பெரும் பணம் கொடுத்த கொடையாளி யும், இவ்விவாதத்தில் தொடக்கத்திலிருந்து இரண்டறக் கலந்திருந்து ஆனால் ஒரு கடிதம் தவிர வேறு ஏதும் எழுதிப் பிரச்சனையை மேலும் சிக்கலாக்காதவருமான வை.சு.சண்முகம் செட்டியார் குருகுலத்தாரின் இக்கடிதத்தைக் கண்டு கோப முற்றார். அதற்குக் *குமரன்* இதழில் எதிர்வினையாற்றினார். குருகுலப் பிரச்சனையில் தன் நிலையையும் தான் மேற்கொண்ட சமரச முயற்சிகளையும் விரிவாகப் பேசிய வை.சு.சண்முகம் கடிதம் இத்தொடர்பில் முக்கியமானது.

> ஸ்ரீமான் ஐயரவர்களின் தியாகங்களையும் முன்னர் அவர்கள் நடந்துகொண்ட ஒழுக்கமுள்ள நடையையும் பார்த்து அவரிடம் நம்பிக்கைகொண்டே தேசிய சபை யிலும் நானும் எனது சமூகத்தாரும் மற்ற அன்பர்களும் அவரது பொறுப்பில் பொருள் கொடுத்து உதவினோமே யன்றி வேறில்லை. ஸ்ரீமான் ஐயரவர்கள் குருகுலத்தைத் திறம்பட தான் நடத்த முடியாதென இப்பொழுது கருதினால், பொருள் கொடுத்தோரை அழைத்து அவர்கள் இணங்கினால், ஒரு பஞ்சாயத்து சபையை ஏற்படுத்தி, குருகுலத்தை நடத்திவரும்படி அவர்களிடம் ஒப்புவித்துவிட முயல வேண்டும். அல்லது இதுவரை செலவு கணக்கையும் மீத இருப்பையும் தெரிவித்து விகிதப்படி பணங்களைத் திரும்பக் கொடுத்துவிட வேண்டும். இவ்வாறெதுவும் செய்யாது தாம் விலகிக்

சேரன்மாதேவி குருகுலம்

கொண்டதாக ஸ்ரீமான் ஐயர் எழுதிவிடுவதும், காரியஸ்தர் என்போர் நாங்கள் அப்படி நடத்த முடியாது, இப்படி நடத்த முடியாது என்று அறிக்கைகள் வெளியிடுவதும் நகைப்பிற்கு இடமாகும். நம்பிக்கொடுத்தோர் பொருளை நேரான வழியில் ஒழுங்கு செய்துவிடாமல் ஸ்ரீமான் ஐயர் குருகுல நிர்வாகத்தை காரியஸ்தரிடம் ஒப்புவித்தல் முறையன்று. காரியஸ்தரை நம்பியா பலரும் குருகுலத்திற்குப் பொருள் உதவி செய்தனர்? ஸ்ரீமான் ஐயரவர்கள் தற்கால சபலத்தை விடுத்து நேரிய வழியில் நடந்துகொள்வார்கள் என்று இன்னமும் எதிர் பார்க்கிறோம்

என்று வை.சு.சண்முகம் தன் நம்பிக்கையை வெளிப்படுத்தினார் (*குமரன்*, 29 ஏப்ரல் 1925). வ.வே.சு. ஐயர் இதைப் பற்றியும் கவலைப்படவில்லை.

இந்நிலையில், ஆசிரமவாசிகள் வ.வே.சு. ஐயரின் விலகலை வருத்தத்துடன் விருப்பமின்றி ஏற்றதாகவும், ஆசிரமம், குருகுலம் இரண்டிற்கும் தி.ரா. மகாதேவ ஐயர் ஆச்சாரியராக தேர்ந்தெடுக்கப்பட்டார் என்றும் ஆசிரம மேலாளர் ஒரு அறிவிப்பைப் பத்திரிகைகளுக்கு விடுத்தார்.

இந்தச் சூழலில் சென்னையில் நடந்த தமிழர் கூட்டம் போல இன்னொரு எதிர்ப்புக் கூட்டம் திருச்சியில் மு. காசி விஸ்வநாத செட்டியார் தலைமையில் கூடியது. 'சேரமாதேவி குருகுலத்தைச் சீர்திருத்த பிராமணரல்லாதாரின் மாநாடு' என்று அழைக்கப்பட்ட இக்கூட்டம் கீழ்வரும் தீர்மானத்தை இயற்றியது.

சேரமாதேவி குருகுலத்துக்குப் பணஉதவி செய்தது ஸ்ரீமான் வ.வே.சு. ஐயரவர்களை நம்பியேயாதலால் மேற்படி ஐயரவர்கள் பணங் கொடுத்தவர்களைக் கூட்டி ராஜினாமா கொடுக்க வேண்டியது நியாயமாயிருக்க அவ்வாறு செய்யாமல் அங்கு வேலை செய்பவரிடம் தனது தலைமை ஸ்தான ராஜினாமாவைக் கொடுத்ததை இக்கூட்டம் கண்டிக்கிறது (*குமரன்*, 6 மே 1925).

வ.வே.சு. ஐயர் எந்தக் காரணம் சொல்லி விலகியிருப்பினும் *குமரன்* போன்ற பத்திரிகைகளும் வை.சு. போன்ற பெரிய மனிதர்களும் குருகுலக் கொடையாளிகளும் அவரது விலகலைக் கண்டிக்கவே செய்தனர். பொருளுதவி செய்தோர் பொருளைத் திருப்பக் கோரி நடத்தும் போராட்டத்தில் ஒரு பின்னடைவை ஏற்படுத்தவே வ.வே.சு. ஐயரது விலகல் பயன்பட்டது. இக்கோரிக்கையை ஏற்க மறுத்தார் வ.வே.சு. ஐயர். பல்வேறு காரணங்களைச் சொல்லியும், பணத்தைத்

திருப்பக் கோரும் போராட்டம் ஓயாமல் தொடர்ந்ததையடுத்து, பணத்தைக் கொடுக்கும் பொறுப்பில் தான் இல்லை என்று சொல்லித் தப்பிக்கும் வழியே அவருக்கு இறுதியாய்த் தோன்றியது. தார்மீக நியாயமற்ற இச்செயலும் தேசியவாதியும், கடுமையான வைதிகருமான எம்.கே. ஆச்சாரியாரால் தியாகமாக வர்ணிக்கப்பட்டது. அதையே வ.வே.சு. ஐயரின் வரலாற்றாசிரியர்களும் தொடர்கிறார்கள்.

தொடக்கத்தில் சமத்துவமாக இயங்கிய குருகுலத்தில் பின்னர் சாதிவழி வேறுபாட்டுணர்ச்சி புகுந்தது. தேசிய நிறுவனமாகக் கொண்டாடப்பட்ட குருகுலத்தில் நுழைந்த வேறுபாட்டுணர்ச்சியை ஒழிப்பதற்காகத் தொடங்கிய சிறுமுயற்சி, சாதி வேற்றுமை, ஏற்றத்தாழ்வு ஆகியவற்றுக்கு எதிரான சமூக இயக்கமாக வளர்ந்து பெரிய வடிவமெடுத்து விட்டது. அது ஒரு போர்க்களக் காட்சியை நினைவூட்டுவதாக இருந்தது. ஒரு பக்கம் வ.வே.சு. ஐயரும் அவரது நண்பர்களும் என்றால் எதிர்ப்பக்கம் வரதராஜுலுவும், பெரியார் உள்ளிட்ட அவர்களது நண்பர்களும். இதில் வ.வே.சு. ஐயருக்கு ஆதரவு இதழாக சுதேசமித்திரன் என்றால் மறுதரப்பின் பிரசார ஏடாக விளங்கியது தமிழ்நாடு.

~ ~

3

போராட்டம்: உச்சமும் முடிவும்

தேசியக் கல்வியை ஊக்குவிக்கும் நோக்கத்திலான காங்கிரசின் மான்யத்தாலும், பொதுமக்களுக்குப் பயன்படும் என்ற எண்ணத்தில் நாட்டுக்கோட்டை செட்டியார் உள்ளிட்ட பல புரவலர்கள் கொடுத்த நன்கொடையாலும் உருவாகி இயங்கிய ஒரு நிறுவனத்தில் எழுந்தது சாதி சார்ந்த ஏற்றத் தாழ்வு. அது சமூகத்தில் முன்பே நிலவி வந்த அதேவகை மேல் – கீழ்தன்மையை இளம்மாணவர்களிடமும் நிலைப்படுத்திவிடும் என ஒருசாரார் கருதினர். எனவே அதை அபாயகரமான சமூகப் பிரச்சனையாகப் பார்த்து அதை நீக்க முயன்றனர். சாஸ்திர சம்பந்தமான பிரச்சனையாகவும், நிறுவனத்தின் நடைமுறை பிரச்சனையாகவும் அதைக் கருதினர் குருகுலத் தொடர்புடையவர்கள். இதனால் சமயச் சடங்குகளைத் தீர்வாகச் சொல்லியும் வெளியார் தலையிடக் கூடாத பிரச்சனையாகவும் பார்த்தனர். இந்த முரண்மிக்க செயல்பாடும் போராட்டத்தின் தொடர் விளைவுகளும் இவ்வியலில் பேசப்படுகின்றன.

பத்திரிகைக் கண்டனங்கள்

குருகுலப் போராட்டத்தைப் பத்திரிகைகள் இருவிதங்களில் அணுகின. அதனால் இருவிதச்

சார்புகள் நேர்ந்தன. வ.வே.சு. ஐயர் ஆதரவுப் போக்கைக் கைக்கொண்ட *சுதேசமித்திரன்* போன்ற பத்திரிகைகள் குருகுலப் பிரச்சனையை நிறுவனப் பிரச்சனையாகப் பார்த்தன. வரதராஜுலுவை ஆதரிக்கும் போக்கைக் கைக்கொண்ட பெரும்பாலான பார்ப்பனரல்லாத பத்திரிகைகள் இதைச் சமூகப் பிரச்சனையாகப் பார்த்தன. அவற்றுள் *தமிழ்நாடு, குமரன், ஊழியன், நவசக்தி* ஆகியவை முக்கியமானவை. (பெரியாரின் *குடிஅரசு* குருகுலப் போராட்டம் முடியும் தறுவாயில் 1925 மே மாதத்தில்தான் தொடங்கியது).

சுதேசமித்திரன் தலையங்கம்

காங்கிரசின் கொள்கை சமத்துவமானாலும், காங்கிரசுக் காரர் (சமத்துவத்தை வலியுறுத்துகிற அல்லது வலியுறுத்தாத) எந்த மதத்தைப் பற்றியொழுகுகிறவராயும் இருக்கலாம், இருக்கிறார்கள். அதுபோலவே வ.வே.சு. ஐயரும் இந்து வருணாசிரம தருமத்தில் நம்பிக்கை கொண்டவராக இருக்கிறார். இதில் தவறு என்ன? என்று *சுதேசமித்திரன்* நேரடியாகக் கேட்டது.

"தமிழ்க் குருகுலத்தில் குறைகள் என்று கருதப்படும் முறை களைச் சீராக்க யத்தனம் ஆரம்பிக்க டாக்டர் வரதராஜுலு நாயுடுவுக்குப் பூரண உரிமை உண்டு. தமிழ்க் குருகுலம் தொடர்பாக ஏற்பட்டிருக்கும் அபிப்பிராய பேதம் ஒரு குறிப்பிட்ட ஸ்தாபனத்தின் வழிகளைப் பற்றியது. அதை தேசிய காரியத்தில் சொருகி, காங்கிரஸ் வேலையையும் தமிழ்க் குருகுல விஷய விவாதத்தையும் கலந்துவிடுவது தேச காரியத்தை இடருக்குள்ளாக்குவதாகும்" என்று மேலும் எழுதியது (*சுதேசமித்திரன்*, 7 ஏப்ரல் 1925).

குருகுல விவாதத்தைத் தேசிய வேலைகளுடன் இணைப்ப தால் காங்கிரஸ் வேலை தடைபடுகிறது என்ற *சுதேசமித்திரன்* குற்றச்சாட்டுக்கு, "காங்கிரஸ் வேலைக்கும் குருகுல வாதத்திற்கும் சம்பந்தமென்ன? காங்கிரஸ் வேலைகளில் நூல் நூற்றல், கதர் உற்பத்தியைப் பெருக்குதல், தீண்டாமையை யொழித்தல் முதலியவைதாம் முக்கியமாகக் கருதப்படுகின்றன. இந்த வேலை செய்வதற்கு வந்த கஷ்டமென்னவோ? இந்த வேலை செய்வதற்கு தேசத்தில் என்ன ஆபத்து வந்துவிட்டது? ஒன்று மில்லை, கால் நொண்டியாயிருந்தால் சறுக்கினது சாக்கு போலும்" என்று *குமரன்* பதிலிறுத்தது. காங்கிரஸ் வேலை தடைபடுகிறது என்று கதை கட்டினால் வரதராஜுலு மீதான பொதுமக்களின் அன்பு குறையும் என்பதுதான் இத்தகு விமர்சனங்களின் நோக்கம் என்றும் *குமரன்* கருதியது (6 மே 1925).

எம். பக்தவத்சலம் கடிதம்

சுதேசமித்திரனில் வெளிவந்த குருகுலம் தொடர்பான பல கடிதங்களில் பிற்காலத்தில் தமிழகத்தின் முதலமைச்ச ரான காங்கிரஸ் கட்சியின் எம். பக்தவத்சலத்தின் கடிதம் முக்கியமானது.

"குருகுலத் தகராறு – ஒரு பிராமணரல்லாதாரின் அபிப்பிராயம். மைலாப்பூர் ஹைகோர்ட் வக்கீல் ஸ்ரீமான் எம். பக்தவத்சலம் எழுதுகிறார்" என்பது அக்கடிதத் தலைப்பு. வ.வே.சு. ஐயரின் நிலைப்பாட்டை ஆதரித்தும், தகவல்களைத் திரித்துகூறுவதாக வரதராஜுலுவைக் கண்டித்தும் கடிதம் அமைந்திருந்தது. பக்தவத்சலத்தின் பின்னாளைய போக்குகளைக் கவனித்தால் இதில் பெரிய வியப்பு ஏற்பட வாய்ப்பில்லை. கடிதக் கருத்துகளுள் சில.

1. மகாத்மாவின் யோசனைகளை அனுசரித்துச் சமையல், சாப்பாடு ஒன்றாக இருக்கவும், எவருக்கும் தனி இடவசதியை ஏற்படுத்தாமலிருக்கவும், பிராமணரைக் கொண்டு சமையல் செய்விக்கவும் ஸ்ரீமான் வ.வே.சு. ஐயர் இசைந்தார். இதில் டாக்டர் நாயுடுவுக்கு ஏன் திருப்தி ஏற்படவில்லை?

2. கூட்டமாகச் சேர்ந்து சாப்பிட பிரியமில்லாதவர்களுக்கு பிரத்தியேக இடவசதி செய்துகொடுப்பதால் சமத்துவம், மேன்மை முதலிய பிரச்சனைகள் எவ்விதம் எழக்கூடும்?

3. குருகுலமானது டாக்டர் நாயுடுவுக்கும், அவருடைய அபிப்பிராயம் உடையவர்களுக்கும் ஏற்பட்டதன்று. பிராமணர், பிராமணரல்லாதார், ஆதி திராவிடர்கள் இவர்களுக்குப் பொது ஸ்தாபனமாக ஏற்படுத்தப்பட்டிருக்கிறது. ஜாதி வித்தியாசங்களை ஒழித்துவிட வேண்டுமென்று டாக்டர் நாயுடு விரும்பினால், முதலில் அவர் பிராமணரல்லாதா ரிடையே பிரசாரம் செய்யட்டும்.

4. பிராமணரல்லாதார் சமைத்ததை, பிராமணர் சாப்பிடத்தான் வேண்டுமென்று சொல்லுவதாயின் ஒரு ஆதி திராவிடர் சமைத்ததை பிராமணரல்லாதார் சாப்பிடத் தயாராக இருக்க வேண்டும் (சுதேசமித்திரன், 22 ஏப்ரல் 1925).

தகவல் பிழைகளும் கருத்து மயக்கங்களும் மலிந்த கடிதம் இது. 'எவருக்கும் தனி இடவசதியை ஏற்படுத்தாமல் இருக்க' வ.வே.சு. ஐயர் ஒப்புக்கொண்டார் என்று சொல்லப்படும் தகவல் தவறு. ஆசிரமத்தில் அன்றைய தேதியிலும் (ஏன் அதற்குப் பின்னரும்கூட) இரு மாணவர்கள் தனியாகவே சாப்பிட்டு வந்தார்கள்.

கூட்டமாகச் சேர்ந்து சாப்பிட விருப்பமில்லாதவர்களுக்குப் பிரத்தியேக இடவசதி செய்வது தவறா என்று பக்தவத்சலம் கேட்கிறார். கூட்டமாகச் சேர்ந்து சாப்பிடப் பிரியமில்லாமல் இருப்பதற்குத் தனிப்பட்ட விருப்பம், விருப்பமின்மை முதலியன காரணமாக இருந்தால் அதில் மற்றவர் தலையிட முடியாதுதான். ஆனால் கூட்டமாகச் சேர்ந்து சாப்பிடும்போது திருஷ்டி தோஷம் ஏற்படுகிறது, தன்னிலை தாழ்ந்து போகிறது முதலியவை காரணங்கள் என்று வரும்போதுதான் சிக்கல் எழுகிறது. தன்னை மற்றவர் இழிவுபடுத்துவதை மறுக்கும் உணர்ச்சி சுயமரியாதை தொடர்பானது. பக்தவத்சல முதலியாருக்கு இது பிடிபடவில்லை போலும்.

ஆதி திராவிடர்களுக்கும் பொது ஸ்தாபனமாகக் குருகுலம் உருவாக்கப்பட்டிருக்கிறது என்று பக்தவத்சலம் கூறுகிறார். எத்தனை ஆதி திராவிட மாணவர்கள் அதில் சேர்ந்து படித்தார்கள் என்று கேட்டிருந்தால் அந்த விவரத்தை வழக்கறிஞர் பக்தவத்சலத்தால் அளித்திருக்க முடியுமா? ஆதி திராவிடர் சமையல் செய்ய வரதராஜுலு சம்மதிக்கவில்லை என்பதற்கு என்ன ஆதாரம். இவரே நினைத்துக்கொண்டால் அது சரியா? இத்தகைய தொடக்க நிலைக் கேள்விகளே பக்தவத்சலத்தின் குற்றச்சாட்டுகளை ஒன்றுமில்லாததாக்கும். எனினும் அன்றைய சேலம் மாவட்ட காங்கிரசு செயலாளர் பி. கந்தசாமி பிள்ளை பக்தவத்சலத்திற்கு நீண்ட பதில் எழுதினார் (*சுதேசமித்திரன்*, 28 ஏப்ரல் 1925). அது ஒரு முக்கியமான கடிதம்.

வரதராஜுலு செய்திகளைத் திரித்துக் கூறினார் என்னும் பக்தவத்சலத்தின் குற்றச்சாட்டைக் கடுமையாக மறுத்தார் கந்தசாமி. வரதராஜுலுவின் சமத்துவ நோக்கம் பக்தவத்சலம் போன்ற பிராமணர் அல்லாதவர்களுக்கு விரோதமாகத் தோன்றுவதைக் கவனிக்கத் தனக்கு ஆச்சரியமாக இருப்பதாக அவர் குறிப்பிட்டார். 'யாரோ சிலர் சொல்லுவதைக் கேட்டு, குருகுலம் தொடர்பாகத் தனக்கு ஏதோ தெரியும் என்ற பாவனையில் பொறுப்புள்ள வக்கீல் எழுதியிருப்பதானது தப்பான தகவல்களைக் கொடுத்து பொது ஜனங்களை மயங்க வைப்பதாகும்' என்று சாடினார். குருகுலப் போராட்டத்தை வரதராஜுலுவின் அருகிருந்து தொடர்ந்து கவனித்து வந்ததன் பேரில் கந்தசாமியின் இப்பதில் கடிதம் குருகுலப் போராட்டத்தின் அதுவரையிலான சுருக்கமான வரலாறு என்று சொல்லும்படி பளிச்சென அமைந்துள்ளது (பின்னிணைப்பில் காண்க).

தஞ்சை சூர்ய நாராயணய்யர் எதிர்வினை

குருகுல விவாதத்தில் தஞ்சை சூர்ய நாராயணய்யரின் சில அறிவிப்புகளுடன் கூடிய வேண்டுகோள் கடிதம்

வித்தியாசமானது. இவர் யார் எனத் தெரியவில்லை. "பொதுச் சேவைக்கான எல்லாவற்றையும் பிராமணர்கள் பிராமண ரல்லாதாரிடம் விட்டுவிட வேண்டும். கல்வி, மதம் இந்த வழிகளில் பிராமணர்களுக்கு வேண்டிய அளவு வேலையிருக் கிறது. பிறரைச் சுத்தப்படுத்த முயற்சிக்குமுன் பிராமணர்கள் தாங்களே சுத்தப்படுத்திக்கொள்ள வேண்டும்... பிராமணர்கள் ராஜிய வேலையிலிருந்து தாமதமின்றி விலக வேண்டும். ஆற்றங்கரைகளிலும், அடர்ந்த காடுகளிலும் அவர்கள் சென்று தவம்செய்து ஆத்ம பலத்தை அடையட்டும்" என்று சொல்லி முன் உதாரணமாகத் தான் அரசியல் விவகாரங்களிலிருந்து விலகிக்கொள்வதாக அறிவித்தார் சூர்ய நாராயணய்யர் *(சுதேசமித்திரன், 28 ஏப்ரல் 1925).*

அரசியலுக்கு வந்துவிட்ட, வருணாசிரமத்தில் நம்பிக்கை உள்ள பிராமணர்கள் சிலர் இத்தகைய ஊசலாட்டத்தில் இருந்தனர். அவர்களில் சிலர் சூர்ய நாரயணய்யர் போல அரசியலிலிருந்து ஒதுங்க விரும்பினர். வேறு சிலர் காங்கிரஸ் வருணாசிரம பிரச்சனைகளில் தலையிடாமல் பார்த்துக் கொள்ள முயன்றனர். வைதிகர்கள் இதில் அவர்களுக்கு ஒத்துழைத்தனர். அவ்வகையில் காங்கிரசின் செயல்திட்டத் தில் வருணாசிரமத்தால் ஏற்படும் ஏற்றத்தாழ்வுகளை நீக்கும் அம்சம் இல்லை என்பதால், அதன் உதவி பெற்று இயங்கும் குருகுலத்தில் அதை வற்புறுத்த வேண்டாம் என்ற வாதமும் வைதிகர்கள் சிலரால் முன்வைக்கப்பட்டது. அந்தத் திசையில் 'ஆசார சீர்திருத்தமும் காங்கிரசும்' என்ற விவாதமும் தலை தூக்கியது. காங்கிரசுக்கு வருணாசிரம தருமத்தில் நம்பிக்கை இல்லாதுபோனாலும், அது தொடர்பாக ஒரு நிறுவனத்தின் உள்செயல்பாட்டில் தலையிடக் காங்கிரசுக்கு உரிமை உண்டா என்ற கேள்வியை இராஜாஜி எழுப்பினார்.

வரதராஜுலுவின் கூட்டங்கள்

தமிழ்நாட்டில் வ.வே.சு. ஐயரை ஆதரிப்பார் வாழும் இடங்களில் தன் நிலைப்பாட்டைத் தெரிவிக்கவும், தனக்கு ஆதரவுள்ள இடங்களில் அவ்வாதரவை ஒருங்கு திரட்டுவுமாய் வரதராஜுலுவின் பிரசாரங்கள் அமைந்தன. கிடைக்கும் விவரங்களின்படி தஞ்சை, கும்பகோணம், மாயவரம், சீர்காழி, ஈரோடு, சேலம் வட்டாரங்களில் வரதராஜுலுவின் பிரசாரம் நடைபெற்றது. வரதராஜுலுவின் கருத்தை மறுக்கும் குருகுல ஆதரவுக் கூட்டங்களும் குறிப்பிட்ட முதல் நான்கு பகுதி களில்தான் பெரும்பாலும் நடைபெற்றன.

இக்குருகுலப் போராட்ட காலத்தில் தமிழ்நாடு காங்கிரசு கமிட்டித் தலைவராகவும் வரதராஜுலு விளங்கினார். கட்சி

அலுவலக மேலாளர் வெளியிட்ட தலைவரின் சுற்றுப் பயணத் திட்ட விவரம் கிடைக்கிறது. அது வருமாறு: 'ஏப்ரல் 13 சேலம், 15 கோவை, 16 கரூர், 17 திருச்சி, 18 தஞ்சாவூர், 19 மன்னார்குடி, 20 மாயவரம், 21 சீர்காழி, 22 காஞ்சிபுரம், 23 சென்னை ஆகிய இடங்களில் 'தற்கால நிலைமை' என்ற பொருளில் தமிழ்நாடு காங்கிரசு கமிட்டித் தலைவர் பேசுவார். மே மாதத்தில் மீதமுள்ள மாவட்டங்களுக்கும் இலங்கைக்கும் செல்லவிருக்கிறார். இதற்கிடையில் குருகுலப் பிரச்சனை முடிவுக்கு வந்துவிட்டால் டாக்டர் நாயுடு கொழும்பு வழியாக இங்கிலாந்துக்கு ஜூன் 6ஆம் தேதி செல்ல விருக்கிறார். வரதராஜுலுவுடன் திரு. எர்னஸ்ட் கிர்கி தொழிலாளர் ஆலோசகராக ஐரோப்பாவுக்குச் செல்ல உள்ளார்' (*தி இந்து*, 11 ஏப்ரல் 1925).

இந்தச் செய்தியில் தெரிவித்திருந்தபடி சுற்றுப்பயணம் நிகழ்ந்ததை உறுதிசெய்ய முடியவில்லை. சில ஊரில் பிரசங்கங்கள் நிகழ்ந்தன. குருகுலப் பிரச்சனை முடிவடையாத தால் ஐரோப்பிய பயணம் நிகழவில்லை. லண்டனில் நடை பெறவிருந்த பிரிட்டீஷ் ரயில்வே தொழிலாளர் மாநாட்டில் கலந்துகொள்ள ஐரோப்பா செல்லவிருந்த திட்டத்தை வரதராஜுலு ரத்து செய்துவிட்ட செய்தியை சேலத்திலிருந்து எர்னஸ்ட் கிர்கி தெரிவித்தார். அதோடு குருகுலப் பிரச்சனை யில் தீவிர கவனம் செலுத்துவதற்காகத் தொழிலாளர் மத்திய வாரியத்தின் தலைவர் பதவியையும், சேலம் தொழிலாளர் வங்கித் தலைவர் பதவியையும் ராஜினாமா செய்த தகவலை யும் அவர் வெளியிட்டார் (*தி இந்து*, 5 மே 1925).

தஞ்சாவூர், ஈரோடு, கும்பகோணம், சேலம், கோவை, சென்னை முதலிய ஊர்களில் நடந்த கூட்டங்களில் வரதராஜுலு கலந்துகொண்டு பேசிய விவரம் கிடைக்கிறது.

அக்கூட்டங்களில் குருகுலப் போராட்டம் பற்றிய விவரங்களையும் காங்கிரஸ் நிலையையும் வரதராஜுலு எடுத்து விளக்கினார். தஞ்சை மாவட்டத்தில் மட்டும் ஆங்காங்கே சிறு பிரச்சனைகள் ஏற்பட்டன. மாயவரத்தில் நடந்த கூட்டத்தில், 'தம்முடைய தேகத்தில் ஒரு துளி ரத்தம் இருக்கும்வரை குருகுலப் போராட்டத்தைத் தான் நடத்தப் போவதாக' டாக்டர் நாயுடு உறுதியுடன் சொன்னார். மேலும், "என்னுடைய ரத்தத்தில் ஒரு துளி சிந்தினாலும், அது மூன்று தலைமுறைவரையில் பிராமணர்களைத் தாக்கும்" என்றும் எச்சரித்தார். இதனால் கூட்டத்தில் சற்று குழப்ப மேற்பட்டதாக *சுதேசமித்திரன்* எழுதியது (21 ஏப்ரல் 1925).

ஈரோட்டில் நடந்த கூட்டத்துக்குக் காங்கிரஸ் தலைவர்களுள் ஒருவரும், வழக்கறிஞருமான தங்கப்பெருமாள்

பிள்ளை தலைமை தாங்கினார். பெரியார் பேசினார். குருகுலத்தில் வேற்றுமை பாராட்டப்படுவதைக் கண்டித்து தீர்மானம் நிறைவேற்றப்பட்டது (*சுதேசமித்திரன், 22 ஏப்ரல் 1925*).

கும்பகோணத்தில் நடந்த கூட்டத்தின்போது, வ.வே.சு. ஐயரின் விலகல் செய்தி வெளியானது. இதைப் பற்றி வரதராஜுலு கருத்துரைக்கும்போது, "வ.வே.சு. ஐயர் தவம் செய்யப் போவதாகச் சொல்லி ராஜினாமா செய்துவிட்டார். வெளியில் பிழைக்கத் தெரியாதவர்களே குருகுலத்தில் கூடியிருக்கின்றனர். அவர்களிடம் குருகுலத்தை ஒப்புவித்துவிட என்ன அதிகாரம்! இது என்ன முறையோ தெரியவில்லை. ஆண்டிக்கதை போல சம்பவமிருக்கிறது. ஸ்ரீமான் ஐயரிடம் இனிச் சண்டையில்லை. இனி இந்த அன்னக்காவடி விஷயம் திருச்சியில் முடிவு செய்யப்படும்" என்று தெரிவித்தார் (*சுதேசமித்திரன், 23 ஏப்ரல் 1925; தி இந்து, 23 ஏப்ரல் 1925*).

சேலம்

சேலம் விக்டோரியா மார்கட்டில் ஆதிநாராயண செட்டியார் தலைமையில் பொதுக்கூட்டம் 13 ஏப்ரல் 1925 அன்று நடைபெற்றது. வரதராஜுலு, பெரியார், எம்.ஜி. நடேசன் செட்டியார் ஆகியோர் பேசினர்.

குருகுலத்திற்கு அதிக பணம் கொடுத்த புரவலர் என்பதால் தமிழ்நாடு காங்கிரசு கமிட்டியின் வார்த்தைக்கு குருகுலம் கட்டுப்பட வேண்டும் என்றும், தான் தலைவராக இருப்பதால் கமிட்டிக்குச் சரியான வழிகாட்டுதலைத் தர முடியும் என்றும் வரதராஜுலு பேசினார். தருமபுரியின் இளவயது உற்சாகமிக்க ஜமீன்தாரான நடேசன் செட்டியார், அரசு, நீதிக்கட்சி, பிராமணர் என்று மூன்று பேரையும் எதிர்த்து செயல்பட வேண்டிய நிலைமையை எடுத்துக் காட்டினார்.

"ராமசாமி நாயக்கர் தன் உணர்ச்சிமிக்க பேச்சில், வரதராஜுலுவுடன் அரசியல் விவகாரங்களில் பல கருத்து வேறுபாடுகள் இருப்பினும் இந்த குருகுல விஷயத்தில் நாங்கள் ஒன்றாகவே இருக்கிறோம். பிரிட்டீஷ் அரசு இங்கு இருக்கும் போதே பிராமணர் பிரச்சனைக்குத் தீர்வு கண்டாக வேண்டும். இல்லையெனில் பிராமணநாயகத்தின் (Brahmanocracy) பெருந் துன்பத்தில் அல்லல் படுவோம்" என்றார். எந்தவிதமான இரட்டைத்தனமான சூழ்நிலையில் காங்கிரசு கமிட்டியால் குருகுலத்திற்கு ரூ. 5,000 கொடுக்கப்பட்டது என்ற நிலைமையை மேலும் விவரித்தார். ஆதிநாராயண செட்டியார் பேசும்போது குருகுல விஷயம் இன்னும் பெரிய பிரச்சனையாகாமல் முடிவுக்கு வரும் என்று குறிப்பிட்டதோடு, வ.வே.சு. ஐயரின்

உயர்ந்த குறிக்கோளையும் தியாகத்தையும் புகழ்ந்தார் (*தி இந்து*, 15 ஏப்ரல் 1925).

சேலத்தில் நடந்த தேசிய வாரக் கொண்டாட்ட நிகழ்ச்சியில் வரதராஜுலு குருகுலத்தைப் பற்றி பலமாகப் பேசிக் கூட்டத்தின் மனத்தைக் கவர்ந்தார் என்று இக்கூட்டத்தில் அவருடைய பேச்சுக்கு இருந்த மக்கள் வரவேற்பைக் குறிப்பிட்ட சுதேசமித்திரன், அதே பேச்சை அடிப்படையாய் வைத்து, காங்கிரசு வேலையுடன் குருகுலப் போராட்டத்தை இணைப்பதைக் கண்டித்தும் தலையங்கம் எழுதியது (*சுதேசமித்திரன்*, 7 ஏப்ரல் 1925).

கோவை

கோயம்புத்தூரில் ஆர்.கே. சண்முகம் செட்டியார் தலைமையில் நடந்த கூட்டத்தில் தருமபுரி நடேசன் செட்டியாரும் வரதராஜுலுவும் பேசினர்.

'எல்லோரும் எதிர்பார்த்ததற்கு மாறாக வ.வே.சு. ஐயர் தவறாகப் புரிந்துகொள்வதற்கு வாய்ப்பு தந்துவிட்டார். அதுவும் வித்யார்த்திகளின் சாப்பாடு என்னும் சிறிய விஷயம் போன்றதில் அது நேர்ந்துவிட்டது' என்று ஆர்.கே. சண்முகம் செட்டியார் பேசினார்.

வரதராஜுலு பேசும்போது 'இந்த எதிர்ப்பு என்பது நானே உருவாக்கியதல்ல; இதை ஒரு நிமிடம்கூட நீடிக்கவிடவும் விரும்பவில்லை. வ.வே.சு. ஐயர் குருகுலத்தில் மீண்டும் சமபந்தியைக் கொண்டுவந்துவிட்டால் இதை ஒரு நிமிடம்கூட நீடிக்க மாட்டேன்' என்று கூறினார். 'அதேசமயம் சுயராஜ்யத்தை அடைவதில் இம்முயற்சி சோம்பல்படுத்தாது. நீதிக்கட்சி அல்லது தாராளர்களுடன் கைகோத்துக்கொள்ள மாட்டேன். காங்கிரசால் அங்கீகரிக்கப்பட்ட சுயராஜ்ய கட்சிக்கு முழு ஆதரவையும் மக்கள் தரவேண்டும்' என்று குறிப்பிட்ட வரதராஜுலு, வருணாசிரமத்தில் இருக்கும் சமத்துவமின்மையை எந்தத் தனிநபரையும் வெறுக்காமல் கண்டிக்க வேண்டிய தேவை இருப்பதை வலியுறுத்தினார் (*தி இந்து*, 17 ஏப்ரல் 1925).

தஞ்சாவூர்

டி.பி. ராமபத்ர உடையாரின் தலைமையில் நடந்த தஞ்சாவூர் கூட்டத்தில் வரதராஜுலு பேசும்போது தாம் சுயராஜ்யக் கட்சியைச் சேர்ந்தவனாக இல்லாதபோதிலும் அதையே ஆதரிக்க வேண்டியிருக்கிறது என்று கூறியதுடன் வகுப்பு விஷயம், குருகுலப் பிரச்சனை ஆகியவற்றைப் பற்றியும் பேசினார். அதன் சாரம் வருமாறு.

'வகுப்பு விஷயத்தைப் பொறுத்தவரை எல்லோரும் ஒன்றாகவே மதிக்கப்பட வேண்டும். நடத்தப்பட வேண்டும். ஆனால் சிலர் தம் பிறப்பு அடிப்படையில் சிறப்புரிமையை வேண்டுகிறார்கள்... சில விஷயங்களில் நீதிக் கட்சியுடன் சேர முடியாமல் இருக்கிறது என்றாலும் சில சமுதாயப் பிரச்சனையில் நீதிக்கட்சியின் ஒத்துழைப்பைக் கோருவேன்' என்று வரதராஜுலு குறிப்பிட்டார்.

குருகுலப் பிரச்சனையைப் பற்றி பேசும்போது, அதன் வரலாற்றை முழுவதும் எடுத்துச்சொல்லி தற்கால நிலைமையை விளக்கினார். 'தான் மேற்கொண்டிருக்கும் இயக்கமானது இந்த நாட்டின் பிராமணரல்லாதவர்களுக்கான கௌரவம், சுயமரியாதை, உரிமை ஆகியவற்றின் பாதுகாப்பு தொடர்பானது என்றார். தென்னிந்தியாவில் வகுப்புச் சண்டைகளின் தீர்வு என்பது குருகுலப் பிரச்சனையின் தீர்வைப் பொறுத்து இருக்கிறது. குருகுலப் பிரச்சனை என்பது பிராமண – பிராமணரல்லாதார் பிரச்சனையை ஒரு கடுமையான நிலைமைக்கு கொண்டு சேர்த்திருக்கிறது என்பது உண்மை.'

'குருகுல விஷயத்தில் முழுப் பிராமண சமூகத்துடன் சண்டையிட்டுக் கொண்டிருக்கவில்லை, தேசிய பிராமணர் என்ற சிறு பகுதியினருடன்தான் போராடிக் கொண்டிருப்பதாக வரதராஜுலு குறிப்பிட்டார். சமீபத்திய ஆண்டுகளில் தேசிய பிராமணர்கள் சமத்துவம், சுதந்திரம், சகோதரத்துவம் ஆகியவற்றுக்காக கூச்சல் எழுப்பிவந்தனர். ஆனால் இப்போது அவர்களால் தங்கள் குழந்தைகளுடன் பிராமணரல்லாதார் குழந்தைகள் சேர்ந்து உண்பதைப் பொறுத்துக்கொள்ள முடிய வில்லை. இது பிராமணரல்லாதாருக்கு இழைக்கப்பட்ட அவமானம். இந்திய தேசியத்தின் லட்சிய அடையாளமாக குருகுலம் திகழ வேண்டும். அங்கே மனிதர்களுக்குள் தனிப் பட்ட வித்தியாசம் இருக்கவே கூடாது. வருணாசிரமிகள் தங்களது விருப்பங்களைக் காத்துக்கொள்ள ஒரு சொந்த குருகுலத்தை உருவாக்கிக்கொள்வதில் எனக்கு எந்த ஆட்சேபணையும் இல்லை. ஆனால் வ.வே.சு. ஐயர் செய்தது என்னவென்றால் ஒப்பந்தத்தை மீறியது மட்டுமல்லாமல், பிராமணரல்லாத குழந்தைகளைத் தாழ்மை உணர்ச்சி கொண்ட சூழலில் வைக்க முயன்றதும் ஆகும். அதனால் குருகுலத்தின் மீது போராட்டத்தை அறிவித்தேன்' என்று வரதராஜுலு பேசினார் (தி இந்து, 20 ஏப்ரல் 1925).

மன்னார்குடி

திருக்காட்டுப்பள்ளியில் ஒரு பொதுக் கூட்டத்தில் பேசி விட்டு வரதராஜுலுவும் அவரது குழுவினரும் மன்னார்குடிக்கு

வந்து ஒரு கூட்டத்தில் பேசினர். அதில் குருகுலம் தொடர்பான பல கேள்விகளுக்குப் பதில் அளித்து விரிவாகப் பேசினார் வரதராஜுலு. அவர் தங்கியிருந்த இடத்துக்கு வந்த மாணவர்கள் சிலர் நீண்ட விவாதங்களில் ஈடுபட்டதுடன், துரதிர்ஷ்டவசமான விவாதத்தை நீடிக்க வேண்டாம் என்றும் அவர்கள் அவரைக் கேட்டுக்கொண்டதாக *இந்து* பதிவுசெய்தது. *(20 ஏப்ரல் 1925).*

தமிழ்நாட்டுச் சுற்றுப்பயணத்தை முடித்துக்கொண்டு சென்னை திரும்பிய வரதராஜுலுவைக் குருகுலத்திற்குப் பொருள் உதவி செய்தவர்களுள் பிரபலமானவர்கள் சிலரும், மாணவர்கள், வழக்கறிஞர்கள், சமூக ஊழியர்கள் எனப் பலரும் சந்தித்துத் தம் ஆதரவை வெளிப்படுத்தினர்.

சிற்றூர்களில் குருகுலப் பிரசாரத்தின் தேவையை உணர்ந்த வரதராஜுலு, 'குருகுல விஷயமாக கிராமங்களில் பிரசாரஞ் செய்யவும், பொது ஜனங்களுக்கு உண்மையான விஷயங்களை எடுத்துச் சொல்லவும்' குருகுல பிரசார சபை ஒன்றைத் தேவை சார்ந்து ஏற்படுத்த முடிவு செய்தார்.

> வக்கிர முறையில் நடத்தப்படும் பத்திரிகைகள் இன்னும் புரட்டாகக் கூற்றுகளைப் பிடிவாதமாக வெளியிட்டு எதிர்க்கட்சியாடிக்கொண்டிருந்ததால்தான் இந்தப் பிரசார சபை ஏற்படுத்தப்படும். இக்கிளர்ச்சிக்கு தற்போது சென்னைதான் தலைமை ஸ்தானமாக விளங்கும். தருமபுரி ஜமீன்தார் ஸ்ரீமான் நடேசன் செட்டியார் இச்சபையின் விளம்பர அதிகாரியாக இருப்பார். 1925ஆம் வருஷம் மே மாதம் முதல் வாரத்திற்குள் இந்தக் குருகுலம் கமிட்டியாரிடம் ஒப்படைக்கப்படாவிட்டால் உடனே கிளர்ச்சி ஆரம்பிக்கப்படும். கண்டனக் கூட்டங்கள் எனச் சொல்லப்படுவதும் பத்திரிகைக் கண்டனங்கள் எனச் சொல்லப்படுவதும் இனிக் கவனிக்கப்பட மாட்டா

என்று இதன் தொடர்பாக ஒரு அறிக்கையும் வெளியிட்டார் *(சுதேசமித்திரன், 25 ஏப்ரல் 1925).*

குருகுல ஆதரவுக் கூட்டங்கள்

பெரும்பான்மையான பார்ப்பனரல்லாதார் வரதராஜுலுவுக்கு ஆதரவாக இருந்தனர். எனினும் சிலர் அவருக்கு எதிராகவும் குருகுல நடைமுறைக்கு ஆதரவாகவும் செயல்பட்டனர். அத்தகையோர் ஏற்பாடு செய்த ஒரு கூட்டம் கும்பகோணத்தில் நடைபெற்றது. சுவாமிநாத செட்டியார் என்பவர் தலைமையில் நடந்த அக்கூட்டத்தில் சுவாமிநாத பிள்ளை என்பவர் ஒரு கண்டனத் தீர்மானம் கொண்டுவந்தார். 'குருகுலம் தொடர்பாய்,

காங்கிரஸ்காரர்களுக்குள் ஜாதி சண்டையை வரதராஜுலு வளர்த்துவருவதை இம்மாநாடு கண்டிக்கிறது' என்பது அந்தத் தீர்மானம். அதை முன்மொழிந்து பேசுகையில், 'திடீரென்று பிராமணரல்லாதார் செய்த சமையலைப் புசிக்க வேண்டு மென்று அனுஷ்டானத்தில் கொண்டுவருவது சாத்தியமான காரியமல்லவென்றும், தேசத்தில் சமத்துவ வாழ்வை அவரவர் பரவச்செய்யவேண்டிய காலம் வந்துகொண்டிருப்பதால் பிடிவாதமாகச் செய்வது பயன்படாது முடியும்' என்றும் அவர் தெரிவித்தார். அதே கூட்டத்தில் கே.எல். சுப்பிரமணிய பிள்ளை, 'வ.வே.சு. ஐயரின் அனுஷ்டானம் சரியல்ல என்றும், குருகுலம் தொடர்பாய் அவர் நடந்துகொள்ளும் விதம் பிச கென்றும் இந்த மாநாடு கண்டிக்கிறது' என்று வரதராஜுலுவை ஆதரிக்கும் தீர்மானத்தையும் முன்மொழிந்தார். பலத்த குழப்பத்துக்கிடையில் கூட்டம் முடிந்ததால் எந்தத் தீர்மானமும் நிறைவேறவில்லை என்று *சுதேசமித்திரன்* எழுதியது *(14 ஏப்ரல் 1925).*

தஞ்சையில் வரதராஜுலு 18 ஏப்ரல் 1925இல் பேசிய கூட்டத்தைக் கண்டிக்க நடந்த குருகுல ஆதரவுக் கூட்டம் ஆதிபுராணம் பிள்ளை தலைமையில் நடந்தது. சோமநாத ராவ், சேஷாத்திரி சர்மா, ஹனுமந்த ராவ் முதலியோர் பேசினர். சோமநாத ராவ், குருகுல விஷயத்தில் தம்முடைய அபிப்ராயத்தை வரதராஜுலு மாற்றிக்கொண்டு, தேசிய வேலை தடங்கல் இல்லாமல் நடக்கச் செய்ய வேண்டும் என்று கேட்டுக்கொண்டார். 'ஸ்ரீமான் நாயுடு உண்மையில் சமத்துவத்தை விரும்பினால், அவர் அதில் ஆதி திராவிடர் களையும் மற்றுமுள்ள தாழ்ந்த வகுப்புப் பிள்ளைகளையும் சேர்க்கும்படி போராடியிருக்க வேண்டும். பஞ்சமப் பரிசாரகர் களைக்கொண்டு எல்லோருக்கும் சமைத்துப் போடவேண்டு மென்று அவர் கிளர்ச்சி செய்து வந்திருப்பாரானால் அவரது போராட்டத்தின் கருத்தை நாம் நன்கறியலாம்' என்றும், 'வெகுகாலத்திய பழக்கத்தைத் திடீரென்று மாற்ற முற்படுவது பெரிய ஆபத்தாகும். அது காலக்கிரமத்தில் ஏற்பட வேண்டும்' என்றார் சேஷாத்திரி சர்மா. ஜாதி, வகுப்பு, வன்முறை ஆகிய வற்றைத் தூண்டிவிடுவதாகக் கூட்டம் வரதராஜுலுவைக் கண்டித்தது. வ.வே.சு. ஐயர் பதவி விலகியதற்காக அவருக்கு கூட்டம் நன்றி பாராட்டியது *(சுதேசமித்திரன், 24 ஏப்ரல் 1925; தி இந்து, 24 ஏப்ரல் 1925).*

கட்சி ரீதியான எதிர்ப்பு

செங்கல்பட்டு மாவட்டக் காங்கிரஸ் தலைவராக இருந்த சி.என். முத்துரங்க முதலியாரும், *சுதேசமித்திரன்* தலையங் கத்தைப் பின்பற்றி, காங்கிரஸ் வேலை குருகுலப் பிரச்சனை யால் தடைபடுகிறது என்று குற்றஞ்சாட்டினார்.

பிராமணச் சிறுவர்களை, பிராமணரல்லாதாருடன் சேர்ந்து சாப்பிடும்படி கட்டாயப்படுத்த வேண்டுமென்று ஸ்ரீமான் நாயுடு கூறுகிறார். இதற்கும் தேசியக் கல்விக்கும் என்ன சம்பந்தம்? ஒரு பிராமணரல்லாத ஆச்சாரியார் இருந்தாலும் வேறுவிதமாக நடந்துகொள்ள முடியாது... காங்கிரசு கமிட்டியும், பொதுஜனங்களும் பணம் கொடுக்கும்போது இந்த நிபந்தனையை ஏற்படுத்தவில்லை. பணம் செலவழிந்த பிறகு அதைத் திருப்பிக் கேட்பது நியாயமல்ல. ஒவ்வொரு வகுப்பின் உட்பிரிவுக்கும் வித்தியாசமிருக்கவில்லையா? சமபந்தி போஜனத்தை ஒழித்து, காங்கிரஸ் வேலையை நடத்தத் தீர்மானம் செய்யும்படி எனது பிராமணரல்லாத சகோதரர்களைக் கேட்டுக்கொள்கிறேன்

என்று முத்துரங்க முதலியார் எழுதினார் (*சுதேசமித்திரன்*, 24 ஏப்ரல் 1925).

'இந்நாட்டில் ஆதி திராவிடர்கள் ஒழுங்கீனமாய் நடத்தப் படுவது பிராமணர்களால் மட்டுமல்ல, மற்றைய பிராமணரல்லாதாரும் இக்குற்றத்தில் சம்பந்தப்பட்டவர்களே' என்று வரதராஜுலுவைத் தாக்கியிருந்தார் மாயவரம் கே.பி. கிருஷ்ண மூர்த்தி (*சுதேசமித்திரன்*, 24 ஏப்ரல் 1925).

திருவல்லிக்கேணி நகரக் காங்கிரஸ் செயலாளர் சி. துரைக்கண்ணு முதலியார் எழுதிய பத்திரிகைக் கடிதம், வரதராஜுலு வைக் கண்டித்தது. 'இந்தக் குருகுல விவாதம் காங்கிரசிற்கு விரோதமானது. காங்கிரசிற்கும் சமபந்தி போஜனத்திற்கும் என்ன சம்பந்தமென்று விளங்கவில்லை. நமக்குள்ளாக முதலில் சீர்திருத்திக்கொள்வோம். பிறகு வெளி சமாசாரத்தைக் கவனிக்கலாம். பிராமணரல்லாதாரின் நலனை முதலில் கவனிப்போம்' எனப் பலபடப் பேசி, வரதராஜுலு இக்கிளர்ச்சியை அடியுடன் நிறுத்த வேண்டும் அல்லது தமிழ்நாடு காங்கிரசு கமிட்டித் தலைவர் பதவியை விட்டுவிட வேண்டும் என்று முடிந்தது அக்கடிதம் (*சுதேசமித்திரன்*, 28 ஏப்ரல் 1925).

கும்பகோணம் வட்டக் காங்கிரஸ் உறுப்பினர்கள் பலர் சேர்ந்து, வரதராஜுலுவுக்கு எதிராக அகில இந்திய காங்கிரசு கமிட்டிக்கு ஒரு கடிதம் அனுப்பினர். அதில் 'வரதராஜுலு வின் பிரசாரம் வகுப்பு துவேஷத்தைக் கிளப்பி வருகிறது. ஜஸ்டிஸ் கட்சியைவிட இது ஆபத்தானது. அவர் காங்கிரஸ் பெயரையும் மகாத்மா பெயரையும் பயன்படுத்துகிறார். எனவே இந்த இயக்கத்தின் மூலகர்த்தா தமிழ்நாடு காங்கிரசு கமிட்டியின் தலைவராக இருக்கும் வரையில் நாங்கள் நூல் சந்தாவை அனுப்புவதில்லை என்று தீர்மானித்திருக்கிறோம்' என்று

புகார் எழுதி, இது குறித்து முடிவு செய்யுமாறு கோரிக்கையையும் வைத்தனர் (*சுதேசமித்திரன்*, 15 மே 1925).

காங்கிரசில் முத்துரங்க முதலியார், பக்தவத்சலம் போன்ற தமிழக பிராமணரல்லாதார் சிலர் வரதராஜுலுவை இப்பிரச்சனையில் எதிர்த்து நின்றனர். ஆனால் ஆந்திர பிராமணரல்லாதாரான சி.ஆர். ரெட்டி வரதராஜுலுவின் கருத்தை ஆதரித்து எழுதினார். எம்.கே. ஆச்சாரியாரின் கருத்தின் அடிப்படையில் விவாதித்த சி.ஆர். ரெட்டி, பழமையான இந்துச் சமூகம் பொன்மயமாக இருந்திருக்குமோ இல்லாதிருந்திருக்குமோ ஆனால் அது எல்லோருக்கும் சமமான பொன்னாக இல்லை என்பது உறுதி என்றும், எம்.கே. ஆச்சாரியாரின் பாதுகாப்பு வாதம் சமாதானத் தன்மை கொண்டிருக்கவில்லை, மாறாக பிளவு உண்டாக்குகிற பதிலாகவே இருக்கிறது என்றும் கடிந்துரைத்தார்.

சமூக சீர்திருத்தம் என்பது பொதுவாகச் சொன்னால் வற்புறுத்தலின்றி, வலிமைப் பிரயோகமின்றி இயல்பாக ஏற்பட வேண்டிய ஒன்று. பொதுவாக என்று தான் சொன்னதற்குக் காரணம் அரசின் வலிமை மற்றும் உறுதியால்தான் சதி ஒழிக்கப்பட்டது என்றும் அவர் குறிப்பிட்டார் (*தி இந்து*, 24 ஏப்ரல் 1925).

காங்கிரசு முஸ்லிம் எதிர்ப்பு

காங்கிரசைச் சேர்ந்த முஸ்லிம்களைக் கொண்டும் வரதராஜுலு மீது தாக்குதல் தொடர்ந்தது. யாகூப் ஹாசன், 'குருகுல விஷயம் காங்கிரசுக்கு வெளியில் விவாதித்து தீர்க்கப்பட வேண்டியது' என்றும், 'காங்கிரசு கமிட்டியில் பெரும்பான்மையாக உள்ள பிராமணரல்லாதார் சிறுதொகையாக உள்ள பிராமணரை அடக்கி ஆண்டுவிடக் கூடாது' என்றும், 'முஸ்லீம்களும், கிறிஸ்துவர்களும் ஒரு கட்சியையும் சேர முடியாது' என்றும் வரதராஜுலுவுக்குச் *சுதேசமித்திரனில்* (27 ஏப்ரல் 1925) எழுதியிருந்த பகிரங்கக் கடிதத்தில் தெரிவித்தார்.

'இதுவரை நான் காங்கிரசை உபயோகிக்கவில்லை. சில உறுப்பினர்கள்தான் குருகுலம் தொடர்பாகத் தீர்மானங்கள் அனுப்பியிருக்கிறார்கள். போராட்டத்தின் விவரங்களை யோசித்து முடிவு செய்வதற்காகப் பார்ப்பனரல்லாதாரைத் தனியாகக் கூடும்படி அழைத்திருக்கிறேன். தோல்வி ஏற்படுமென்று பயமுறுத்தப்பட்டபோதிலும் முடிவுவரையில் நான் போரை நடத்தியே தீருவேன் என்று உறுதி கூறுகிறேன்' என்று வரதராஜுலு இதற்குப் பதிலளித்தார் (*சுதேசமித்திரன்*, 27 ஏப்ரல் 1925; *தி இந்து*, 27 ஏப்ரல் 1925).

வரதராஜுலுவின் மேற்கண்ட பதிலில் திருப்தியுறாத யாகூப் ஹாசன், காங்கிரஸ் குருகுலப் பிரச்சனையில் ஈடுபடக் கூடாது என்பதை மறுநாள் மீண்டும் வலியுறுத்தினார்.

'தேசியக் கல்விக்காக குருகுலத்திற்குக் கமிட்டி 5000 ரூபாய் கொடுத்தது. ஆதியில் கொடுத்த நோக்கத்தைத் தவிர வேறு விஷயங்களுக்காக அந்தப் பணத்தை அவர்கள் உபயோகிக் காதவரையில் கமிட்டியார் உள்நிர்வாகத்திலாவது சமையல், சாப்பாடு, மதபோதனை முதலியவற்றில் தலையிடக் கூடாது. இது குருகுலத்திற்கு உதவி செய்த தனிப்பட்ட நபர்களுக்குள் முடிவு செய்யப்பட வேண்டிய விஷயம். அக்கிராஸனாதிபதி என்ற ஹோதாவில் காங்கிரஸ் கமிட்டியின் மேடையில் இந்த விவாதம் நடக்க விடாமலிருக்கும்படி தங்களைக் கேட்டுக் கொள்கிறேன்' என்பது அக்கடிதத்தின் சுருக்கம் (*சுதேசமித்திரன், 28 ஏப்ரல் 1925*).

நாமக்கல் முகமது உஸ்மான் கடிதம்

நாமக்கல் கிலாபத்து கமிட்டியின் செயலாளர் பி. முகமது உஸ்மான் எழுதுகையில், "ஆசார சீர்திருத்தத்தில் அவசரப்பட முடியாது. ஆகையால் பேச்சளவில் சமபந்தி போஜனம் கிரமமானதாகத் தோன்றியபோதிலும், ஹிந்துக்களுக்குள் தற்போதுள்ள பற்பல வித்தியாசங்களையும் உத்தேசித்து மகாத்மா காந்தி கூறிய ராஜிதான் அங்கீகரிக்கத்தக்கது. வகுப்புச் சண்டையை அடியோடு ஒழிக்க வேண்டும்" என்று கோரினார் (*சுதேசமித்திரன், 28 ஏப்ரல் 1925*).

'டாக்டர் வரதராஜுலுவுக்கு ஆதரவாளர் இப்பூமியில் இல்லை என்பது எனக்கு வரும் கடிதங்களிலிருந்து தெரிகிறது. பொறுப்புள்ள பெரும்பான்மையர், நியாய மனம் உள்ளவர்கள் தேசியத்தின் பக்கமே உள்ளனர். அழிக்கும் வகுப்புவாதத்தின் பின்னால் அவர்கள் இல்லை. நானும் என் நண்பர் கே.வி. வெங்கடாசலம் ரெட்டியாரும் தமிழ்நாடு முழுவதும் சுற்றுப்பயணம் செய்யவிருக்கிறாம்' என்று நாமக்கல் உஸ்மான் தொடர்ந்து தன் எதிர்ப்பைக் காட்டினார் (*தி இந்து, 5 மே 1925*).

குருகுலப் பிரச்சனை தொடர்பாகக் காங்கிரசில் இருந்த முஸ்லிம்களிடையே இரு பிரிவுகள் இருந்ததாகத் தெரிகிறது. நாமக்கல் முகமது உஸ்மான் தலைமையிலான பிரிவினர் வரதராஜுலுவின் கருத்தை எதிர்த்தனர். இப்பிரச்சனையில் நடுநிலை வகிக்க வேண்டும் என்பது யாகூப் ஹாசன் தலைமையிலான அடுத்த பிரிவினர் கருத்து.

சேலத்தில் 17 மே 1925இல் முகமது உஸ்மான் தலைமையில் நடந்த ஒரு கூட்டம் கலாட்டாவில் முடிந்தது. மறுநாள்

போதிய பாதுகாப்புடன் கூட்டத்தை நடத்தி முடித்துள்ளனர். முதல் நாள் முகமது உஸ்மான் பேச ஆரம்பித்தபோது சில முஸ்லிம்கள் அதைத் தடுத்து இவ்விஷயத்தில் தாங்கள் நடுநிலை வகிக்க வேண்டுமெனக் கேட்டுக்கொண்டனர். இது இந்துகளுக் குள்ளான பிரச்சனை என்றனர். வரதராஜுலுவுக்கு எதிரான தீர்மானம் வந்தபோது கந்தசாமி பிள்ளையும், பவானி சிங்கும் அதை எதிர்த்து பேச விரும்பினர். தலைவர் அனுமதிக்கவில்லை. குழப்பம் ஏற்பட்டது. கற்கள் பறந்தன. சிலர் அடிபட்டார்கள்.

அக்கூட்டத்தில் உஸ்மான் பேசிய பேச்சு பின்வருமாறு: 'குருகுல கிளர்ச்சியில் நான் முழுப் பொறுப்புடன் இறங்கியுள் ளேன். யாகூப் ஹாசன் முகமதியர்கள் இதில் பங்கெடுக்கக் கூடாது என்கிறார். இது காங்கிரசுக்கு வெளியே நடந்தால் பங்கேற்காமல் இருக்கலாம். ஆனால் டாக்டர் நாயுடு காங்கிரசு கமிட்டி இதில் கவனம் செலுத்த வேண்டும் என்கிறார். கமிட்டியும் தீர்மானம் இயற்றியுள்ளது. உறுதியான காங்கிரசு வாதியான நான் சும்மாயிருக்க முடியாது. சுயராஜ்யத்திற்கு மாறாக ஒரு வகுப்பாரை எதிர்த்துச் செய்யப்படும் பிரசாரத்தைப் பார்த்துக்கொண்டு கைகட்டிக்கொண்டு இருக்க முடியாது. எனக்கு சுயராஜ்யம்தான் முதன்மை. சமூகம் இரண்டாவதே. நான் சொல்வேன். நான் முதலில் இந்தியன், அடுத்தது இந்தியன், முடிவாகவும் இந்தியன். முஸ்லிம்களின் பெரும்பகுதியாளரின் பொதுக் கருத்து என் கருத்தை ஆதரிக்கிறது' (*தி இந்து*, *19 மே 1925*).

மறுநாள் உள்ளூர் பிரமுகர் கலியபெருமாள் நாயக்கர் தலைமையில் போதிய பாதுகாப்புடன் முகமது உஸ்மான் பங்கேற்ற கூட்டம் கலவரமில்லாமல் நடைபெற்றது. அந்தக் கூட்டத்தில் நிறைவேறிய தீர்மானம் பின்வருவது:

'இந்தக் கூட்டம் முகமது உஸ்மான் மற்றும் வெங்கடாசலம் ரெட்டியார் ஆகியோரது எதிர் பிரசாரத்தைக் கடுமையாக ஆதரிக்கிறது; பாராட்டுகிறது. இந்தக் கூட்டம் முகமது உஸ்மான், வெங்கடாசலம் ரெட்டியார், திருவடி சுப்பிரமணிய முதலியார் ஆகியோர் கொண்ட குழுவைச் சேரன்மாதேவி குருகுலம் சென்று பார்வையிட்டு அங்கு நிலவும் நிலைமையை அறிக்கை யாக மக்களுக்குத் தரும்படி கேட்டுக்கொள்கிறது' (*தி இந்து*, *20 மே 1925*).

நடுநிலையாளர் நிலை

ஆதரவு, எதிர்ப்பு என்ற நிலையிலான இவ்விரு குழுவின ரின் குதர்க்கங்களும் தமிழ்நாட்டில் வழங்குமாறு செய்யாது காந்தியடிகளின் ஆணைவழி நிற்குமாறு தமிழகத்தைச் செய்யும்படி தமிழன்னையை உறையூர் சங்கலியா பிள்ளை

வேண்டினார். வரதராஜுலுவின் கருத்தை, ஜாதி வாதம் என்றே இவரும் குறிப்பிட்டார். இவரது கோரிக்கை, பிரச்சனையை மூடிவைத்து சமாதானத்தை விரும்பும் நடவடிக்கையாக சரிந்துபோகிறது (*சுதேசமித்திரன், 28 ஏப்ரல் 1925*).

நடுநிலையாளர்கள் எனத் தங்களை அழைத்துக்கொண்ட அ. நடராஜன், பீர் முகமது ஆகியோர் சேர்ந்து எழுதிய கடிதம், இப்பிரச்சனை தீர ஒரு திட்டத்தை முன்மொழிந்தது. இத்திட்டத்தை எஸ். சீனிவாச ஐயங்காரும் வரதராஜுலுவும் பரிசீலித்துக் கருத்து தெரிவிக்குமாறு கேட்டுக்கொண்டது. அத்திட்டத்தில் இடம்பெற்ற ஐந்து அம்சங்களாவன.

1. சேரன்மாதேவி குருகுல ஆசிரமத்தில் சமபந்தி போஜனம் செய்விப்பது. 2. பிராமண சமையல்காரரைக் கொண்டே சமையல் செய்விப்பது. 3. வைதிக பிராமணர்கள் சமபந்தி போஜனத்திற்கு உடன்பட முடியாதென்றால், அவர்களைத் தேசிய, ஜாதீய ஒற்றுமையை உத்தேசித்து ஆசிரமத்தினின்றும் விலக்கி விடுவது. 4. மேற்கண்ட நிபந்தனைகளுக்குச் சம்மதமானால் ஸ்ரீமான் வ.வே.சு. ஐயரே ஆசிரமத்தை நடத்தி வருவது. 5. குருகுல ஆசிரமத்தைப் பரிபாலனம் பண்ணுவதற்குக் கமிட்டி ஒன்று ஏற்படுத்தி, அதை மூன்று பிராமணர்களும் மூன்று பிராமணரல்லாதவர்களும் இருந்து நடத்திவர வேண்டியது. இந்த அங்கத்தினர்களைத் தேர்ந்தெடுக்க வேண்டியது, தமிழ்நாடு காங்கிரஸ் கமிட்டியைப் பொறுத்ததாக இருக்க வேண்டும் (*சுதேசமித்திரன், 18 மே 1925*).

ஒரு இந்துவையும், ஒரு முஸ்லிமையும் உறுப்பினராகக் கொண்டதாலேயே நடுநிலை என்ற எண்ணம் வந்துவிடும் என்று நினைத்து 'நடுநிலையாளர்கள்' என்று அறிவித்துக் கொண்டவர்களின் இத்திட்டம் பொதுநிலையில் வரவேற்கத்தக்கதே. இந்த ஐந்து யோசனைகளில் கடைசி யோசனை தவிர மற்றவை ஓரிரு சிறுவிளக்கங்களுடன் வரதராஜுலுவால் ஏறக்குறைய ஒப்புக்கொள்ளப்பட்டவையே. இந்தத் திட்டத்தின் கதியும் என்ன ஆனது என்று தெரியவில்லை. எவரும் இதைப் பொருட்படுத்தியதாகத் தெரியவில்லை.

தமிழ்நாடு காங்கிரஸ் கமிட்டியின் செயல்பாடு

காங்கிரசின் உதவி பெற்று இயங்கிய நிறுவனம் ஒன்றின் செயல்பாடு, நாட்டில் இவ்வாறு பெருங்கொந்தளிப்பை ஏற்படுத்தியிருக்க, அதில் காங்கிரஸ் தலைவர்களும் ஈடுபட்டிருந்த சூழலில் அதைப் பற்றிப் பேச வேண்டிய நிர்ப்பந்தம் காங்கிரசுக்கு ஏற்பட்டது. பெரும் வாதப் பிரதிவாதங்களுக்குப் பிறகு, பலத்த ஏற்பாடுகளுக்குப் பிறகு, மிகுந்த எதிர்பார்ப்புடன்

தமிழ்நாடு காங்கிரஸ் கமிட்டிக் கூட்டம் திருச்சியில் மாவட்ட காங்கிரஸ் அலுவலகத்தில் 1925 ஏப்ரல் 29ஆம் தேதி நடை பெற்றது. இக்கூட்டம் முதலில் கோயம்புத்தூரில் நடத்தப்பட இருந்தது. 'தவறாக அடையாளப்படுத்தக் கூடிய காரணத்தைத் தவிர்க்கும் பொருட்டு திருச்சியில் நடத்த முடிவு செய்திருக் கிறேன். இது என்னுடைய இறுதி முடிவு. என்னுடைய கோயம்புத்தூர் நண்பர்கள் என்னை மன்னிக்கட்டும்' என்று வரதராஜுலு அறிக்கை ஒன்றை அச்சமயம் வெளியிட்டிருந்தார் (தி இந்து, 20 ஏப்ரல் 1925). கோயம்புத்தூரில் பார்ப்பனரல்லா தார் நண்பர்கள் மிகுதியாக இருந்ததால் தனக்குச் செல்வாக் கான ஊரில் வரதராஜுலு கூட்டத்தைக் கூட்டி விட்டார் எனச் சிலர் கருதலாம் என்பது வரதராஜுலுவின் எண்ணமாக இருக்கக் கூடும்.

குருகுலப் போராட்டம் இரண்டாண்டாக நடந்தாலும் அதன் உச்சகட்டம் 1925 மார்ச், ஏப்ரல், மே ஆகிய இம்மூன்று மாதப் பகுதியிலேயே நிகழ்ந்தது. ஏப்ரல் கடைசியில் நடக்க விருந்த தமிழ்நாடு காங்கிரஸ் கமிட்டிக் கூட்டத்தில் குருகுல பிரச்சனை விவாதத்திற்கு வருவதை வ.வே.சு. ஐயரின் ஆதர வாளர்கள் விரும்பவில்லை. காங்கிரஸ் கமிட்டியில் வரதராஜுலு வின் நிலைப்பாட்டிற்கே ஆதரவு இருக்கும் என அவர்கள் நினைத்திருக்கலாம். வ.வே.சு. ஐயரின் செயல்பாடுகளை வெளிப்படையாக ஆதரிக்க வேண்டிய நிர்ப்பந்தத்திற்குத் தம்மை ஆளாக்கிக்கொள்ள வேண்டாம் எனவும் சிலர் நினைத் திருக்கலாம். என்றாலும் கூட்டத்தின் முக்கிய விவாதப்பொரு ளாகக் குருகுலப் போராட்டம் இருந்ததைத் தவிர்க்க முடிய வில்லை.

தமிழ்நாடு காங்கிரஸ் கமிட்டியின் இக்கூட்டம் குருகுலத்தைப் பற்றிய விவாதத்திலேயே முழு நேரமும் ஈடுபட்டது. காரியக் கமிட்டியின் தீர்மானத்தையொட்டி, பல திருத்தப் பிரேரணைகளும் புதிய தீர்மானங்களும் முன்மொழியப்பட்டன. இக்கூட்டத்திற்கு வழக்கத்தைவிட அதிக உறுப்பினர்கள் வந்திருந்ததாகக் கூட்டத்தலைவர் வரதராஜுலு தெரிவித்தார். தலைவரால் தனிப்பட்ட முறையில் தந்தி மூலம் அழைக்கப் பட்டும் வ.வே.சு. ஐயர் கலந்துகொள்ளவில்லை.

கூட்டத்திற்குத் தமிழ்நாடு காங்கிரஸ் கமிட்டித் தலைவ ரான வரதராஜுலு தலைமை வகித்தார்.

இந்த விஷயத்தில் பிராமணர் – பிராமணரல்லாதார் பிரச்சனையைக் கிளப்புவானேன் என்று கேட்கப்பட லாம். ஸ்ரீமான் ஐயரின் செய்கை தவறானதென்று

பழ. அதியமான்

பல பிராமணர்கள் நினைத்தபோதிலும் அவர்கள் தைரியமாக முன்வந்து அவரைக் கண்டிக்காததால்தான் இந்நிலைமை ஏற்பட்டது.

இந்த விவாதத்தால் தேசிய வேலை பாதிக்கப்படாதா என்று கேட்கப்படலாம். ஒருவருடைய சுயமரியாதையை விட தேசிய வேலை அவ்வளவு உயர்ந்ததல்லவென்று பதில் கூறுவேன்.

என்று தமக்கு எதிராகச் செய்யப்பட்ட பிரசாரங்களில் கேட்கப்பட்ட கேள்விகளுக்கெல்லாம் பதில் சொல்வது போல வரதராஜுலுவின் முகவுரை அமைந்திருந்தது (சுதேசமித்திரன், 30 ஏப்ரல் 1925).

கூட்டத்தலைவர் கொண்டுவந்த கீழ்க்காணும் காரியக் கமிட்டியின் தீர்மானம் மற்றும் திருத்தக்குறிப்பு மீது விவாதங்கள் நிகழ்ந்தன.

"குறிப்பிட்ட தேசியக் கொள்கையில்லாமல் குருகுலத்தை நடத்திவருவதால் தமிழ்நாட்டில் வகுப்பு வேற்றுமை வளர இடம் ஏற்பட்டிருப்பதால் குருகுலத்திற்கு ரூ. 5000 கொடுத்த தற்கு இக்கமிட்டி வருந்துகிறது" என்பது காரியக் கமிட்டியின் தீர்மானம். ஒரு வகையில் இதை வரதராஜுலுவின் தீர்மானம் என்றும் சொல்லலாம்.

தீண்டாமையை ஒழிக்க வேண்டுமென்பது காங்கிரசின் கொள்கை. அதை ஒழிக்க வேண்டுமாயின், திருஷ்டி தோஷம் என்பதையும் ஒழிக்கத்தான் வேண்டும். அதற்கு விரோதமான காரியத்தைச் செய்ய இடங்கொடுக்கக்கூடாது. எனவே தீர்மானத்தில் 'வருந்துகிறது' என்ற வார்த்தையை எடுத்து விட்டு "பணத்தைத் திருப்பி வாங்கிவிட வேண்டும்" என்று திருத்தம் செய்ய வேண்டும் என்றார் தருமபுரி நடேசன் செட்டியார். சுரேந்திரநாத் ஆர்யா இத்திருத்தத்தை ஆதரித்துப் பேசுகையில் வ.வே.சு. ஐயர் வகுப்பு வேற்றுமையில்லாமல் குருகுலத்தை நடத்தி வருவதாகவே தன்னிடம் சொல்லியிருக் கிறார் என்று கூறினார்.

எம்.கே. ஆச்சாரியா பேசுகையில் இரண்டு பிராமணப் பிள்ளைகளுக்குத் தனியாகச் சாப்பாடு போடுவதால் பிரளயம் ஏற்பட்டுவிடாது; இது சம்பந்தப்பட்ட போராட்டத்தினால் காங்கிரஸ் வேலை தடைபட்டுவிட்டது. இந்தப் போராட் டத்தை விட்டுவிட்டு இனியேனும் காங்கிரஸ் வேலையை ஆரம்பிக்க வேண்டும் என வரதராஜுலுவைக் கேட்டுக் கொண்டார்.

இராஜாஜி வேறொரு தீர்மானத்தை முன்மொழிந்தார்.

> "சேரமாதேவி குருகுலத்தைப் போன்ற ஸ்தாபனங்களின் நிர்வாகத்தில் தற்கால வழக்கங்களினாலும் அகங்காரங் களினாலும் ஏற்படும் தடைகளையும் கஷ்டங்களையும் நிவர்த்தி செய்துகொண்டு, தேசிய ஒற்றுமையையும் முன்னேற்றத்தையும் உத்தேசித்து ஸ்தாபனத்தை நடத்த, அந்த ஸ்தாபனத்தின் தலைவர்களிடம் விட்டுவிடுவது தான் சரியான வழியென்று இக்கமிட்டி தீர்மானிக்கிறது"

என்றதோடு,

> "... நிலைமையை அனுசரித்து, குருகுல மாணவர்கள் ஜாதி வித்தியாசமில்லாமல் சமபந்தியாக இருந்து போஜனம் செய்ய ஏற்பாடு செய்ய வேண்டுமாய் இக்கமிட்டி கோருகிறது"

என்பது அந்தத் தீர்மானம்.

இராஜாஜியின் இத்தீர்மானத்தின் இரண்டாவது பாகத்தில் 'சாதி வித்தியாசமில்லாமல் சமபந்தி போஜனம் செய்யலாம்' எனவரும் கருத்து ஒழுங்கானதா எனக் கேட்டுத் தலைவர் வரதராஜுலுவிடமிருந்து ஒழுங்கானதுதான் என்ற பதிலைப் பெற்றார் எம்.கே. ஆச்சாரியா. 'சமபந்தி போஜனம்' செய்ய வேண்டுமென்று காங்கிரஸ் கட்டாயப்படுத்தலாம் என்று சொல்வதாயின் எனக்கு இங்கு வேலை இல்லை; ராஜினாமா கொடுத்துவிட்டு வெளியே போய்விடுகிறேன்; 'சமபந்தி போஜனம் செய்ய வேண்டுமென்ற பேச்சு என் காதில் விழக்கூட நான் சம்மதிக்க முடியாது' என்று கோபம் பொங்கக் கூறினார் எம்.கே. ஆச்சாரியா. டாக்டர் டி.எஸ்.எஸ். ராஜன், இராஜாஜியின் திருத்தத்தை ஆதரித்துப் பேசுகையில், 'சமபந்தி போஜனம் செய்துவைக்கும்படி கேட்டுக்கொள்ளு வோம். அவ்விதம் வ.வே.சு. ஐயர் செய்யாவிடின் பிறகு என்ன செய்யலாம் என்று யோசிப்போம். ஒரு காரியத்திற்குக் கொடுத்த பணத்தைத் திருப்பிக் கேட்பது தர்மமாகாது' எனக் கூறினார்.

ஜி. ராமச்சந்திர நாயுடு, இராஜாஜியின் தீர்மானத்தை எதிர்த்துப் பேசுகையில் வ.வே.சு. ஐயர் நடந்துவரும் முறை நம்பிக்கை உண்டுபண்ணக்கூடியதாக இல்லை என்று சொன்னார். ராமபத்ர உடையார் காரியக் கமிட்டியின் தீர்மானத்தை ஆதரித்து பேசுகையில், இராஜாஜியின் தீர்மான மானது வரதராஜுலு இதுவரையில் நடத்திவந்த இயக்கமானது முட்டாள்தனமென்று சொல்வதாக இருக்கிறது என்றார். சேலம் மாவட்ட காங்கிரஸ் செயலாளர் கந்தசாமி பிள்ளை,

வ.வே.சு. ஐயர் சமபந்தி போஜனத்திற்குச் சம்மதித்துவிட்டால் போதும் என்று தெரிவித்தார்.

திரு.வி.க. காரியக் கமிட்டியின் தீர்மானத்தை ஆதரித்துப் பேசினார். "மகாத்மா சில நிபந்தனைகளைச் சொன்னார். அதை வ.வே.சு. ஐயரும் டாக்டர் வரதராஜுலுவும் ஒப்புக் கொண்டனர். இம்மட்டில் விடப்பட்டிருந்தால் விவகாரம் தீர்ந்துபோயிருக்கும். அம்மட்டில் நிற்கவில்லை. பிறகு வேறு சிலர் சமபந்தி போஜனம் செய்ய விருப்பமில்லாதவர்கள் வெளியில் சாப்பிட்டுவிட்டு வரலாமென்று சொன்னார்கள். டாக்டர் வரதராஜுலுவும் இதை ஒப்புக்கொண்டார்கள். அதன்மேல் மகாத்மா காந்தி இதற்கு விருப்பமில்லாதவர்கள் பணத்தைத் திருப்பிக்கேட்டால் திருப்பிக் கொடுத்துவிட வேண்டுமென்று சொன்னார். மகாத்மா சொல்லுகிறபடி நடந்தால் விவகாரம் தீர்ந்துபோகும். ஆனால் சௌகரியமானதை மட்டில் வைத்துக்கொண்டு மற்றதை விட்டுவிடுவதென்பது உசிதமாகாது" என்றார் திரு.வி.க.

தங்கப்பெருமாள் பிள்ளை கொண்டுவந்த திருத்தம், காந்தியின் தீர்ப்புகளை ஏற்றுக்கொண்டு வ.வே.சு. ஐயர் குருகுலம் நடத்த வேண்டும் என்றும், விலகலை அவர் திரும்பப் பெற்றுக்கொள்ள வேண்டும் என்றும் கோரியது.

காங்கிரஸ் கமிட்டி உறுப்பினராக இல்லாத நிலையில் சிறப்பு அழைப்பாளராக கலந்துகொண்ட புரவலர் வை.சு. சண்முகம் செட்டியார் பேசுகையில், குருகுலம் தொடங்குவதற்கு முன்பிருந்தே தான் அது பற்றி வ.வே.சு. ஐயருடன் பேசி, நன்கொடை அளித்து வந்ததோடு நான், பிரச்சனை வந்தபோது, சில ஆலோசனைகளைச் சொன்னதாகவும் கூறினார். அவற்றின் படி நடப்பதாகச் சொன்ன வ.வே.சு. ஐயர் நிலையான மனம் இன்மையால் அதில் தவறிவிட்டார் என்று வருந்தினார். ஜாதி அபிமானம் பெரியவர்களையும் நடுநிலைக் கோட்டிலிருந்து தவற வைத்துவிடும் என்பதைத் தான் அன்றைய நடவடிக்கையிலிருந்து உணர்ந்து கொண்டதாகவும் வை.சு. சொன்னார்.

எஸ். இராமநாதன் ஒரு தீர்மானம் கொண்டுவந்தார்.

> "இந்திய சமூக வாழ்க்கையில் பிறப்பினால் எவருக்கும் ஏற்றத்தாழ்ச்சி ஏற்படுத்தக்கூடாதென்றும், இக்கொள்கையைத் தேசிய இயக்கத்தில் ஈடுபட்ட ஸ்தாபனங்கள் அனுஷ்டிக்க வேண்டுமென்றும் தீர்மானிக்கிறது. இக் கொள்கையை அனுஷ்டானத்திற்குக் கொண்டுவர கீழ்க்கண்டவர்களடங்கிய கமிட்டியை நியமிக்கிறது. எஸ். சீனிவாஸ ஐயங்கார், ஸி. ராஜகோபாலாச்சாரி, ஷண்முகம் செட்டியார், ஈ.வெ. ராமசாமி நாயக்கர்."

தன் தீர்மானத்தை இராமநாதன் விவரிக்கையில், கமிட்டி யின் தீர்மானத்தில் 'வருந்துகிறது' என்று குறிப்பிடுவது உண்மையில் பணத்தைத் திருப்பிக்கேட்பது என்ற அர்த்தத்தில் முடியும். திருப்பிக்கேட்பது தனக்கு உசிதமாகப்படவில்லை. வ.வே.சு. ஐயர் தலைவராக உள்ள ஸ்தாபனமாயின் இராஜாஜி யின் தீர்மானத்தை ஒப்புக்கொள்ளலாம். இப்போது தலைமை மகாதேவ ஐயரிடம் போய்விட்டதை மறந்துவிடக் கூடாது என்ற வகையில் மற்ற தீர்மானங்களைப் பற்றித் தன் கருத்து களையும் எடுத்துச்சொல்லி தன் தீர்மானத்தை முன் மொழிந்தார்.

பெரியார், இராமநாதனின் தீர்மானத்தை ஆதரித்துப் பேசினார். 'இப்பிரச்சனைக்கு நம்முள் நான் உயர்ந்தவன் நான் தாழ்ந்தவன் என்ற எண்ணம் ஏற்பட்டிருப்பதே காரணம். அதை ஒழித்துவிட இராமநாதன் சொல்லியபடி ஏற்பாடு செய்துவிட்டுப் போக வேண்டும். தவிர, வரதராஜுலு தியாகத் தில் யாருக்கும் குறைந்தவரல்லர். அவரிடம் நம்பிக்கை இருக்கிறது என்று தீர்மானம் செய்துவிட்டுத்தான் போக வேண்டும்' என்று தமக்கே உரிய பாணியில் அழுத்தமாகக் கூறினார் (பேச்சின் முழு விவரத்தைப் பின்னிணைப்பில் காண்க). "எத்தீர்மானத்தைச் செய்தால் வேற்றுமை உணர்ச்சி மறையுமென்று யோசிக்க வேண்டும். இன்று எப்படித் தப்புவது என்று பார்த்துக்கொண்டு போய்விடக் கூடாது. நம்முள் ஏற்றத்தாழ்ச்சி இல்லை யென்ற உணர்ச்சி இருப்பது வாஸ்தவமானால் அதற்குத் தகுந்த தீர்மானத்தைச் செய்ய வேண்டும்" என்று விளக்கம் கூறி பெரியார் ஆதரித்த இராமநாதனின் தீர்மானமே வாக்கெடுப்பில் வென்றது.

இராமநாதன் முன்மொழிந்த குருகுல கண்காணிப்புக் குழுவில் எஸ். சீனிவாச ஐயங்காரைச் சேர்க்க வரதராஜுலு இணங்கவில்லையாதலாலும், இராஜாஜி தானே விரும்பாத தாலும், தியாகராஜ செட்டியார், பெரியார், எஸ். இராமநாதன் ஆகியோர் பெயர்கள் குழுவிற்கு இறுதியாய் அமைந்தன. சண்முகம் செட்டியார் பெயர் விடுபட்டதும், எஸ். இராம நாதன், தியாகராஜ செட்டியார் பெயர் சேர்ந்ததும் எப்படி எனத் தெரியவில்லை. முன்னர் ஈரோட்டில் ஜனவரி 1925இல் கூடிய காங்கிரசு காரியக் கமிட்டி நியமித்த நிலைமை அறியும் குழுவிலும் தியாகராஜ செட்டியார் இடம்பெற்றிருந்தார்.

முடிவுரையாக வரதராஜுலு பேசுகையில், தன் கொள்கையை ஆதரித்ததற்காகக் கமிட்டிக்கு நன்றி தெரிவித்துக் கொண்டார். 'வ.வே.சு. ஐயருக்கு பதிலாக மகாதேவ ஐயரை ஆச்சாரியராக நியமித்திருப்பது சூழ்ச்சியாகவே தோன்றுகிறது; குருகுலத்திற்காகக் கொடுத்த பணம் ஒரு காசாவது திரும்பி

வரவேண்டும் அல்லது சமத்துவமாக நடத்துவதாக ஒப்புக் கொள்ள வேண்டும். இல்லையேல் போராட்டத்தைத் தானே நடத்திக்கொண்டு வரப்போவதாகவும், இவ்விஷயத்தில் பிராமணர்கள் ஒத்துவராவிட்டால் பிராமணர்கள் ஒரு பக்கமும் ஜஸ்டிஸ் கட்சியினர் ஒரு பக்கமும் நின்று போராடும் படி விட்டுவிட்டு, பிராமணரல்லாத தேசியவாதிகள் ஒதுங்கி நிற்க வேண்டியதுதான்' என்றும் எச்சரித்தார்.

திருச்சி காங்கிரஸ் கமிட்டிக் கூட்டத்தை *தமிழ்நாடு* இவ்வாறு விமர்சித்தது.

> [திருச்சி கூட்டத்திற்கு முன்] சென்னைப் பத்திரிகைகள் சில பத்திபத்தியாக டாக்டர் நாயுடுவுக்கு விரோதமான வியாசங்களைப் பிரசுரித்துவந்தன. இதற்குமுன் கேள்விப்பட்டிராத பல 'தலைவர்கள்' பத்திரிகைகளில் பிரகாசிக்கலானார்கள். டாக்டர் நாயுடு காங்கிரஸ் தலைமைப் பதவியை ராஜினாமா செய்துவிட வேண்டு மென்று சில தீவிர காங்கிரஸ்காரார்கள் பத்திரிகை மூலம் கர்ஜித்தனர். கடைசியாக இவையெல்லாம் பொதுஜன அபிப்பிராயமல்ல என்பதையும், சிலரின் தூண்டுதலின் பேரிலேயே இந்த விரோத கிளர்ச்சி ஏற்பட்டிருக்கிறது என்பதையும் திருச்சியில் நடந்த காங்கிரஸ் கமிட்டியின் கூட்டம் விளக்கிவிட்டது (மேற்கோள்: *குமரன்*, 6 மே 1925).

சுதேசமித்திரன் இது பற்றி விமர்சனம் ஒன்றும் எழுதியதாகத் தெரியவில்லை.

கமிட்டிக் கூட்டத்தின் விளைவுகள்

காங்கிரஸ் கமிட்டிக் கூட்டத்தில் நிறைவேறிய தீர்மானம் வரதராஜுலுவின் நிலைக்குக் கிடைத்த வெற்றியாகக் கருதப்பட்டது. தாம் தோல்வியுற்றதாகக் கருதிய இராஜாஜி, எம்.கே. ஆச்சாரியா, டி.எஸ்.எஸ். ராஜன், க. சந்தானம், சி.என். முத்துரங்க முதலியார் உட்பட எழுவர் கமிட்டி உறுப்பினர் பதவியை ராஜினாமா செய்தனர். இவர்களுள் முத்துரங்க முதலியாரைத் தவிர அனைவரும் பிராமணர்கள் என்பது மனங்கொள்ளத்தக்கது.

எம்.கே. ஆச்சாரியா, "குருகுலத்தில் கட்டாய கலந்துண்ணல் வேண்டுமென்று ஸ்ரீமான் ராஜகோபாலாச்சாரியார் கொண்டு வந்த திருத்தத்தை ஒழுங்கானதென்று தாங்கள் கூறியது காங்கிரசின் மதவிஷயத்தில் தலையிடாமை, பரஸ்பர சகிப்பு ஆகிய அடிப்படை கொள்கைகளுக்கு விரோதமாகயிருப்பதாக நான் கருதுகிறேன். தாங்கள் அநியாயமாயும், எதேச்சாதிகாரத்

துடனும் இம்மாதிரி தீர்ப்புக் கூறியதைப் பலமாகக் கண்டிப் பதற்கடையாளமாக மாகாண கமிட்டியிலிருந்து விலகுகிறேன்" என்று தன் விலகலுக்கான காரணத்தை வரதராஜுலுவுக்குத் தெரிவித்தார் (*சுதேசமித்திரன், 30 ஏப்ரல் 1925*).

> காங்கிரஸ் கமிட்டித் தலைவர் ஸ்ரீமான் வரதராஜுலு அனுஷ்டிக்கும் கொள்கை, அவர் நடந்துகொள்ளும் வழி முதலியவற்றிலிருந்து, நான் இதுவரையில் இருந்ததை விட, வியக்தமாக விலகிக்கொண்டுவிட வேண்டு மென்று எனக்குத் தோன்றியதால் மாகாண கமிட்டி உறுப்பினர் பதவியை ராஜினாமா செய்கிறேன்

என்று இராஜாஜி விலகினார் (*சுதேசமித்திரன், 30 ஏப்ரல் 1925*).

> வகுப்பு துவேஷத்தையும், பலாத்காரத்தையும் அதிகரிக்கச் செய்வனவாக அவர் வழிகள் உள்ளன. அவை மனதைப் புண்படுத்துவதுடன் கோபத்தையும் மூட்டுகின்றன. ஜாதி வித்தியாசங்களை அடியோடு ஒழித்துவிட விரும்புகிறவர்கள் எல்லா வகுப்புகளிலுமாக வெகுசிலரே இருக்கிறார்களென்ற உண்மையை வரதராஜுலு சற்றும் கவனிக்கவில்லை

என்று தன் விலகலுக்கான காரணத்தை மேலும் விவரித்துச் சொன்னார் இராஜாஜி (*சுதேசமித்திரன், 30 ஏப்ரல் 1925; தி இந்து, 1 மே 1925*).

> அல்ப விஷயங்களுக்காக சண்டைபோடும்படி நாம் அவ்வளவு அடிமைகளாகிவிட்டது மிகவும் வருந்தத் தக்கது. பிராமணர்கள் காங்கிரஸ் முதலிய ஸ்தாபனங் களில் பதவிகளை இச்சிக்கக் கூடாது. சுயநலப் பரித் தியாகத்துடன் ஆடம்பரமின்றி அவர்கள் தேச சேவை செய்ய வேண்டும். இந்த நோக்கத்துடன்தான் நான் கதர் போர்டிலும், மாகாண காங்கிரஸ் கமிட்டியிலும் என் ஸ்தானங்களை ராஜினாமா செய்கிறேன்

என்பதாக அமைந்தது டி.எஸ்.எஸ். ராஜனின் விலகலுக்குக் கான காரணம் (*சுதேசமித்திரன், 5 மே 1925; தி இந்து, 2 மே 1925*).

> ஸ்ரீமான் வரதராஜுலுவின் ஆட்சேபகரமான பிரச்சார முறைகளுக்கும் எனக்கும் யாதொருவிதமான சம்பந்த மும் இருக்கக் கூடாதென நான் விரும்புகிறேன். கமிட்டி யானது இம்முறைகளை அங்கீகரித்துவிட்டதால் எனக்கு கமிட்டியில் இருக்கத் தகுதியில்லை என்று நான் கருதுகிறேன்

என்று சொல்லி க. சந்தானமும் மாகாண காங்கிரஸ் கமிட்டி உறுப்பினர் பதவியிலிருந்து விலகினார் (*சுதேசமித்திரன், 7 மே 1925; தி இந்து, 7 மே 1925*).

இவ்வளவு பேரும் தம் அதிருப்தியைக் காட்டி விலகிய பின்னரும், வரதராஜுலு தன் நிலையிலிருந்து சற்றும் மாறியவராக, நெகிழ்ந்தவராகத் தெரியவில்லை. இன்னும் சொன்னால் இக்காங்கிரஸ் கமிட்டிக் கூட்டத்திற்குப் பிறகு அவரது நிலைப்பாடு இன்னும் கறாராகவே மாறிவிட்டது.

"ஒரு மாத காலத்திற்குள் வ.வே.சு. ஐயர் குருகுலத்தைச் சீர்திருத்த வேண்டும் அல்லது பணத்தைத் திருப்பிக் கொடுத்துவிட வேண்டும். அவர் இப்போதைப் போலவே நடந்துகொண்டிருந்தால் நேரடியான வேலையை ஆரம்பிக்கும் முன் தேசத்தில் பலமான பிரசாரம் செய்யப்போகிறேன்" என்று குருகுலப் போராட்டத்தில் காரியக் கமிட்டி கூட்டத்திற்குப் பிந்தைய தன் நிலையை விளக்கினார் வரதராஜுலு. மேலும் "சி. ராஜகோபாலாச்சாரியாரும் அவருடைய பிராமண நண்பர்களும் மாகாண காங்கிரசு கமிட்டியிலிருந்து விலகியதற்காக தான் மிகவும் வருந்துவதாகவும், ஆனால் இந்த விலகல்கள் குருகுல விஷயத்தில் தன் நிலையில் சிறு மாற்றத்தையும் ஏற்படுத்தாது" என்றும் பொதுமக்களுக்கு உறுதி செய்தார் வரதராஜுலு (*சுதேசமித்திரன், 4 மே 1925*).

குருகுலக் கிளர்ச்சியால் அடுத்து நடக்கவிருந்த சட்ட சபைத் தேர்தல்களில் காங்கிரஸ் வெற்றி பாதிக்கப்படாதா என்று கேட்கும் தேசியவாதிகளுக்கும் பதில் தயாராக இருந்தது வரதராஜுலுவிடம். இதனால் ஏற்படும் அபாயத்தை உணர்ந்துதான் இந்தப் போரை சீக்கிரம் முடித்துவிட வேண்டுமென்று கூறுகிறேன் என்றார் (*சுதேசமித்திரன், 4 மே 1925*).

இச்செய்தியை வெளியிட்டுப் பத்து நாள் கழித்து இன்னொரு விரிவான அறிக்கையை வெளியிட்ட வரதராஜுலு அதில் எம்.கே. ஆச்சாரியா, இராஜாஜி ஆகியோரின் சில மறுப்புகளுக்கு விளக்கமும், கமிட்டியிலிருந்து விலகிய ஏழு பேர் விலகல் குறித்த தம் கருத்தையும் அளித்தார். 'ஸ்ரீமான் முத்துரங்க முதலியாரும், பக்தவத்சல முதலியாரும் என்னுடைய நிலைமையை உள்ளது உள்ளபடி அறிந்து கொள்ளாததற்காக வருந்துகிறேன். இவர்கள் என்னுடன் ஒத்துவராதது என்னுடைய துரதிர்ஷ்டமாகும்' என்றார் (*சுதேசமித்திரன், 15 மே 1925*).

குமரன் இதழும் இவ்விலகல்களைச் சாதாரணமாகவே எடுத்துக்கொண்டது.

> காங்கிரசை விட்டு விலகுவதால் மட்டும் நெருக்கடி நீங்கிவிட்டதென்று கூற முடியாது. இவர்கள் கொண்டிருக்கிற உள் எண்ணம் சீர்பட வேண்டும். இந்த ராஜினாமாக்களின்பொருட்டு அஞ்சவேண்டிய தொன்றுமில்லை

என்று எழுதியது (*குமரன், 13 மே 1925*).

> ஜாதிச் சண்டை என்று போலிவாதம் சொல்லிப் பிராமணர் ராஜினாமாக்கள் செய்து தேசிய மகா சபையின் பிரதிநிதி ஸ்தானங்களைக் காலிசெய்து பயமுறுத்துவது நகைப்பிற்கிடமாகும். தேசத்தாரால் பெரிதும் அவமதிக்கப்பட்ட டயர் என்ற ஆங்கிலேயனுக்கு இந்தியா கவர்மெண்டார் பென்ஷன் கொடுப்பதை ஆக்ஷேபித்ததற்கும், தேசிய வளர்ச்சிக்கு இடையூறான முறையைத் தேசிய சபையின் உதவிபெற்ற ஸ்தாபனம் வளர்க்க முற்படுவதைத் தடுப்பதற்கும் வித்தியாசம் கூற முடியுமோ?

என்று வை.சு. சண்முகம் இவ்விலகல்கள் தொடர்பில் வரதராஜுலுவுக்கு ஆதரவான நிலை எடுத்தார் (*குமரன், 6 மே 1925*). குருகுலப் பிரச்சனை என்பது தனிப்பட்ட நிறுவனத்தின் பிரச்சனை அல்ல, அது தேசியப் பிரச்சனை தான்; காங்கிரசின் வேலைகளுள் ஒன்றாகவே இப்பிரச்சனையைத் தீர்த்தலும் அமைகிறது என்று அவர் மேலும் விளக்கம் அளித்தார்.

"உடனுண்பது கூடாதென்பது, திருஷ்டி தோஷம் கடைப்பிடிக்கப்பட வேண்டும் எனக் கூறுவதாகும். திருஷ்டியினால் தோஷம் உண்டெனக் கருதும் இவர் [எம்.கே. ஆச்சாரியா] போன்றோர் தீண்டாமை விலக்கை எப்படி ஆதரிப்பார்? ஆகவே உடனுண்ண மறுப்பார் தீண்டாமையை ஆதரிக்க முடியாதென்பது வெளிப்படை. தீண்டாமை ஒழிக்கப்பட வேண்டுமென தேசிய மகாசபையும் மகாத்மாவும் தொண்டியற்றிவருவதை யாவரும் அறிவர். தேசிய மகாசபையின் முக்கிய நோக்கங்களில் ஒன்றாகிய தீண்டாமையை விலக்க தேசிய மகாசபையின் தமிழ்நாட்டுத் தலைவராகிய டாக்டர் நாயுடு முயலுவது அவரது கடமையாகும்" என்று வரதராஜுலுவை நியாயப்படுத்தி வை.சு. சண்முகம் பாராட்டினார் (*குமரன், 6 மே 1925*).

பல ஊர்களில் தமிழ்நாடு காங்கிரஸ் கமிட்டித் தீர்மானத்தை எதிர்த்துக் கூட்டங்கள் நடந்தன. அவற்றுள் ஒன்று தஞ்சாவூர் 6 மே 1925இல் திருவடி சி. சுப்பிரமணிய முதலியார் தலைமையில் நடைபெற்ற கூட்டம். இக்கூட்டத்தில் மேட்டுப்

பாளையம் சி.வி. சம்பந்த பிள்ளை கீழ்க்கண்டவாறு பேசினார். குருகுலப் பிரச்சனையில் காங்கிரசின் வேலை தடைபட்டு விட்டது; டாக்டர் வரதராஜுலு தன் பேச்சாலும் செயலாலும் தவறு செய்துகொண்டு வருகிறார். அவரும் அவர் நண்பர்களும் 220 நபர்களைத் தயார் செய்து வைத்திருப்பதாக தெரிகிறது. வரதராஜுலு குருகுலத்தின் முன் நடத்தவிருக்கும் 500 பேர் கொண்ட சத்யாக்கிரக முற்றுகைப் போர் எப்படி நடக்கிறது என்று தான் போய்ப் பார்க்கப்போவதாகக் குறிப்பிட்டார் (தி இந்து, 8 மே 1925). வரதராஜுலு திட்டமிட்ட சத்யாக்கிரக முற்றுகைக்கு எதிரான மிரட்டலாக இதைக் கருதலாம்.

காங்கிரஸ் கமிட்டி உறுப்பினர் பதவியிலிருந்து விலகி ஒருவகையான நெருக்குதலைத் தந்த பிராமணக் குழுவினர் தமிழ்நாடு காங்கிரஸ் கமிட்டித் தீர்மானத்தை ஏற்றுக்கொள்ள வேண்டாம் என அகில இந்தியக் காங்கிரஸ் கமிட்டிக்கு எழுதினர்.

திருச்சி காங்கிரஸ் கமிட்டிக் கூட்டத்தில் நிறைவேறிய இராமநாதனின் தீர்மானம் மீது ஆட்சேபங்களைக் குறிப்பிட்டு, தீர்மானத்துக்குக் காரணமான வரதராஜுலு, பெரியார் ஆகியோர் ராஜினாமா செய்ய வேண்டும் எனக் கேட்டு அகில இந்தியக் காங்கிரஸ் கமிட்டித் தலைவரான காந்திக்கு எம்.கே. ஆச்சாரியா கடிதம் எழுதினார். அவரது ஆட்சேபங்கள் வருமாறு:

1. இந்திய தேசியக் காங்கிரசும் அதனுடைய பற்பல கிளை ஸ்தாபனங்களும் பல ஜாதி மதஸ்தர்களும் அடங்கிய ராஜிய ஸ்தாபனமாகும். ஆகையால் ராஜிய உரிமையைப் பாதிப்பதாக இருந்தாலொழிய மத ஆசார சம்பந்தமான விஷயங்களைப் பற்றி இவை விவாதிக்க முடியாது; ஆகையால் விதியும் செய்ய முடியாது. ஒரு குறிப்பிட்ட மத ஆசார, அனுஷ்டானத்தின் ஏற்றத்தாழ்வுக்கும் இதற்கும் சம்பந்தமேயில்லை; காங்கிரஸ் அவற்றைப் பற்றி விவாதிக்கவே முடியாது.

2. மேலே கூறப்பட்ட கொள்கையின் மூலாதாரத்தையே நான் ஆக்ஷேபிக்கிறேன். சமூகத்திலோ, பொருளாதார விஷயத்திலோ, புத்தியிலோ, நெறியிலோ ஏற்றத்தாழ்வை நிர்த்தாரணம் செய்வதற்குப் பிறப்பும், அதனால் தலைமுறையும் மிகவும் அவசியமானவையே. பிறப்பினால் உள்ள குறைகளை மிகச் சிரமப்பட்டுத்தான் நிவர்த்திக்க முடியும். அப்படி நிவர்த்தி செய்யப்படும்வரையில் ஏற்றத்தாழ்வு இருந்துதான் தீரும்.

3. மேலே குறிப்பிடப்பட்ட (இராமநாதனின் தீர்மானத்தின்) பொதுவான கொள்கையை ஒருமுறை அனுமதித்து

விட்டால் அனுபவத்தில் மிகவும் அபாயமான பயன் ஏற்படும். இன்று சமபந்தி போஜனம். நாளை அது கலப்பு விவாகமாக லாம். அல்லது இன்னும் மோசமாக நிலச்சுவான்தார், குடி, முதலாளி, தொழிலாளி முதலிய எல்லா நிலைமைகளையும் அது பாதிக்கலாம். ஏனெனில் இவையெல்லாம் 'சமூக வாழ்க்கையில்' சேர்ந்தவையே. தேசியமயமாக்குவது என்ற வேஷத்தைக் கொண்டு இந்த வழியிலெல்லாம் பிறப்பினால் உள்ள ஏற்றத்தாழ்வை நீக்கக் காங்கிரஸ் முன்வர முடியுமா? இந்த விஷயங்களெல்லாம் காங்கிரஸ் சம்பந்தமற்ற ஸ்தாபனங் களால் முடிவு செய்யப்படும்படி விடவேண்டாமா?

4. தமிழ்நாடு காங்கிரஸ் கமிட்டியின் பணம் எல்லா ஜாதி மதஸ்தர்களுக்கும் பொதுவானது. அதிலிருந்து இந்தக் குருகுலத்திற்கு 5000 ரூபாய் கொடுக்கப்பட்டிருக்கிறது. ஆகையால் சமபந்தி விஷயத்தில் மாகாண காங்கிரஸ் கமிட்டி நடுநிலைமை வகித்திருக்க வேண்டும். குருகுல சம்பந்தமாக யாருக்காவது மத சம்பந்தமான ஆட்சேபமிருந் தால் அதைக் காங்கிரஸ் கமிட்டி மதித்திருக்க வேண்டும்.

இந்தக் காரணங்களால் 1. மேலே கண்ட மாகாண காங்கிரஸ் கமிட்டித் தீர்மானத்தைச் சட்ட விரோதமான தென்று நீக்கிவிட வேண்டும் 2. தலைவர் ஸ்ரீமான் வரதராஜுலு வும், செயலாளர் ஸ்ரீமான் இ.வி.ராமஸாமியும் குருகுல விவாதமென்ற பெயரால் வகுப்புத் துவேஷ பிரசாரம் செய்வதைத் தடுக்க வேண்டும், இல்லாவிடில் அவர்களை ராஜினாமா செய்யும்படி கேட்க வேண்டும். 3. இவ்வருடம் தமிழ்நாடு நிர்வாகக் கமிட்டியில் அலட்சியம் செய்யப்பட் டிருக்கும் காங்கிரஸ் வேலை நடக்க வேண்டும் என அக் கடிதத்தில் எம்.கே. ஆச்சாரியா கேட்டுக்கொண்டார் *(சுதேசமித்திரன், 22 மே 1925).*

இந்த மிக நீண்ட கோரிக்கையை அகில இந்திய காங்கிரஸ் கமிட்டியின்முன் வைத்தார் எம்.கே. ஆச்சாரியா. இதன் பூர்வ பீடிகையில் குருகுல நடைமுறை பற்றிய விவரங் களையும், வரதராஜுலுவின் பார்ப்பன எதிர்ப்பு பற்றிய விவரங்களையும் அவர் தெரிவித்திருந்தார்.

'சமூக வாழ்விலும் குருகுலத்திலும் பிறப்பினால் வித்தியாசம் பாராட்டக் கூடாது என்று தமிழ்நாடு காங்கிரஸ் கமிட்டியினர் நிறைவேற்றிய தீர்மானத்தையும், அதன்மேல் ஸ்ரீமான் எம்.கே. ஆச்சாரியா எழுப்பிய ஆட்சேபனைகளையும் நன்கு பார்த்து அத்தீர்மானம் ஒழுங்கானதுதானென்றும், அத்தகைய தீர்மானத்தை நிறைவேற்றுவதற்கு அக்கமிட்டி அதிகாரமுள்ளதென்றும் காந்தி தெரிவித்தார் என்று

வரதராஜுலு கல்கத்தாவினின்றும் அனுப்பிய செய்தி பத்திரிகைகளில் பிறகு பிரசுரமானது (*தி இந்து*, 29 மே 1925). இத்தகவலைக் குறிப்பிட்ட *குடிஅரசு*, அதனால் ‘எச்சரிக்கை’ என்ற தலைப்பில் இத்தீர்மானம் பற்றி எழுதி வைத்திருந்த குறிப்பை வெளியிடவில்லை என்று இச்சந்தர்ப்பத்தில் எழுதியது (31 மே 1925).

தமிழ்நாடு காங்கிரஸ் கமிட்டிக் கூட்டத்தில் குருகுலம் பற்றிப் பேசப்பட வேண்டும் என்று ஒரு கட்டத்தில் நினைத்த குருகுல ஆதரவுக் குழுவினர், பிறகு ஒரு கட்டத்தில் பேசினால் தம் பக்கம் வெற்றி கிடைக்காது என்று நினைக்கும் அளவிற்கு நிலைமை மாறிவிட்டது. தந்தி மூலம் அழைத்தும் வ.வே.சு. ஐயர் கூட்டத்திற்கு வராதது இதை உறுதிப்படுத்துகிறது. கூட்டத்தில் வரதராஜுலு கொணர்ந்த கமிட்டியின் தீர்மானம் வெற்றி பெறவில்லை என்றாலும் அவரது கோரிக்கை வெற்றி பெற்றது. பணத்தைக் கொடுத்ததற்காக வருந்துவது என்பது அதைத் திருப்பிக்கேட்பது போலத்தான் என்று சிலர் உணர்ந்ததும், அதைத் திருப்பிக்கேட்பது சரியானதாகப்படவில்லை எனக் கமிட்டி நினைத்ததும் கமிட்டியின் மரியாதையையும் பெருந்தன்மையையும் காட்டுகிறது.

இராமநாதனின் தீர்மானம் கமிட்டியின் தீர்மானத்தை விடவும் செயலைக் கோரி நிற்பதாகும். அத்தீர்மானப்படி அமைந்த கண்காணிப்புக் குழுவின் செயல்பாடு குறித்து மேல் விவரமேதும் கிடைக்கவில்லை. இக்குழு உறுப்பினர்கள் மூவரும் 1925 மே 22ஆம் தேதி (அன்று அமாவாசை) குருகுலத்திற்கு சென்று ஐயருடன் பேசினர். ஆனால் பேச்சு எந்தப் பயனையும் தரவில்லை என்று ரா.அ. பத்மநாபன் தெரிவிக்கிறார். முன்னர் அமைக்கப்பட்ட நிலைமையறியும் குழுவின் அறிக்கை கிடைக்காதது போலவே இதன் மேல் விவரமும் கிடைக்காதது காலம் கடந்த ஆராய்ச்சியின் விளைவாக இருக்கலாம்.

தமிழர் கூட்டங்களின் தோற்றமும் செயல்பாடும்

நேரில் எடுத்துரைத்து, பின் பத்திரிகைகளில் எழுதி, கூட்டங்களில் பேசி, காங்கிரசின் வழியாக அழுத்தம் கொடுத்து, காங்கிரஸ் கமிட்டிக் கூட்டத்தில் வற்புறுத்திய பிறகும் குருகுலத்தில் சமத்துவ நிலைமை ஏற்படவில்லை. காங்கிரஸ் என்ற அமைப்புரீதியான போராட்ட வியூகத்தை வரதராஜுலு முதலில் அமைத்துப் போராடினார். அதனால் வெற்றி விளையாதபோது பார்ப்பனரல்லாதார் கூட்டத்தைக் கூட்டினார். அதற்குத் ‘தமிழர் கூட்டம்’ என்ற பெயரும் அமைந்தது. காங்கிரஸ் என்ற அமைப்பு இருக்க, இப்படித்

தனிக் கை எடுக்க வரதராஜுலு முதலில் விரும்பவில்லை. சேரன்மாதேவி குருகுலத்தில் நிலவிய பாகுபாட்டை வெளிப்படுத்தி எழுதிய முதல் கட்டுரையில் வரதராஜுலு இத்தகைய சாதி வழி வேறுபாட்டை பிராமணரும் விரும்ப மாட்டார்கள் என்றே கருதினார், எழுதினார்.

"தேசத்தில் சமத்துவமும் சகோதரத்துவமும் ஓங்கி வளர வேண்டுமென்று ஆவல் கொண்ட எந்தப் பிராமண, பிராமண ரல்லாதாரும் தமிழ்க் குருகுலத்தை ஆதரிப்பது சாத்திய மில்லாமலிருக்கிறது" (*லக்ஷ்மி*, அக்டோபர் 1924) என்று தெளிவாக எழுதினார் வரதராஜுலு. இதிலிருந்து இக்கிளர்ச்சி யில் பார்ப்பனரும் இணைந்தியங்கிச் சமத்துவத்தைக் கொண்டுவர வேண்டும் என்று அவர் விரும்பியது தெரிகிறது. ஆனால் போராட்டப் போக்கில் அவ்வாறு நிகழவில்லை. காந்தியின் முன் நடந்த ஆலோசனையின் தோரணையைக் கண்ட பின்னர் தன் விருப்பம் நிறைவேறாது என்பது அவருக்கு உறுதியாகிவிட்டது. பின்னர் பார்ப்பனர் x பார்ப்பன ரல்லாதார் என்ற நிலைப்பாட்டை மேற்கொண்டுவிடுகிறார். திருச்சியில் நடைபெற்ற தமிழ்நாடு காங்கிரஸ் கமிட்டிக் கூட்டத்தில் இந்நிலை எடுத்ததற்கான காரணத்தை அவர் விளக்கிப் பேசினார்.

இந்தப் பின்னணியில், காங்கிரசின் குரலைக் குருகுலம் உதாசீனம் செய்த பின்னர் தனது சமத்துவ வேண்டுகோள்கள் அனைத்தும் நிராகரிக்கப்பட்ட நிலையில், எதிர்ப்பை மக்கள் இயக்கமாக நடத்த வேண்டியதன் தேவையை உணர்ந்தும், கூட்டு நடவடிக்கையின் வலிமையை மனத்தில் இருத்தியும் தமிழர்களின் ஒருங்கிணைப்புக்கு முனைந்தார் வரதராஜுலு. எதிர்ப்பில் அவருடன் ஈடுபட்ட காங்கிரஸ் பிரமுகர்கள், நாட்டுக்கோட்டை செட்டிமார்கள் மற்றும் சிலரது ஆதரவுடன் தமிழர்கள் கூட்டத்தைத் தொடர்ந்து கூட்டினார். இதற்கான அறிவிப்பையும் வெளியிட்டார்.

தமிழ்நாடு காங்கிரஸ் கமிட்டி கூட்டத்திற்குப் பிறகு குருகுலப் பிரச்சனை தமிழர் கூட்டத்தின் கையில் முழுவது மாகப் போய்விட்டது. தமிழர் கூட்டம் என்ற ஏற்பாட்டுக்கு கிடைத்த வரவேற்பையும் அக்கூட்ட நடவடிக்கைகளையும் அதற்கு குருகுலத்தின் எதிர்வினைகளையும் இனி விரிவாகப் பார்ப்போம்.

காந்தியின் முன்னிலையில் நடந்த சென்னை ஆலோசனை தோல்வியில் முடிந்த கையோடு பார்ப்பனரல்லாதார் ஒரு கூட்டமாக யோசனை செய்து நடவடிக்கையில் இறங்க முடிவு செய்தனர். நடவடிக்கைகளின் ஒரு முயற்சியாக

1925 மார்ச்சில் உருவான தமிழர் கூட்டங்கள் தொடர்ந்து ஏப்ரல், மே, ஜூன், நவம்பர் மாதங்களில் கூடிய விவரங்கள் கிடைக்கின்றன. இக்கூட்டம் தமிழர் இயக்கமாக மாறி, தமிழ்நாட்டிற்குத் தொண்டாற்ற வேண்டுமெனக் *குமரன்* இதழும் *லக்ஷ்மி* இதழும் வரவேற்றுப் பாராட்டி எழுதின.

குருகுலப் பிரச்சனையைப் பார்ப்பனரல்லாதார் தளத்தில் வைத்து முன்னெடுத்துச் செல்ல முயன்ற வரதராஜுலுவின் முயற்சியைத் தமிழரிடையே ஏற்பட்ட பெரும் எழுச்சியாகப் பத்திரிகைகள் பார்த்தன. *லக்ஷ்மி* இதுபற்றி பெரும் உற்சாகத்துடன் வரவேற்று எழுதியது.

"பற்பல கட்சியிலும் பிராமணரல்லாத தமிழர்களை ஒன்று சேர்க்க முயற்சி செய்துகொண்டிருப்பதாகவும், கூடிய சீக்கிரத்தில் இது விஷயமாய் ஆலோசிக்க ஒரு சபை கூட்டப் போவதாகவும் டாக்டர் நாயுடு பத்திரிகைகளுக்குத் தெரிவித்திருக்கிறார். இது புனிதமான காரியம். தமிழர்களை ஒன்று சேர்த்து தமிழர்களுக்குள் அன்பும் சுயமதிப்பும் ஒற்றுமையும் ஏற்படுத்த வேண்டியதவசியம், அவசரம். இதைச் செய்ய முன்வந்த நமது தென்னாட்டுச் சிங்கமான ஸ்ரீமான் வரதராஜுலுவை நாம் மனமார வாழ்த்துகிறோம்" என்று வாழ்த்திவிட்டுத் தமிழர் இயக்கத்துக்கு இரண்டு யோசனைகளையும் வழங்கியது.

முதலாவது யோசனை: தமிழர் இயக்கத்துக்குச் சென்னையைத் தலைமையிடமாகக் கொள்வது, கிராமங்கள் தோறும் அதன் கிளைகளை நிறுவுவது, திரு.வி.க.வைத் துணைக்கு வைத்துக்கொள்வது, ஜஸ்டிஸ் கட்சியை இதனோடு இணைத்துவிடுவது, *திராவிடன்* இதழைத் *தமிழன்* இதழாக மாற்றி நடத்துவது.

இரண்டாவது யோசனை: தமிழர் ஒற்றுமை, பிராமணரையும் சகோதரராகப் பாவிப்பது, சர்வ சமய ஒற்றுமை, கோயில் நுழைவு போன்ற அடிப்படையான வேலைகளைத் திட்டமிட்டு நடத்தி ஜப்பானைப் போல் தமிழகத்தை மாற்றுவது (*லக்ஷ்மி*, ஏப்ரல் *1925*).

இதே போல, பிராமணரல்லாத தமிழர்களின் பிரச்சனை என்ற சிந்தனையோட்டத்திலேயே குருகுலப் பிரச்சனையைத் தொடக்கத்திலிருந்து பார்த்துவந்த *குமரன்* வரதராஜுலுவின் இவ்வறிவிப்பை மிகுந்த உற்சாகத்துடன் வரவேற்றது.

"இதுகாலை இருந்துவருகிற பிராமணரல்லாதார் இயக்கமானது முறுகியெழுவதற்குக் காலம் சமீபித்துவிட்டதென்பதற்கு குருகுல சம்பந்தமான நிகழ்ச்சிகள் சான்று கூறுகின்றன.

ஆனால் இவ்வியக்கம் தமிழ் மொழியை ஆதாரமாகக் கொண்டு நிகழ்தல் வேண்டும். தமிழரியக்கமென்ற பெயர்கொண்டு திகழ்தலே உண்மையான பயனை அளிக்கும். இவ்வியக்கமானது உரம் பெற்று வளர்வதற்குப் பலவகை இயக்கங்களில் தலைப்பட்டிருக்கிற எல்லாத் தமிழரும் ஒன்றாகக் கலந்து வேலை செய்ய முயல வேண்டுவது இன்றியமையாததாகும்" என்பதிலிருந்து இந்த பிராமணரல்லாதார் எழுச்சி தமிழர் இயக்கமாக மாற வேண்டும் என்று *குமரன்* எதிர்பார்த்தது தெரிகிறது (25 மார்ச் 1925).

கூட்ட நடவடிக்கைகள்: சென்னை, திருச்சி, கானாடுகாத்தான்

தமிழ்க் குருகுல விஷயமாக காந்தியுடன் இருதரப்பாரும் கலந்து பேசி ஒரு முடிவுக்கு வரமுடியாததாலும், இனி தமிழர்கள் சமத்துவமாக நடத்தப்பெறுவார்களென்று நம்புவதற்கு இடமில்லை என்று கருதியதாலும் காந்தியுடன் பேசிய (24 மார்ச் 1925) அன்று மாலையே, சென்னையில் தமிழ்நாடு அலுவலகத்தில் வை.சு. சண்முகம் தலைமையில் தமிழர் கூட்டம் கூடியது. இக்கூட்டத்திற்கு வந்திருந்தவர்களில் முக்கியமானவர்கள் திரு.வி.க., வரதராஜுலு, சொ. முருகப்பா, ராய. சொக்கலிங்கன், சுரேந்திரநாத் ஆர்யா, கே.எஸ். சுந்தரம் பிள்ளை, சாமிநாதன் செட்டியார், வெங்கிட கிருஷ்ணப் பிள்ளை, கந்தசாமி பிள்ளை, தருமபுரி நடேசன் செட்டியார், வி. சுப்பிரமணிய பிள்ளை, எஸ். நாராயணசாமி பிள்ளை ஆகியோர். இக்கூட்டத்தில் இரண்டு தீர்மானங்கள் நிறைவேற்றப்பட்டன.

'சேரன்மாதேவியிலுள்ள தமிழ்க் குருகுலத்தின் தலைவராகிய வ.வே.சு. ஐயர் எவரெவரிடத்தில் மேற்படி குருகுலத்திற்காகப் பொருளுதவி பெற்றாரோ அவரவரிடத்தில் அவரவர் செலுத்திய தொகையைத் திருப்பிக் கொடுக்க வேண்டுமென்று இக்கூட்டம் தீர்மானிக்கிறது' என்பது முதல் தீர்மானம்.

'மலேயா நாட்டில் இக்குருகுலத்திற்கெனத் திரட்டப்பட்டப் பொருளைத் தற்போது சேமித்துவைத்திருப்போர் கொடையாளரிடத்தில் அவ்விதத் தொகையைத் திருப்பிக் கொடுக்க வேண்டுமென்பது' இரண்டாவது தீர்மானம் (*குமரன்*, 25 மார்ச் 1925; *தி இந்து*, 25 மார்ச் 1925).

திருச்சியில் தமிழ்நாடு காங்கிரஸ் கமிட்டிக் கூட்டம் நடந்ததற்கு மறுநாள் காங்கிரஸ் கமிட்டிக் கட்டடத்திலேயே மு. காசி விஸ்வநாதம் செட்டியார் தலைமையில் 'சேரமாதேவி குருகுலத்தைச் சீர்திருத்தப் பிராமணரல்லாதாரின் மாநாடு' நடைபெற்றது. அதில் மூன்று தீர்மானங்கள் நிறைவேறின.

1. வ.வே.சு. ஐயரவர்களை நம்பியே குருகுலத்துக்குப் பண உதவி செய்தது. அவ்வாறிருக்க பணங்கொடுத்தவர்களைக் கூட்டி ராஜினாமாவைக் கொடுக்க வேண்டியது நியாயமாயிருக்க அங்கு வேலை செய்பவரிடத்தில் தனது தலைமை ஸ்தான ராஜினாமாவைக் கொடுத்ததை இக்கூட்டம் கண்டிக்கிறது.

2. வ.வே.சு. ஐயரவர்களின் ராஜினாமாவை ஏற்றுக் கொள்ளவே சிறிதும் அதிகாரமில்லாத சிலர் அதனை ஏற்றுக் கொண்டதோடு அமையாது குருகுல கிளர்ச்சிக்கே பெருங் காரணமாயிருந்த மகாதேவ ஐயரவர்களைத் தலைவராகவும் தேர்ந்தெடுத்ததை இக்கூட்டம் பலமாகக் கண்டிக்கிறது.

3. குருகுல நடைமுறையானது நேரான வழியில் நடை பெறவில்லையாதலால் அதனைத் திறம்பட நடத்துவதற்குப் பின்வரும் கமிட்டியை இக்கூட்டம் நியமிக்கிறது. இக்கமிட்டியாரிடம் குருகுல சம்பந்தமான சகல பொறுப்புகளையும் ஒப்புவித்துவிட வேண்டுமென்றும், இதற்கு ஐயரவர்கள் ஒருமாத காலத்திற்குள் இணங்காராயின் வாங்கிய பணத்தைக் கேட்பவர்களுக்குத் திருப்பிக்கொடுத்துவிட வேண்டுமென்றும் இக்கூட்டம் கோருகிறது. ஐயர் இவ்வாறு செய்யாவிட்டால் ஐயரவர்களிடமிருந்து குருகுல சொத்துகளைப் பெறுவதற்குரிய முறைகளை இக்கமிட்டியார் அனுஷ்டிக்கலாமென்றும் இக்கூட்டம் தீர்மானிக்கிறது. கமிட்டி உறுப்பினர்கள் டாக்டர் வரதராஜுலு, வை.சு. சண்முகம் செட்டியார், ஆர்.கே. சண்முகம் செட்டியார், மு. காசி விஸ்வநாதம் செட்டியார், ராய. சொக்கலிங்கன் செட்டியார் ஆகிய ஐவருமாவர். வை.சு. சண்முகம் செட்டியார் காரியதரிசியாக இருப்பார் (*குமரன்*, 6 மே 1925; 13 மே 1925).

தமிழர் கூட்ட முடிவின்படி வரதராஜுலு செயல்படத் தொடங்கியபோது பெரும் எதிர்ப்பு மூண்டது. அது குறித்து வரதராஜுலு நீண்ட பதில் அளித்தார். அதில் ஒரு பகுதி பின்வருவது.

“புரவலர்கள் சார்பாகப் பேசுவதற்கு எனக்கு என்ன அதிகாரம் இருக்கிறது என்று சிலர் கேட்கிறார்கள். பிரிட்டிஷ் ஏகாதிபத்தியமும் இந்தியர் சார்பாகப் பேச காங்கிரசுக்கு என்ன அதிகாரம் இருக்கிறது என்று இதேபோல் கேள்வி கேட்டது. ஆனால் இங்கே அநேகமாக எல்லா புரவலர்களும் கைப்பட எழுதிக்கொடுத்த கடிதங்கள் இருக்கின்றன. அவர்கள் என்னுடைய எதிர்ப்புப் போராட்டத்தை ஆதரிப்பதோடு மட்டுமல்ல, கொடுத்த கொடையைத் திருப்பிப் பெறவும் எனக்கு அதிகாரம் அளித்திருக்கிறார்கள். அந்தக் கடித

மூலங்கள் *தமிழ்நாடு* அலுவலகத்தில் இருக்கின்றன. யாரும் பார்க்கலாம். அடுத்த வாரத்திலிருந்து அவற்றை என் பத்திரிகையில் பிரசுரிக்கவும் உள்ளேன்.

"ராஜினாமாக்கள், எதிர்ப்புகள், எதிர்பிரசாரங்கள் செய்வோம் என்ற பயமுறுத்தல்கள் என்னை என் பாதையில் திரும்பச் செய்துவிடாது. அவை வெறும் காட்டில் இட்ட கூச்சலாகவே முடியும். குருகுலத்தில் சீர்திருத்தம் அல்லது பணத்தைத் திரும்பக் கொடுத்து விடுங்கள் என்பதே என் கோரிக்கை. நான் வெற்றி பெற்றாலும் அல்லது வீழ்வதே யாயினும் இறுதிவரை போராடுவேன். பாண்டவர்களுக்காகப் போரிட்ட கிருஷ்ண பகவானே என் ஒரே வழிகாட்டி" (*தி இந்து*, 7 மே 1925).

இவ்வாறு வெகுண்டெழுந்த தமிழர் கூட்டத்தைச் சமாதானப்படுத்த இச்சந்தர்ப்பத்தில் வ.வே.சு. ஐயர் எடுத்த நேரடி முயற்சிகள் பற்றித் தகவல்கள் இல்லை. எனினும் குருகுலத்தின் பிராமணரல்லாத ஆசிரியர்களுள் ஒருவரான கும்பலிங்கம் பிள்ளை மூலமாக வ.வே.சு. ஐயர் சமரச முயற்சி யில் இறங்கியிருப்பது தெரிகிறது. குருகுலத்தின் உண்மை நிலையை அறிய தமிழர் குழுவின் உறுப்பினர்கள் குருகுலத்தை நேரில் வந்து பார்வையிடும்படி கும்பலிங்கம் வேண்டினார். (*தி இந்து*, 14 மே 1925). ஆனால் மாறிமாறிப் பேசுபவராக கும்பலிங்கம் மதிப்பிடப்பட்டு அவரது இந்த வேண்டுகோளை வரதராஜுலு உட்பட எவரும் கவனிக்கவில்லை.

இவ்வாறு, எதிர்ப்பு நடவடிக்கைகள் போராட்ட வடிவை எய்திய பின்னரும் தமிழர் குழுவின் செயலாளரான வை.சு. சண்முகம் தொடர்ந்து சமாதானப் பேச்சுகளில் ஈடுபட்டவண்ணமிருந்தார்.

"ஐயர் எனக்கெழுதிய கடிதத்தில் பணங்கொடுத்தோரின் பெரும்பாலார் இஷ்டத்துக்குக் குருகுலத்தார் நடைமுறை களைத் திருத்திக்கொள்வார்கள் என்றெழுதியிருக்கிறார். அவ்வாறு செய்வது ஒரு வழியே. ஆனால் பணத்தின் அளவுக்குத் தக்கவாறு அவர்களது வாக்கு மதிக்கப்பெறல் வேண்டும். எவ்வழியாயினும் நியாயமான வழியைக் கைப்பற்றுவதுதான் பெரியோர்கள் நடையாகும். தமிழர் கூட்டத்தின் பஞ்சாயத்தார் நோக்கத்துக்கு இணங்கி நடத்த முடியாவிட்டால், சாக்குப் போக்குச் சொல்லி ராஜினாமாவைப் பற்றி பேசுவது ஒழுங் கற்ற கேவலமான முறையாகும். குருகுலத்தை ஒப்புவிக்க முடியாதெனின் பணங்கொடுத்தோர் திரும்பவும் நடைமுறை பிடியாமல் பணத்தைக் கேட்டால் கொடுத்த பணத்தை அப்படியே திரும்பக் கொடுத்துவிட்டு ஐயரிஷ்டப்படி

குருகுலத்தை நடத்தலாம். குருகுலத்தில் நன்னோக்கம் கொண்டோர் எண்ணப்படி நடத்த ஐயர் இணங்கிக் குருகுலத்தைச் சீர்படுத்தி நடத்த முன்வருவார்கள் என்று இன்னமும் எதிர்பார்க்கிறேன்" (*குமரன்*, 6 மே 1925).

எந்த சமாதானத்திற்கும் பொறுப்பான எதிர்வினை இருந்ததாக கிடைக்கும் விவரங்கள் சொல்லவில்லை.

வ.வே.சு. ஐயர் ஆச்சாரியார் பதவியினின்றும் விலகி, ஆசிரமம், குருகுலம் இரண்டிற்கும் மகாதேவ ஐயர் ஆச்சாரிய ராகப் பொறுப்பேற்ற பின்னர் வெளிவந்த *பாலபாரதியில்* மகாதேவ ஐயர் எழுதிய கட்டுரையில் குருகுலம் காந்தியின் தீர்ப்புப்படி நடப்பதாக சொல்வதே தொடர்ந்தது.

காந்தியிடம் சொல்லியபடியே, 'ஏற்கெனவே தனித்துண்ண அனுமதி பெற்றிருக்கிற மாணவர்கள் தவிர, மற்றெல்லோரும் வழக்கம்போல இங்கே ஒரே வரிசையாக இருந்து போஜனம் செய்துவருகிறார்கள். உடன் உண்ண சம்மதியாத மாணவரைக் குருகுலத்தில் சேர்த்துக்கொள்வதில்லை' என்று குருகுலத்தின் நிலையை மகாதேவ ஐயர் எடுத்துக் காட்டினார் (*பாலபாரதி*, மே 1925).

காந்தியின் ஆணைப்படி நடப்பதால் தாங்கள் பணத்தைத் திருப்பிக்கொடுக்க வேண்டியதில்லை என்பது மகாதேவ ஐயர் கருத்து. "வாபஸ் செய்ய வேண்டும் என்ற கிளர்ச்சிக்கு காங்கிரஸ் கமிட்டியின் ஆதரவையும் தேடினார்கள். ஆனால் அது கைகூடாமல் போய்விட்டது" என்று மகாதேவ ஐயர் தொடர்ந்து சொல்வதிலிருந்து அதனை உறுதி செய்யலாம் (*பாலபாரதி*, மே 1925).

வரதராஜுலு, குருகுலத்தவரின் சமத்துவ நடவடிக்கை களின் நிறைவேற்றலுக்குக் கெடுதேதி விதித்து குருகுலத்தை முற்றுகையிட முடிவு செய்திருந்த பரபரப்பான சூழலில் தமிழர் கூட்டத்தின் அடுத்த சந்திப்பு கானாடுகாத்தானில் வை.சு. சண்முகம் வீட்டில், வரதராஜுலு தலைமையில் 1925 மே 20இல் கூடியது. இதில் கலந்துகொண்ட காவியகண்ட கணபதி சாஸ்திரிகளின் வேண்டுகோளுக்கிணங்கக் கூட்டத்தின் நடவடிக்கைகளை இரண்டு வார காலம் ஒத்திவைக்க முடிவு செய்யப்பட்டது. இக்கூட்டத்தில் சரவணானந்த சரஸ்வதி என்பாரும் கலந்துகொண்டார். ஆர்.கே. சண்முகம் செட்டியார் தவிர மற்ற உறுப்பினர் அனைவரும் வந்திருந்தனர். பலாத் காரத்தில் இறங்காமல் இருக்கும்படி தமிழர்களை இக்கூட்டம் வேண்டிக்கொண்டது (*குமரன்*, 24 மே 1925).

இக்கூட்டத்திற்கு இரண்டு நாளுக்கு முன் வை.சு. சண் முகம் வ.வே.சு. ஐயரைக் குருகுலத்தில் சந்தித்து பேச்சு

நடத்திவிட்டு வந்தார். அப்பேச்சின் விவரம் காவியகண்ட கணபதி சாஸ்திரியின் அறிக்கை ஒன்றிலிருந்து கிடைக்கிறது.

குருகுலத் தமிழ்ப் புரவலர் குழுவின் செயலாளர் வை.சு. சண்முகம், சுவாமி சிவானந்த சரஸ்வதி, காவியகண்ட கணபதி சாஸ்திரி ஆகியோர் 17 மே 1925 அன்று சேரன்மாதேவி சென்றனர். தான் வ.வே.சு. ஐயரிடம் பேச்சுவார்த்தையில் ஈடுபடும்போது காவியகண்ட கணபதி சாஸ்திரியும் உடனிருக்க வேண்டும் என வை.சு. சண்முகம் விரும்பியதை அடுத்து, திருவண்ணாமலைக்குச் சென்று அவரை சிவானந்த சரஸ்வதி அழைத்துவந்தார்.

குருகுலப் பிரச்சனையைத் தீர்க்க நான்கு ஆலோசனை களை வை.சு. சண்முகம் தெரிவித்தார்.

1. சமையல் அறையிலும்கூட திருஷ்டி தோஷம் பார்க்கப் படக் கூடாது. அதனால் பிராமணர் – பிராமணரல்லாதார் மாணவருக்குள்ளே நிலவும் வேறுபாடு ஒழிக்கப்படும். பிறகு பிராமண சமையல்காரரை வைத்துக்கொள்வதில் ஆட்சேபணை இல்லை.

2. ஆசிரமத்தில் தங்கிப் படிக்கும் மாணவர்களே சேர்க்கப் பட வேண்டும். வெளிமாணவர்கள் சேர்க்கப்படக் கூடாது.

3. வ.வே.சு. ஐயர் மீண்டும் குருகுலத்தின் ஆச்சாரியராக வேண்டும்.

4. குருகுலத்தின் மீது முழு அதிகாரமுள்ள ஐவர் குழு ஒன்று உருவாக்கப்பட வேண்டும். குருகுலத்தின் ஆச்சாரியர் குழுவின் தலைவர். மற்ற நால்வர் வெளி நபர்கள்.

ஆலோசனைகளாக வந்த இந்த நிபந்தனைகளைக் குறித்து சிறிது நேரம் விவாதம் செய்தனர். ஆனால் எந்த முடிவும் எட்டப்படவில்லை. வை.சு. சண்முகம் கேட்டுக்கொண்டபடி காவியகண்ட கணபதி சாஸ்திரி தனிப்பட்ட முறையில் அனைத்து விஷயங்கள் பற்றியும் வ.வே.சு. ஐயரிடம் பேசினார். மகாதேவ ஐயரே அப்போதைய ஆச்சாரியர் என்பதால் அவரிடமே இது குறித்து விவாதிக்க வேண்டும் என்று வ.வே.சு. ஐயர் கூறினார். எனவே அவரிடம் கணபதி சாஸ்திரி பேசினார். இந்த நிபந்தனைகள் குறித்து மகாதேவ ஐயர் கீழ்க்கண்டவாறு கருத்துகள் தெரிவித்தார்.

முதல் நிபந்தனை ஒப்புக்கொள்ள முடியாதது. ஏனெனில் விதிவிலக்கு அளிக்கப்பட்ட திருஷ்டி தோஷத்தில் நம்பிக்கை உள்ள இரண்டு மாணவர்களுக்கு அது தீங்கிழைப்பதாகிவிடும்.

ஆசிரம ஆசிரியர் சிலரது குழந்தைகள் இரண்டாவது நிபந்தனையால் பாதிக்கப்படுவர். தங்கிப் படிக்கும் மாணவர்க்கு

ஆகும் செலவை இந்த ஏழை ஆசிரியர்களால் செலுத்த இயலாது.

ஆசிரம ஆச்சாரியராக வ.வே.சு. ஐயர் மீண்டும் பொறுப் பேற்பது பற்றிச் சிறிது நேரம் மகாதேவ ஐயர் பேசினார். எனினும் முடிவான கருத்து ஏதும் தெரிவிக்கவில்லை.

ஆசிரமத்தில் ஏற்கெனவே ஆசிரமவாசிகள் கொண்ட ஒரு குழு உள்ளது. இதில் மற்றவர் எவரும் தலையிட முடியாது. எனவே நான்காவது நிபந்தனையின்படி குழு அமைக்கப் படுவதை ஏற்க முடியாது என்றார் மகாதேவ ஐயர்.

மாலை ஆறு மணிக்கு வ.வே.சு. ஐயர், வை.சு. சண்முகம், காவியகண்ட கணபதி சாஸ்திரி, சிவானந்த சரஸ்வதி ஆகியோர் மீண்டும் விவாதித்தனர். ஆசிரமத்தில் தான் இப்போது சாதாரண அங்கத்தினராக மட்டும் இருப்பதால் இந்நிபந்தனைகளுக்கு முடிவான பதிலை அளிக்க இயலாத நிலையில் இருப்பதாக வ.வே.சு. ஐயர் விவரித்தார். ஆனால் வ.வே.சு. ஐயரிடமிருந்து உறுதியான பதிலை வை.சு. சண்முகம் வலியுறுத்தினார். ஆசிரமக் குழுவிடமும் புதிய ஆச்சாரியரிட மும் கலந்து பேசியே தான் எதுவும் சொல்ல முடியும் என்று அதற்கு அவர் பதிலிறுத்தார். வை.சு. சண்முகம் அதைக் கடுமையாக ஆட்சேபித்தார். 'தங்களை நம்பியே இவ்வளவு பெரிய தொகைகளைப் புரவலர்கள் தந்தார்கள். அதனால், நீங்கள் ராஜினாமா செய்யும்போது குருகுலத்தை மற்றவரிடம் ஒப்படைக்க முடியாது. புரவலரிடம்தான் ஒப்படைத்திருக்க வேண்டும். நாங்கள் [தமிழர் கூட்டம்] ஆசிரமக் குழுவை அங்கீகரிக்கவில்லை' என்று வை.சு. சண்முகம் வ.வே.சு. ஐயரிடம் தெரிவித்தார். அதோடு ஆசிரமக் குழு அமைக்கப்பட்டது எப்போது என்று அவர் கேட்டபோது ராஜினாமாவுக்கு ஒரு நாள் முன்போ பின்போ உருவாக்கப்பட்டது என்று வ.வே.சு. ஐயர் பதில் சொன்னார்.

கணபதி சாஸ்திரியின் ஆலோசனையின்பேரில் ஆசிரமக் குழுவுடன் கலந்துபேச வ.வே.சு. ஐயர் சென்றார். ஆசிரமி களுடன் மூன்றுமணிநேரம் தனிப்பட ஆலோசித்த பிறகு ஆசிரியர் கும்பலிங்கம் பிள்ளையுடன் வ.வே.சு. ஐயர் வந்து கீழ்க்காணும் விவரங்களைத் தெரிவித்தார். அதைப் பற்றிய விவாதமும் தொடர்ந்து நடந்தது.

முதல் நிபந்தனையின் தத்துவ அடிப்படையை ஆசிரமிகள் ஏற்றுக்கொள்வதாகத் தெரிவித்தனர். இதை நடைமுறைப் படுத்துவதில் வை.சு. சண்முகத்திற்கும் வ.வே.சு. ஐயருக்கும் இடையில் பொருத்தமான புதிய சமையல் அறை கட்டுவது என்ற புதிய அம்சத்தில் கருத்து வேறுபாடு எழுந்தது.

இரண்டாவது நிபந்தனையை ஏற்றுக்கொள்வதில் இருக்கும் பிரச்சனையாக ஆசிரம ஆசிரியர் ஒருவரின் உறவினரான ஒரு மாணவருக்குத் தங்கிப் படிக்க ஆகும் பணத்தைச் செலுத்த முடியாத நிலை இருப்பதை வ.வே.சு. ஐயர் விளக்கினார். அந்த மாணவனுக்கு ஆகும் செலவைத் தானே ஏற்க வை.சு. சண்முகம் முன்வந்தார். எனவே இரண்டாவது நிபந்தனை முழுதாக ஒப்புக்கொள்ளப்பட்டது.

வ.வே.சு. ஐயரைத் திரும்பவும் ஆச்சாரியராகத் தேர்ந்தெடுத்துக்கொள்கிறோம் என்று ஆசிரமிகள் தெரிவித்ததால் மூன்றாவது நிபந்தனையும் பிரச்சனையின்றி ஏற்கப்பட்டது.

பணம் ஒழுங்காகப் பயன்படுவதைக் கவனிக்க அறங்காவலர் குழு ஒன்றை அமைக்க வலியுறுத்தும் நான்காவது நிபந்தனையை ஆசிரமிகளும் வ.வே.சு. ஐயரும் ஒப்புக்கொண்டனர். ஆனால் ஆசிரம நிர்வாகம் ஆசிரமக் குழுவிடமே இருக்க வேண்டும்; அறங்காவலர் குழுவின் கையில் அது இருக்கக்கூடாது என்ற ஆசிரமிகள் கருத்தை வை.சு. சண்முகம் ஏற்கவில்லை. மேலும் இந்த இரு குழு முறையையே அவர் ஒப்புக்கொள்ளவில்லை. இந்த நிலையில் கணபதி சாஸ்திரி சமரசமாக ஒரு யோசனை சொன்னார். ஆச்சாரியரைத் தலைவராகக் கொண்ட ஐந்து பேர் கொண்ட ஒரு குழுவை மட்டும் அமைக்கலாம். மற்ற நால்வரை வெளி நபர்களாக வைத்துக்கொள்ளலாம். ஆசிரமத்தை ஒழுங்குபடுத்தும் முழு உரிமை ஆச்சாரியரிடமும், நிதி உரிமைகள் குழுவிடமும் இருக்குமாறு விதி செய்யலாம் என்பது அவர் யோசனை. பல நிதிக் குழுமங்களில் அதன் நிர்வாகம் இப்படித்தானே நடக்கிறது என்றும் சொல்லித் தன் யோசனையைப் பலப்படுத்தினார். வ.வே.சு. ஐயர் இப்புதிய யோசனை குறித்து மகாதேவ ஐயரிடம் கருத்து கேட்க வேண்டும் என்றார். கும்பலிங்கம் பிள்ளையும் கணபதி சாஸ்திரியும் மகாதேவ ஐயரிடம் சென்று விவரித்தனர். இப்புதிய யோசனையை அவர் ஒப்புக்கொள்ளவில்லை; ஒப்புக்கொள்ள வைக்கவும் முடியவில்லை. நிலைமை வ.வே.சு. ஐயரிடம் தெரிவிக்கப்பட்டது. ஆனால் அவராலும் அதற்கு மேல் ஒன்றும் செய்ய முடியவில்லை. எனவே அந்த அளவோடு விவாதத்தை நிறுத்திக்கொண்டு வை.சு. சண்முகம், சிவானந்த சரஸ்வதி, காவியகண்ட கணபதி சாஸ்திரி ஆகியோர் கானாடுகாத்தான் திரும்பினர்.

'இரண்டு வாரங்களில் ஏதாவது தீர்வை எட்டலாம் என இன்னும் முயல்கிறேன். குருகுலத்திற்கும் அதன் புரவலர்களுக்கும் இடையிலான விருப்பமற்ற இந்த சண்டையை

தீர்க்க, என் பிராமண, பிராமணரல்லாத நண்பர்கள் எங்களுக்கு ஊக்கம் தரும்படி கேட்டுக் கொள்கிறேன்' என காவியகண்ட கணபதி சாஸ்திரி அறிக்கையில் விண்ணப்பம் செய்தார் (*தி இந்து*, 25 மே 1925).

கானாடுகாத்தானில் நடந்த தமிழர் கூட்டத்தில் சரவணானந்த சரஸ்வதி என்பார் கலந்துகொண்டதாக *குமரன்* (24 மே 1925) குறிப்பிடுகின்றது. அவர் யார் எனத் தெரியவில்லை. கணபதி சாஸ்திரி மேற்கண்ட அறிக்கையில் குறிப்பிடும் சிவானந்த சரஸ்வதியைத்தான் தவறாகக் குறித்திருக் கிறார்களோ என்னவோ.

வ.வே.சு. ஐயர் மறைவு

குருகுலத்திற்கு வெளியே பரபரப்பான காரியங்கள் நடந்துகொண்டிருந்தாலும் குருகுலம் ஏறக்குறைய வழக்கம் போலவே நடந்துகொண்டிருந்தது; ஆசிரமத்திலிருந்து வந்து கொண்டிருந்த *பாலபாரதி* தவறாமல் வெளிவந்து கொண் டிருந்தது. மாணவர்கள் குருகுலத்தில் படிப்பும் வெளியில் நேரடிக் கல்வியும் பெற்றுக்கொண்டிருந்தனர். சுற்றுலாவும் கூட நடந்துகொண்டிருந்தது. மாணவர்கள் சுற்றுலாவிற்குப் பாபநாசம் கல்யாண தீர்த்தத்திற்கு அழைத்துச் செல்லப் பட்டனர்; அப்படிச் சென்ற ஒரு சுற்றுலா மிக முக்கியமான தாக மாறிவிட்டது.

1925 மே மாதம் முடிவில் ஆண்டுத் தேர்வுகள் நடந்து முடிந்தபின் பாபநாசம் அருவிக்குச் சுற்றுலா போகத் தீர்மானித்திருந்தனர் குருகுலத்தினர். சாதாரணமாக ஆசிரியர் எவரேனும் மாணவர்களை அழைத்துச் செல்வர். வ.வே.சு. ஐயரும் சில சமயம் கலந்துகொள்வார். அவர் கலந்துகொண்டால் மாணவர்கள் மிகுந்த மகிழ்ச்சி அடைவராம். இயற்கை அழகைச் சுட்டிக்காட்டுவாராம். தாவரங்களைப் பற்றி எடுத்துரைப்பா ராம். கையில் பைனாகுலர் வைத்துக்கொண்டு தூரத்திலுள்ள மலைகளையும் காடுகளையும் மாணவர்களைப் பார்க்கச் செய்வாராம். ஆனால் ஆசிரியர் ஒருவர் உடல்நலமின்றி இருந்ததால் வ.வே.சு. ஐயர் இல்லாமலே குருகுல மாணவர் ஆசிரியர் சிலருடன் ஜூன் 1ஆம் தேதி பாபநாசம் அருவிக்கு யாத்திரை கிளம்பினர். ஆனால் மகள் சுபத்திராவின் நச்சரிப்பு தாங்காமல் மறுநாள் மாலை மகன், மகள் ஆகியோருடன் பாபநாசத்திற்கு கிளம்பினார் வ.வே.சு. ஐயர். அம்பாசமுத்திரத் தில் இரவு தங்கி ஜூன் 3ஆம் தேதி காலை 8 மணிக்குப் பாபநாசம் அடைந்து மற்றவர்களுடன் சேர்ந்து கொண்டார். பாபநாசம் அருவிக்கு மேலே உள்ள கல்யாண தீர்த்தம் ஆற்றை அடைந்தார்கள். நதியின் குறுகலான பகுதியில்

அந்த நதியைக் கடந்து அக்கரை போக சுபத்திரா கோரினாள். குறுகலான நதியின் நடுநடுவே உள்ள பாறைகளில் கால் வைத்து அக்கரை செல்லும் வழக்கப்படி சுபத்திரா தாண்டி னாள். ஆனால் தவறி விழுந்தாள். அப்பா என்ற அலறலுடன் ஆற்றோடு சென்ற மகளைக் காப்பாற்ற முனைந்த வ.வே.சு. ஐயரும் ஆற்றின் வேகத்தைச் சமாளிக்க முடியாமல் ஆற்றில் கரைந்தார். பலர் முயன்றும் காப்பாற்ற முடியவில்லை. சுபத்திராவின் உடல் நான்கு நாட்களுக்குப் பிறகு கிடைத்தது. வ.வே.சு. ஐயர் உடல் ஜூன் 8ஆம் தேதி, அருவியின் பக்கத்தில் உள்ள குளத்தில் கிடைத்தது (*வ.வே.ஸு. ஐயர்*, பக். 261 – 273). ஒரு வகையில் குருகுல சகாப்தம் முடிந்தது.

அகால மரணமடைந்த வ.வே.சு. ஐயருக்கு 5 ஜூன் 1925 அன்று சேலத்தில் வரதராஜுலு தலைமையில் இரங்கல் கூட்டம் நடைபெற்றது. பெரியார் இரங்கல் தீர்மானத்தை முன்மொழிந்தார். கந்தசாமி பிள்ளை வழிமொழிந்தார்.

பெரியார் பேசும்போது வ.வே.சு. ஐயரின் தேசபக்தி, தியாகம் ஆகியவற்றைப் புகழ்ந்தார். தத்தளிக்கும் மனோ பாவம் கொண்டவராகக் குருகுலப் பிரச்சனையில் காட்சி தந்தார் வ.வே.சு. என்ற அவர், தான் சென்ற வாரம் குருகுலத் திற்குப் போய்வந்ததையும் குறிப்பிட்டார்.

'சீர்திருத்தம் பெற்ற முறையாக நடக்கிற குருகுலமே வ.வே.சு. ஐயரின் நிற்கும் நினைவாக இருக்கும். அவர் நாட்டுக் குச் செய்த சேவையின் நினைவு அது. இப்போதைய குருகுல உடைமையாளர்கள் கௌரவமாக அதைப் புரவலர்களிடம் அல்லது காங்கிரசிடம் ஒப்படைப்பது நல்லது. குருகுல நடவடிக்கையில் ஐயரது பிந்தைய கால பலவீனத்தை மறந்து மன்னித்துவிடும்படி பிராமணரல்லாதவர்களை' வரதராஜுலு கேட்டுக்கொண்டார். அவரது பெருமைமிகுந்த நாட்டுச் சேவைகளை நினைவில் கொள்ளும்படி அவர் மேலும் வேண்டினார் (*தி இந்து*, 7 ஜூன் 1925).

வ.வே.சு. ஐயர் திடீரென மறைந்த சூழலில் கானாடு காத்தானில் தமிழர் நிர்வாகக் கமிட்டிக் கூட்டம் கூடியது. வை.சு. சண்முகம் வீட்டில் மு. காசி விஸ்வநாதம் செட்டியார் தலைமையில் அது 18 ஜூன் 1925இல் நடைபெற்றது. ஆர்.கே. சண்முகம் செட்டியாரைத் தவிர மற்ற உறுப்பினர் யாவரும் கலந்துகொண்டனர். காங்கிரசு கமிட்டி சார்பாக பெரியார், எஸ். இராமநாதன், சுரேந்திரநாத் ஆர்யா ஆகியோரும் வேறு சிலரும் பங்கேற்றனர்.

காவியகண்ட கணபதி சாஸ்திரி, வ.வே.சு. ஐயர் மனைவி, குருகுல வாசிகள் எழுதியிருந்த கடிதங்கள் வாசிக்கப்பட்டன.

ஆறு தீர்மானங்கள் இயற்றப்பட்டன. முதலாவது வ.வே.சு. ஐயர் இரங்கல் தீர்மானம். இரண்டாவது, மூன்றாவது தீர்மானங்கள் வ.வே.சு. ஐயர் மனைவி தொடர்புடையவை. ஒரு வாரத்தில் சமரசமான தீர்வு வந்துவிடும் என்று கூட்டம் கருதியதால் அவற்றின் விவரம் வெளியிடப்படவில்லை. நான்காவது மலேயாவில் சேகரித்து நிறுத்திவைக்கப்பட்ட பணத்தை நிர்வாகக் குழுச் செயலாளர் வை.சு. சண்முகம் அவர்களுக்கு அனுப்பி வைக்கக் கோரும் தீர்மானம். பிறவியினால் உயர்வு தாழ்வு இல்லை என்பதைத் துண்டு பிரசுரங்கள் மூலம் தேச மெங்கும் பிரசங்கம் நடத்துவது; சமத்துவம், சகோதரத்துவம், சுதந்திரம் போன்ற உணர்ச்சிகளை வளர்க்க ரூ. 5000 செல விடுவது என்பது ஐந்தாவது தீர்மானம். ஆறாவது தீர்மானம், எல்லாக் கட்சியாரும் சேர்ந்த பிராமணரல்லாதார் மாநாடு ஒன்றை விரைவில் கூட்டிக் குருகுல விவாதத்தினால் நாட்டில் ஏற்பட்டிருக்கிற நிலைமையைப் பரிசீலனை செய்து, மேலே நடக்க வேண்டியதை முடிவு செய்வது. இதற்கு எஸ். இராமநாதன் செயலாளர்.

ஐந்தாவது தீர்மானத்தின்படி ஏற்பட்ட சமத்துவ பிரசார நிதிக்கு பெரியார், வரதராஜுலு, வை.சு. சண்முகம் ஆகியோர் தலைக்கு ரூபாய் நூறும், காசி விஸ்வநாதம், ராய. சொக்க லிங்கன் ஆகியோர் தலைக்கு ரூபாய் ஐம்பதும், சொ. முருகப்பா ரூபாய் இருபத்தைந்தும் அளித்தனர் (*நவசக்தி*, 3 ஜூலை 1925).

இக்கூட்டத்தில் தீர்மானிக்கப்பட்டவற்றின் தொடர் விளைவுகள் தெரியவில்லை.

வ.வே.சு. ஐயர் மறைந்து நான்கு மாதங்கள் கடந்த நிலையில், ஏழு குருகுலவாசிகளுள் தி. நாராயணய்யர், சி. சுப்ரமண்ய சர்மா, கு. கும்பலிங்கம், வி.சு. கிருஷ்ணமூர்த்தி, ரா. அனந்த கிருஷ்ணன் ஆகிய ஐவர் சேர்ந்து ஒரு தீர்மானம் செய்தனர்.

'*பாலபாரதி*, தமிழ்க் குருகுலம், பரத்துவாஜ ஆசிரமம் ஆகியவற்றுக்கு ஆசிரியராக இருந்த மகாதேவ ஐயர், *பால பாரதியை* நிறுத்தியும், ஆசிரமத்தை அழிப்பதற்கு அதிக்கிரம மான வழிகளைக் கையாண்டும், குருகுல சொத்துகளை ஆசிரமப் பொதுவில் வைக்காமல், தன் சொந்தத்திலேயே கையடக்கம் செய்துகொண்டும், ஆசிரமத்தின் ஆத்யாத்மிக லௌகீக அபிவிருத்திக்குப் பெரிதும் அழிவு தேடியும், குருகுலத்தை நீடித்து நடத்துவதற்கான முறைகளைக் கையாள மறுத்தும் இன்னும் பலவாறாகக் கிரமாதீத முறையில் நடந்து பரத்துவாஜ ஆசிரமம், தமிழ்க் குருகுலம் இவற்றுக்கு ஆச்சாரிய ராயிருக்கத் தன்னை ஆனருகராக்கிக் கொண்டுள்ளமையின்

மூன்று ஸ்தாபனங்களின் ஆச்சாரியப் பதவியிலிருந்து அவரை நீக்குவது' என்பது அந்தத் தீர்மானம். மேலும் ஆசிரம நிதி அதிகாரி பதவியினின்றும் மகாதேவ ஐயர் நீக்கப்பட்டார்.

தொடர்ந்து ஒரு பஞ்சாயத்தையும் இந்த ஐம்பெருங்குழு நியமித்தது. குருகுலத்தின் முழுப் பொறுப்புகளையும் ஏற்று நிர்வகித்துவர வை.சு. சண்முகம், ராய. சொக்கலிங்கன், மு. காசி விஸ்வநாதம் செட்டியார், சொ. முருகப்பா, எஸ். இராமநாதன், ஆசிரம பிரதிநிதியாக நாராயணய்யர் ஆகியவர்களோடு குருகுல ஆச்சாரியாரையும் (மேற்கண்ட பஞ்சாயத்தாரால் குருகுலம் நடத்தப்படும்போது தேர்ந்தெடுக்கப்படவிருக்கிற ஆச்சாரியார்) சேர்த்து பஞ்சாயத்தாக நியமித்தது. இவ்வறு வரையும் மகாதேவ ஐயரிடமிருந்து குருகுல சொத்துகளைக் கைப்பற்றிக்கொள்ளும் உரிமை பெற்றவர்களாகவும் அறிவித்தது (*குமரன்*, 18 நவம்பர் 1925).

ஆசிரமவாசிகள் இயற்றிய மேற்கண்ட தீர்மானத்தை வை.சு. சண்முகம் தலைமையில் கூடிய தமிழர் நிருவாகக் கமிட்டியும் ஒப்புக்கொண்டது. இவ்வறுவரும் இணைந்த பஞ்சாயத்தார் குருகுலம் நடத்துவதை இக்கூட்டம் ஏற்றுக் கொண்டது. எவ்வித வேறுபாடுமின்றி குருகுலம் வாயிலாகத் தமிழர் முன்னேற்றத்தில் அந்தப் பஞ்சாயத்தார் நாட்டம் செலுத்துவார்கள் என்று நம்புவதால் இக்கூட்டம் கலைக்கப் படுகிறது என்று கானாடுகாத்தானில் ராய. சொக்கலிங்கன் தலைமையில் கூடிய தமிழர் நிர்வாகக் கமிட்டி முடிவெடுத்தது (*குமரன்*, 18 நவம்பர் 1925).

தமிழர் கூட்டம் என்ற ஏற்பாடு பார்ப்பனரல்லாதார் பத்திரிகைகள் நடுவில் நல்ல எதிர்பார்ப்பை ஏற்படுத்தியதாகத் தெரிகிறது. இதைத் தமிழர் இயக்கமாக உருவாக்க வேண்டும் என்று *குமரன்* இதழ் கருதியது. இக்கூட்டத்தை, ஏற்கெனவே திராவிட அடையாளத்தோடு இயங்கும் பார்ப்பனரல்லாதவர் களுக்குத் 'தமிழன்' என்ற மாற்று அடையாளமாகவுமாக்கி ஒரு அரசியல் இயக்கத்தோடு இணைத்துவிடலாம் என்று சொல்லுமளவிற்கு அரசியல் தன்மையோடும் *லக்ஷ்மி* இதழ் பார்த்தது. இத்தகைய இயக்கத்திற்கான தேவை அன்றைக்குத் தமிழ்ச் சமூகத்தில் இருந்ததைக் *குமரன்* மற்றும் *லக்ஷ்மி* இதழ்த் தகவல்கள் நமக்கு உணர்த்துகின்றன.

தமிழர் கூட்டம் குருகுலத்தைப் பொறுத்தவரை மூன்று விதப் பணிகளைச் செய்தது. முதலாவது குருகுல எதிர்ப்பு நடவடிக்கைகளை ஒருமுகப்படுத்த முயன்றது. இரண்டாவது சமத்துவ நடைமுறையற்ற குருகுலத்திற்கு வரவிருந்த நன்கொடைகளை, குறிப்பாகச் செட்டிமார்களின் நன்கொடை களை, தடுத்து நிறுத்த முயன்றது அல்லது நிறுத்தியது.

மூன்றாவது இது அமைத்த நிர்வாகக் குழுவிடம் வ.வே.சு. ஐயர் மகன் கிருஷ்ணமூர்த்தி உள்ளிட்ட ஆசிரமவாசிகள் குருகுலத்தை ஒப்படைக்குமாறு நடந்துகொண்டது.

பிந்தைய நிலை

ஆசிரம பஞ்சாயத்தார், தமிழர் நிருவாகக் கமிட்டி ஆகிய இவ்விரு கூட்டத்தாரின் செயல்களையும் *குமரன்* வரவேற்று எழுதியது. "குருகுலத்திலிருந்து வரும் ஆசிரமவாசிகள் எழுவரேயாவர். அவருள் ஐவர் கூடி இம்முடிவுக்கு வந்திருக்கின்றனர். தஞ்சையிலிருந்துவரும் சுத்தானந்த பாரதியாரும் இத்தீர்மானத்தை ஒப்புக்கொண்டுள்ளதாக அறிகிறோம். எஞ்சி நிற்பவர் மகாதேவ ஐயர்தான். அவரும் இத்தீர்மானத்தை ஒப்புக்கொள்ள வேண்டும்" என்று இவ்விரு செயல்களையும் வரவேற்று எழுதிய *குமரன்* எதிர்பார்த்தது (18 நவம்பர் 1925).

ஆனால் மகாதேவ ஐயர் குருகுலத்தவர் தீர்மானத்தையோ அதை வரவேற்ற தமிழர் நிருவாகக் குழுவின் கருத்தையோ ஏற்கவில்லை. தொடர்ந்து அவர் விருப்பப்படியே குருகுலத்தை நடத்த முற்பட்டார். இது *குடிஅரசு* மூலம் தெரிய வருகிறது.

"செத்த பாம்பை எடுத்து ஆட்டுவது போல் குருகுலத்தால் வயிறு வளர்த்த சில பிராமணர்கள் குறிப்பாக ஸ்ரீமான் தி.ரா. மகாதேவ ஐயர் கொஞ்ச காலத்திற்கு முன்பு பத்திரிகைகளுக்கு ஒரு விளம்பரம் அனுப்பியிருக்கிறார். அதில் குருகுலம் ஒழுங்காய் நடந்துவருகிற பாவனையாகவும், தானே அதில் ஆச்சாரியாராய் இருக்கிறது போலும், சுயராஜ்யக் கட்சியாரின் தேசியத் திட்டம் போல் கல்விக்கு ஏதோ பல திட்டங்கள் வைத்திருப்பது போலும் பாசாங்கு செய்து பிள்ளைகளை அனுப்பும்படி பெற்றோர்களைக் கேட்கிறார். பிராமணரல்லாத பெற்றோர்கள் இம்மோச விளம்பரத்தை நம்பி தங்கள் பிள்ளைகளை அனுப்பிக் கொடுத்து ஏமாந்து போகாமல் இருக்கும்படி கேட்டுக்கொள்கிறோம்" (*குடிஅரசு*, 10 ஜனவரி 1926).

மேலும் மகாதேவ ஐயர் குருகுலச் சொத்துகளை 1926 வரை பஞ்சாயத்தார் வசம் ஒப்புவிக்கவில்லை என்றும் தெரிகிறது (*குமரன்*, 3 பிப்ரவரி 1926).

1927ஆம் ஆண்டிலும் இந்த நிலையே தொடர்ந்ததாகத் தெரிகிறது. "டி.ஆர். மகாதேவ ஐயர் தமிழர் நிருவாகக் கமிட்டியிடம் சொத்தை ஒப்படைக்கவில்லை. இத்தகராறைத் தீர்க்க காந்திஜியைச் சந்திக்க 1927 ஜூலையில் மகாதேவ ஐயர் பெங்களூர் சென்றார். தமது தரப்பு நியாயத்தை எடுத்துச் சொன்னார். ஆனால் காந்திஜி இவருக்கு அனுப்பிய மறு

மொழியில் 'நிருவாகக் குழு' என்று தம்மை அறிவித்துக் கொண்டவர்களிடம் குருகுலச் சொத்துகளை ஒப்புவித்துவிட வேண்டும் என்று கூறிவிட்டார். (இச்சமயம் காந்தி மகாதேவ ஐயருக்கு ஒரு கடிதம்கூட எழுதியுள்ளார். கடிதம் பின்னிணைப் பில் தரப்பட்டுள்ளது.) பின்னர் வரதராஜுலு பெங்களூருக்கு வந்து காந்திஜியைச் சந்தித்தார். எது நடந்தும் மகாதேவ ஐயர் சொத்துகளை ஒப்படைக்கவில்லை" என்று *தமிழ்நாட்டில் காந்தி* நூல் தெரிவிக்கிறது *(தமிழ்நாட்டில் காந்தி,* ப.444).

குருகுல விவாதத்தில் இராமநாதன் காட்டும் ஆர்வத்தை மகாதேவ ஐயர் காந்தியிடம் எடுத்துச் சொல்லியிருக்கிறார். இராமநாதனிடம் காந்தி அதுபற்றி விசாரிக்க, அவரும் இரண்டு கடிதங்களில் பதில் எழுதியுள்ளார். எது நடந்தும் மகாதேவ ஐயர் சொத்தை ஒப்படைக்கவில்லை என்று தெரிகிறது.

இதை உறுதிசெய்யும் விதமாக இன்னொரு ஆதாரம் கிடைக்கிறது. காந்தி சுற்றுப்பிரயாணத்தின்போது 'அன்பு நண்பருக்கு' என்று விளித்து எழுதிய கடிதம் (4 அக்டோபர் 1927) ஒன்றில்,

நான் மகாதேவ ஐயருடன் கடிதத் தொடர்பில் இப்போது இல்லை. நீங்கள் விரும்பும் திசையில் அவரைத் திருப்ப என்னால் முடியும் என்று நான் நினைக்கவில்லை. ஆனால் எப்படியாவது வாய்ப்புக் கிடைத்தால் முடிந்ததைச் செய்வேன்

என்று எழுதியிருக்கிறார். வ.வே.சு. ஐயருக்குக் காந்தி எழுதியது எனத் தவறாகத் தலைப்பிட்டு இக்கடிதம் திருச்சி வ.வே.சு. ஐயர் நினைவகத்தில் காட்சிப்படுத்தப்பட்டிருக்கிறது. வ.வே.சு. ஐயர் மறைந்து இரண்டாண்டுகளுக்குப் பிறகான தேதியிடப் பட்ட இக்கடிதத்தை காந்தி யாருக்கு எழுதினார் என்பது தெரியவில்லை. காந்தியின் மொத்தத் தொகுப்பிலும் அது இடம்பெறவில்லை. அக்கடிதம் டி.எஸ்.எஸ். ராஜனுக்கு எழுதியதாக இருக்கலாம் என்று தோன்றுகிறது. மகாதேவ ஐயரிடம் தன் செல்வாக்கும் செல்லுபடியாகாது என்று காந்தி நினைப்பது மட்டும் இக்கடிதம் மூலம் உறுதிப்படு கிறது. ஆக, மகாதேவ ஐயர் குருகுலச் சொத்துகளை காந்தி கேட்டுக்கொண்டபடி நிருவாகக் குழுவிடம் 1927 அக்டோபர் வரை ஒப்படைக்கவில்லை.

1931ஆம் ஆண்டிலும் இதே நிலைமையே நீடித்தது என்பது அவ்வாண்டில் வெளிவந்த *சுதந்திரச் சங்கு* இதழிலிருந்து தெரிகிறது: "அந்தக் குருகுலத்துச் சொத்துகளை இப்போது தா.ரா. மகாதேவய்யன் என்ற ஒரு பேர்வழி அனுபவித்து வருகிறான். இந்த தர்ம சொத்தை அவனிடமிருந்து பிடுங்கி

மறுபடியும் குருகுலம் செவ்வனே நடைபெறும்வண்ணம் செய்ய வேண்டுவது தமிழ் மக்கள் கடமை" என்று அடிப்படை மரியாதைகூட தவறிய கோபக் குறிப்பாக அது அமைந்துள்ளது *(5 செப்டம்பர் 1931)*.

வ.வே.சு. ஐயரின் வாழ்க்கை வரலாற்றை எழுதிய டி.எஸ்.எஸ். ராஜன், அதில் இவ்வாசிரமத்தின் பிந்தைய நிலை பற்றிப் பின்வருமாறு குறிப்பிட்டுள்ளார்:

> *மகாதேவ ஐயர் ஆசிரமத்தை விடாது நடத்த முயன்றார். ஆசிரம ஊழியர்கள் விலகிவிட்டார்கள். மாணவர்கள் போய்விட்டார்கள். அவரை அவ்விடத்தைவிட்டுத் துரத்த பலாத்காரமான முயற்சிகள் நடந்தன. ஆசிரமத்தையும், நிலங்களையும், செலவழிந்த நிதியின் மிகுதியையும் யாரிடத்தும் கொடுக்க அவர் மறுத்துவிட்டார். ஐயர் இறந்து ஏழு வருஷங்கள் சீர்குலைந்த நிலையில் ஆசிரமம் மட்டும் தூங்கிக்கொண்டிருந்தது. அங்கே தனியாக இருக்க அஞ்சி, மகாதேவ ஐயரும் திருநெல்வேலி நகரத்துக்குக் குடிபுகுந்துவிட்டார்.*
>
> *ஹரிஜன இயக்கச் சுற்றுப்பயணத்தில் காந்தி திருநெல்வேலி வந்தபொழுது, மகாதேவ ஐயர் பாரத்துவாஜ ஆசிரமத்தையும் எஞ்சியிருந்த சாமான்களையும் சுமார் இரண்டாயிரத்து எழுநூறு ரூபாய் ரொக்கத்தையும் அவருக்கு சாசனம் செய்துவிட்டார். எதிர்பாராமல் தன்மீது எழுதப்பட்ட சொத்துகளை இன்னது செய்வது என்று தெரியாமல் அதை என்னுடைய [டி.எஸ்.எஸ். ராஜன்] பொறுப்பில் பாதுகாத்துவரும்படி ரிஜிஸ்தர் செய்த பத்திரத்தின் மூலம் காந்தியடிகள் அதிகாரம் கொடுத்துவிட்டார் [இது நடந்தது அநேகமாக 1934]. சென்னையில் ஹரிஜனங்களுக்காக வெகுகாலமாகத் தொண்டாற்றிவரும் சங்கரநாராயண ஐயர் இந்த ஆசிரமத்தை நடத்த உடன்பட்டதும் அவருக்குத் தேவையான உதவியை முடிந்த மட்டில் செய்வதாக உறுதிகூறிய காந்தியடிகளின் அனுமதியின் பேரால் அவர் அந்த பாரத்தை வகித்தார். சேரமாதேவி ஆசிரமத்தில் தங்கி ஓர் ஆண்டு வரையிலும் வெகு பாடுபட்டார். எனினும் அதை நடத்தப் போதிய அளவு உதவி கிடைக்காததனால் அவரும் வெளியேறிவிட்டார். தற்சமயம் (1946களில்) அந்த ஆசிரமம் தமிழ்நாட்டு ஹரிஜன சேவா சங்கத்தாரிடம் ஒப்படைக்கப்பட்டுவிட்டது (வ.வே.சு. ஐயர். பக். 75–77).*

தன்னிடம் வந்து இரண்டாண்டுகள் கழித்து, 1937இல் சேரன்மாதேவி ஆசிரமத்தை பி.என். சங்கரநாராயண ஐயர்

பொறுப்பில் டி.எஸ்.எஸ். ராஜன் ஒப்படைத்தார். ஒப்படைக்கும் முன்பு தமிழ்நாட்டு பிரமுகர்கள் கூட்டம் ஒன்றைச் சேரன்மாதேவி ஆசிரமத்தில் கூட்டி இது பற்றி கருத்துரைக்கும் படி கேட்டுக்கொண்டார். அக்கூட்டத்தில் சாவடி சு. கூத்த நயினார் பிள்ளை 'ஆசிரமத்தின் சென்ற கால சரித்திரத்தை முன்னிட்டு ஆசிரமத்திற்கு ஒரு பிராமணரல்லாதாரை நியமிப்பது நல்லது என்று பொதுவாகக் கருதப்படுகிறது' என்று கருத்து கூறியிருக்கிறார். எனினும் டி.எஸ்.எஸ். ராஜன் சிரமமான காரியத்தைச் செய்ய கிடைத்த சங்கரநாராயண ஐயரை விட மனமின்றி அவரிடமே பொறுப்பை ஒப்படைத்த தாகத் தெரிகிறது. இது பற்றிய விவாதம் *தினமணி* (9 ஜூன் 1937)யில் வெளியாகியுள்ளது (மேற்கோள் *சேரன்மாதேவி குருகுலப் போராட்டம்*, பக். 121, 122.)

1934இல் காந்தி வ.வே.சு. ஐயரின் மனைவிக்கு எழுதிய ஒரு பதில் கடிதம் மூலம் குருகுலச் சொத்து விவகாரத்தில் வ.வே.சு. ஐயரது மனைவியும் ஈடுபட்டிருந்தார் என்று தெரிகிறது.

அன்புச் சகோதரியே, உனக்கு நான் பதில் கடிதம் எழுத முடியாமலிருந்ததால், உன் காரியத்தை நான் அலட்சியப்படுத்திவிடவில்லை. நான் மகாதேவ ஐயரைச் சந்தித்தேன். அவர் எல்லா தஸ்தாவேஜிகளை யும் ஒப்படைத்துவிட்டார். நான் திருச்சியில் உன்னை, சந்திக்கும்போது அங்கே எல்லா விஷயங்களும் முடிவு செய்யப்படும். நீ நன்றாக இருப்பாய் என்று நம்புகிறேன் (வ.வே.சு. ஐயர் நினைவகம், திருச்சி).

காந்தி, இக்கடிதத்தை, மகாதேவ ஐயர் தம்மிடம் சொத்தை ஒப்படைத்த பின்னர் டி.எஸ்.எஸ். ராஜனிடம் பாதுகாத்து வரும்படி தான் அளிப்பதற்கு முன்னர் எழுதினார் என்று யூகிக்கலாம்.

தனித்துண்ணல் இரண்டு பேருக்கு மேல் அதிகமாக வில்லை என்றாலும் வ.வே.சு. ஐயரால் அந்த இரண்டு பேரையும் சமபந்திக்குக் கொண்டு வரமுடியவில்லை. எனவே பணம் கொடுத்த புரவலரின் சமத்துவ விருப்பம் இறுதிவரை நிறை வேற்றப்படவில்லை. பணமும் திரும்பவில்லை. பணம் கொடுத்த புரவலரின் நிருவாகத்திற்கும் குருகுலம் வரவில்லை. அனைத்து தரப்பினரும் ஒப்புக்கொண்ட பிறகும் மகாதேவ ஐயர் சொத்தை இறுதி வரை நிருவாகக் குழுவிற்கு அளிக்க வில்லை.

வ.வே.சு. ஐயர், மகாதேவ ஐயர் ஆகியோருக்குப் பிறகு காந்திக்குப் பொறுப்பு போய்ச் சேர்ந்தது. காந்திக்குப் பின் டி.எஸ்.எஸ். ராஜன்; ராஜனுக்குப் பிறகு ஹரிஜன சேவா

சங்கத்தின் சங்கரநாராயண ஐயர் கையில் குருகுலம் சென்றது. அவருக்குப் பிறகு சுவாமி சித்பவானந்தாவைத் தலைவராகக் கொண்ட வ.வே.சு. ஐயரின் மகன் கிருஷ்ணமூர்த்தி உள்ளிட்ட ஐந்து பேர் அடங்கிய ஒரு அறங்காவலர் குழு குருகுலத்தையும் பாரத்துவாஜ ஆசிரமத்தையும் 1972 ஜனவரி முதல் நடத்தி வருவதாக ரா.அ. பத்மநாபன் எழுதியுள்ளார் (*வ.வே.ஸு. ஐயர்*, ப. 282). தற்போது திருப்பராய்த்துறை ஸ்ரீ ராமகிருஷ்ண தபோவனத்தின் பொறுப்பில் குருகுலம் இயங்கி வருகிறது.

பிற்படுத்தப்பட்டோர் கோரிய சமத்துவம் குருகுலத்தில் இறுதிவரை ஏற்படவில்லை. ஆனால் சமூகத்தில் சமத்துவ உணர்ச்சி பெருகுவதற்கும், திராவிடர் எழுச்சியாகப் பிற்படுத்தப்பட்டோரின் அதிகாரம், ஆட்சி எல்லைவரை நீள்வதற்கும் இன்றுவரை நீடிப்பதற்கும் இக்குருகுலப் போராட்டம் அடிக்கல் என்பதில் சந்தேகமில்லை. சமூக நீதிப் போராட்டத்தின் ஞாபகக்குறியாக நவீன தமிழ்ச் சமூக வரலாற்றில் குருகுலப் போராட்டம் எப்போதும் நினைக்கப் படும்.

~ ~

4

குருகுலம் கற்பித்த பாடம்

எங்கோ ஓரிடத்தில் அநீதி இழைக்கப்பட்டாலும், அது எல்லா இடங்களிலும் நீதியை அச்சுறுத்துகிறது

– மார்ட்டின் லூதர் கிங்

இந்திய விடுதலைப் போராட்டத்தின் ஒரு கட்டத்தில் ஆங்கிலக் கல்வி முறையை மறுதலித்து இந்திய தேசியத் தன்மையுள்ள கல்வியைப் பரப்ப காங்கிரஸ் விரும்பியது. இந்தியக் கல்வி நிறுவனங்கள் மூலமாக ஆங்கில அரசாங்கம் திரட்டும் அதிகாரத்தைத் தடுக்கும் நடவடிக்கைகளுள் ஒன்றாகவும் இதைக் காங்கிரஸ் கருதியது. காங்கிரசின் விருப்பத்தை ஏற்று அதனிடமிருந்து நிதியுதவி பெற்று தேசியவாதிகள் பலரும் தேசியக் கல்வியைத் தேசிய உணர்வுடன் பரப்பும் மாற்று கல்வி நிலையங்களைத் தொடங்கினர். அவ்வாறு சென்ற நூற்றாண்டின் முதல் கால்பகுதியில் தோன்றிய பல குருகுலங்களுள் ஒன்றுதான் திருநெல்வேலி, கல்லிடைக்குறிச்சியில் தோன்றி, பின் சேரன்மாதேவிக்கு இடம் பெயர்ந்த பாரத்வாஜ ஆசிரமத்தின் தமிழ்க் குருகுலம். அதைத் தொடங்கியவர், விடுதலைப் போரில் ஈடுபட்டுழைத்த, பத்திரிகைத் துறையில் பணியாற்றிய, நூல்பல எழுதிய வ.வே.சு. ஐயர்.

மேற்கத்திய நாகரிகம், ஆங்கில ஆட்சி, ஆங்கிலக் கல்வி, விடுதலைப் போராட்டம், புதிதாகத் தோன்றிய தேசிய எண்ணம், பிற்படுத்தப்பட்ட மக்களின் சமூக எழுச்சி போன்ற அம்சங்கள் செல்வாக்கு செலுத்திய சூழலில் தோன்றியது தமிழ்க் குருகுலம்.

கீழைத்தேய பண்பாட்டை முன்னுரைத்தது குருகுலம். ஆங்கில ஆட்சியை எதிர்த்த காங்கிரசுக்காரரால் தொடங்கப் பட்டது குருகுலம். தமிழ்க் கல்வியை முன்னிலைப்படுத்தி, தமிழ்க் குருகுலம் என்றே அது தன்னை அழைத்துக்கொண்டது. விடுதலைப் போராட்டத்தை முன்னெடுத்த காங்கிரஸ் கட்சி யின் மானியத்தையும் அது பெற்றிருந்தது. தமிழ் வாலிபர்களைத் தேசிய எண்ணம் கொண்டவர்களாக மாற்றப்போவதாகப் பிரகடனப்படுத்தி எழுந்தது அது. பிற்படுத்தப்பட்ட மக்களின் நன்கொடை குருகுலத்தின் உருவாக்கத்திற்கும் செயல்பாட் டிற்கும் ஆணிவேராக இருந்தது.

இந்தப் பின்னணியில் மேற்கண்ட அம்சங்கள் குருகுலத் தின் தினசரி செயல்பாட்டில் செல்வாக்கு செலுத்தியிருக்கும். ஆங்கிலக் கல்விக்கு மாற்றாகத் தமிழ்க் கல்வி, மேலை நாகரிகத் துக்கு எதிராகக் கீழை நாகரிகம், அடிமைத்தனத்திற்கு எதிரான தேசிய எண்ணம் போன்ற அம்சங்கள் எதிலும் பிரச்சனை நேராமல் பிற்படுத்தப்பட்ட மக்களின் சமூக எழுச்சியே குருகுலச் செயல்பாட்டில் ஊடுருவி முக்கியத்துவம் பெற்றது. அது குருகுல நடைமுறையில் சமத்துவத்தைக் கோரியது. கல்வி, பண்பாடு, நாடு ஆகியவை பின்னகர்ந்து சமூகம் என்ற அம்சம் முன்னின்றது.

இந்தச் சமூக விடுதலையின் ஒரு கூறான சாதி சமத்துவம் கோரிய எழுச்சி மிக்க போராட்டமாகக் குருகுலப் போராட்டம் உருப்பெற்றது. அதில் பங்கேற்றவர்கள் எப்படி நடந்துகொண் டார்கள் என்பதைப் புரிந்துகொள்ள இந்த இயலைப் பயன் படுத்தலாம்.

குருகுலப் போராட்டத்தில் கருத்தியல் செயல்பாடுகள்

குருகுலத்தை நடத்தியோர் மிதவாதச் சீர்திருத்தக்காரர் களாகவும் குருகுலத்தில் சமத்துவத்தை நாடியோர் தீவிரச் சீர்திருத்தம் விரும்புவோராகவும் இருந்தார்கள். தீவிரச் சீர்திருத்தம் விரும்பியோரும் மதம் என்ற கட்டுக்குள்ளேயே சீர்திருத்தத்தை விரும்பியதால் அவர்களையும் மிதவாதச் சீர்திருத்தக்காரர்கள் என்றே அழைக்கலாம்தான். எனினும் வசதிக்காக இப்படி இரு பிரிவை வைத்துக்கொள்வோம். (தேசியம், இந்து மதம் என்ற சட்டகத்துள் இயங்கிய) இந்த

இருவகை சீர்திருத்தவாதிகளுக்கும் இடையே நடந்த சமூக சமத்துவம் குறித்த கருத்தியல் மோதலே இக்குருகுலப் போராட்டம்.

எல்லா வகைச் சீர்திருத்தங்களையும் எதிர்த்த வைதிகர்கள், சீர்திருத்தத்தைத் தடுக்க வேண்டிப் போராட்டத்தின் ஒரு கட்டம் வரை மிதவாதச் சீர்திருத்தக்காரரை ஆதரித்தனர். வைதிகர்களின் ஆதரவை ஏற்றுக்கொண்டதால் மிதவாதச் சீர்திருத்தவாதிகளின் சீர்திருத்த நோக்கம் சந்தேகத்திற்குள் ளானது. வைதிகர்கள், மிதவாதச் சீர்திருத்தக்காரர்கள் ஆகிய இருவரின் எதிர்ப்பின் தகிப்பில் தீவிரச் சீர்திருத்தக்காரர்கள் செயல்பட்டனர். சமூக நீதியை முன்னிறுத்திய தீவிரச் சீர்திருத்தக்காரர்களின் செயல்பாட்டு விவரம் சில பத்திரிகை களின் ஆதரவாலும், முன்னரே நாட்டில் பிற்படுத்தப்பட்ட சாதிகளிடையே ஏற்பட்டிருந்த புதிய விழிப்பினாலும் மக்க ளிடம் சென்று சேர்ந்தது. இன்றைக்கு நினைத்தாலும் ஆச்சர்யம் தரத்தக்க எழுச்சியை, ஆதரவை, தீவிரச் சீர்திருத்த விரும்பிகள் பெற முடிந்தது.

சீர்திருத்தம் விரும்பிய 'வீரவிளக்கு' வ.வே.சு. ஐயர், பல 'வைதிகத் துணைவர்'களின் உதவியுடன்தான் குருகுலத்தைத் தொடங்கினார். தீவிரச் சீர்திருத்தம் விரும்பிய வரதராஜுலு வும் பெரியாரும் அச்சமயம் முழுச் சீர்திருத்தத்திற்கு மனதள வில் உடன்படாத நண்பர் சிலரின் துணையோடுதான் குருகுல சமத்துவமின்மைக்கு எதிரான போராட்டத்தைத் நடத்தினர். மிதவாதச் சீர்திருத்தவாதிகளைக் காத்து இரட்சித்த வைதிகர்கள் தீவிரச் சீர்திருத்தக்காரர்களின் நிலைப்பாட்டை முழுமனதாக எதிர்த்தனர். தீவிரச் சீர்திருத்தக்காரர்கள் பார்ப்பனர் அல்லாதார் பார்வையிலேயே இப்போராட்டம் முழுவதையும் பார்த்தனர். வகுப்புவாதம் என இந்தப் பார்வையை மிதவாதச் சீர்திருத்தவாதிகளும் வைதிகர்களும் விமர்சித்தனர்.

பெரும்பான்மை பார்ப்பனரல்லாத தலைவர்கள், காங்கிரஸ் பிரமுகர்கள், பார்ப்பனரல்லாத பத்திரிகைகளும் தீவிரச் சீர்திருத்தக்காரரையே ஆதரித்தனர். பார்ப்பனரல்லா தாரில் மிகச் சிலரும், பார்ப்பன காங்கிரஸ் பிரமுகர்களும், பார்ப்பனப் பத்திரிகைகளும், மிதவாத சீர்திருத்தக்காரரை ஆதரித்தனர்.

வ.வே.சு. ஐயர்

வ.வே.சு. ஐயர் என்று அறியப்பட்ட வரகனேரி வேங்கடேச சுப்பிரமணிய ஐயரின் (*2.4.1881 – 3.6.1925*) வாழ்க்கையை அவரது கருத்துநிலை சார்ந்து மூன்றாக வகுத்துப் பார்த்துப் புரிந்து

கொள்ளலாம். அது குருகுலப் போராட்டத்தில் அவரது செயல்பாட்டைப் புரிந்துகொள்ள உதவும்.

திருச்சியிலும் ரங்கூனிலும் வளர்ந்த தொடக்க காலம் (1881 – 1906), லண்டன், புதுச்சேரி, சென்னையில் வாழ்ந்த இடைக்காலம் (1907 – 1922), திருநெல்வேலியில் கழிந்த இறுதிக் காலம் (1922 – 1925) என வ.வே.சு. ஐயரின் வாழ்க்கை மூன்று பாகங்களாகும். கல்வியும் தொழிலும் பயின்றது தொடக்க காலம். தேசியத்தில் ஆர்வம் இருந்ததோ இல்லையோ எனச் சந்தேகப்படும் கட்டம் அது. சாவர்கரின் தொடர்போடு தொடங்கிய விடுதலை எண்ணம் செழித்து வளர்ந்தது லண்டன் வாசத்தில். புதுச்சேரியில் தேசிய எண்ணத்தின் செயல்தீவிரம் காந்தியின் சந்திப்பால் மட்டுப்பட்டிருப்பினும் செயல் குறைய வில்லை. புத்தக வெளியீடும் தீவிரவாதிகளுக்குப் பயிற்சி அளிப்பதுமாகக் கழிந்தது புதுவை வாழ்க்கை. சென்னைப் பத்திரிகையான *தேசபக்தனில்* ஆசிரியராகப் பொறுப்பேற்று, அதில் வெளியான கட்டுரை ஒன்றிற்காகப் பெற்ற ஒன்பது மாதச் சிறைத் தண்டனையோடு தீவிரம் முடிந்த பகுதி இடைக்காலம். பாரிஸ்டர் படிப்பும், பன்மொழிப் பயிற்சியும், தேசிய எண்ணமும் அதில் தோய்ந்து பெற்ற சிறை அனுபவமும், அதன் விளைவாய்ப் பக்குவப்பட்டு, ஆன்று அவிந்த காங்கிரஸ் காரராய்த் தேசியக் கல்விப் பணியைத் தொடங்கிய கட்டம் வ.வே.சு. ஐயரின் இறுதிக்காலம்.

வ.வே.சு. ஐயர் என்ற விடுதலை வீரர் தான் தீவிரமாக இயங்கியவரை வெளிநாட்டுக் களத்திலேயே இருந்தார். 1907இல் தன் 26ஆம் வயதில் பாரிஸ்டராவதற்கு இலண்டன் சென்று சில மாதங்களில் புரட்சியாளராக மாறினார். அங்கு சாவர்கர் தலைவராயிருந்த அபிநவ பாரத சங்கத்தின் துணைத் தலைவராகப் பணிபுரிந்தார். 1909 ஜூலை மாதத்தில் மதன்லால் திங்கராவால் நிகழ்த்தப்பட்ட கர்சான் வைலி கொலைச் சம்பவமும் அருகிருந்த வ.வே.சு. ஐயரின் மனஉறுதியை மிகுதிப்படுத்தி இருக்கவேண்டும். ஒரு சாதாரண இந்தியன், பிரிட்டீஷ் அமைச்சரவையின் அமைச்சர் ஒருவரின் துணையாளரைக் கொல்ல முடியும், அதுவும் அயல்நாட்டில் என்பது ஆச்சர்யம் அளிக்கும் நிகழ்வே ஆகும். வ.வே.சு. ஐயர் இச்சம்பவங்களையும், அதன் தொடர் நிகழ்வுகளையும் *இந்தியா* இதழில் தொடர்ந்து எழுதி வந்தார். பட்டமளிப்பு விழாவில் இங்கிலாந்து அரசருக்கு விசுவாசப் பிரமாணம் எடுத்துக் கொள்ள மறுத்ததால் ராஜதுரோகியாகக் கருதப்பட்டார். அதிகார வர்க்கம் கைது செய்ய முனைந்தது. லண்டனிலிருந்து வ.வே.சு. ஐயர் பாரீஸ், ரோம், கெய்ரோ, மெக்கா, மெதினா,

கொழும்பு போன்ற இடங்களுக்குப் பல்வேறு வேடங்களில் தப்பித்துப் பிரெஞ்சிந்தியாவின் புதுச்சேரியில் தஞ்சமடைந்தார்.

நாட்டின் விடுதலைக்குப் பலாத்காரம் அவசியம் என எண்ணிப் பல புரட்சி செயல்களில் ஈடுபட்டார். திருநெல்வேலியில் வ.உ.சிதம்பரம் பிள்ளை, சுப்பிரமணிய சிவாஆகியோரைத் தண்டித்த திருநெல்வேலி மாவட்ட ஆட்சித்தலைவர் ஆஷ் என்பவரை வஞ்சம் தீர்க்க எண்ணிய வாஞ்சிநாதனுக்குக் குறி தவறாமல் கை நடுங்காமல் துப்பாக்கி சுடுவதற்குப் பயிற்சி அளித்தவர் வ.வே.சு. ஐயர் என்று ரா.அ.பத்மநாபன் எழுதுகிறார். 1917இல் காந்தியுடனான புதுச்சேரி சந்திப்பின் விளைவாக அகிம்சாவாதியாக மாறினார்.

அகிம்சாவாதியான பின்னர்தான் வாழ்க்கையில் ஒரே முறை ஒன்பதுமாதச் சிறைத் தண்டனையை (1921 செப்டம்பர் – 1922 ஜூன்) அனுபவிக்க நேர்ந்தது. தேசபக்தனில் ஆசிரியராக இருந்த சமயத்தில் வெளிவந்த ஒரு கட்டுரைக்காக வ.வே.சு. ஐயர் தண்டனை பெற்றார். இக்குறிப்பிட்ட கட்டுரை தொடர்பாக நீதிமன்றத்தில் வ.வே.சு. ஐயர் அளித்த விளக்கத்தின் ஒரு பகுதி பின்வருவது.

> இந்த வழக்கிற்கு ஆதாரமான வியாசத்தை நான் எழுத வில்லை. உய்யக்கொண்டான் சிறுவயலிலிருந்து வந்திருந்த அழைப்புக்கிணங்கி, நான் மே மாதம் 2, 3ஆம் தேதிகளில் வருஷாந்திரக் கூட்டங்களில் தலைமை வகித்தேன். 4, 5ஆம் தேதிகளில் காரைக்குடியில் பிரசங்கங்கள் செய்தேன். திருச்சிராப்பள்ளியில் சில தினங்கள் தங்கிவிட்டு, மே மாதம் 9ஆம் தேதி வரையில் நான் தேசபக்தனுக்கு ஒன்றும் எழுதவில்லை (நான் கண்ட நால்வர், ப. 162).

எத்தகைய தீவிர அரசியலில் வ.வே.சு. ஐயர் இயங்கிய போதும் இந்துமதச் சடங்குகளை அனுசரிப்பதில் சமரசம் செய்துகொள்ளவில்லை. 'கடல் கடத்தல்' என்னும் மதம் சார்ந்த குற்றத்தைத் தன் படிப்பின்பொருட்டு செய்தபோதிலும், மற்ற மத அனுஷ்டானத்தில் குறை வைத்ததாகத் தெரியவில்லை. மதத்தில் ஆழ்ந்த ஈடுபாடும், வருணாசிரமத்தில் நம்பிக்கையும் கொண்டிருந்த வ.வே.சு. ஐயர், இதேபோல நம்பிக்கை கொண்டிருந்த தன் இனத்தார் சிலரின் துணையோடுதான் காங்கிரஸ், தேசியம், சைவம், சீர்திருத்தம் முதலானவற்றில் ஈடுபாடும், பண வசதியும் கொண்ட நாட்டுக்கோட்டை செட்டிமார்களின் பண உதவியோடு குருகுலம் ஒன்றைத் தன் இனத்தார் செல்வாக்கு பெற்ற திருநெல்வேலிப் பகுதியில் தொடங்கினார்.

தேசிய விடுதலையில் பங்கெடுத்துக்கொண்டவர், வெளிநாடு பல சென்றவர், ஆங்கிலக் கல்வி பயின்றவர்,

உறுதிமிக்க செயல்பாடும் கனவுகள் மலிந்த சிந்தனையும் மிக்கவர் என்பதால் வ.வே.சு. ஐயரால் சமத்துவ எண்ணம் கொண்ட மாணவச் சமூகத்தை உருவாக்கிட முடியும் என்று ஒரு நம்பிக்கை பரவலாக உருவாகியிருந்தது. அந்த நம்பிக்கையின் அடிப்படையிலேயே காங்கிரசும் மற்றவரும் வ.வே.சு. ஐயருக்கு உதவினர். சமத்துவம் கோரிய பிரச்சனையில் வ.வே.சு. ஐயர் திருப்தியற்று நடந்துகொண்டபோதிலும் அவர் வைதிகர்களைத் திருத்தியோ எதிர்த்தோ பின்னர் சமத்துவ பாதைக்கு வந்து விடுவார் என்றே வரதராஜுலு, வை.சு. சண்முகம், சொ. முருகப்பா உட்பட அனைவரும் நம்பினர். அவ்வாறு வ.வே.சு. ஐயரை சமத்துவத்தைக் கொண்டுவருவார் என்று நம்பியதும் எதிர்பார்த்ததும் சரியா, தவறா என்பதை நாம் யோசிக்கையில் அம்பேத்கர் தன் சிந்தனை மூலம் உதவி புரிகிறார்.

ஓர் எதேச்சாதிகாரிகூட தனது அதிகாரத்தைத் தனது இயல்புக்குத் தகுந்த முறையிலேயே செலுத்துகிறான். அவனது இயல்பு அவன் வாழும் சூழ்நிலைகளால் உருவாக்கப்படுகிறது. சூழ்நிலை என்பதில் அவனுடைய சமூகத்தில், அவனுடைய காலத்தில் என்ன அறநெறி உணர்வுகள் இருந்தன என்பதும் அடங்கும். சுல்தான் விரும்பினால்கூட முகம்மதிய உலகின் மதத்தின் தலைவர் என்ற முறையில் தமது மதத்தைக் கவிழ்த்து விடுவார் என்பது நடக்கக்கூடிய காரியம் அல்ல. சுல்தான் தனது அதிகாரத்தைச் செயல்படுத்துவதற்கு உள்கட்டுப்பாடும் புறக்கட்டுப்பாட்டைப் போலவே பலமானது. போப் ஏன் இந்தச் சீர்திருத்தத்தை அல்லது அந்தச் சீர்திருத்தத்தைச் செய்யாமலிருக்கிறார் என்று மக்கள் சில சமயங்களில் வீண் கேள்வி கேட்கிறார்கள். இதற்கு விடை புரட்சிக் கருத்து கொண்ட ஒரு மனிதர் போப் ஆகமாட்டார் அல்லது போப் ஆகிறவர் புரட்சிக் காரர் ஆக விரும்பமாட்டார் என்பது எவ்வளவு உண்மையோ, அதேபோல் பிராமணராகப் பிறந்த ஒருவர் புரட்சிக்காரராக விரும்பமாட்டார் என்பதும் உண்மை. சமூக சீர்திருத்தத்தில் ஒரு பிராமணர் புரட்சிக்காரராக இருப்பார் என்று எதிர்பார்ப்பது, லெஸ்லி ஸ்டீபன் கூறியது போல, நீலநிற விழிகள் உள்ள எல்லாக் குழந்தை களையும் கொன்றுவிட வேண்டும் என்று பிரிட்டீஷ் பார்லிமெண்ட் சட்டம் இயற்றும் என்று எதிர்பார்ப் பதைப் போல வீணானது *(அம்பேத்கர் நூல் தொகுப்பு 1, ப. 103).*

வ.வே.சு. ஐயரின் பெரும் தயக்கத்துக்கு காரணமான அந்த இரு மாணவர்கள் எவர் எனக் குறிப்பிட்டுச் சொல்ல முடியவில்லை. 'கல்லிடை தேசபக்தர் குழந்தைகள்' என ஒரு குறிப்பு கூறுகிறது. வாவிள்ளா குடும்பத்தினரின் குழந்தைகள் என பொ. வேல்சாமி கூறுகிறார். இராமானந்தன், சத்யானந்தன் ஆகிய இருவரும் குருகுலத்தில் சேர்ந்த முதல் மாணவர்கள் மற்றும் மகாதேவ ஐயரின் மகன்கள் என்று சுத்தானந்த பாரதி தெரிவிக்கிறார். பிரச்சனைக்குரியோர் இவர்களா என்றும் தெரியவில்லை. இந்த இருவர் யார் என்று தெரிந்துகொள்வது ஒன்றும் முக்கியமில்லை.

சிலர் மட்டும் தனித்துண்ணும் பழக்கம் தவறு என்று வ.வே.சு.ஐயர் உணர்ந்தார். ஆனால் அவரால் தாம் தவறு என்று உணர்ந்ததை மாற்ற முடியவில்லை; மாற்ற முடியாததை ஒப்புக்கொள்ளவும் முடியவில்லை; வைதிகர் மனங்கோணி விடாதபடி ஏதோ சமாதானங்களைச் சொல்லியே சமாளிக்க முயன்றார்.

வ.வே.சு. ஐயரின் சமாதானங்கள் தார்மீக நியாயத்தை கொண்டிராததால் பலமிழந்தன. சட்டத்தின்முன் நிற்கும் வலுவையும் இழந்திருக்க வேண்டும். பணம் திருப்பிக் கேட்டவரின் நெருக்குதலும் அதிகமாகிவிட்டது. தர்மகர்த்தா சபை அமைத்து பணத்தின் பொறுப்பையும் மாற்ற முடியவில்லை. இந்த நிலையில் பொறுப்புகளிலிருந்து நீங்கிவிடலாமா என யோசித்தார். தான் பதவியில் இருக்கும்பட்சத்தில்தானே பணத்தைத் திருப்பிக்கேட்பவருக்கு, வாங்கியவரிடம் கேட்கிறோம் என்ற வலுவான பிடிமானம் கிடைக்கும். தானே பதவியில் இல்லாமல் போனால் யாரிடம் போய் பணத்தைத் திருப்பிக் கேட்கக்கூடும் என்னும் புரவலர்க்குச் சங்கடம் அளிக்கும் ஒரு வழியைத் தேர்வு செய்தார். குருகுலத்திற்கு நட்டம் வராமல், தன் விருப்பத்திற்கும் ஊறுவராமல், தனக்கும் சிரமம் இல்லாமல் ஒரு யுக்தி செய்து குருகுலத் தலைவர் பதவியிலிருந்து விலகும் முடிவை அறிவித்தார். ஆசிரமத்திலிருந்து வெளிவரும் *பாலபாரதி*யின் ஆசிரியர் பொறுப்பை மட்டும் வைத்துக்கொண்டார். தலைவர் பொறுப்பிலிருந்து வெளியேறினாலும் இதன்மூலம் தொடர்ந்து ஆசிரம வாசம் செய்ய முடியும் அல்லவா? நெறிசார்ந்த அணுகுமுறையாக இது தோன்றவில்லை. ஆனால் இதைத் தான் வ.வே.சு. ஐயர் கையாண்டார்.

எந்த நோக்கத்தில் வ.வே.சு. ஐயர் பதவி விலகினார் என்பதைப் பற்றி ஆராயாமல் அல்லது ஆராய விரும்பாமல் ஒரு வரலாற்றாசிரியர் "வ.வே.சு. ஐயரது ராஜினாமாவும்

டாக்டர் நாயுடுவைத் திருப்தி செய்யவில்லை” என்று வரதராஜுலுவைக் குற்றஞ்சாட்டும் மனோபாவத்தில் கருத்து தெரிவித்துள்ளார் *(வ.வே.ஸு. ஐயர், ப. 243).*

குருகுலப் போராட்டத்தில் வரதராஜுலுவின் நோக்கமோ கோரிக்கையோ வ.வே.சு. ஐயரின் விலகல் இல்லை. ஒருவேளை வ.வே.சு. ஐயரின் மீது தனிப்பட்ட கோபம், பொறாமை முதலியன இருந்திருக்கும்பட்சத்தில் இவ்விலகல் வரதராஜுலுவுக்குத் திருப்தியை அளித்திருக்கக்கூடும். ‘வ.வே.சு. ஐயரின் விலகல் [எதிரிகளுக்கு] திருப்தி அளித்திருக்க வேண்டும். ஆனால் அளிக்கவில்லை’ என்ற எண்ணம் இப்போராட்டத்தைத் தனிப்பட்ட விஷயமாகப் பார்க்கும் கருத்துநிலையைச் சார்ந்தது. இது பொது விஷயம்; அவமானத்துக்குள்ளானவர் அதிலிருந்து விடுபட வேண்டுமெனப் போராடும் பொது விஷயம். இதுதான் பிரச்சனை. பிரச்சனைக்கான தீர்வை நோக்கி நகராத செயல் உண்மையான போராளிக்கு எப்படி திருப்தியை அளிக்க முடியும்? வ.வே.சு. ஐயரை வெறுப்பவர்களுக்கு வேண்டுமானால் விலகல் திருப்தியைத் தரலாம். வரதராஜுலு வ.வே.சு. ஐயரை வெறுப்பவர் அல்லவே.

வ.வே.சு. ஐயரின் விலகலைப் பற்றி அறியவந்த வரதராஜுலு விலகிய முறையைப் பற்றிக் கேள்வி எழுப்புகிறார்.

> வ.வே.சு. ஐயர் தவம் செய்யப்போவதாகச் சொல்லி ராஜினாமா செய்துவிட்டார். வெளியில் பிழைக்கத் தெரியாதவர்களே குருகுலத்தில் கூடியிருக்கின்றனர். அவர்களிடம் குருகுலத்தை ஒப்புவித்துவிட என்ன அதிகாரம். இது என்ன முறையோ தெரியவில்லை. ஆண்டிக்கதை போல இச்சம்பவம் இருக்கிறது *(சுதேசமித்திரன், 23 ஏப்ரல் 1925).*

வ.வே.சு. ஐயரின் விலகல் குருகுலப் போராட்டத்தைத் தீர்க்க எவ்விதத்திலும் பயன்படாது; பணத்தைத் திருப்பிக் கொடுக்காமல் இருக்கவே அது நிகழ்த்தப்பட்டது என இவ்விலகல் குறித்து தீர்மானம் இயற்றியது ‘தமிழர் கூட்டம்’.

> சேரமாதேவி குருகுலத்துக்குப் பணஉதவி செய்தது ஸ்ரீமான் வ.வே.சு. ஐயரவர்களை நம்பியேயாதலால், ஐயரவர்கள் பணங்கொடுத்தவர்களைக் கூட்டி ராஜினாமா கொடுக்க வேண்டியது நியாயமாயிருக்க, அவ்வாறு செய்யாமல் அங்கு வேலை செய்பவரிடம் தமது தலைமை ஸ்தான ராஜினாமா கொடுத்ததை இக்கூட்டம் கண்டிக்கிறது *(குமரன், 6 மே 1925).*

குருகுலத்தின் தொடக்கம் முதல் அதற்குப் பண உதவி செய்துவந்த வை.சு. சண்முகமும் இவ்விலகலைப் பணப்

பொறுப்பை மாற்ற நடந்த யுக்தியாகவே கருதினார். அவர் பின்வருமாறு எழுதினார்.

ஸ்ரீமான் ஐயரவர்களின் தியாகங்களையும் முன்னர் அவர்கள் நடந்துகொண்ட ஒழுக்கமுள்ள நடையையும் பார்த்து அவரிடம் நம்பிக்கைகொண்டே தேசிய சபை யும் நானும் எனது சமூகத்தாரும் மற்ற அன்பர்களும் அவரது பொறுப்பில் பொருள் கொடுத்துதவினோமே யன்றி வேறில்லை. ஸ்ரீமான் ஐயரவர்கள் குருகுலத்தைத் திறம்பட தான் நடத்த முடியாதென இப்போது கருதினால், பொருள் கொடுத்தோரை அழைத்து, அவர்கள் இணங்கினால் ஒரு பஞ்சாயத்து சபையை ஏற்படுத்தி, குருகுலத்தை நடத்தி வரும்படி அவர்களிடம் ஒப்புவித்துவிட முயல வேண்டும் அல்லது இதுவரை நடந்த செலவுக்கணக்கையும் மீதி இருப்பையும் தெரிவித்து விகிதப்படி பணங்களைத் திருப்பிக் கொடுத்துவிட வேண்டும். இவ்வாறெதுவும் செய்யாது தாம் விலகிக் கொண்டதாக ஸ்ரீமான் ஐயர் எழுதிவிடுவதும், காரியஸ்தர் என்போர் நாங்கள் அப்படி நடத்த முடியாது இப்படி நடத்த முடியாது என்று அறிக்கைகள் விடுவதும் நகைப்பிற் கிடமாகும். காரியஸ்தரை நம்பியா பலரும் குருகுலத்திற்குப் பொருள் உதவி செய்தனர் என்பதை ஸ்ரீமான் ஐயருக்கு நாம் கூற வேண்டியதில்லை (*சுதேசமித்திரன்*, 23 ஏப்ரல் 1925).

இவற்றிலிருந்து பணத்தைத் திருப்பிக்கொடுக்காமல் இருக்க வ.வே.சு. ஐயர் மேற்கொண்ட தந்திர நடவடிக்கை யாகவே இவ்விலகல் கருதப்படுவதற்கு எல்லா நியாயங்களும் இருந்தன.

அத்துடன் பிரச்சனையின் மையத்தை விட்டுவிட்டு அதன் பகுதிகளில் கவனத்தைக் குவிய வைக்கும் தந்திரங்களின் புள்ளிகளில் எவரும் கவிழ்ந்துவிடக்கூடாது. பிரச்சனையின் மையத்தைப் பேசுவதால் பலமிழக்கும் கட்சிக்காரன் முறையியல், தொழில்நுட்பம் முதலிய அம்சங்களில் கவனத்தை ஈர்ப்பான். அவ்வகையில்தான் வ.வே.சு. ஐயர் மனமாற்றம், வாக்குறுதி, சம்ஸ்காரம், சம்மேளனம், காந்தியடிகளிடம் ஆலோசனை, தர்மகர்த்தா டிரஸ்ட், ராஜினாமா என்ற அத்தனைவகை கவனத் திருப்புதல்களையும் கையாண்டார்.

வ.வே.சு. ஐயரைப் புகழ்வதன் ஊடாக வரதராஜுலுவைக் குறைத்து மதிப்பிடும் முயற்சிகளும் நடந்தன. சில வரலாற் றாசிரியர்களும் இம்முறையைக் கையாண்டுள்ளனர். வ.வே.சு. ஐயரின் குணநலன்களின் உயர்வைச் சுட்டிக்காட்டி, அவர்

பேதம் காட்டுவதுபோல நடப்பாரா அல்லது நடக்க விரும்பு வாரா என்பதுபோல எழுதி, வ.வே.சு. ஐயரின் தவறை நியாயப் படுத்தும் முயற்சிகளும் நடந்தன. அதைக் குருத்திலேயே கிள்ளி யெறிய முயன்றார் பெரியார். திருச்சியில் நடந்த தமிழ்நாடு காங்கிரஸ் கமிட்டிக் கூட்டத்தில், குருகுல நடவடிக்கைகளை ஆதரித்தவர்கள், வ.வே.சு. ஐயரின் தியாகங்களைப் பற்றியே பேசினர். பெரியார், பேச வரும்போது, 'ஐயரின் தியாகங் களையே எல்லோரும் வளைத்துவளைத்துப் பேசினீர்கள், நாயுடுவின் தேசத்துக்கான தியாகம் ஐயருக்கு சிறிதும் குறைந்த தல்ல' என்று வரதராஜுலுவின் தியாகத்தைப் புகழ்ந்துரைத்தார். எப்போதோ செய்த தியாகம் இப்போது செய்யும் தவறுகளை நியாயப்படுத்திவிட முடியாது.

வ.வே.சு. ஐயர், சென்னையில் தேசபக்தனில் ஆசிரியராக இருந்தபோது உடன்பணியாற்றியவர் வெ. சாமிநாத சர்மா. அவர் சந்தித்த தமிழ்ப் பெரியவர்களைப் பற்றி எழுதிய 'நான் கண்ட நால்வர்' நூலில் நால்வருள் ஒருவராக வ.வே.சு. ஐயரின் வாழ்க்கைத் தகவல்களை அளித்துள்ளார். அதில் குருகுல விவகாரம் குறித்து கருத்து தெரிவிக்கும் வெ. சாமிநாத சர்மா இவ்வாறு குறிப்பிடுகிறார்.

அவரோடு நெருங்கிப் பழகியவர்கள்தான் அவருடைய தூய்மையான உள்ளத்தைப் புரிந்துகொள்ள முடியும். அதில் உயர்வு தாழ்வு என்ற வேற்றுமைக் கறை படிந்ததே யில்லை. தர்மதேவதையின் சாட்சியாக நான் இதைக் கூற முடியும் (நான் கண்ட நால்வர், ப. 101).

வ.வே.சு. ஐயரது தூய்மையான உள்ளத்தை வரதராஜுலு உட்பட எவரும் கடைசி வரையிலும் சந்தேகிக்கவில்லை. ஏற்றத்தாழ்வு கருதாத உள்ளம் வ.வே.சு. ஐயருடையதாக இருக்கலாம். ஆனால் அதைக் கடைப்பிடிக்கும் தைரியம் அவருக்கு இல்லாமல் போய்விட்டதும், அதனால் பார்ப்பன ரல்லாதாருக்கு நேர்ந்த அவமானமும் கணக்கில் எடுக்கப்பட வேண்டியதாகும். இக்குருகுலப் போராட்டம் முழுவதும் எவரும் தனிப்பட்ட முறையில் வ.வே.சு. ஐயரைப் பிரதானமாக குறை சொல்லவேயில்லை. அப்படியே சொல்லப்பட்ட ஒரு குறையும் அவரது உறுதியற்ற மனத்தையே சுட்டியது. தவிர, தூய்மையை எவரும் குறை காணவேயில்லை.

ஐயர் மிகச் சிறந்தவராயினும், சூழ்ந்து கிடந்த போலிப் பிராமணரின் சூழ்ச்சியின் வசப்பட்டுத் தங்கொள்கையை விட்டுக்கொடுத்து வைதிகரைச் சமாதானப்படுத்த எண்ணி, இத்தமிழ்நாட்டிற் பெரியதொரு கிளர்ச்சிக்கு

இடங்கொடுத்துவிட்டதை எண்ணி யாரும் வருந்த வேண்டியதாயிற்று *(குமரன், 10 ஜூன் 1925).*

இது வ.வே.சு. ஐயரின் மறைவையொட்டி *குமரன்* எழுதிய இரங்கல்.

ஐயரிடத்தில் எனக்கு ஓர் பக்தியுண்டு.... ஆராயும் திறனுடைய ஐயர் பல நறுங்குணங்கள் வாய்ந்தவரான படியால் சூழ்ச்சிக்காரரின் மாய வலையில் அகப்பட்டிருப்பினும் சிறிது காலத்தில் அவருக்குண்மை தோன்றி நேர்வழிக்கு வந்துவிடுவாரென்ற நம்பிக்கை இருந்தது *(குமரன், 10 ஜூலை 1925).*

இது வை.சு. சண்முகம் எழுதிய இரங்கலுரைக் குறிப்பு.

வ.வே.சு. ஐயர் தன் அறிவின் வலிமைகொண்டு பலவித உத்திகளைக் கையாண்டு தீவிரச் சீர்திருத்தக்காரரின் கோரிக்கைகளை மறுதலித்தார். அதைப் போராட்டக்காரர் புரிந்துகொண்டு எதிர்த்தனர். ஆனால் அந்த உத்திகளைப் பின்னால் வந்த வரலாற்றாசிரியர்கள் வ.வே.சு. ஐயர் சார்பாகவே புரிந்துகொண்ட நிலைமையைப் பார்க்க முடிகிறது. அவரைக் காக்க விரும்பிய வரலாற்றாசிரியர்கள் இறுதியில் அவரது தூய மனத்தை முன்னிலைப்படுத்தினர். நினைப்பு அல்ல செயல்தான் முக்கியம். அந்த வகையில் வ.வே.சு. ஐயர் செயல்படுத்த முடியாத சமத்துவ விருப்பம் கொண்டவராகக் குருகுலப் போராட்டம் முழுவதும் காட்சி தந்தார் எனலாம். வ.வே.சு. ஐயரின் நண்பர் பாரதி குரு கோவிந்த சிங்கைப் (1909) பற்றி எழுதிய பாடலே இங்கு நினைவுக்கு வருகிறது. 'அறத்தினைத் தமது ஓர் அறிவினாய் கொண்ட மட்டிலே மானிடர் மாண் பெறலாகார்' என்பது அதில் வரும் ஒரு தொடர். வ.வே.சு. ஐயரும் குருகோவிந்த சிங்கன் என்ற பெயரில் நூல் எழுதியவர்.

சிரமப்பட்டு வெளிநாடு சென்று படித்த படிப்பைத் தன் வறுமையைப் போக்க உதவும் அருமருந்தான படிப்பை, நாட்டுக்காகத் துறக்க முடிந்த ஒரு தியாகியால், ஒரு மாபெரும் சாம்ராஜ்யத்தையே அறிவு, உண்மை, உணர்வு ஆகியவற்றின் பலம் மட்டுமே கொண்டு எதிர்க்க முடிந்த ஒரு வீரரால் வைதிகத்தை எதிர்த்து நிற்க முடியவில்லை. ஒரு சிறிய பள்ளிக் கூடத்தில் இரண்டு மனித ஜீவன்களை அடுத்தடுத்து உட்கார வைத்து உணவளிக்க முடியவில்லை. தான் மனமார விரும்பியும் செய்ய முடியாமல் போனதை என்ன சொல்வது?

வரதராஜுலு – பெரியார்

தீவிரச் சீர்திருத்தம் விரும்பியோராகக் குருகுலப் போராட்டத்தின் முன்னணியில் இருந்தோர் வரதராஜுலுவும்

பெரியாரும். அவர்களுடன் செயலாற்றியோர் எஸ். இராமநாதன், தண்டபாணி பிள்ளை, தருமபுரி நடேசன் செட்டியார் போன்றோர். இவர்களுள் "எஸ். இராமநாதன் அவர்கள் வீட்டில்தான் முதன்முதலில் குருகுலத்தை எதிர்த்து அதை ஒழித்துவிட வேண்டுமென்று முடிவு செய்யப்பட்டது. அப்போது கூடி ஏற்பாடு செய்தவர்கள் திரு. இராமநாதன், ஈ.வெ.ரா., திரு. வி. கலியாணசுந்தர முதலியார், என். தண்டபாணி பிள்ளை ஆகியவர்கள். டாக்டர் நாயுடுவைத் தலைவராக வைத்துக்கொண்டு பார்ப்பனீய வளர்ச்சிக்காக இருந்த இக் குருகுலத்தை அடியோடு ஒழித்துவிட கங்கணம் கட்டிக் கொண்டார்கள்" *(தமிழர் தலைவர்,* ப. 88) என்று பெரியாரின் வாழ்க்கை வரலாற்றை எழுதிய சாமி. சிதம்பரனார் குறிப்பிடுகிறார். பெரியாருடன் இணைந்து எஸ். இராமநாதன் எழுதிய தீர்மானமே காங்கிரசு கமிட்டி கூட்டத்தில் நிறைவேறியது. குருகுலம் மூடப்பட்ட பிறகும், குருகுல விவகாரத்தில் எஸ். இராமநாதன் ஈடுபட்டிருந்தது காந்தியின் (13 ஜூலை 1927) கடிதத்திலிருந்து தெரிகிறது. தருமபுரி நடேசன் செட்டியார் விளம்பரக் குழுச் செயலாளர் உட்படப் பல பொறுப்புகளை ஏற்று வரதராஜுலுவுடன் பணியாற்றினார்.

போராட்டத்தின் ஒவ்வொரு கட்டத்திலும் கருத்தறிவித்து போராட்டத்தையே நடத்திய வரதராஜுலு, பிற்கால வாழ்க்கையில் குருகுலம் பற்றி ஒரு வார்த்தையும் பேசாது ஓர்மையுடன் தவிர்த்தார். பெரியாரோ அதைப் பிரசாரப் பொருளாக்கி வரலாற்றில் நிறுத்தினார். அதன் பயனை மக்களுக்குச் செலுத்திய பணியைச் செய்தார். விவாதத்தின் ஒவ்வொரு நடவடிக்கையிலும் பங்கேற்றுக் கருத்து அறிவித்த வரதராஜுலுவைக் கொண்டே தீவிரச் சீர்திருத்தவாதிகள் குருகுல விவாதத்தில் பங்கேற்ற விதம் இங்கு விவாதிக்கப் பட்டுள்ளது. அதற்கு முன், பெரியார் பங்களித்த குருகுல விவாதத்தையும் பிறகால செயல்பாடுகளையும் பின்புலத் தெளிவுக்காகச் சிறிது பார்க்கலாம்.

பெரியார்

ஓமந்தூர் ராமசாமி ரெட்டியாரின் மகனான குருகுல மாணவன் சுந்தரம் மூலம் வேற்றுமையை அறிந்து முதன் முதலில் உரைத்தது பெரியார்தான். பிறகுதான் குருகுலப் புரவலர் உட்பட பலருக்கும் அது உறைத்தது. குருகுலப் புரவலருள் ஒருவரான பி.ச. சுப்பிரமணிய செட்டியார் 'வேற்றுமை முறையில் பந்தி அமைப்பு இருந்ததை நேரில் பார்த்த பிறகும் தனக்கு "விகற்பம்" பிடிபடவில்லை; பிறகான பெரியாருடனான மதுரைச் சந்திப்பில் அவர் சொன்னதற்குப்

பிறகுதான் தனக்கு வேற்றுமை புரிந்தது' என்று விவாத காலத்திலேயே பதிவு செய்துள்ளார் (*குமரன்*, 11 பிப்ரவரி 1925). அதே போல் வரதராஜுலு, 'தானும் பெரியாரும்' வேற்றுமையைக் கேட்டு திடுக்கிட்டோம் எனக் குருகுல வேற்றுமையை உலகுக்கு வெளிப்படுத்திய முதல் கட்டுரையில் பதிவு செய்துள்ளார். விவாதம் உருவாவதற்கு முன்பே பெரியார் இவ்வேற்றுமை பற்றி *நவசக்தி* ஆசிரியர் திரு.வி.க.விடம் முறையிட்டதையும், மாயவரம் இராமநாதனிடம் விரிவாக ஆலோசித்ததையும், விருதுப்பட்டி இரத்தினசாமி நாடார் ஞாபகசாலையில் 1924ஆம் ஆண்டு பேசியதையும் எழுதி யுள்ளார் (*குடிஅரசு*, 12 ஜுலை 1925).

போராட்டத்தினுடைய முக்கிய விவாதம் நிகழ்ந்த காங்கிரஸ் கமிட்டிக் கூட்டம், அதன் விளைவாய் உருவான நிலைமை அறியும் குழு, புரவலர் அமைத்த 'தமிழர் கூட்ட'த் தின் குழு ஆகியவற்றில் பெரியார் தீவிரமாகப் பங்கேற்றார். அவர் பொதுக் கூட்டங்கள் பலவற்றில் குருகுலம்பற்றி பேசிய செய்திகளும் கிடைக்கின்றன. அவை இந்நூலில் தேவையான இடங்களில் பதிவும் ஆகியுள்ளன. போராட்டத்தில் பெரியார் வரதராஜுலுக்குப் பக்க பலமாக இருந்துள்ளார் என்பது 1925 ஏப்ரல் 25ஆம் தேதிய வரதராஜுலுவின் கடிதம் மூலம் விவாதத்திற்கு இடமின்றித் தெரிகிறது. 'நீங்கள் வரவில்லை என்று தெரிந்திருந்தால் நானே காந்தியுடனான ஆலோசனைக் குப் போயிருக்கமாட்டேன்' என்று வரதராஜுலு பெரியாருக்கு எழுதிய கடிதம் இதற்கான முக்கிய உதாரணம். இருவரும் இணைந்தே இப்பணியைச் செய்தனர் என்பதற்குத் திருச்சி காங்கிரஸ் கமிட்டிக் கூட்டம் (29 ஏப்ரல் 1925), சேலம் கூட்டம் (13 ஏப்ரல் 1925), வ.வே.சு. ஐயர் இரங்கல் கூட்டம் (5 ஜுன் 1925) ஆகியவை சான்றுகள். மேலும் வ.வே.சு. ஐயருக்கு நடந்த எதிர்த்தரப்பின் அனுதாபக் கூட்டங்கள் பற்றிக் கருத்து தெரிவிக்கும் *குடிஅரசி*ன் செய்தி, இருவரும் ஒரே நோக்கில் செயல்பட்டதை வேறொரு கோணத்தில் அறியத்தருகிறது.

'வ.வே.சு. ஐயர் காலமானதை ஆதாரமாக கொண்ட அனுதாபக் கூட்டங்களில் பேசுவோர் வரதராஜுலு நாயுடுவும், இராமசாமி நாயக்கரும் செய்யும் கிளர்ச்சியில் மனமுடைந்து இம்மாதிரி ஜனங்களுக்கு முன் இருக்கக்கூடாது என்று நினைத்துப் போய்விட்டீர்களோ என்று பெண்கள் ஜாடை பேசுவதைப் போல பேசி மகிழ்ந்தார்கள். இதே ஆசாமிகள் இதே சமயத்தில் வரதராஜுலு நாயுடுவும் இராமசாமி நாயக்கரும் பிரயாணத்தில் ரயில் எங்காவது விழுந்து ஒழிந்து போயிருப்பார்களானால் அப்போது என்ன பேசியிருப்பார்கள்'

என்று *குடிஅரசு* கேட்டது (14 ஜூன் 1925; *பெரியார் ஈ.வெ.ரா. சிந்தனைகள்,* ப. 4729)

விவாதத்தின் ஒவ்வொரு நிலையிலும் பெரியாரின் கருத்து என்னவாக இருந்தது என்பதை அறிய தகவல்கள் இல்லை. அதற்குப் பல காரணங்கள். குருகுலப் போராட்டக் காலத்தில்தான் பெரியார் தீவிரமாகக் கலந்துகொண்டு, சிறையும் சென்ற வைக்கம் போராட்டம் நிகழ்ந்து கொண்டிருந்தது. நீதிக்கட்சி அரசு கொணர்ந்த இந்து சமய அறநிலைய மசோதாவைத் தான் தலைவராயிருந்த காங்கிரசின் விருப்பத்தையும் மீறி சட்டமாக்கப் போராட வேண்டியிருந்தது. மேலும் வரதராஜுலுவுக்கெனத் *தமிழ்நாடும்,* திரு.வி.க. வுக்கென *நவசக்தி*யும் இருந்ததைப் போல் பெரியாருக்குத் தனிப்பத்திரிகை இல்லை. 1925 மே மாதத்தில்தான் தொடங்கியது *குடிஅரசு.* மேலும் அதன் தொடக்கத்திற்கான பூர்வாங்க வேலைகளும் குருகுலப் போராட்ட காலத்தில்தான் நிகழ்ந்தன.

வித்தியாசம் பேணிய குருகுலம் வீழும் வரை வரதராஜுலு கவனித்துக்கொண்டார் என்றால் வீழ்ந்த குருகுலம் மறுபடியும் வித்தியாசத்துடன் எழாமல் பெரியார் தொடர்ந்து பார்த்துக் கொண்டார் எனலாம். 1926இல் மகாதேவ ஐயர் மீண்டும் குருகுலத்தை நடத்த முயன்றபோது அதைப் பெரியார் எதிர்த்தார் (*குடிஅரசு,* 10 ஜனவரி 1926). மகாதேவ ஐயரிடமிருந்து காந்தி வழியாக டி.எஸ்.எஸ். ராஜனிடம் சென்ற குருகுலம் 1937இல் சங்கரநாராயண ஐயரின் பொறுப்பில் ஒப்படைக்கப் பட்ட போது *குடிஅரசு* அதைக் கண்டித்து 'மறுபடியும் பார்ப்பன ஆதிக்கமே' என்று துணைத் தலையங்கம் எழுதியது (20 ஜூன் 1937).

குருகுல விவாதத்தை வரலாற்றின் நினைவில் நிறுத்தும் பணியைப் பெரியார் தன் வாழ்நாள் முழுவதும் செய்தார். காங்கிரசிலிருந்து தான் விலகியதற்கு முதற்காரணமாகக் குருகுல சம்பவத்தையே பெரியார் குறிப்பிடுவதுடன், குருகுலத்துடனான தன் தொடர்பையும் குறிப்பிட்டே வந்தார் (*விடுதலை,* 30 மார்ச் 1950). அவரது பிற்கால வாழ்க்கையில் குருகுலத்தைப் பற்றி அவர் தெரிவித்து வந்த கருத்துகளுள் முக்கியமான சிலவற்றைப் பார்க்கலாம்.

1925இல் வ.வே.சு. ஐயர் காலமானபோது 'ஐயர் பிரிந்தார்' என்ற தலைப்பில் வந்துள்ள *குடிஅரசி*ன் இரங்கலுரை வ.வே.சு. ஐயரின் புகழைப் பேசுகிறது. எனினும் அவரது குருகுல செயல்பாட்டை அது அங்கீகரிக்கவில்லை. மேலும்

குடிஅரசில் வெளிவந்திருப்பினும், வே. ஆனைமுத்து தொகுத்த பெரியார் ஈ.வெ.ரா. சிந்தனைகள் நூலில் இடம் பெற்றிருப்பினும் அக்கட்டுரை பெரியாரால் எழுதப்பட்டதாகத் தெரியவில்லை. நடையும் பொருளும் பெரியாருடையதல்ல (*குடிஅரசு*, 7 ஜூன் 1925; *பெரியார் ஈ.வெ.ரா. சிந்தனைகள்* (இ.ப.), ப. 4686).

1925இல் குருகுலப் பிரச்சனை முடிந்த சமயத்தில் தனக்கும் குருகுலப் போராட்டத்திற்குமான தொடர்பை விளக்கி பெரியார் ஒரு கட்டுரை எழுதினார் (*குடிஅரசு*, 12 ஜூலை 1925; மேலது ப. 4639). இக்கட்டுரை பின்னிணைப்பில் தரப்பட்டுள்ளது.

சேரன்மாதேவி குருகுலத்துக்குக் காங்கிரஸ் அளிக்க தீர்மானித்திருந்த மான்யமான 10,000 ரூபாயில் முதற்கட்டமாக 5000 ரூபாயை காசோலையில் கையெழுத்திடும் பொறுப்பில் இருந்த செயலாளரான பெரியார் அறியாமல் வ.வே.சு. ஐயர் பெற்றுக்கொண்டார். இதைப் பற்றி பெரியார் குறிப்பிட்டுள்ளார். அந்தக் 'கூட்டுக் காரியதரிசி'யின் பெயர் கே.எஸ். சுப்பிரமணியம் என்றும் அவருடன் பேச்சுவார்த்தையைக்கூடப் பெரியார் நிறுத்தியிருந்தார் என்றும் தெரியவருகின்றது (*குடிஅரசு*, 20 ஜூன் 1937). நிபந்தனைகள் எழுதி வாங்காமல் குருகுலத்திற்குப் பணம் கொடுக்கக் கூடாது என்று தான் வாதாடியதையும் அதை இராஜாஜி மதுரையில் ரயிலேறும் சமயத்தில் ஒத்துக் கொண்டதையும் பெரியார் பதிவு செய்துள்ளார் (*குடிஅரசு*, 4 ஜூலை 1926; மேலது ப. 855).

குடிஅரசின் 11ஆம் ஆண்டு முதல் இதழில் பெரியார் தன் கடந்த கால கஷ்டங்களை நினைவுகூர்ந்தார். அதில் அவர் இரண்டு அதிருப்திகளைப் பிரதானப் படுத்தினார். அதில் முதலாவது குருகுலம், இரண்டாவது வகுப்புவாரி பிரதிநிதித்துவம் (*குடிஅரசு*, 18 ஆகஸ்ட் 1935; மேலது ப. 3411).

'குருகுலம்' பெரியாரின் மனத்தில் பதிந்துவிட்ட வடு என்றுகூடச் சொல்லலாம். பெரியார் தன் பேச்சுகளில் 100க்கும் மேற்பட்ட தருணங்களில் குருகுலத்தையும் அதன் தொடர்பில் வ.வே.சு. ஐயர், டி.எஸ்.எஸ். ராஜன், இராஜாஜி, எம்.கே. ஆச்சாரியா, ஆதிநாராயண செட்டியார் ஆகியோரை எதிர்மறையாகவும் வரதராஜுலுவை நேர்மறையிலும் நினைவுகூர்ந்துள்ளார்.

குருகுலத்தில் வகுப்பு வித்தியாசம், காங்கிரசில் தம்மீது கொண்டுவரப்பட்ட நம்பிக்கை இல்லாத் தீர்மானம் போன்ற செய்திகளை விவரிக்கும்போதெல்லாம் அதற்குக் காரணமானவராக வ.வே.சு. ஐயரைப் பெரியார் சுட்டினார் (*குடிஅரசு*,

4 ஜூன் 1926, ப. 855 – 856; 19 மார்ச் 1933, ப. 636; 16 பிப்ரவரி 1936, ப. 3620; விடுதலை, 1 ஜூன் 1954 ஆகியவை சில உதாரணங்கள். மேலும் பல உள்ளன). குருகுல விவாதத்தில் தேசிய பிராமணர்கள் நியாய புத்தி உள்ளவர்களாயிருந் திருந்தால் பிராமணர் – பிராமணரல்லாதார் என்கிற பிரிவே ஏற்பட்டிருக்காது என்று பெரியார் குறிப்பிட்டார் (குடிஅரசு, 26 மே 1929; ப. 3551). இவ்விமர்சனம் டி.எஸ்.எஸ்.ராஜன், இராஜாஜி போன்றோரைக் குறித்ததாகும். இவர்கள் வ.வே.சு. ஐயருக்கு ஆதரவாக இருந்தனர் என்பது பெரியாரின் குற்றச் சாட்டு (பெரியார் ஈ.வே.ரா. சிந்தனைகள் (மு.ப.), ப. 585; குடிஅரசு, 30 மார்ச் 1950; விடுதலை, 20 ஜனவரி 1948). இராஜாஜி போன்றோர் காங்கிரஸ் கமிட்டியிலிருந்து குருகுலம் தொடர்பில் விலகியது பற்றியும் பெரியார் கடிந்துரைத்தார் (குடிஅரசு, 26 செப்டம்பர் 1926, ப. 697). 'பார்ப்பன குழந்தை சாப்பிடுவதைப் பார்ப்பனரல்லாத குழந்தை பார்த்துவிட்டால் ஒரு மாதம் பட்டினி இருப்பேன்' என்ற பொருளில் குருகுல விவாதம் ஒன்றில் பேசிய தீவிர வைதிகரான எம்.கே. ஆச்சாரி யாவை இதன்பொருட்டு கடுமையாகச் சாடி பெரியார் பல இடங்களில் எழுதியுள்ளார் (குடிஅரசு, 26 செப்டம்பர் 1926, 26 ஆகஸ்ட் 1928, 23 செப்டம்பர் 1928, 10 மார்ச் 1929, 29 செப்டம்பர் 1929 ஆகியன சில). பிராமணரல்லாதாராக இருந்தும் சேலம் ஆதிநாராயண செட்டியார் குருகுல விவாதத் தில் பிராமணர் சார்பாகச் செயல்பட்டதைப் பெரியார் கடிந்துரைத்தார் (குடிஅரசு, 12 ஜூலை 1925).

வரதராஜுலுவைப் பெரியார் குருகுலப் போராட்ட வீரர் என்று பெருமைப்படுத்தி வந்தார். அவரது மறைவின் போது அவ்வாறே தன்னிதழில் தலைப்பிட்டார் (விடுதலை, 24 ஜூலை 1957). தொகுப்பாகியுள்ள பெரியாரின் எழுத்துக் களில் வரதராஜுலு குறித்து 210 இடங்களில் வருகின்றன எனில் அதில் கணிசமான எண்ணிக்கை குருகுலத் தொடர்பில் அவரைப் பெருமைப்படுத்தும் வாசகங்களாகும்.

டாக்டர் குருகுலத்தின் மீது போர் தொடுத்தார் (புரட்சி, 3 டிசம்பர் 1933); வரதராஜுலு நாயுடு ஆரம்பித்த குருகுலப் போராட்டத்தில் என்ன நடந்தது (குடிஅரசு, 15 ஆகஸ்ட் 1926); சேரன்மாதேவி குருகுலத்தை தோழர் வரதராஜுலு போர் தொடுத்து அழித்த மாதிரி... (குடிஅரசு, 19 ஜனவரி 1936); தோழர் டாக்டர் வரதராஜுலுவால் கிளர்ச்சி செய்யப் பட்ட குருகுல சமபந்தி போஜனத் தீர்மானம் (திராவிட நாடு, 30 மே 1943); குருகுலப் போராட்டத்தில் அவர் தீவிரமாக ஈடுபட்டு ஒருசிலரின் வெறுப்புக்கு ஆளாகியது மாத்திர

சேரன்மாதேவி குருகுலம் ◉ 143 ◉

மல்லாமல் தன்னை யாரென்றும் காட்டிக்கொண்டார் (விடுதலை, 24 ஜூலை 1957) ஆகியவை அவற்றுள் சில வாசகங்கள்.

இந்தப் பின்னணியில் தீவிரச் சீர்திருத்தக்காரர்களின் பொதுவான நிலைப்பாட்டை அறிய வரதராஜுலுவின் செயல்பாடுகளையே தரவுகளாகக் கொள்வோம்.

வரதராஜுலு

வரதராஜுலு இந்து மதத்தில் மிதப் பற்றுள்ளவர். எனினும் அப்பற்று இந்து மகாசபையில் சேருமளவு தீவிரமானது 1935களில்தான். ஏன் 1934இல் வெளிவந்த அவரது *National Dharma* என்ற வாழ்க்கைக் குறிப்பு நூலில்கூட இந்து மகாசபை பற்றி ஒரு வரி இல்லை. 1925 வாக்கில் அவர் சாதி சமத்துவம் விரும்பிய தீவிரச் சீர்திருத்தவாதியாகவே இருந்தார்.

சேரன்மாதேவி குருகுலத்தில் இந்து மதத்தின் பல பிரிவுகளைச் சேர்ந்த மாணவர்களும் பயின்றனர். முதலில் பாகுபாடு இருந்ததா என்பது பற்றி உறுதியான தகவல்கள் ஏதுமற்ற ஆசிரமத்தில் பிறகு சாதி அடிப்படையில் பாகுபாடு பார்க்கப்படுவது வெளியில் தெரியவந்தது.

சமையல், சாப்பாடு இரண்டும் பொதுவாகவே இருந்தன. ஆனால் சமபந்தி போஜனம் செய்வதில் ஆட்சேபணையிருந் தவர்களுக்குத் தனி வசதி செய்யப்பட்டிருந்தது என்று குருகுலமே அப்பாகுபாட்டை உறுதி செய்தது (சுதேசமித்திரன், 28 ஏப்ரல் 1925). வெறும் இரண்டுபேர் உடன் உண்ணலை மறுத்ததன் மூலம் குருகுலத்தில் எழுந்த இவ்வேற்றுமை உணர்ச்சி மிகப் பெரிய சமூகப் போராட்டத்திற்கு வழிகோலி விட்டது.

'பிராமண பிள்ளைகள் மாத்திரம் சமையல் அறையில் உட்கார்ந்து சாப்பிடுவதாகவும், மற்ற பிள்ளைகள் வெளியில் உட்கார்ந்து சாப்பிடுவதாகவும்' குருகுலத்தில் ஆசிரியராக இருந்த கும்பலிங்கம் பிள்ளை மூலம் வரதராஜுலுவுக்குத் தெரியவந்தது (சுதேசமித்திரன், 28 ஏப்ரல் 1925).

இது அறியவந்த சில மாதங்களுக்குப் பின் தஞ்சாவூர் தேசபக்தர் கே. நடராஜப் பிள்ளை குருகுலத்திற்குப் போய் பார்வையிட்டு, இதை உறுதிசெய்து வரதராஜுலுவிற்கு எழுதினார் (சுதேசமித்திரன், 28 ஏப்ரல் 1925). வெளிநாடுவாழ் சமரபுரி என்ற நண்பரின் வேண்டுகோளுக்குக்கிணங்கி ஆசிரம நடைமுறையை வரதராஜுலு மேலும் விசாரித்தறிந்தார்.

குருகுல மாணவன் ஓமந்தூர் இராமசாமி ரெட்டியாரின் மகன் சுந்தரம் இவ்வேற்றுமையைப் பற்றித் தன்னிடம் முறை

யிட்டதைப் பெரியார் விரிவாகப் பல இடங்களில் பேசியுள்ளார். நாடகத் தன்மை தோன்ற இக்காட்சி வரலாற்று நூலில் பதிவாகியுள்ளது. பெரியார் வேற்றுமை பற்றி வருத்தமாகப் பேசியதற்குப் பிறகு, வரதராஜுலு தன்னுடைய *தமிழ்நாடு* பத்திரிகையில் இது குறித்து கண்டித்து எழுதினார்.

> அங்கே [குருகுலத்தில்] பிராமணரும் பிராமணரல்லாதாரும் வித்தியாசத்துடனேயே நடத்தப்படுகிறார்கள். சாப்பாட்டில் சகல வகுப்புகளையும் சேர்ந்த பிராமணர் ஒரு பக்கமாகவும், சகல வகுப்புகளையும் சேர்ந்த பிராமணரல்லாதார் ஒரு பக்கமாகவே இருந்து சாப்பிட வேண்டும். இதை நான் நேரில் அறிவேன். குருகுலத்தில் இவ்வித்தியாசம் கூடாது என்று நான் சொன்னேன். ஆனால் இந்த வேற்றுமையை ஒழிக்க முடியாதென்று ஐயர் கூறினார். இதைக் கேட்டதும் நானும் ஸ்ரீமான் ஈ.வி. ராமசாமி நாயக்கர் போன்ற பிராமணரல்லாதாரும் திடுக்கிட்டுப்போனோம்.

இது வரதராஜுலு எழுதியதில் ஒரு சிறுபகுதி (*லக்ஷ்மி*, அக்டோபர் 1924).

குருகுலப் போராட்டத்தின் முதல் பதிவு இப்படித்தான் வரதராஜுலு மூலமாகத் தொடங்கியது. வரதராஜுலு இதை வெளிப்படையாக எழுதுவதற்கு ஓராண்டுக்கு முன்பே இதைப் பற்றித் தான் பேசிவந்ததாகப் பெரியார் தெரிவித்துள்ளார். இவ்வேற்றுமையைப் பற்றி வரதராஜுலுவிடம் தான் தெரிவித்து வருந்தியதற்கு முன்பே திரு.வி.க.விடமும், பொதுமக்களிடமும் (விருதுப்பட்டி ரத்தினசாமி நாடார் ஞாபகச்சின்னம் வாசகசாலை ஆண்டு விழாவில்) இது பற்றித் தொடர்ந்து பிரசாரம் செய்திருந்ததாகச் சொல்கிறார் (*குடிஅரசு*, 12 ஜூலை 1925). பின்னாளில் 1933இல் ஈரோட்டில் ஆற்றிய சொற்பொழிவு ஒன்றிலும் பெரியார் இதுபற்றிப் பின்வருமாறு நினைவு கூர்ந்தார்.

> நான் காங்கிரசு காரியதரிசியாகவும் தலைவனாகவும் இருந்த காலங்களில் தமிழ்நாட்டு வாலிபர்களைத் தேசிய வீரர்களாக்கவென்று வி.வி.எஸ். அய்யர் என்னும் ஒரு தேசிய பார்ப்பனர், காங்கிரசை ரூ 10,000 கேட்டபோது, அதற்கு நானே பிரதானமாய் இருந்து ரூபாய் அனுமதித்தேன். அந்தப் பணம், குருகுலம் என்று ஒரு ஆசிரமம் வைத்து அதில் பார்ப்பனர் பிள்ளைகளை வீட்டிற்குள் வைத்தும் பார்ப்பனரல்லாத பிள்ளைகளை வெளியில் வைத்தும் சாப்பாடு போட்டு, வருணாசிரம தருமம் கற்றுக்கொடுக்கப் பயன்பட்டதுடன், அதன் பேரால் தமிழ்மக்களிடம் மற்றும் 20, 30 ஆயிரம் ரூபாய்

வசூல் செய்யப்பட்டது. அதற்குத் *தமிழ்நாடும்*, நவசக்தியும் ஆதரவு அளித்தன. இந்தச் சூழ்ச்சியான அக்கிரமம் சகிக்காமல் நான் முதலியார் அவர்களிடம் மாயவரத்தில் வருத்தத்தைத் தெரிவித்துக்கொண்டேன். அப்போது அவர்கள் டாக்டர் நாயுடு அவர்கள் பேரில் புகார் சொல்லி, நாயுடு அவர்கள் *தமிழ்நாடு* பத்திரிகையில் ஆதரிப்பதால் நான் ஆதரிக்க வேண்டியிருக்கிறது என்றார். இருவரும் நாயுடு அவர்களிடம் தெரிவித்துக் கொண்டோம். அவ்வளவுதான் சங்கதி. உடனே டாக்டர் குருகுலத்தின் மீது போர் தொடுத்தார் (*பெரியார் ஈ.வே.ரா. சிந்தனைகள்*, முதல் வரிசை, ப. 589).

பெரியார் குருகுல வேற்றுமையை வரதராஜுலுவிடம் தொடக்கத்தில் எடுத்துரைத்தபோது அவ்வாறு வேற்றுமை இருக்காது; இருப்பின், தான் அதை ஐந்து நிமிடத்தில் நீக்கிவிட முடியும் என்று அவர் உறுதி கூறியிருக்கிறார் (*குடிஅரசு*, 12 ஜுலை 1925). வ.வே.சு. ஐயரின் சமத்துவக் கொள்கையின்மீது வரதராஜுலுவுக்கு இருந்த நம்பிக்கையை அது உணர்த்துகிறது.

இவை தவிர, வரதராஜுலு நடத்திய *தமிழ்நாடு* இதழில் குருகுல கிளர்ச்சியின்போது பணியாற்றிய டி.எஸ். சொக்கலிங்கம், வரதராஜுலு பற்றிய தன் விவரிப்பு ஒன்றில், ‘குருகுலத்தின் செயலாளர் அனந்தகிருஷ்ணன் மூலம் வேற்றுமை பற்றி நன்கு விசாரித்த பிறகே குருகுலக் கிளர்ச்சியை வரதராஜுலு நாயுடு தொடங்கினார்’ என்று குறிப்பிடுகிறார் (*எனது முதல் சந்திப்பு*, ப. 31).

> தற்காலம் நம் நாட்டில் சத்தியத்திற்கும் சிறந்த ஒழுக்கத்திற்கும் மதிப்பு குன்றி கேவலம் பிறந்த மாத்திரத்தில் (ஒரு ஜாதியில்) என்னவிதமான துர்நடவடிக்கைகளுடன் நடந்தாலும் அதைக் கவனியாமல் ஒரு மனிதனை அவன் பிறந்த இனத்தை உத்தேசித்து மரியாதை செய்வதென்று கெட்ட வழக்கத்தில் நம் நாடு அழிந்து போயிருப்பதால் அந்தக் கெட்ட வழக்கத்திலிருந்து நம் சிறுவர்களையாவது நிவர்த்தி செய்ய வேண்டுமென்ற நோக்கத்துடன் சிறுவர்களுடைய மனத்தைப் பண்படுத்தி குருகுலத்திலேயே சகோதரத்துவம், சமத்துவம் முதலிய உயர்குணங்கள் பிடிபடும்படி சகல இனத்துச் சிறுவர்களும் எல்லாச் சந்தர்ப்பங்களிலும் அவர்களின் அறிவின் வளர்ச்சியை அனுசரித்து சமத்துவமாக நடத்தப்பட வேண்டியது என்பதுதான் டாக்டர் நாயுடு அவர்களின் நோக்கம் (*சுதேசமித்திரன்*, 28 ஏப்ரல் 1925).

என்று சேலம் மாவட்டக் காங்கிரசு கமிட்டியின் செயலாளர் பி. கந்தசாமி பிள்ளை அச்சமயம் விவாதம் ஒன்றில் கூறியதி

லிருந்து வரதராஜுலுவின் நோக்கம் இன்னதென நாம் அறியலாம்.

இவ்வளவு உயர்ந்த நோக்கமுடைய கருத்தைக்கூட வரதராஜுலு சூழலின் எதிர்த்தன்மையை உத்தேசித்து, பலர் கேட்டுக்கொண்டதன் பின்னரே வெளியிட்டார். அதையும் உள்சான்றுகள் கொண்டும், வெளி மனிதரைக் கொண்டு விசாரித்துத் தெரிந்துகொண்டதன் பிறகே வெளியிட்டார். இது வரதராஜுலுவின் பொறுமை, காத்திருப்பு, நண்பர்களின் நியாயமான கோரிக்கையை ஏற்றுக்கொள்ளுதல், தீர விசாரிப்பு ஆகிய குணங்களைக் காட்டுகிறது. இதை நாம் நினைவில் கொள்வது, போராட்டம் நெடுக அவர் நடந்து கொண்ட முறையை விளங்கிக்கொள்ள உதவும்.

குருகுலத்திற்குப் பொதுமக்கள் உதவி செய்ய வேண்டும் என வரதராஜுலு தமிழ்நாட்டிலும், திரு.வி.க. நவசக்தியிலும் வேண்டுகோள் விடுத்தது பெரியார் பேசியதிலிருந்து தெரிய வருகிறது. நவசக்தி (17 நவம்பர் 1922) இதழ் ஆதாரத்திற்குக் கிடைக்கிறது. தமிழ்நாடு இதழ் கிடைக்கவில்லை. எனினும் வேண்டுகோளுடன் வரதராஜுலு தானும் ரூ. 100 கொடுத்து உதவியதைக் குறித்துள்ளார். காங்கிரசு அளித்த உதவியையும் அங்கீகரித்துள்ளார்.

'சேரன்மாதேவி குருகுலத்திற்காக வ.வே.சு. ஐயருக்கு ரூ. 5000 காங்கிரசு அளித்தபோது நான் சிறையில் இருந்தேன். செயற்குழு விலும் பொதுக்குழுவிலும் நான் கையெழுத்திட்டேன்' என்று பின்னர் ஒரு முறை குறிப்பிட்டதிலிருந்து காங்கிரஸ் செய்த உதவியை அவர் மறுக்கவில்லை என்று தெரிகிறது (*தி இந்து*, 17 ஜூன் 1925). இம்மாதிரியான உதவிகளை அவர் தாராளமாக செய்பவராகவே தோன்றுகிறார். 'சி. சுப்பிரமணிய பாரதியாரின் விதவை மனைவிக்கு ரூ. 1000 அளித்தபோதும் நான் சிறையில் இருந்தேன். அந்தக் குடும்பத்திற்கு அளித்த பரிசு எனக்கு மகிழ்ச்சியே தந்தது. திரு. பாரதியார் உயர்ந்த தேசபக்தர், தேசியகவி. ரூ. 1000மாவது காங்கிரசு அக்குடும்பத் திற்கு அளிக்க முடிந்தது சரியே. இதைவிட அதிகம் அளிக்கப் பட்டிருக்க வேண்டும்' (*தி இந்து*, 17 ஜூன் 1925) என்று அவர் மேலும் கூறியிருப்பது இந்தக் கருத்தை உறுதி செய்வ தாகும். ஏப்ரல் 1925இல் நடந்த திருச்சி காங்கிரஸ் கமிட்டி கூட்டத்தில் பேசப்பட்ட குருகுலத்திற்குத் தரப்பட்ட பணத்தைத் திரும்ப வாங்க வேண்டுமென்ற கருத்தில் வரதராஜுலுவுக்கு உடன்பாடு இல்லாமலிருந்தது.

குருகுலத்தில் இரு பார்ப்பன மாணவர்களுக்குத் தனியாக உண்ண வ.வே.சு. ஐயர் இசைவு வழங்கினார். இந்த விதிவிலக்கு

குறித்த தீவிரச் சீர்திருத்தவாதிகள் நிலை பற்றிக் கருத்து தெரிவிக்கும் வரலாற்றாசிரியர் ஒருவர் கீழ்வருமாறு சொல்கிறார்.

> இந்த [சமபந்தி போஜனம்] வழக்கத்தைப் பிறர்மீது கட்டாயமாகத் திணிப்பது கூடாது என்பது ஐயர் கருத்து. விதிவிலக்குப் பெற்றவர்கள்கூடக் காலப்போக்கில் தமது முன்னுதாரணத்தினால் சமபந்திக்கு வந்து விடுவார்கள் என்ற நம்பிக்கை ஐயருக்கு இருந்தது. சீர்திருத்தவாதிகளோ விதிவிலக்கை ரத்து செய்து விலக்கைக் கோரியவர்கள் மீதும் சமபந்தி ஏற்பாட்டைக் கட்டாயமாக அமலாக்க வேண்டும் என்கிறார்கள் *(வ.வே.ஸு. ஐயர், ப. 237)*

வ.வே.சு. ஐயர் போலவே, 'கட்டாயம் வேண்டாம்' என்றே வரதராஜுலுவும் முதலில் நினைத்தார். அதனால்தான் குருகுலத்தின் தொடக்க நாட்களில் தான் நேரில் வேற்றுமையைக் கண்ணுற்றபோதும் காலப்போக்கில் சரியாகப் போகும் என்று நினைத்து பிரச்சனையைப் பெரிதுபடுத்தாமல் காத்திருந்தார்.

> அதைப் பற்றி [தனிப்பந்தியும் பொதுப்பந்தியும் ஆக இரண்டு பந்திகள் உள்ள நிலை; அதாவது பார்ப்பனர் தனியேயும் பார்ப்பனரல்லாதார் தனியேயும்] அவர் [வரதராஜுலு] கேட்டபோது, சுற்றியுள்ளோருக்குள் மனவிரிவும் தாராள நோக்கமும் ஏற்பட ஏற்படத்தான் குருகுலத்தில் பந்தியமைப்பும் அத்தாராள நோக்கத்திற் கேற்ப மாற்றப்பட்டுவரும் என்று நிர்வாகிகள் சொல்லியிருக்கிறார்கள். அவரும் அதன் நியாயத்தை அக்காலத்தில் ஏற்றுக்கொண்டிருக்கிறார்

என்று குருகுல நிர்வாகிகளே வரதராஜுலுவின் தொடக்க நிலை தாராள எண்ணத்தைப் பதிவுசெய்திருக்கிறார்கள் *(பாலபாரதி, ஏப்ரல் 1925)*.

ஆனால் காலம் பலசென்றும் குருகுலத்தவரிடையே மனவிரிவும் தாராள நோக்கும் ஏற்படாதபோது, பிரச்சனையைப் பத்திரிகையில் வெளிப்படுத்தினார் வரதராஜுலு.

பின்னாளில் வ.வே.சு. ஐயருக்காக வரிந்து கட்டிக்கொண்டு பேசிய ஒரு வரலாற்றாசிரியர், 'குருகுலப் பிரச்சனை அந்த இரண்டு பிராமண சிறுவர்களுக்கு அளித்திருந்த விதிவிலக்கில் நின்றது. சமபந்தி போஜனமே பொதுவிதி, இனி ஏதும் விதி விலக்கு இராது என்று தீர்மானமாகிவிட்டதனால் டாக்டர் நாயுடுவும் ராமசாமி நாயக்கரும் திருப்தியடைந்திருக்கலாம். அவர்கள் திருப்தி அடையவில்லை' என்று கருத்து தெரிவிக்கிறார் *(வ.வே.ஸு. ஐயர், ப. 240)*.

எத்தனை பேர் தனித்துண்கிறார்கள் என்பதல்ல பிரச்சனை. ஒரே ஒருவர் விதிவிலக்கு பெற்று தனித்துண்டாலும் சரி, விலக்கு பெறாமல் தனித்துண்டாலும் சரி, 'தனித் துண்ணல்' என்ற ஒரு நிகழ்வு நடைபெறும்வரை அங்கே ஒரு சாரார் இழிவுபடுத்தப்படுகிறார்கள் என்றுதானே பொருள். வரதராஜுலு வும் பெரியாரும் வரலாற்றாசிரியர் விரும்புவதுபோல் திருப்தி யடைந்திருந்தால் அவர்களது நோக்கம் உயர்ந்த நோக்கமாக இருந்திருக்க முடியாது. தனிமனித விருப்பு வெறுப்புகளுக்கு அப்பாற்பட்டது கொள்கை. இதைப் பற்றிப் பெரியார் அப்போதே வைக்கம் போராட்டத்தையும் குருகுலப் போராட் டத்தையும் இணைத்து மிகத் தெளிவாகக் கருத்து தெரிவித் திருந்தார்.

> வைக்கம் சத்தியாக்கிரகமோ நான்கு வீதியில் மூன்று வீதிகள் உங்களுக்குத் திறந்துவிட்டாய் விட்டதே, ஒரு வீதியில்தானா உங்களுக்குப் பெருத்த கஷ்டம் ஏற்பட்டு விட்டது? இதற்காக இவ்வளவு பெரிய ஆர்ப்பாட்டம் செய்கிறீர்களே! இதென்ன பயித்தயமா என்று கேட்கிறது. குருகுலப் போராட்டமோ பதினெட்டுப் பிள்ளைகள் படிக்கும் பள்ளிக்கூடத்தில் பதினொரு பிள்ளைகள் ஒன்றாக உட்கார்ந்துகொண்டு சாப்பிட்டுக்கொண்டு ஒரு பிள்ளை மாத்திரம் தான் சாப்பிடுவதை மற்றவர்கள் பார்க்கக்கூடாதென்றால் என்ன குடிமுழுகிப்போய் விட்டது? இதற்காகவா இவ்வளவு பெரிய கிளர்ச்சி தமிழ்நாட்டில் நடக்க வேண்டும் என்று சொல்லிக் கொள்வதல்லாமல் உட்சண்டைகளையும் கிளப்பி விட்டுக்கொண்டிருக்கிறது.
>
> வைக்கம் சத்தியாக்கிரகமும் குருகுலப் போராட்டமும் அந்த வீதிகளில் நடப்பதினாலும், ஒரு குழந்தை உண்பதைப் பார்ப்பதினாலும் தமிழர்களுக்கு மோட்சம் கிடைத்துவிடும் என்ற எண்ணத்தைக் கொண்டதல்ல. வீதிகளில் நடக்கக்கூடாதென்று சொல்லும்பொழுதும், கண்ணால் பார்க்கக் கூடாது என்று சொல்கிறபொழுதும் சொல்கிறவர்கள் மனதில் என்ன நினைத்துக்கொண்டு, எந்த ஆதாரத்தை வைத்துக்கொண்டு சொல்லுகின்றனர் என்பதைப் பற்றித்தான் யோசிக்க வேண்டும்.
>
> ஆயிரக்கணக்கான வருஷங்களாக தமிழ்நாட்டில் பிறந்து, தமிழ்நாட்டில் வளர்ந்து, தமிழ்நாட்டைத் தன் னுடையதாக்கிக்கொண்டிருக்கும் இந்துவாகிய தமிழனை அவனுடைய நாட்டில் மற்றொருவர் நீ வீதியில் நடக்காதே, என் முன் வராதே என்று சொன்னால்

மனித உடல் தரித்திருக்கும் ஒரு ஜீவன் அதை எப்படி சகித்துக்கொண்டிருக்கிறது என்பதுதான் வைக்கம் சத்தியாக்கிரகத்தினுடையவும் குருகுலப் போராட்டத்தினுடையவும் தத்துவம் (*குடிஅரசு, 5 ஜூலை 1925*).

'இந்துவாகிய தமிழனை' என்று பெரியாரே எழுதிய சூழல் அது. தனித்துண்ணல் கூடாது, சமத்துவம் நடைபெற்றே தீர வேண்டும் என்று கூறிய வரதராஜுலுவும் மதமெனும் பேய்ப் பிடியிலிருந்து வெளியே வந்தவரல்லர். வாழ்க்கையின் இடையில் இந்து மகாசபையில் உறுப்பினராகி, தலைவராகி பின்னாளில் அதில் பெரும் பொறுப்பு வகித்தவரே அவர். இக்குருகுலப் போராட்ட சமயத்தில் அவரே தன்னைப் பற்றிக் கூறிக்கொண்டதை நாம் இங்கு நினைத்துப்பார்க்கலாம்.

> ஹிந்து மதத்தை முழு நம்பிக்கையுடன் நான் அனுஷ்டிப்பவன் ஆகையால் நியாயத்திற்காகவும் பொது சமூக அபிவிருத்திக்காகவும் போராடுவது என்னுடைய கடமை என்று கருதுகிறேன். சமூக, மத சம்பந்தமான விஷயங்களில் ஹிந்து மதம் முழுவதற்கும் பொதுவான வற்றைத்தான் கவனிக்கிறேன். ஹிந்துக்களுக்குள் ஒற்றுமையும் சகோதரத்துவமும் அதிகமாக இருக்குமாறு பற்பல உயர்ந்த ஜாதியைச் சேர்ந்தவர்களுக்கும் மன மாற்றம் ஏற்படும்படி செய்வது எப்போதும் என் கடமையாக இருக்கும். இப்போதும் எனக்கு வகுப்புவாரி பிரதிநிதித்துவத்தில் நம்பிக்கை இல்லை. கொள்கையில் அதை நான் ஆக்ஷேபிக்கிறேன். பிராமணரல்லாதார்கள், பிராமணர்களுடைய மூடபக்தி சடங்குகள் முதலிய வற்றைப் பின்பற்றாமலிருந்தால் அவர்கள் நிச்சயமாக பிராமணர்களுடன் போராடி வெற்றி பெற்றுவிடலா மென்று நம்புகிறேன் (*சுதேசமித்திரன், 18 ஜூன் 1925*).

இவ்வாறு சொல்வதிலிருந்து இந்துமத நம்பிக்கை உடையவராகவும், அதன் அடிப்படையிலேயே செயல்படுபவ ராகவும் வரதராஜுலு இருந்தார் எனத் தெரிகிறது. மத அமைப்பு மாறாமலிருப்பதிலும், அதற்குள்ளேயே பிராமண ரல்லாதவர்களுக்கு உயர்வை அளித்துவிட முடியும் என்று நம்பிக்கை உடையவராகவும், அதற்காகப் போராட விரும்புவ ராகவும் வரதராஜுலு தோற்றமளிக்கிறார்.

போராட்டக் காலத்தில் வரதராஜுலு பல குற்றச்சாட்டு களை எதிர்கொள்ள வேண்டிவந்தது. காந்தியின் கட்டளைக்கும் கட்டுப்பட்டு நடக்க வேண்டும்; தமிழ்நாட்டுக் காங்கிரசு தலைவர்களிடத்தும் பெருங்கோபம் காட்ட முடியாது; வ.வே.சு. ஐயரின் வார்த்தையையும் நம்ப முடியவில்லை;

விரும்பிய சீர்திருத்தமும் வரவில்லை. இப்படிப்பட்ட நிலையில் வரதராஜுலு அளந்து அளந்து வார்த்தைகளைப் பேசவேண்டி இருந்தது. முழுச் சீர்திருத்தம் என்பதை மட்டுமே நோக்கமாய்க் கொண்டு இயங்கிய அவரை ஒரு கட்டத்தில் குழப்பவாதியாக சித்தரித்தனர் அவரது எதிரிகள். அவர் என்ன விரும்புகிறார் என்றே தெரியவில்லை என்ற கருத்தையும் அவர்கள் பரப்பினர். இதை எடுத்தாளும் ஒரு வரலாற்றாசிரியரும், இவ்வாறு பேசுகிறார்.

> டாக்டர் நாயுடு என்னதான் விரும்புகிறார் என்பது தெளிவாயில்லை; குருகுலத்தில் சமபந்தி பற்றி உடன்பாடு காண்பதில் அவருக்குச் சிரத்தை இருப்பதாகத் தெரிய வில்லை; மாறாக ஐயர் தோற்றுவித்த குருகுலத்தை வலிய கைப்பற்றி தம் இஷ்டப்படி நடத்த அவர் விரும்பு கிறார் என்றே தோன்றியது *(வ.வே.ஸு. ஐயர், ப. 242)*

ஆசிரமவாதிகள் பக்கமிருந்து வந்த ஒரு கருத்தை மட்டும் வைத்து வரலாறு எழுதும் வரலாற்றாசிரியர் மறுபக்க கருத்தைக் கண்டுகொண்டதாகவே தெரியவில்லை.

> குருகுலத்தில் எல்லா மாணவர்களையும் சேர்த்துக் கொள்ள வேண்டும். அவர்கள் யாவரையும் சமத்துவ மாகவும் நடத்த வேண்டும். ஒரு மாணவருக்கும் மற்றொரு மாணவருக்கும் இடையே வித்தியாசம் பாராட்டக் கூடாது. தேசிய முறையிலேயே குருகுலத்தை நடத்த விரும்பாமல், வருணாசிரம தர்மத்தை அங்கும் உயிர்ப் பித்து அனுஷ்டிக்க ஸ்ரீமான் வி.வி.எஸ். விரும்பினால் காங்கிரசிடமிருந்தும் பிராமணரல்லாதாரிடமிருந்தும் பெற்ற பணத்தை அவர் திருப்பிக் கொடுத்துவிட வேண்டியதுதான். அப்படிச் செய்தால் நானும் இந்தப் போராட்டத்தை நிறுத்திவிடுவேன். இல்லையேல் குருகுலத்தைக் கைப்பற்றி தமிழ்நாடு காங்கிரஸ் கமிட்டி யாராலேயோ அன்றி பணஉதவி செய்தவர்களாலேயோ நியமிக்கப்படும் ஒரு கமிட்டியின் பார்வையில் வைப்பது எனது கடமையாகும் *(சுதேசமித்திரன், 10 ஏப்ரல் 1925).*

என்று விளக்கமாகத் தனது திட்டத்தை வரதராஜுலு கூறி யிருக்கிறார். இவ்வளவு தெளிவாகக் கூறியிருக்கையில் 'வரதராஜுலு என்ன கருதுகிறார் என்றே தெரியவில்லை' என்று கூறுவதுதான் குழப்பமாயிருக்கிறது.

ஆசிரமத்தை ஆக்ரமிக்க வரதராஜுலு முயல்வதாகச் சொல்வது அபாண்டமான பழியாகும். பொருள் உதவி செய்தவர்களின் கட்டுப்பாட்டில் இயங்கும் நிர்வாகக்

கமிட்டியின் கீழ் குருகுல நிர்வாகத்தைக் கொண்டுவருவதே வரதராஜுலுவின் எண்ணம்.

'குழப்பவாதி' என்று குற்றஞ்சாட்டப்பட்ட வரதராஜுலு 'வகுப்புவாதி' என்றும் பழிக்கப்பட்டார். இத்தகைய அபவாதத்தி லிருந்து விடுவித்துக்கொள்ளவோ என்னவோ வகுப்புவாரி பிரதிநிதித்துவ முறையில் தனக்கு நம்பிக்கை இல்லை என்று அவர் பகிரங்க அறிவிப்பு செய்தார். பல காலமாய் வகுப்புவாரி பிரதிநிதித்துவ முறையை எதிர்த்து வந்ததை விவரமாக குறிப்பிட்டுத் தன் மறுப்பை அளித்தார்.

வரதராஜுலு (காங்கிரசிலிருந்து விலகி) நீதிக்கட்சியில் சேர்ந்துவிட்டதாகவும், ஒரு கூட்டத்தில் பங்கேற்றதாகவும் ஒரு குற்றச்சாட்டு எழுந்தது. அதை மறுத்து வரதராஜுலு அறிக்கை வெளியிட வேண்டியவரானார்.

"சென்ற திங்கட்கிழமை மாலை ஒரு நண்பருடன் வீதி வழியே நடந்தபோது அங்கிருந்த நீதிக்கட்சி *திராவிடன்* அலுவலகத்துக்குள் நுழைந்தோம். எனது குருகுலப் போராட்டத் துக்கு அவர்கள் அளித்துவந்த ஆதரவுக்கு 10 நிமிடம் நன்றி தெரிவித்துவிட்டு பிறகு கடற்கரைக்குச் சென்றோம். அங்கே மாலை முழுவதும் எம்.கே. ஆச்சாரியாரின் மறு உருவாக்க கருத்துகளைப் பற்றிப் பேசிக்கொண்டிருந்தோம்.

"நாங்கள் சென்றபோது நீதிக்கட்சி கூட்டம் பற்றியோ அங்கு நடந்த வேறு எந்தக் கூட்டம் பற்றியோ எங்களுக்கு எதுவும் தெரியாது. நீதிக்கட்சியின் பிராமணரல்லாதவர் தீண்டத்தகாதவர் அல்ல. அவர்களுடன் சமூகமாக கலந்து பழகுவது குற்றமும் அல்ல என்று நான் சொல்ல விரும்புகிறேன். தேசிய பிராமணர்கள் அவர்களது பிராமண மிதவாதிகளையும் அரசு ஊழியர்களையும் சாதி விலக்கிவிடவில்லையே?

"என் கொள்கை வெளிப்படையானது. அது திறந்தே உள்ளது. நான் யாருக்கும் பயப்படுவதில்லை. நான் நீதிக் கட்சி கூட்டத்தில் பங்கேற்றேன் என்று உங்கள் [*இந்து* பத்திரிகை] நிருபர் எழுதியிருப்பது கண்டு ஆச்சரியப்படுகிறேன். கூட்டத்தில் பங்கேற்றிருந்தால் நான் அதைப் பத்திரிகைக்கு வெளியிட்டிருப்பேன்" (*தி இந்து*, 4 ஜுன் 1925).

நீண்ட போராட்டத்தின் இறுதியில் நடந்த தமிழ்நாடு காங்கிரஸ் கமிட்டிக் கூட்டத்தின் விவாதம் இப்போராட்டத்தின் முக்கிய நிகழ்வுகளில் ஒன்று. விவாத முடிவு வரதராஜுலுவின் நிலைப்பாட்டிற்குச் சாதகமாக அமைந்தாலும் பிறகு அவர் விடுத்த அறிக்கை, குருகுல நிகழ்வின் பின்விளைவை, சமூக தாக்கத்தை முற்றிலும் உணர்ந்த சமூக விஞ்ஞானியாக அவரைக் காட்டுகிறது. அதிலிருந்து சிறுபகுதி.

"பிராமணரல்லாதாருக்கான சட்டபூர்வமான உரிமையைப் பெறுவதற்கான நியாயமான எல்லா முயற்சிகளையும் நான் செய்ய விரும்புகிறேன். வகுப்புவாரி பிரதிநிதித்துவச் சட்டப் பாதுகாப்பு முயற்சியைத் தவிர. பிராமணியத்திலும், வ.வே.சு. ஐயரிடமும் இன்னமும் நம்பிக்கை வைத்திருக்கிற பிராமணர் களை என் தன்னார்வ சிறையிருப்பும் துன்பங்களும் நெகிழ்ச்சிப்படுத்தும் என்று நம்புகிறேன். குருகுலத்தில் பிராமணியம் வெற்றி பெற்றால் இப்பிரச்சனையை நீதிக்கட்சி யிடம் விட்டுவிட்டு நான் ஒதுங்கிக்கொள்வேன்.

"ஒரு பிராமணப் பையன் பிராமணரல்லாதாருடன் சமபந்தி போஜனம் செய்வதாகக் காதில் விழுந்தால் தன் னால் பத்து நாள்கள் வரை சாப்பிட முடியாது என்று எம்.கே. ஆச்சாரியார் சொன்னார். தன்னை வெட்டிக் கொன்றாலும் பிராமணரல்லாதாருடன் சமபந்தி போஜனம் செய்ய தன்னால் அனுமதிக்க முடியாது என்றார். இப்படிப் பட்டவர்களிடம் என்னால் அமைதிப் பேச்சு பேச முடியாது. பிராமண சபைக்கு இப்படி ஒரு எண்ணமும் போக்கும் இருந்தால் இதைப் பிராமணரல்லாதார் சவாலாக எடுப்பார்கள். விளைவு என்னவாக இருக்கும் என்பது அவருக்குத் தெரியும்.

"குருகுலம் பிராமணரல்லாதாரின் தேசிய வாழ்வைத் தீர்மானிக்கும் காரணியாக இருக்கும். பிராமணரல்லாதார் தேசிய நிறுவனங்களில் தாழ்வாக நடத்தப்படுவதை இனியும் ஒப்புக்கொள்ள மாட்டார்கள் என்பதையே இராஜாஜியின் திருத்தத்தைக் காங்கிரஸ் கமிட்டி ஏற்றுக்கொள்ளாதது தெளிவாகக் காட்டுகிறது. நான் வெற்றி பெற்றால் அது பிராமணருக்கும் பிராமணரல்லாதாருக்கும் புகழைத் தரும் நிகழ்வாக இருக்கும். நான் தோல்வியுற்றால் அதன் விளைவு பிராமணர்களுக்குப் பெரும் அழிவைத் தருவதாக மாறிவிடும்"
(தி இந்து, 4 மே 1925).

இங்ஙனமே விவாதம் முழுவதிலும் தீவிரச் சீர்திருத்தக் காரரான வரதராஜுலுவின் செயல்பாடுகள் அமைந்தன. அச்செயல்களின் சாரத்தைக் கீழ்வருமாறு தொகுத்துப் பார்க்கலாம். வரதராஜுலு சமத்துவக் கோரிக்கையைப் பல காலம் பொறுத்துப் பார்த்த பின்னர் தயங்கித் தயங்கியே முன்வைத்தார். குருகுலத்திற்குப் பணஉதவி செய்வதில் தீவிரச் சீர்திருத்தக்காரர்கள் தாராளமாகவே நடந்துகொண்டதும் தெரிகிறது. மிதவாதச் சீர்திருத்தக்காரர்கள் தாமாகவே தனித் துண்ணலைத் தவிர்த்து, சமத்துவத்திற்கு வந்துவிடுவார்கள் என்று காத்திருந்து அது நடவாத பின்னரே வலியுறுத்தினர். வலியுறுத்தலில் தெளிவாகவும் உறுதியாகவும் இருந்தனர்.

சேரன்மாதேவி குருகுலம்

தம்மீது வீசப்பட்ட குழப்பவாதி, ஆக்கிரமிப் பாளர், வகுப்புவாதி, எதிர்கட்சிக்கு மாறக்கூடிய ஏமாற்றுக் காரன் போன்ற அபாண்டங்களை வலுவோடு எதிர்த்து நிற்கக்கூடியவராக வரதராஜுலு உறுதியுடன் இருந்தார். வ.வே.சு. ஐயர் பிரச்சனைகளைத் தீர்க்க புரவலர், துறவியர், அரசியல் தலைவர்களை நாடிப் போக, வரதராஜுலுவோ மக்களிடம் போனார். ஊர்கள்தோறும் பேசினார். மற்றவர்கள் பேசினார்களே தவிர வ.வே.சு. ஐயர் ஒரு பொதுக்கூட்டத்திலும் இவ்விஷயத்தைப் பிரஸ்தாபித்ததாகத் தகவல் இல்லை. குருகுலப் பிரச்சனையைச் சமூகப் பிரச்சனையாகப் பார்த்த தெளிவான பார்வையும் வரதராஜுலுவுக்கு இருந்தது. அதேபோல் சமத்துவ நோக்குடைய பிராமணர்களை அணைத்துச் செல்லும் போக்கும் அடிநாதமாக ஓடிக்கொண்டிருப்பதையும் உணர முடிகிறது.

தேசிய, மிதவாத, வைதிக பிராமணர் முதல் பத்திரிகைக்கு ஆசிரியர் கடிதம் எழுதும் பிராமணர்வரை யாருமே வ.வே.சு. ஐயரைக் கைவிடவில்லை. தம் கருத்து நிலையையும் ஸ்தாபித்துக் கொண்டு வ.வே.சு. ஐயரையும் காப்பாற்றிவிட முயன்றனர். ஆனால் வரதராஜுலுவின் நிலைமை அப்படி இல்லை. பிராமணரல்லாத அரசியல் தலைவர்கள், பத்திரிகை ஆதரவு மட்டுமே வரதராஜுலுவுக்கு இருந்தது. பிராமணரல்லாத தலைவர்களிலும் முத்துரங்க முதலியாரும், அவர் மருமான் பக்தவத்சலமும் பகிரங்கமாகவே வ.வே.சு. ஐயர் பக்கம் இருந்தனர். பத்திரிகைகளிலும் சில வரதராஜுலுவை ஆதரிக்க வில்லை. *க்ஷத்திரியன்* என்ற பத்திரிகை வரதராஜுலுவின் செயலை ஆங்கில ஆட்சிக்கு ஆதரவானதாகப் பார்த்தது; நமக்குக் கீழான சாதியை நாம் அடிமை போல நடத்தவில்லையா என்று வழக்கமான கேள்வியைக் கேட்டது. போராட்டங்களை விரும்பும் தமிழறிஞர்களும் இந்நேர்வில் வரதராஜுலுவுக்கு ஆதரவாக இருந்ததாகத் தகவல் இல்லை. *மறைமலையடிகளின் தேர்ந்தெடுக்கப்பட்ட நாட்குறிப்பு* (1988) நூலில் குருகுலம் பற்றிக் குறிப்பில்லை. ந.மு. வேங்கடசாமி நாட்டாரின் அண்மை யில் வெளியான நாட்குறிப்புகளைப் படித்தேன். அவரும் வரதராஜுலுவின் செயலைச் சாதகமாகப் பார்க்கவில்லை. பகிரங்கமாக எழுத முடியாதவர்கள், நாட்குறிப்பில் மனம் திறப்பார்கள். அதிலும் சாதகமாக இல்லை என்பதால் உளமாரவே இப்போராட்டத்தில் அவருக்கு உவப்பில்லை எனத் தெரிகிறது. பாரதிதாசன் 'தாட்டிகஞ்சேர்' வ.வே.சு. ஐயரின் மரணத்துக்கு எழுதிய இரங்கற்பாவில் குருகுலம் பற்றி நேரடி யான குறிப்பில்லை (*ஸ்வராஜ்யா*, குரோதன ஆனி 3). நாமக்கல் கவிஞரின் இரங்கற்பாவில் இருக்கும் குறிப்பு ஐயருக்குச் சாதகமாக இருக்கிறது. அதேபோல் "சலியாத முயற்சியுடன்

தமிழ்நாட்டுக் குருகுலத்தைத் தகர்ப்பார் தங்கள்/வலியாவும் அடங்கியபின் வானுலகம் நீ புகுந்து மதிப்புறாமல்/நலியாதும் இல்லாமல் பலியானாய் எதிரிகட்கு நடுங்கினாயோ/கலியாண தீர்த்தமதில் குமரியுடன் பாய்ந்த கதைதான் என்னே!" (*க்ஷத்திரியன்,* 13 ஜூன் 1925) என்று வ.வே.சு. ஐயர் சார்பான தொனிகொண்ட இரங்கற்பாவே அர்த்தநாரீச வர்மா என்ற புலவரிடமிருந்து பிறக்கிறது. இப்படி கிடைக்கும் பிராமண ரல்லாதார் கருத்துகள் பலவும் இப்போராட்டத்தை ஆதரிக்கும் தன்மையில் இல்லை. இப்படிப்பட்ட சூழலில் வரதராஜுலு வின் செயல்பாட்டின் தீவிரம் வியப்பூட்டுகிறது.

தீவிர வைதிகர் நிலை

குருகுலப் போராட்டத்தில் வருணாசிரமிகளின் நிலைப் பாடு என்னவாக இருந்தது என்றறிவது போராட்டச் சூழலைப் புரிந்துகொள்ளப் பயன்படும். வருணாசிரமிகள் தந்த அழுத்தம் சிறிய பாதிப்பை வெளியிலும் பெரிய இறுக்கத்தை உள்ளார்ந் தும் கொடுத்திருக்கும். மிதவாதச் சீர்திருத்தவாதிகளின் எளிய அடையாளமாக வ.வே.சு. ஐயரைக் கருதலாம் எனில் வருணாசிரமிகளின் பெரும் பிரதிநிதி எம்.கே. ஆச்சாரியா. கல்விப் பணியிலிருந்து விலகி அரசியலுக்கு வந்தவர் அவர். இந்தியச் சட்டமன்ற உறுப்பினராகவும் செயல்பட்ட அதே சமயம் மதத் துறையிலும் தீவிரமாக நின்றவர் எம்.கே. ஆச்சாரியா என்று அறியப்பட்ட எம். கிருஷ்ணமாச்சாரியா. அவர் போராட் டத்தின் கடைசி கட்டத்தில் களத்தில் சிம்மமாகக் காட்சி தந்தார். ஆனால் என்ன கிழச் சிங்கம். சமத்துவத்துக்குக் குரல் கொடுத்த வரதராஜுலுவின் போராட்டத்தை 'சாதிப் போர்' என்பதாக வர்ணித்தார் எம்.கே. ஆச்சாரியா. வரதராஜுலுவின் எதிர்ப்பில் இரண்டு அம்சங்கள் பிரதான மாக உள்ளன என்றார்.

ஒன்று அது எல்லா பிராமணர்களுக்கும் எதிரானது; அதாவது வருணாசிரமத்திற்கு எதிரானது. இரண்டு, அது வ.வே.சு. ஐயருக்கு எதிரானது. அதாவது அவரது குருகுலத்திற்கு எதிரானது. இரண்டாவது அம்சம் சிறியது. எனவே அதைப் பற்றி தனக்கு அவ்வளவு அக்கறை இல்லை என்று கூறிய அவர் அவ்வம்சம் பற்றிய தன் கருத்தைப் பின்வருமாறு சுருக்கமாகத் தெரிவித்தார்.

"... காங்கிரசும், பிராமணரல்லாத புரவலரும் நிபந்தனை ஏதுமற்ற விதத்தில் கொடைகளைக் கொடுத்தனர். ஆனால் இப்போது வ.வே.சு. ஐயர் மீது நடக்கவியலாத, சரியில்லாத சில நிபந்தனைகளை விதிக்கின்றனர். இச்சமயத்தில் என்ன செய்வது. நான் வ.வே.சு. ஐயர் இடத்தில் இருந்தால் என்

நிலையை விளக்கி முழுதாகவும் தெளிவாகவும் அறிக்கை ஒன்றை அளிப்பேன். அதற்குப் பிறகும் காங்கிரசும் பிராமணரல்லாத புரவலரும் திருப்தியடையாமல் புதிய, நியாயமற்ற நிபந்தனைகளை என்மீது திணித்தால் நிறுவனத்தை அவர்கள் முகத்தின் மீது விட்டெறிந்துவிட்டு வெளியேறிவிடுவேன். பணம் மற்றும் புரக்கும் தன்மையால் தவறுகள் இழைக்க மறுத்துவிடுவேன். இந்த எளிய அறிவுரையை ஏற்கும்படி வ.வே.சு. ஐயரை வேண்டுகிறேன்."

'பெரிய விஷயமான முதல் அம்சத்தைப் பற்றிப் பேசவே தான் விரும்புகிறேன்' என்று கூறி அவர் விவரிப்பதே ஆச்சாரியாவின் கருத்தியலை நேரடியாகப் புலப்படுத்துவதாகும்.

"டாக்டர் நாயுடு சொல்கிறார்: 'நான் யாரையும் வெறுக்கவில்லை. நான் எல்லோரையும் விரும்புகிறேன்.' வரதராஜுலு அவரது பொங்கிப் பெருகும் பிரபஞ்ச அன்பால், பிராமண சமூகத்தைச் சாகடிக்க விரும்புகிறார். மிக நவீனமான 'நீதி' என்ற சொல்லால் வருணாசிரமத்தை இல்லாமல் செய்யப் பார்க்கிறார். இதோ அவரது சொற்கள். 'வருணாசிரமம் பிராமணர்களுக்கு தேவாமிர்தம்; பிராமணரல்லாதாருக்கு அது விஷமாக இருக்கிறது'.

'பிராமணரல்லாத ரிஷியான விசுவாமித்திரர் பிராமண – பிராமணரல்லாதவர் வேறுபாட்டிற்கு எதிராகப் போரிட்டார். பிராமண ரிஷியான வசிஷ்டர் இந்த நியாயமான சமத்துவக் கோரிக்கையை மறுத்துவிட்டார். கழுவாயாக பிராமணரல்லாத ரிஷி சம்பூகன் பிராமணர் கைகளால் கொல்லப்பட்டான்'. இப்படி வரதராஜுலு எழுதுகிறார். குறைந்த அறிவு ஆபத்தானது. டாக்டர் நாயுடு திரும்பவும் பள்ளிக்குச் சென்று பாடங்களைச் சரியாக படிக்க வேண்டும். ஆனால் டாக்டர் நாயுடுவையும் அவரது பிராமண வெறுப்பையும் எளிமையாக விட்டுவிடுவது முடியாத காரியம். சரியான குருவிடம் அவர் படிக்கவில்லை. டாக்டர் நாயுடு சில புராண ஏடுகளைப் படித்திருக்கிறார். அவை அநேகமாகத் தமிழ் ஏடுகள். அதுவும் ஆரியர், திராவிடர் மீது ஒருவகையான வெறுப்பு கொண்ட இந்தியவியலாளர்களின் ஏடுகளை அவர் படித்திருக்கலாம். இந்த வியாபாரச் சரக்கை வைத்துக்கொண்டு, தென்னிந்தியாவின் மூல குடிகள் தமிழர்கள் என்றும் பிராமணர்கள் வெளியிலிருந்து வந்தவர்கள் என்றும் பெரிய கொள்கையை எடுத்துச் சொல்கிறார். இவற்றைக் கொண்டுதான் வருணாசிரமம் பிராமணரல்லாதாருக்கு விஷம் என்கிறார். இந்திய வரலாறும் உலக வரலாறும் அவருக்குத் தெரியும் என்று நான் எப்படிச் சொல்ல முடியும்; இந்து சமூகவியல், மதம் பற்றிய கொள்கை

களைத் தகுதி வாய்ந்த ஆசிரியர்களிடமிருந்து அவர் கற்றுக் கொண்டார் என்று நான் எப்படிச் சொல்ல முடியும்; அப்படி யிருந்தால் புராணத்தை இவ்வாறு தவறாக உதாரணம் காட்ட முடியாதல்லவா.

"இன்றைய வருணாசிரமம், அதன் பழைமையான எளிமையையும் தூய்மையையும் கொண்டிருக்கவில்லை என்பதை நான் ஒப்புக்கொள்கிறேன். ஆனால் டாக்டர் நாயுடுவின் நோக்கம் அதை ஒழுங்கு ஆக்குவதல்ல; அதை ஒழித்துக் கட்டுவது. பிராமணர்களையும் க்ஷத்திரியர்களையும் வைசியர்களையும் சூத்திரர்களையும் – ஐயோ, நான் இவ் வரிசையில் பஞ்சமர்களையும் சேர்க்க வேண்டியுள்ளதே – பஞ்சமர்களையும் ஒரே நிலையாக்குவதுதான் அவர் நோக்கம். சாப்பிடுவது, குடிப்பது, இணைவது, வம்சத்தைப் பெருக்குவது போன்ற எல்லா அம்சங்களிலும் ஒரே விதமாக ஆக்குவது ஐரோப்பிய மாதிரி என்று நான் நினைக்கிறேன்.

". . . இத்தகைய மாற்றத்தை நான் ஒப்புக்கொள்ளவில்லை. பிராமணரல்லாதவர்கூட, மதத்தை மதித்தால் இதை எதிர்த் தாக வேண்டும். அவர்கள் எதைச் செய்தாலும், பிராமணர் களின் கடமை தெளிவாக இருக்கிறது. அது தம் குல தர்மத்தைப் பாதுகாக்க வேண்டியது, உயிரே போனாலும்" (தி இந்து, 15 ஏப்ரல் 1925).

மேற்கண்டது எம்.கே. ஆச்சாரியாவின் கருத்து. வருணாசிரமத்தை ஆதரித்து வரதராஜுலுவை விமர்சித்து குருகுலத்தின் நிலைப்பாட்டுக்கு அனுசரணையாக பேசிய பேச்சின் சாரம்.

அடுத்து, திருச்சியில் ஏப்ரல் 29, 1925இல் நடந்த தமிழ்நாடு காங்கிரஸ் கமிட்டி பொதுக்குழுக் கூட்டத்தில் எம்.கே. ஆச்சாரியா நிகழ்த்திய பேச்சு வருணாசிரமத்தின் வீழ்ச்சியைப் பொறுக்க முடியாத அவரது வருத்தத்தின் வேக வெளிப்பாடு.

"சமபந்தி போஜனம் என்பது மதம் ஒப்புக்கொள்ளாத ஒரு நடைமுறை. மத விஷயமான அதில் தலையிட அரசியல் இயக்கமான காங்கிரசுக்கு உரிமை இல்லை" என்பது எம்.கே. ஆச்சாரியாவின் வாதமாக இருந்தது. "பல கருத்துள்ள பல பேரிடம் வாங்கப்பட்ட பணத்தை ஒரு நிறுவனத்துக்குக் கொடுத்து, அதில் தனக்கு அதிகாரம் இல்லாத மதச் சீர் திருத்தத்தைப் புகுத்தச் சொல்லக் காங்கிரசுக்கு உரிமை இல்லை" என்று அந்த வாதத்தை மேலும் உறுதி செய்தார் ஆச்சாரியா (தி இந்து, 1 மே 1925). இதையும் மீறி சமபந்தி போஜனம் நடந்தால் அதைத் தன்னால் பொறுத்துக்கொள்ள முடியாது

என்று அவர் மேலும் சொன்னதாகச் சுதேசமித்திரன் உள்பட பல பத்திரிகைகளில் செய்தி வெளியானது.

எம்.கே. ஆச்சாரியா போன்ற வருணாசிரம தர்மத்தின் கடும் பற்றாளர்களுடன் சமாதானமாக எப்படி இயங்குவது என்று கேட்டு அவர்களை வரதராஜுலு கீழ்வருமாறு கண்டித்தார்.

"ஒரு பிராமணப் பையன் பிராமணரல்லாதாருடன் சமபந்தி போஜனம் செய்வதாகக் காதில் விழுந்தால் தன்னால் பத்து நாள்கள் வரை சாப்பிட முடியாது என்று சொன்னார் எம்.கே. ஆச்சாரியா. தன்னை வெட்டிக் கொன்றாலும் பிராமண ரல்லாதாருடன் சமபந்தி போஜனம் செய்யத் தன்னால் அனுமதிக்க முடியாது என்றார். இப்படிப் பட்டவர்களிடம் என்னால் அமைதிப் பேச்சு பேச முடியாது, பிராமண சபைக்கு இப்படி ஒரு எண்ணமும் போக்கும் இருந்தால் இதைப் பிராமணரல்லாதார் சவாலாக எடுப்பார்கள். விளைவு என்னவாக இருக்கும் என்று அவருக்குத் தெரியும்" (தி இந்து, 4 மே 1925).

எம்.கே. ஆச்சாரியா, வருணாசிரம கருத்துக்கு வலுச் சேர்க்கத் தமிழ்நாட்டின் பல ஊர்களுக்கும் சென்று பிரசாரம் மேற்கொண்டார். அவற்றுள் ஒரு கூட்டம் 4 மே 1925இல் தஞ்சாவூரில் நடந்தது. 'சமூக அமைப்பும் பிராமண தர்மமும்' என்ற தலைப்பில் இ. சூர்ய நாராயணய்யர் தலைமை யில் அக்கூட்டம் நடைபெற்றது. அதில் எம்.கே. ஆச்சாரியா பிராமண தர்மத்தின் பழங்காலப் பெருமையையும் தற்கால வீழ்ச்சியையும் விளக்கினார். அப்பேச்சின் சுருக்கம் வருமாறு.

"பிராமண தர்மத்தின் வேகமான முழு அழிவிற்கு ஒன்று உள்காரணம், மற்றொன்று வெளிக்காரணம். தொடர்ந்து நடந்த கிரீக், முகம்மதிய, பிரிட்டீஷ்காரர்களின் ஆட்சி அலைகள். அவர்களது மதக் கருத்துகளும் ஆரியர்களின் மதக் கருத்துகளும் முற்றிலும் வேறுபட்டவை. அவை வெளிப் புறச் செல்வாக்கு செலுத்தி பிராமண தர்மத்தின் வீழ்ச்சிக்குக் காரணமாயின. உள்புறக் காரணம் வேறு எதுவும் செய்யாத அளவு தீமையைத் தந்து இன்றைய புலம்பும் நிலைக்குப் பிராமண தர்மத்தைக் கொண்டுவந்துவிட்டது. அது வருணாசிரமிகள் கொஞ்சம் கொஞ்சமாகப் பழங்கால தர்மங்களைக் கடைபிடிப் பதைக் கைவிட்டதனால் நேர்ந்தது. இதனால் முன்னோர்களால் போடப்பட்ட சனாதன தர்மத்தின் வலிமையான அடிப்படை களை உள் மற்றும் வெளி எதிரிகள் குறைத்து மதிப்பிட்டு வந்தனர்.

“வாழ்க்கைப்பாட்டுக்கான வருமானம் என்ற நோக்கில் ஆங்கிலக் கல்வி மோகம் மக்களை இழுத்தது. அது பல சமயங்களில் வருத்தமான ஏமாற்றத்தைத் தந்தது. அதனால் சமூகத்தின் பெரும்பகுதி மோசமான நிலைக்குச் சென்றது. சிறு பகுதியே பழைய தர்மத்தைக் காத்துவருவது. அவர் களாலும் பழைய தர்மத்துக்கு எதிராக எழுப்பப்படும் கேள்வி களுக்குத் திருப்தி அளிக்கும் பதில்களைத் தரமுடியவில்லை.

“நவீன நாகரிகங்களால் சமூகத்தில் பல கெடுதல்கள் தோன்றிவிட்டன. திருமணங்கள் அதிக செலவு பிடிக்கும் வகையில் மாறிவிட்டன. புத்திசாலித்தனமான பழைய பொருளாதார அளவுகோல்படி குடும்ப வாழ்க்கையைச் சாதாரணமாக நடத்துவதுகூட இயலாததாகிவிட்டது. இந்தத் தொந்தரவுகள் மற்றும் கஷ்டங்களிலிருந்து நிவாரணம் தர ஒரு செயல் செய்ய வேண்டும். இதற்கு நமது சொந்தமான, பழைய, சனாதன தர்மத்தைப் பின்பற்றுவதைத் தவிர வேறு ஒரு தீர்வு இல்லை. இந்த எல்லாத் தொந்தரவுகளிலிருந்தும் நீங்க பிராமண சமுதாயத்திற்கு இதுவே வழி. இந்த எண்ணத் தின் அடிப்படையில் சமீபத்தில் அகில வருணாசிரம பாரத தர்ம சபா என்னும் ஒரு நிறுவனம் தொடங்கப்பட்டுள்ளது. இதன் தொடர்பில் இன்னொரு புதிய தொந்தரவான கேள்வி எழுந்துள்ளது. ஏன் பிராமணர்களுக்கு மட்டும் இப்படி ஒரு சபை இருக்க வேண்டும். மற்ற சமூகங்களுக்கு இதே போன்ற சபைகள் அவர்கள் மேல்நிலைக்காக ஏன் அமையக் கூடாது என்பதே அக்கேள்வி.

“ஒவ்வொரு சமூகமும் அதன் சமூக முன்னேற்றத்திற்காக ஒரு சபையை வைத்துக்கொள்வது நல்லதுதான். ஆனால் எல்லா வேலையையும் உடனே செய்வது சாத்தியம் அற்றது. அது தற்போதைய சூழ்நிலையில் குழப்பத்தையும் உண்டாக்கக் கூடும். முதலில் பிராமணர்களுக்கான சபையைத் தொடங்கு வோம். பிறகு மற்ற சாதி மக்கள் இந்த உதாரணத்தைப் பின்பற்றட்டும்.”

இந்த இடத்தில் வரதராஜுலு தொடங்கிய குருகுலப் பிரச்சனையைப் பின்வருமாறு ஆச்சாரியா குறிப்பிட்டார். “அவரும் அவரது குழுவினரும் எல்லா இடங்களுக்கும் சென்று எல்லா சாதி வேறுபாடுகளையும் விட்டொழிக்கும்படி பிரசாரம் செய்கின்றனர். எல்லோரையும் சமமாகக் கருதும்படி கோரி வருகின்றனர். அவர்களது பிரசாரம் பிராமணர்களுக்குப் பெரும் தீங்கை விளைவிக்கிறது. ஆனால் இப்பிரச்சனையை நமக்குள் தீர்த்துக்கொள்ளவில்லையானால் மேலும் மோசமாக வளரும். இதில் அரசாங்கத்தின் உதவியை நாடுவது பயனற்றது.

"நமக்குள் நிலவும் கஷ்டங்கள், முறையற்ற நிலை, குழப்பம் ஆகிய அனைத்தையும் நீக்கும் நோக்கத்திலான இந்த பிராமண சபையைத் தொடங்குவது பழங்கால பிராமண தர்மத்தைப் புதுப்பிக்க வேண்டிய கட்டாயத்தில் அவசியமாகிறது. மிகச் சிலரே இதில் சேர இருப்பது கண்டு தளர வேண்டாம். ஏழு பேரைக் கொண்டு இத்தகைய சபையைத் தொடங்கினாலும் அவர்களது தளராத உழைப்பால் வளர்ந்து, பிராமண முழுச் சமூகத்தின் உலகளாவிய நிறுவனமாக இது மாறும். இதை மற்ற வகுப்பாரும் பின்பற்றி முழு இந்து சமூகமே மலர்ச்சி பெறும்" (*தி இந்து*, 5 மே 1925).

எம்.கே. ஆச்சாரியா தமிழ்நாடு காங்கிரஸ் கமிட்டியில் நிகழ்த்திய சமபந்தி போஜனத்திற்கு எதிரான பேச்சு பெரிய கொந்தளிப்பை ஏற்படுத்தியிருக்க வேண்டும். அப்பேச்சை அவரோ அவரைச் சார்ந்தவர்களோ மறுத்திருக்க வேண்டும். அந்த விவரம் கிடைக்கவில்லை. எனினும் வரதராஜுலு எம்.கே. ஆச்சாரியா பேசிய பேச்சை உறுதி செய்து வெளியிட்ட ஒரு அறிக்கை கிடைக்கிறது. அதனால் ஏதோ மறுப்பு வந்திருக்க வேண்டும் என யூகிக்கலாம். வரதராஜுலுவின் அந்த விளக்க அறிக்கையிலிருந்து ஒரு பகுதி.

"பிராமணர் பிராமணரல்லாதாரோடு கலந்து உண்டார் எனக் கேள்விப்பட்டால் 10 நாள்கள் பட்டினி கிடப்பேன் என்று எம்.கே. ஆச்சாரியா சொன்னார். நான் அந்தக் கூட்டத்திற்குத் தலைமை தாங்கியிருந்தேன். இப்படி ஆச்சாரியா பேசியபோது பிராமணரல்லாதார் சிலர் எதிர்த்தனர். நான் மறுபடியும் சொல்கிறேன். அவர் அப்படிப் பேசினார். பழைய காலத்தில் சில ரிஷிகள் தன்னிலை இழந்து தொந்தரவு செய்பவர்களைச் சபித்திருக்கிறார்கள். எம்.கே. ஆச்சாரியா அன்று பேசும்போது கடுங்கோபத்தில் இருந்தார். அதனால் சொன்னதை இப்போது மறந்துவிட்டார் என்று நினைக்கிறேன். அவர் உணர்வை மதிக்கிறேன். அவர் வெளிப்படையானவர். வெளிப்படையாகப் பேசுபவர். மற்ற பிராமண சீர்திருத்தக்காரர்கள் பிராமணர்களாகவும் இருப்பதில்லை, உண்மையான சமூகவாதிகளாகவும் இருப்பதில்லை. அப்படி அல்ல ஆச்சாரியா" (*தி இந்து*, 16 மே 1925).

எம்.கே. ஆச்சாரியா, தமிழ்நாடு காங்கிரஸ் கமிட்டிக் கூட்டத்தில் வருணாசிரமத்துக்கு எதிரான தீர்மானம் நிறைவேற்றபட்டது குறித்து வருந்தினார். அந்தத் தீர்மானம் செல்லத்தக்கது அல்ல என்று அறிவிக்கும்படி காந்திக்கு நீண்ட கடிதம் எழுதினார். இக்கடித விவரங்கள் இந்நூலின் மூன்றாம் இயலில் தரப்பட்டுள்ளன. எம்.கே. ஆச்சாரியாவின் அக்கடிதம்

குறித்து வரதராஜுலு தெரிவித்த கருத்துகளுள் ஒன்று ஆச்சாரியா ஆதரித்த வருணாசிரமத்தை மறுப்பது ஆகும்.

"எம்.கே. ஆச்சாரியா காந்திக்கு அனுப்பிய புகார் ஒன்றும் புதிதல்ல. பெரிய அரசர் ஹர்ஷவர்த்தன *(கி.பி. 610 – 650)* பௌத்தர்களுக்கும் பிராமணர்களுக்கும் சம மரியாதையைக் கோரினார். அதனால் வெகுண்ட பிராமணர்கள் அரசர் தங்கியிருந்த முகாமுக்குத் தீ வைத்தனர். அரசர் கட்டிவைத்த மாபெரும் கட்டிடங்களுக்கும் தீ மூட்டினர். அதில் அவர்கள் தோல்வியுற்றனர். அரசரைக் கொல்ல வேறொரு சந்தர்ப்பத்தை உருவாக்கினர். அதிலும் அரசர் தப்பித்தார். இந்தச் சந்தர்ப் பங்களை உருவாக்கியதாகச் சந்தேகிக்கப்படும் நபர்களை அரசர் மன்னித்தார். ஆனால் தன் சாம்ராஜ்யத்திலிருந்து வெகுபேரை வெளியேற்றினார் (மேக்ஸ்முல்லரின் *Six Systems of Indian Philosophy*, பக். 38, 39).

"அதைப் போலவே இன்று பிராமணரல்லாதார் சமத் துவத்தைக் கேட்கும்போது – அதுவும் எல்லா இடத்திலும் அல்ல, ஒரு குறிப்பிட்ட தேசியப்பள்ளியில் மட்டும்தான் – எதிர்ப்புகள் உருவாகின. பிராமணரல்லாதார் வாங்கப்பட்டு எதிர்ப்புக் கூட்டங்கள் நடத்தப்பெறுகின்றன. காங்கிரஸ் வேலைகள் தடைப்படுகின்றன என்று முதலைக் கண்ணீர் வடிக்கப்படுகின்றது. இவை எல்லாம் தேசிய பிராமணரல்லா தாரைப் பயமுறுத்திவிட முடியாது. அவர்களை அமைதிப் படுத்திவிட முடியாது. . . . வருணாசிரம புதுப்பிப்பை நான் முற்றாக எதிர்க்கிறேன். ஏனெனில் அது சமுதாய, அற, அறிவு அம்சங்களில் பிராமணரல்லாதாருக்குக் கீழான நிலைமையை மறுபடியும் புகுத்துவதாகும்" (*தி இந்து*, 26 மே 1925).

"இப்பிரச்சனையை நமக்குள் தீர்த்துக் கொள்ள வேண்டும்; இதில்அரசாங்கத்தினர் உதவியை நாடுவது கூடாது, என்றும் மிக நவீனமான 'நீதி' என்ற சொல்லால் வருணாசிரமத்தை இல்லாமல் செய்ய வரதராஜுலு விரும்புகிறார்" என்றும் எம்.கே. ஆச்சாரியா விவாதத்திற்கிடையில் கருத்து தெரிவித் திருந்தார். சமூக சமத்துவத்தில் சாய்வு கொண்டிருந்த ஆங்கில அரசாங்கத்தின் உதவியை இப்பிரச்சனையைத் தீர்க்க நாடக் கூடாது என்று சாமர்த்திய முடிவெடுத்ததும் வரதராஜுலு கோரிய சமூக சமத்துவத்தை நவீன நீதி என்று அழைத்ததும் எம்.கே. ஆச்சாரியாவின் தெளிவான, நுட்பமான புரிதலைக் காட்டுகின்றன. காலம் மாறுகிறது என்பதைப் புரிந்துகொண் டாலும் அதை அனுசரிக்காதவர்கள் கால முரண்களாக மாறிவிடுவது இயற்கைதானே. அப்படித்தான் எம்.கே. ஆச்சாரியா போன்ற தீவிர வைதிகர்கள் காலமுரணாக நின்றனர்.

இங்ஙனம் எவ்வளவு கடுமையாகப் போராடியும் எம்.கே. ஆச்சாரியா போன்ற தீவிர வைதிகரின் பிற்போக்கான நிலைப்பாடுகள் மக்களாலோ, குருகுலத்தாலோ, காங்கிர சாலோ, எதிர் நிலையினராலோ ஏற்கப்படவில்லை. நவீன மாற்றத்தைத் தாமதப்படுத்துபவராகக் குருகுலப் போராட்டத்தில் எம்.கே. ஆச்சாரியா காட்சி தந்தார், அதாவது தீவிர வைதிகர் காட்சி அளித்தனர் எனச் சொல்லி முடிக்கலாம்.

இதழ்களின் நிலைப்பாடு

செல்வாக்குடைய ஒரு கட்சியின் ஆதரவுடைய ஒரு நிறுவனத்தை எதிர்த்து எழுதும்போது சாதாரணமாக முதலில் நிகழக்கூடியது உதாசீனமே. இதை முன்னுணர்ந்த பெரியார், ஆசிரம எதிர்ப்பு நடவடிக்கைக்குப் பத்திரிகைகளின் ஆதரவு திரட்டும் முயற்சியில் முதலிலேயே இறங்கினார். பிராமண ரல்லாத பத்திரிகைகளின் ஆதரவில் எந்தக் குறையும் இல்லாத வாறு தான் கவனித்துக்கொள்வதாகப் பெரியார் வரதராஜுலு வின் நண்பரிடம் உறுதிகொடுத்துள்ளார் *(குடிஅரசு,* 12 ஜூலை 1925).

> நவசக்தி முதலிய பிராமணரல்லாத பத்திரிகைகள் எல்லாம் கண்டிப்பாய் நாயுடுவை ஆதரிக்கும். அநேக பிராமணரல்லாத பத்திரிகைகள் இந்த விஷயங்கள் எல்லாம் தெரிந்திருந்தும் யார் முன்னே எழுதுவது என்று யோசித்துக்கொண்டிருக்கிறது. ஆகையினால் இந்த விஷயத்திற்கு எதிரிடையாய் யோக்கியப் பொறுப் புள்ள பிராமணரல்லாத பத்திரிகைகளோ, பிராமண ரல்லாத பிரமுகர்களோ முன்வரமாட்டார்கள் என்பது எனது உறுதி

என்று பிராமணரல்லாதாரிடமிருந்து வரதராஜுலுவுக்கு எதிர்ப்பு வராது என்று பெரியார் நம்பியிருக்கிறார் *(குடிஅரசு,* 12 ஜூலை 1925).

திரு.வி.க.வின் *நவசக்தி* குருகுல விவாதத்தில் வரதராஜுலு வின் முதல் அறிக்கையைத் துணிவுடன் ஆதரித்தது (17 அக்டோபர் 1924). அடுத்த இதழில் வ.வே.சு. ஐயரின் விளக்கத்தையும் வெளியிட்டது (24 அக்டோபர் 1924). அதற்கடுத்த இதழில் இந்த விளக்கத்துக்கான வரதராஜுலுவின் விரிவான எதிர் வினையையும் பிரசுரித்தது (31 அக்டோபர் 1924).

திருவண்ணாமலையில் கூடிய 30வது காங்கிரஸ் தமிழ் மாகாண மாநாட்டில் காவியகண்ட கணபதி சாஸ்திரி பிராமண – பிராமணரல்லாதார் ஒற்றுமையை வேண்டிப் பேசியதை விரிவாக வெளியிட்டது *நவசக்தி.* அவருக்குப்

பதிலளிக்கும் விதமாக அடுத்து பெரியார் பேசினார். நேரடிக் குறிப்பு இல்லையானாலும் அப்பேச்சு குருகுலம் தொடர் புடையதே என்பதைச் சொல்ல வேண்டியதில்லை.

காங்கிரசுவாதியாயிருந்த டாக்டர் நாயர் திடீரென ஒரு கட்சியைத் தோற்றுவிக்க காரணங்களாக நின்றவை கள் எவைகளோ அவைகள் இன்றும் நிற்கின்றனவா இல்லையா என்பதை நேயர்கள் கவனிப்பார்களாக. அக்காரணங்கள் அழிந்துபட்டதாக எனக்குத் தோன்ற வில்லை. அவைகள் தமிழ்நாட்டில் ஊர்ந்து கொண்டிருக் கும் வரை பிராமணர் – பிராமணரல்லாதார் ஒற்றுமை நிலவுதல் அரிதே (*நவசக்தி*, 21 நவம்பர் 1924).

குருகுலப் பிரச்சனைக்கான அடிப்படை பார்ப்பனர் – பார்ப்பனரல்லாதார் வேற்றுமை என்பதை உணர்ந்திருந்த திரு.வி.க. அன்றைக்கு நிலவிய சமூகச் சூழலை வரலாற்றுத் தகவல்களோடு விளக்கினார். அதன் முக்கியமான பகுதி.

"1916ஆம் வருடம் வரை நமது தமிழ்நாட்டில் காங்கிரஸி லாவது வேறெந்த அமைப்பிலாவது பிராமணர் – பிராமண ரல்லாதார் வேற்றுமை வெளிப்படையாய்த் தலைகாட்ட வில்லை. 1916ஆம் வருட முடிவில் லார்ட் பெண்லண்ட் ஆட்சிக் காலத்தில் பிராமணரல்லாதார் இயக்கம் என்றோர் இயக்கம் தோன்றியது. அவ்வியக்கம் காங்கிரஸ் கொள்கைக்கு மாறுபட்டுத் தன் கடனாற்றத் தொடங்கினமையால் அதில் பல பிராமணரல்லாதார் சேராது ஒதுங்கி நின்றனர். பிராமண ரல்லாதாருக்குள்ளாகவே காங்கிரஸ் பிராமணரல்லாதார் என்றும் ஜஸ்டிஸ் பிராமணரல்லாதார் என்றும் இரு பிரிவுகள் உற்றன. தொடக்கத்தில் இவ்விருவருக்கும் ஏற்பட்ட பெரும் பிணக்கு நாளடைவில் மறைந்ததென்றே கூறலாம். இதற்குக் காரணமாக நின்றது ஒத்துழையாமை இயக்கமேயாகும். ஒத்துழையாமை இயக்கத்தில் சேர்ந்த பிராமணரல்லாதார் காந்தியடிகள் உபதேச வழி நிற்க நேர்ந்தமையால் அவர்கள் ஜஸ்டிஸ் கட்சியாரோடு போராடுவதை நிறுத்தலானார்கள். ஜஸ்டிஸ் கட்சிக்காரர் சட்டசபையிலும் வேறு அமைப்புகளி லும் ஆக்கம் பெற்று வந்தனர் ... இந்நிலையில் ஜனநாயகக் கட்சி தோன்றியது.

"சுயராஜ்யக் கட்சி சார்பாக சட்டசபையில் நுழைந்த நண்பர்களில் சிலர் தமது கட்சிக்குரிய கடனை ஆற்றாது எந்நேரமும் ஜஸ்டிஸ் கட்சி மந்திரிமார்களைத் தொந்தரவு படுத்துவதிலேயே கண்ணுங்கருத்துமாயிருந்து வருவதாகப் பொதுப்பட பிராமணரல்லாதார் உலகில் ஒருணர்ச்சி தோன்றிற்று. அவ்வுணர்ச்சி காங்கிரசிலும் பரவலாயிற்று.

சேரன்மாதேவி குருகுலம்

இத்தருணத்தில் தமிழ்நாட்டுக் குருகுலத்தில் பிராமணரல்லாதார் ஒருபுறம் ஒதுக்கி அன்னமிடுவதைப் பற்றிய கிளர்ச்சி நாடு முழுவதும் பரவலாயிற்று. மற்றொன்றும் அதற்குத் துணையாகக் கிளம்பிற்று. அது இந்து தர்ம காப்புச் சட்டத்தைப் பற்றியது. இவ்விரண்டும் வேறு சிலவும் மீண்டும் பிராமணர் – பிராமணரல்லாதார் வேற்றுமையைச் சில இடங்களில் அந்தரங்கமாகவும் சில இடங்களில் பகிரங்கமாகவும் கிளப்பியிருக்கின்றன" (*நவசக்தி*, *6 பிப்ரவரி 1925*).

இந்தப் பின்னணியில் குருகுலப்பிரச்சனையில் முதலிலிருந்து இறுதி வரை *நவசக்தி* உடனிருந்து சிக்கலைத் தீர்க்க முனைந்தது. "பிறப்பு நாட்டங்கொண்டு பிள்ளைகளைச் சேர்த்தலாகாது. எல்லா வகுப்பாரையும் சேர்த்து அவரவர் இயல்பு அறிவாற்றலுக்கேற்றவாறு கல்வி, தொழில்முறைகளைப் போதிக்க வேண்டும் . . . இளங்குழவிகள் உள்ளத்தில் சிறுமை பயக்கத்தக்க எவ்வித வேற்றுமையும் வராதவாறு காக்க வேண்டுவது குருகுலத்தார் கடமை" *(31 அக்டோபர் 1924)*

என உடனுண்ணல் தொடங்கி, விவாதத்தில் வெளிப்பட்ட சம்ஸ்காரம், காந்தியுடனான வைக்கம், சென்னை ஆலோசனைகள், தமிழர் கூட்டம் உள்ளிட்ட அனைத்து அம்சங்கள் குறித்தும் திரு.வி.க. கருத்து தெரிவித்தார். தொடர்ந்து வ.வே.சு. ஐயரின் அறிக்கைகளையும் வெளியிட்டு வந்தார்.

"எந்த சம்ஸ்காரத்திற்கும் இப்பொழுது பொருளில்லை. தற்போது புதுமுறையைக் கையாள்வது பின்னை மாற்றப்படுவதாக முடியினும் முடியும்" *(27 பிப்ரவரி 1925)* என்று சம்ஸ்கார யோசனையை மறுத்தும், "ஐயர் குருகுலத்துக்குப் பொருள் அளித்தோர் விருப்பத்தைத் தழுவி நடக்கவே ஒருப்படுதல் வேண்டும். மகாத்மா காந்தியை இவ்விஷயத்தில் ஈர்ப்பது பெருந்தவறு" *(13 மார்ச் 1925)* என வைக்கம் யோசனையை நிராகரித்தும், "ஐயர் இதுகாறும் வெளியிட்டுள்ள கருத்துகள் ஒன்றுக்கொன்று முரண்பாடுடையன. அவர் பிடிவாதத்தை விடுத்து அன்புளம் கொண்டு பொருள் உதவி புரிந்த நேயர்கள் விரும்புமாறு உடன்படுவாராயின் தமிழ்நாட்டில் கூச்சல் அடங்கும்" *(10 ஏப்ரல் 1925)* எனச் சென்னை ஆலோசனையை வரவேற்றும் திரு.வி.க. கருத்தறிவித்தார். தேவை நேர்ந்தபோது கண்டனங்களையும் வருத்தங்களையும் கூடத் திரு.வி.க. பதிவு செய்தார். அவற்றுள் ஓரிரண்டைப் பார்க்கலாம்.

சென்னையில் நடந்த முதல் 'தமிழர் கூட்ட'த்தில், குருகுலத்துக்குப் பண உதவி செய்யப் பத்திரிகை மூலம்

கேட்டுக்கொண்ட தன்னை வ.வே.சு. ஐயர் அலட்சியம் செய்ததைக் குறித்து திரு.வி.க. வருந்தினார். "குருகுலத்துக்குப் பணம் உதவுமாறு எழுதிய பத்திரிகையாசிரியர்களை அவ மதிப்பது ஸ்ரீமான் ஐயர் போன்றோர்க்கு அழகல்ல" என்றார் திரு.வி.க. (நவசக்தி, 10 ஏப்ரல் 1925).

இராஜாஜி உள்ளிட்டோர் காங்கிரசு கமிட்டியிலிருந்து விலகியபோது அதைக் கண்டித்தார்.

"ஒன்றைக் குறித்துப் போர் நிகழும்போது எத்தனையோ நிகழ்ச்சிகள் இடையில் உறுதல் இயல்பு. அவைகளை அறிஞர்கள் காலமுறைப்படி ஒழுங்குபடுத்த முயல வேண்டும். ஒழுங்குபடுத்த முயலாது போர்முனையை விடுத்து ஓடுவது அறமாகாது. இப்பொழுது குருகுலப் போரை முன்னிட்டு ஸ்ரீமான் சக்கரவர்த்தி இராஜகோபாலாச்சாரியார் முதலியோர் தமிழ்நாட்டுக் காங்கிரஸ் கூட்டத்தினின்றும் விலகியிருக் கிறார்கள். இவ்விலக்கம் எரியும் நெருப்பில் நெய் விட்டது போல் காணப்படுகிறது" (நவசக்தி, 8 மே 1925).

"வ.வே.சு. ஐயர் 'சமரசம், சமரசம்' என்று பொருள் திரட்டி மூன்றுமாத காலம் தாம் சொன்னவாறே குருகுலத்தைச் சமரசமாக நடத்திக் காட்டிப் பின்னர் சமரசத்தைச் சாதிரச மாகத் திருப்பினமையால் தமிழ்நாட்டில் கிளர்ச்சி ஏற்பட்டது" (22 மே 1925) எனக் காங்கிரஸ் கமிட்டி கூட்டத்திற்குப் பிறகு வ.வே.சு. ஐயரைக் கடுமையாகவே திரு.வி.க. கண்டித்தார்.

"இப்பொழுது குருகுலத் தலைவர் ஸ்ரீமான் மகாதேவ ஐயர் என்று சொல்லப்படுகிறது. இவர்க்கு அப்பதவி நல்கினர் எவர்? குருகுலத்துக்குப் பொருளீந்த அன்பரா அல்லது ஸ்ரீமான் வ.வே.சு. ஐயரா? இம்மாயா விளையாடல்கள் எற்றுக்கு? ஸ்ரீமான் ஐயர் இவ்வாறு நடப்பார் என நாம் எதிர்பார்க்கவே இல்லை" (22 மே 1925).

வ.வே.சு. ஐயரின் ராஜினாமா, மகாதேவ ஐயரிடம் குருகுலப் பொறுப்பை அளித்தல் உட்பட அவரது பல செயல்களைக் கடிந்தார் திரு.வி.க.

'தமிழர் கூட்ட'ச் செயல்களைத் தொடர்ந்து ஆதரித்து வந்த நவசக்தி வ.வே.சு. ஐயரின் மறைவுக்குப் பின் நடந்த கானாடுகாத்தான் கூட்ட நடவடிக்கைகளை வெகுவாக வரவேற்றது. "குருகுலத்தைக் கண்ட ஒருவருக்குப்பின் குருகுலம் கொடையாளர் விருப்பப்படியே நடைபெறல் வேண்டும். வீண் பேச்சுக்காரர்கள் தலையீட்டால் ஒரு பயனும் விளையாது. கொடையாளர்வசம் குருகுலம் விடப்படின் அது மேன் மேலும் வளரும் என்பதில் ஐயமில்லை" (18 ஜூன் 1925).

சேரன்மாதேவி குருகுலம்

இங்ஙனம் *நவசக்தி* 17, 24, 31 அக்டோபர்; 21, 28 நவம்பர் 1924; 23, 30 ஜனவரி; 6, 13, 20 பிப்ரவரி; 13 மார்ச்; 10 ஏப்ரல்; 1, 8, 15, 22 மே; 5, 12 ஜூன்; 3 ஜூலை; 9 அக்டோபர் 1925 இதழ்களில் (நமக்கு கிடைத்தவரை) குருகுல விவாதத்தில் பெரியாரிடம் ஒப்புக்கொண்டவாறு திரு.வி.க. பங்களிப்புச் செய்துள்ளார்.

பெரியாரின் வேண்டுகோளுக்கிணங்கியோ கொள்கை அடிப்படையிலோ பார்ப்பனரல்லாதவர் நடத்தும் மற்ற பத்திரிகைகளும் போராட்டத்திற்கு ஆதரவாகவே எழுதின. இதன் விளைவாக மௌனத்தால் பிரச்சனையைக் கொல்லப் பார்த்த வ.வே.சு. ஐயரின் *பாலபாரதியும்* வேறு வழியின்றி குருகுலப் பிரச்சனை பற்றி எழுத நேர்ந்தது.

"இது பற்றி எழுதி *பாரதி*யின் பக்கங்களை நிரப்ப விரும்ப வில்லை. ஆனால் . . . பத்திரிகைகள் 'காலத்திலும் அகாலத்தி லும்' இது பற்றியே எழுதி வருவதால் நாமும் எழுத வேண்டிய தாயிற்று" என்று அலுத்துக்கொண்டே குருகுலப் பிரச்சனை பற்றி எழுதத் தொடங்கியது குருகுலத்திலிருந்து வெளிவந்த *பாலபாரதி* மாத இதழ்.

சொ. முருகப்ப செட்டியாரால் நடத்தப்பட்ட காரைக் குடியிலிருந்து வெளிவந்த *குமரன்*, குருகுலம் தொடர்பான கட்டுரைகளைத் தொடர்ந்து வெளியிட்டுவந்ததாயினும் பத்திரிகையின் கருத்தை உடனே வெளிப்படுத்திவிடவில்லை. வரதராஜுலு, பெரியார் போன்ற தீவிரச் சீர்திருத்தக்காரர் களோடு இணங்கிச் செயல்படத் தயங்கிய *குமரன்* தானே நேரில் சென்று நிலைமையை ஆராய்ந்த பின்னரே வ.வே.சு. ஐயரின் நிலையைக் கண்டித்து எழுதியது.

சில பிராமணரல்லாதார் பத்திரிகைகள் வரதராஜுலுவின் நோக்கத்தைப் புரிந்துகொள்ளாமல் போராட்டத்தை விமர்சித் தன. எதிரொலிகளாகவே இவற்றைக் கருத வேண்டும். அத் தகைய இதழ்களுள் ஒன்று *க்ஷத்திரியன்*. இது சு. அர்த்தநாரீச வர்மா என்ற வன்னியப் புலவர் நடத்திய வார இதழ் (1923 – 1951). அதன் கருத்துகள் பின்வருவன.

"சில தேசத்துரோகிகளால் தற்சமயம் வடதேசத்தில் ஏற்பட்டிருக்கும் இந்து – முஸ்லீம் பிளவு சென்னை மாகாணத் தில் ஏற்படாமலிருந்த இச்சமயத்தில் அதற்குப் பதிலாக பிராமணர் – பிராமணரல்லாதாருக்கு இடையில் பிளவை உண்டுபண்ணி கவர்ன்மெண்டை திருப்தி செய்துவைக்கும் டாக்டரவர்கள் பொது ஜனங்கள் தம்மைப் பாராட்டுவர் என்று எதிர்பார்ப்பதைவிட பிரிட்டிஷார் பாராட்டி பட்ட

மளிப்பார்கள் என்று எதிர்பார்ப்பதே தகும்." (*க்ஷத்திரியன் இதழ் தொகுப்பு – தொகுதி 12, ப. 327*).

"பார்ப்பனரல்லாதாருக்குச் சமத்துவம் அளிப்பதற்காகவே குருகுலப் போரை ஆரம்பித்திருப்பதாகக் கூறுகின்றார்களே, அது மெய்தானா? அங்ஙனமாயின் தம்மைவிட தாழ்ந்த நிலைமையிலுள்ள பஞ்சம சகோதரர்களுக்கு அவர் முதலாவது சமத்துவமளிக்கட்டும். அவர்களுடன் சமபந்தி போஜனம் போதாது. பஞ்சமரால் சமைக்கப்பட்ட போஜனத்தை அவர் அருந்த வேண்டும்" (மேலது ப. 28).

அன்றைய முக்கியமான மூன்று தினசரிகளுள் ஒன்றான *சுதேசமித்திரன்* குருகுல விவகாரத்தில் வ.வே.சு. ஐயரின் நிலையைத் தத்தளித்து ஆதரித்தது.

வரதராஜுலுவின் *தமிழ்நாடு* குருகுலப் போராட்டத்தை முன் எடுத்துச் சென்ற இதழ் என்பதைச் சொல்ல வேண்டிய தில்லை. ஆனால் இன்றைய ஆய்வாளனுக்கு அவ்விதழ் கிடைக்க வில்லை என்பதை வருத்தத்துடன் பதிவு செய்ய வேண்டி யுள்ளது. குருகுலப் போராட்டம் முடிவடையும் தறுவாயில் 1925 மே மாதத்தில்தான் *குடிஅரசு* இதழ் தொடங்கப்பட்டது. *இந்து* பத்திரிகை, குருகுலப் போரின் ஒரு கட்டம் வரையில் நடுநிலை வகித்து வந்ததாகவும் இறுதியில் அதுவும் வ.வே.சு. ஐயர் பக்கம் மாறிவிட்டதாக வரதராஜுலு கூறியது பதிவாகி யிருக்கிறது (*பாலபாரதி*, ஏப்ரல் 1925).

ஒரு கட்டத்தில் பத்திரிகைகள் தமக்கு எதிராக இயங்கிய தால் அவற்றின்மீது வெறுப்புற்றுத் தனி பிரசார சபையை தம் ஆதரவாளர் தருமபுரி நடேசன் செட்டியார் தலைமையில் வரதராஜுலு ஏற்படுத்தினார். இனிப் பத்திரிகை கடிதங்கள் கவனிக்கப்படமாட்டாது என்றுகூட வரதராஜுலு எழுதினார் (*சுதேசமித்திரன்*, 25 ஏப்ரல் 1925). அதைப் பிரசுரித்த *சுதேசமித்திரன்*, தனக்கு எதிரானதே இச்சபை என்பதை உணர்ந்திருக்கிறது. அதனால் வரதராஜுலுவின் கருத்தைக் கிண்டல் செய்தது. "பொறுப்பு கையெழுத்தில்லாமலே இது எமது காரியாலயத்திற்குக் கொடுக்கப்பட்டது. பிராமண பத்திரிகைளின் (*Brahmin press*) புரட்டான கூற்றுகள் என்று முதலில் எழுதப்பட்டு, பின் அது வக்கிர முறையில் நடத்தப் படும் பத்திரிகைகளின் (*perverted press*) புரட்டான கூற்றுகள் என்று மாற்றப்பட்டிருக்கிறது. பத்திரிகைகளை விடுத்து பிரத்யேக மாக பிரசார சபை ஏற்படுத்தியோர் எதற்கு இக்குறிப்பைப் பத்திரிகைக்கு அனுப்ப வேண்டும்" என்று அது எழுதியது (மேலது).

பார்ப்பன சமூகத்தின் ஆதிக்க உணர்வு குறித்தும், பெண்களின் அடிமைநிலை குறித்தும், 19ஆம் நூற்றாண்டின் தொடக்க கால சமுதாய நிலை குறித்தும் விளங்கிய புரிதல் கொண்டிருந்த எழுத்தாளர் அ. மாதவையாவே குருகுல விஷயத்தில் நம்மை ஏமாற்றிவிடுகிறார். குருகுலப் போராட்டம் குறித்து அவருடைய *பஞ்சாமிர்தம்* இதழின் தலையங்கம் பின்வருமாறு அமைந்துள்ளது.

"இதைப் பற்றி என் பத்திரிகைக்கு இரண்டொரு கட்டுரைகள் கிடைத்தன. ஆனால் இதுவரை நான் இடங் கொடுக்கவில்லை. இவ்வளவு மிதமிஞ்சிப் பெருகி, நாட்டைச் சீர்குலைத்துக் குழப்பிக்கொண்டிருக்கும் விஷயத்தைப் பற்றி இன்னும் மௌனஞ்சாதித்தல் தகாதென நினைத்து சில கூறத் துணிந்தேன் ... கல்வி பயிலுவதில் மனசாக்ஷி சம்மந்தமில்லை அதனால் கல்வியைக் கட்டாயமாக்கிப் புகட்டலாம். ஆனால் மத விஷயத்திலும், மத சார்பென மதிக்கப்படும் ஆசார, அனுஷ்டான விஷயத்திலும் கட்டாயம் ஏற்ற உபாயமன்று. போதனையினால் மனத்தைத் திருப்பிய பின்னரே கட்டாயத்தின் உதவியை நாடுதல் தகும் ..." (*பஞ்சாமிர்தம்*, சித்திரை 1925).

சமபந்தி போஜனம் குறித்த மேற்கண்ட கருத்து வ.வே.சு. ஐயரையே ஆதரித்தது எனலாம். இத்தலையங்கம் வெளியான அதே இதழில் இடம் பெற்றிருந்த 'ஏணியேற்ற நிலையம்' என்ற மாதவையாவின் சிறுகதை, அவரது கருத்தை மேலும் தெளிவாக்கியிருந்தது. *பஞ்சாமிர்தம்* இதழும் மிதவாத சீர்திருத்தவாதிகளின் சார்பாகவே நின்றது எனலாம்.

இதைப் பின்னொரு முறை நிரூபிப்பதுபோல, "புடமிட்ட பொன் ஒளிருவது போல ஸ்ரீமான் வரதராஜுலு கிளப்பிவிட்ட குருகுலப் போராட்டத்திலே இவர் [வ.வே.சு. ஐயர்] காட்டிய சாந்த குணமும் தியாக புத்தியும் இவரது பெருந்தன்மையை நன்கு விளக்கின" என்று வ.வே.சு. ஐயரின் இரங்கல் உரையிலும் அவரைப் புகழ்ந்து மகிழ்ந்தது *பஞ்சாமிர்தம்* (ஆனி, 1925). இரங்கலுரையில் சொல்லப்படும் சம்பிரதாயமாக இப் புகழ்ச்சியை ஒதுக்கிவிட முடியாது.

குருகுலப் போராட்ட முடிவில் பத்திரிகைகளின் நிலை நன்கு தெளிவாகிவிட்டது. *சுதேசமித்திரன்*, *ஸ்வராஜ்யா*, *இந்து* முதலியவை ஒரு பக்கமும், *தமிழ்நாடு*, *குமரன்*, *ஊழியன்* முதலியவை எதிர்ப்பக்கமும் நின்ற நிலைமை விளங்கிவிட்டது. *நவசக்தி* பார்ப்பனரல்லாதார் பக்கச் சாய்வுடன் இருந்ததாகச் சொல்லலாம்.

ஒரு காங்கிரஸ் சாஸ்திரியின் யோசனை

குருகுலப் போராட்டத்தின் தொடக்கத்திலிருந்தே இரு தரப்பாலும் மதிக்கப்பட்ட காங்கிரசுகாரர் காவியகண்ட கணபதி சாஸ்திரி. இவர் முற்போக்கு வைதிகர் என்று கருதப்பட்டவர். வேத சாஸ்திரங்களில் பயிற்சி உடையவராக மதிக்கப்பட்ட இவர், முற்போக்கான செயல்களுக்கு, வேத சாஸ்திரங்களில் இடம் உண்டு என்று கண்டுசொல்பவர். வ.வே.சு. ஐயரின் சம்ஸ்கார யோசனை போன்றவற்றுக்கெல்லாம் கூட அடிப்படைக் கருத்தைத் தந்தவர் இவராகவே இருக்கலாம். இவர் குருகுலப் பிரச்சனையைத் தீர்க்க ஒரு யோசனை சொன்னதாகத் தெரிகிறது. காவியகண்ட கணபதி சாஸ்திரியின் வாழ்க்கை வரலாற்றை சமஸ்கிருதத்தில் எழுதிய டி.வி. கபாலி சாஸ்திரி (1886 – 1953) குருகுல விஷயத்தைப் பின்வருமாறு அதில் குறிப்பிட்டுள்ளார்.

“திராவிட தேசத்தில் ‘சேர்மதேவி’ என்ற இடத்தில் கீர்த்தி மானான வ.வே. சுப்பிரமணி அவர்களால் பாரத்வாஜாச்ரமம் ஒன்று நிறுவப்பட்டது. பல ஜாதியைச் சேர்ந்த குழந்தைகளை ஒன்று திரட்டி இளமைப் பருவத்திலேயே கல்வி, வாழ்க்கைக் குத் தேவையான தொழில் பயிற்சி, சமபந்தி போஜனம் போன்றவற்றால் சமரசபாவம், தேசப்பற்று போன்றவை குருகுலம் வாயிலாக அன்னாரால் உருவாக்கப்பட்டன. குருகுலத்திற்குத் தாமே ஆசானாகவும் நடத்துபவராகவும் திகழ்ந்தார்.

“குருகுலம் ஆரம்பிக்கப்பட்டுவிட்டது. லட்சியத்திற்காகப் பணம், நேரம் மற்றும் பெரியோரின் ஆதரவு தேவைப்பட்டன. ‘தீரனானவன் கொண்ட முயற்சியைக் கைவிடமாட்டான்.’ சிறுவயதாக இருந்தபோதிலும் சில பிராமணர் அல்லாதவர்கள் (மாணவர்கள்) ஒன்றுகூடி கொள்கையை வெளிக்காட்ட ஆச்சாரியருக்கு எதிராக முறையிட்டனர். குருகுல காரியத்திற்கு நியம, நிபந்தனைகள் தேவை, ஒருவரிடத்தில் மட்டும் எல்லா பொறுப்புகளும் இருக்கிறது என்று முறையிட்டனர். இதில் காரணங்கள் பல. இங்கு எல்லாவற்றையும் சொல்ல இயலாது. சுருக்கமாக ஒரு அம்சத்தை மட்டும் சொல்கிறோம்.

“பிராமண மாணவர்கள், இதர மாணவர்கள் இருவரும் சமமாக உண்பது சமத்துவ புத்தியை உண்டு பண்ணுகிறது. இது சத்தியம். இது மட்டும் போதாது. சமையல் செய்பவர் பிராமணனாக இருக்கக் கூடாது. அப்படி இருந்தால் பிராமணர்கள் ஜாதி உயர்ந்தது என்று ஒத்துக்கொள்ள வேண்டியதாகிவிடும் என்று மாணவர்கள் கருதினர். மேலும் சமத்துவம் வளர வேண்டிய இளவயதில் இதற்கு மாறானதே தோன்றும். அப்படி போதிக்கும் குருகுலம் ஏற்கப்பட மாட்டாது.

விஷம புத்தியை வளர்க்க, இருக்கின்ற ஜாதி நிலையே போது மானது.

"குருகுல ஆசிரியர் கட்சி பின்வருவதாக இருந்தது: இப்போது இதுகூட கஷ்டம், அதாவது எல்லா ஜாதி மாணவர்களும் ஒன்றாகச் சாப்பிட வேண்டும் என்பது. மேலும் இந்தப் பகுதியில், ஆசாரத்தைத் தலையானதாகக் கருதும் இடத்தில் உள்ள பெற்றோர்கள் அவர்களின் பிள்ளைகளை ஜாதியாசாரத்தை முன்னிட்டு சமபந்தி போஜனத்திற்குக்கூட அனுப்ப மாட்டார்கள். வேறு சமையல்காரரை நியமித்தால் கல்வி கற்ககூட அனுமதி அளிக்கமாட்டார்கள். அதனால் ஒன்றுபட சமபந்தி போஜனம் முதல் படி. இதில் வென்று பிறகு வேறு ஒருவரை நியமிக்கலாம்.

"இப்படியான நிலைமையில் பிராமணர் அல்லாதவரும், ஆசிரியரும் காவியகண்ட கணபதி சாஸ்திரிகளிடம் மத்தியஸ்தம் செய்ய வேண்டி சென்றனர். ஒருமித்த குரலில் விவரத்தை எடுத்துச்சொன்னார்கள். இரு வாதங்களையும் நன்கு கேட்டுப் பின்வருவதுபோல மத்தியஸ்தர் சிந்தித்தார். 'ஒன்று போனால் ஒன்று வரும் என்பதைப் போல் பிராமணன் அல்லாதவனால் ஒற்றுமை வலிமை பெறும். வலிமையால் மட்டும் பிராமணரல்லாதவன் சமையல்காரனாக ஏற்றுக்கொள்ளப்படுவான்.'

"பிராமணரல்லாத சமையல்காரர் நியமனத்திற்கு 'எனக்கு ஆட்சேபம் இல்லை. அவர் உதார குணம் கொண்டவராகவும் ஜாதி வேறுபாட்டிற்கு ஆதரவாக இல்லாதவராகவும் இருக்க வேண்டும்' என்று குருகுலத் தலைவர் கூறினார்.

"இதைக் கேட்டுச் சற்று சிரித்துவிட்டு மத்தியஸ்தர் சிந்தித்தார். வாதப் பிரதிவாதங்களைக் கேட்டுத் தீர்ப்பு சொன்னார். 'ஒரு ஆதி திராவிடரைச் சமையலறையில் நியமியுங்கள்' என்பதே சாஸ்திரியால் சொல்லப்பட்ட தீர்ப்பு.

"இதைக் கேட்டு குருகுல ஆசிரியர் சென்றுவிட்டார். எதிராளி ஒத்துக்கொள்ளவோ, எதிர்க்கவோ இல்லை. ஒத்துக் கொண்டால் பிராமணர் அல்லாத பெற்றோர்கள்கூடத் தங்கள் பிள்ளைகளை ஆதி திராவிடர் சமையலைச் சாப்பிட அனுமதிக்கமாட்டார்கள். ஒத்துக்கொள்ளாவிட்டால் கொள்கையிலிருந்து நழுவியதாகும்.

"இரண்டு பக்கங்களின் நன்மை தீமைகளை சாஸ்திரி விளக்கினார். 'எப்படிப்பட்ட தர்ம நிர்ணயம்? யார் யாரைக் குறை சொல்வது? இங்கு இந்த விஷயத்தில் இருவரிடையே

பத்திரம் மூலமாக (தபால்) சந்திப்பு ஏற்பட்டது. விவாதம் முற்றுப்பெறவில்லை. இப்படி இருக்கையில் 'பாபவினாசம்' அருவியில் குருகுலத் தலைவர் உயிர் நீத்தார் என்று செய்தி வந்தது. பிறகு என்ன? யுத்தம் இல்லை. விவாதம் இல்லை. இந்தத் துயரத்தை ஒரு சுலோகத்தில் திராவிட மொழியில் எழுதி தலைவருக்கு அனுப்பினார் மத்தியஸ்தர். அதன் பொருள் இவ்வாறாக இருந்தது.

"ராத்திரி பொழுது எப்பொழுது கழியும், எப்பொழுது காலை வரும், எப்பொழுது சூரியன் எழுவான், எப்பொழுது இந்தத் தாமரை மலரும்' என்று மலருள் சாயங்காலம் சிக்கிய வண்டு ஆவலுடன் காத்திருந்து தவித்தபொழுது ஒரு யானை அந்த மலரை கொய்துவிட்டது. அந்தோ பரிதாபம்' (வாசிஷ்ட வைபவம்).

மொழிபெயர்ப்பின் பிரச்சனையாகவும் இருக்கக்கூடும் என்றாலும் மேற்கண்ட விபரிப்பில் ஒரு ஏளனம் இழைந்த தொனி முழுக்கப் படர்ந்திருப்பதைச் சொல்லாமல் இருக்க இயலவில்லை. குருகுலத்தில் ஆதி திராவிடரைச் சமையல் காரராக நியமிக்க வேண்டும் என்பதுதான் காவியகண்ட கணபதி சாஸ்திரி கொடுத்த யோசனை என்பது மேற்கண்ட நீண்ட பகுதியிலிருந்து தெரிகிறது.

காவியகண்ட கணபதி சாஸ்திரியின் இந்த யோசனை மிக முற்போக்கான, புரட்சிகரமாகத் தோன்றினாலும் போகாத ஊருக்கு நல்ல வழி காண்பிக்கும் யோசனை. அப்போதைய பிரச்சனையைத் திசைதிருப்ப, உன்னை நான் அடிமைப் படுத்துவதாகச் சொல்லுகிறாயே! நீயும் ஒருவனை அடிமைப் படுத்தியிருக்கிறாய் புரிகிறதா? என்று எதிரியின் குறையை வெளிப்படுத்தி ஆட்டத்தை ஆடும் முயற்சிகளுள் ஒன்றாகவே இதைப் பார்க்க முடியும். மொத்தத்தில், இந்திய சாதி அமைப்பில் காணப்பெறும் விநோத அம்சமான பல அடுக்கு அடிமை முறையை எடுத்துக்காட்டி, நிலைமையை அதே நிலையில் நீடிக்க வைக்கும் யோசனையே அது. புரட்சிகர மானது அல்ல. ஆனால் அதுபோல தோற்றமளிப்பது, சூழ்ச்சி யானது. அ. மாதவையாவின் 'ஏணியேற்ற நிலைய' கதையின் உட்கருத்தும் இதுதான். சமத்துவம் விரும்புவோருக்குள் இருக்கும் சாதி அடிப்படையிலான சமத்துவமின்மையை எடுத்துரைக்கும் தந்திரக் கிண்டல். அதன் வேறுவடிவம்தான் காவியகண்டரின் புரட்சிக் கிண்டல். உலகத்திலேயே அடிமை இனமாக அல்லல்படும் தென்ஆப்பிரிக்க கருப்பின அடிமை ஒருவரைக் கொண்டு சமைக்கச் செய்யலாம் என்று ஒரு புத்தகப் புரட்சிவீரர் சொன்னால் அதுவும் தீவிர புரட்சிக்

கருத்துதானே! சர்வதேச சமத்துவக் கருத்தாக அல்லவா அது மேல் எழும்பி நிற்கும்! இருக்கும் சிலரில் சமத்துவத்தைக் கேட்டால் இல்லாத ஒருவரைக் கொண்டுவந்து சமத்துவமாக் கலாம் என்பது திசைதிருப்பும் முயற்சியைத் தவிர வேறென்ன?

இவ்விடத்தில் நினைக்கத்தக்க ஒன்று. லக்ஷ்மி பத்திரிகை யின் ஆசிரியர், குருகுலப் போராட்டத்தின்போது எழுதிய ஒரு கருத்து,

இதர தலைவர்களைப் போல மேடையிலே கத்திவிட்டுச் சும்மாயிருப்பவரல்லர்; பேச்சுப்படி காரியத்தில் நடத்திக் காட்டுபவர் [வரதராஜுலு].

நமது காங்கிரஸ் தலைவர்களெல்லாம் தீண்டாமையை ஒழிக்க வேண்டுமென்று அப்பப்பா! என்ன பேச்சு பேசுகிறார்கள். எத்தனையோ பிரசங்கங்கள் சரமாரியாக நிகழ்த்துகிறார்கள். தற்சமயம் சுயராஜ்ய கட்சித் தலைவரா யிருக்கும் ஸ்ரீமான் சீனிவாச ஐயங்கார் சுமார் எட்டு வருடங்களுக்கு முன் பம்பாயிலிருந்து வந்திருந்த தாழ்த்தப் பட்ட மிஷனைச் சேர்ந்த சிஸ்டர் பையின்டெயின் தலைமையின் கீழ்ப் பேசியது இன்னும், இன்று பேசியது போல், நமது காதில் கணீரென்று கேட்கிறது. அதாவது 'தீண்டப்படாதவர்களை நம் வீடுகளில் வேலைக்கு வைத்துக்கொள்ள வேண்டுமென்று' மிகவும் உருக்கமாய்ப் பேசினார். காங்கிரஸ்வாதிகளில் எத்தனைபேர் இன்று அன்பர் ஐயங்கார் அவர்கள் வார்த்தைப்படி தீண்டப் படாதவர்களை வேலைக்கமர்த்தியிருக்கிறார்களென்பதை நாம் பணிவுடன் கேட்கிறோம். நமக்குத் தெரிந்தவரை நண்பர் நாயுடுவே இவ்விஷயத்தில் முன்நிற்கிறார் (லக்ஷ்மி, ஏப்ரல் 1925).

தாம் முற்போக்காக நடக்கமாட்டார்கள்; முற்போக்கை விரும்பும் மக்களிடம் பிசிராய் தங்கி இருக்கும் பிற்போக்கைப் படம் பிடித்துப் பிரமாதப்படுத்திக் காட்டுவர். அதைத்தான் மாதவையாவும் காவியகண்ட கணபதி சாஸ்திரியும் வேறுவேறு முறையில் குருகுலம் பற்றிய தம் கருத்துரைப்பில் செய்தனர்.

புரவலர்களின் நிலை

காரைக்குடி வட்டாரச் செட்டியார்களான வை.சு.சண்முகம், சொ. முருகப்பா, ராய.சொக்கலிங்கன் ஆகியோரும், அவரது உறவினர்களும் வெளிநாடுவாழ் நண்பர்களும் குருகுலம் தொடங்குவதிலும் சரி, அது சரிவர நடக்க வேண்டும்

என்பதிலும் சரி கவனம் செலுத்தி வந்தார்கள். இந்த மூவருமே சீர்திருத்த ஆர்வம் உடையவர்கள். கூடவே சைவப்பற்றும் கொண்டவர்கள். 'பழவேத உபநிடதத்தின் சார மென்னும் அமிழ்து நினது அகத்தினிலே மணம் வீசும்' என்பது 'செட்டி குல விளக்கு' வை.சு. சண்முகம் பற்றிய பாரதி (1919) கருத்து. இது அன்றைய குருகுலப் புரவலர்களான செட்டியார் அனைவருக்குமே ஏறக்குறைய பொருந்துவதுதான். அதன் விளைவாக மத எல்லைக்குட்பட்ட சீர்திருத்தமே இவர்கள் விருப்பம். அதனால்தான் பிரச்சனையைத் தீர்க்க வ.வே.சு. ஐயர் முன்வைத்த சம்ஸ்கார யோசனைகளை எடுத்த எடுப்பிலேயே உதறித்தள்ளாமல் அதைப் பேரளவிற்குச் சிந்தனை செய்த பிறகே புதிய சாதி அமைப்பைத் தோற்றுவித்திடக்கூடும் என்ற அச்சத்தின் அடிப்படையில் ஒதுக்கினர். எனினும் சாஸ்திர சம்பிரதாயங்களில் இவர்களுக்கு இருந்த ஈடுபாடே, பல சாமியார்களின் கூட்டுறவுடன் சாஸ்திர விற்பன்னராகக் கருதப்பட்ட காவியகண்ட கணபதி சாஸ்திரிக்கு இவ்விஷயத்தில் முக்கியத்துவம் அளித்ததற்குக் காரணம். 'உடனுண்ணல்' என்ற சமத்துவ ஏற்பாட்டிற்கு சாஸ்திரங்களில் இடம் இருப்பதாக கணபதி சாஸ்திரி கண்டுபிடித்து வைத்திருப்பதாக வ.வே.சு. ஐயர் தொடர்ந்து சொல்லிவந்தார். சாஸ்திரங்களிலும் அவை வற்புறுத்தும் மதக்கோட்பாடுகளிலும் நம்பிக்கை வைத்திருந்த காரைக்குடி செட்டிமார்கள், முற்போக்கை சாஸ்திர சம்மதத்துடன் பெற விரும்பினார்கள். முற்போக்கு அம்சங்களைச் சாஸ்திர சம்மதம் என்ற பெயரில் மதக்கோட்பாடுகளுக்குள் அடைப்பதை அம்பேத்கர் ஏற்றுக்கொள்வதில்லை. அம்முறைகளை மறுதலித்தார். அம்பேத்கர் சொல்கிறார்.

> வார்த்தைச் சாலங்கள் செய்வதில் பயனில்லை. சாஸ்திரங்களை இலக்கணப்படி வாசித்து தர்க்க ரீதியான முறையில் பொருள் கொண்டால் அவற்றின் அர்த்தம் நாம் நினைப்பது போல இல்லை என்று விளக்கிக்கொண்டிருப்பது பயனற்றது. சாஸ்திரங்களை மக்கள் எப்படிப் புரிந்துகொண்டிருக்கிறார்கள் என்பதுதான் முக்கியம். புத்தர் செய்ததைப் போல நீங்கள் செயல்பட வேண்டும். சாஸ்திரங்களைப் புறக்கணித்தால் மட்டுமே போதாது. அவற்றின் அதிகாரத்தையே மறுக்க வேண்டும் *(அம்பேத்கர் நூல் தொகுதி 1, ப. 101).*

காரைக்குடி செட்டியார்கள் குருகுலப் போராட்டத்தில் வரதராஜுலுவையும் பெரியாரையும் உடனே ஆதரித்துவிடவில்லை. நிதானித்து, யோசித்து. விசாரித்துப் பின்னரே ஆதரிக்கத் தொடங்கினர். வ.வே.சு. ஐயரின் நடவடிக்கைகள் மோசம்

ஆகஆக, வரதராஜுலு உடனான உறவு பலம் பெற்றதாகக் கணிக்கலாம்.

வ.வே.சு. ஐயர் தலைமைப் பொறுப்பிலிருந்து நீங்குவதாக அறிவித்ததும் குருகுலத்திற்குப் பலவகையிலும் பொருள் உதவி செய்துவந்த செட்டிமார்களுக்கு அவருடன் இருந்த உறவு முற்றிலும் முறிந்துபோகிறது. இவர்கள் குருகுலம் போவதும், அவர் கானாடுகாத்தான் வருவதுமாய் படுஉற்சாக மாக இருந்த உறவு துக்கத்தில் முடிந்தது. இந்த இடத்தில் அம்பேத்கர் வாழ்க்கைச் சம்பவம் ஒன்று நினைவுக்கு வருகிறது.

சீர்திருத்தப் பற்றுக்கொண்ட சிலர் சீர்திருத்த மாநாடு ஒன்றுக்குத் தலைமை தாங்க அம்பேத்கரை அழைத்தனர். அதை ஒப்புக்கொண்ட அவர் அக்கால வழக்கப்படி தனது தலைமையுரையின் நகலை அவர்களுக்கு முன்னரே அனுப்பி வைத்தார். அதில் சில மாற்றங்களை அவர்கள் கோரினர். அம்பேத்கர் மறுத்தார். இருதரப்பாரும் தம் நிலையில் உறுதியா யிருக்க, அம்பேத்கரை அழைக்க முடியாமையால் கூட்டத்தையே நிறுத்த நேர்ந்தது. இதைப் பற்றிக் கருத்துரைத்த அம்பேத்கர் இவ்வாறுதான் சொன்னார்.

தம் வைதிக சகாக்களிடமிருந்து தம்மைத் துண்டித்துக் கொள்ள விரும்பாத சாதி இந்துக்களின் சீர்திருத்தப் பிரிவினர்க்கும் சீர்திருத்தம் நடைபெற்றே ஆகவேண்டும் என்பதை வலியுறுத்தும் தீண்டாதோரின் தன்மானமுள்ள பிரிவினருக்கும் இடையிலான உறவு இத்தகைய அவல மாக இல்லாமல் வேறு எப்படி முடியும்?

வைதிக சகாக்களிடமிருந்து தம்மைத் துண்டித்துக் கொள்ளாத, மிதவாதச் சீர்திருத்தவாதி வ.வே.சு. ஐயருக்கும், சீர்திருத்தம் நடைபெற்றே ஆக வேண்டும் என்று வலியுறுத்திய செட்டிமார்களுக்கும் இருந்த உறவும் துக்கத்திலேயே முடிந்தது.

காங்கிரஸ் பங்கு

குருகுலப் பிரச்சனை குருகுலத்திற்குள் தீராது என்றான பின், பணஉதவி அளித்த தகுதியில் காங்கிரஸ் தானே இப் பிரச்சனையைத் தீர்க்க முனைந்தது. முன்னரே நிலைமை அறியும் குழு அமைத்திருந்த காங்கிரஸ் அடுத்த நடவடிக்கை யாக மாநில காங்கிரஸ் கமிட்டியில் தீர்மானம் இயற்ற முனைந்தது. கமிட்டி விவாதத்தைத் தடுத்துவிட நினைத்த குருகுலச் சார்பானவர்கள், அம்முயற்சியில் தோற்றனர். குருகுலம் பற்றிய விவாதம் நடைபெற இருப்பது பற்றி நன்கறிந்

திருந்தும், காங்கிரசிடமிருந்து பணம் பெற்றிருப்பதால் பதில் சொல்ல வேண்டிய தார்மீக பொறுப்பு இருந்தும், காங்கிரஸ் தலைவரால் தந்திவழி அழைக்கப்பெற்றிருந்தும் வ.வே.சு. ஐயர் இக்கூட்டத்தில் கலந்துகொள்ள வரவில்லை. இந்நிலையில் வ.வே.சு. ஐயருக்குச் சார்பாக டி.எஸ்.எஸ்.ராஜன் விளக்கமளிக்க முன்வந்தார். பலமணி நேரம் நடந்த வாதப் பிரதிவாதங்களில் கனல் பறந்தது.

இந்தக் கமிட்டிக் கூட்டம் பற்றி விவரிக்கும் வரலாற்றாசிரியர் ஒருவர் கீழ்வருமாறு தனது கருத்தைப் பதிவு செய்துள்ளார்.

> கமிட்டியில் கருத்து வேற்றுமை பலமாக இருந்தது. பெரும்பான்மை அங்கத்தினர் தங்கள் இஷ்டத்துக்கு ஒரு தீர்மானம் நிறைவேற்றினார்கள். சிறுபான்மைக் கட்சியைச் சேர்ந்த சி. ராஜகோபாலாச்சாரியார் முதலியோர் கட்சியிலிருந்து ராஜினாமா செய்தார்கள் (வ.வே.ஸு. ஐயர், ப.234).

நீண்ட விவாதத்துக்குப் பிறகு ஓட்டெடுப்பின் மூலம் உறுப்பினர்களின் கருத்துகளை அறிந்து, பெரும்பான்மை தீர்ப்புப்படி இயங்கும் ஜனநாயகத் தன்மையிலேயே கமிட்டி செயல்பட்டிருக்கிறது. எனினும் தமக்கு விருப்பமில்லாத தீர்மானம் நிறைவேறியதால் 'இஷ்டத்துக்கு' ஒரு தீர்மானம் நிறைவேற்றினார்கள் என்று இந்த வரலாற்றாசிரியர் கடிந் துரைக்கிறார். மேலும் ஆராய்ந்தால், கமிட்டித் தலைவரும், இக்குருகுலப் போராட்டத்தை முன்னெடுத்தவருமான வரதராஜுலுவின் முழுச் சம்மதம் பெற்ற கமிட்டியின் தீர்மானம் கூட்டத்தில் வெற்றி பெறவில்லை என்பது தெரிய வரும். எஸ். இராமநாதன் முன்மொழிந்த, பெரியார் ஆதரித்த (வரதராஜுலுவின் வேகத்தைச் சற்று தணிக்குமாறு இருந்த) தீர்மானமே வெற்றி பெற்றது. கமிட்டி இஷ்டத்துக்கு நடந்து கொள்ளாமல், அதாவது எதேச்சாதிகாரமாக இயங்காமல் ஜனநாயகப் பூர்வமாக செயல்பட்டதை அது உறுதி செய்கிறது.

"இதனால் [முறை தவறிய தீர்மான நிறைவேற்றத்தால்] சிறுபான்மையினர் கட்சியிலிருந்து ராஜினாமா செய்தனர்" என்று பொருள்படும்படி ஒரு தொடரை வரலாற்றாசிரியர் எழுதியுள்ளார். அக்கணிப்பு சரியா என்பதை இப்போது பார்க்கலாம். அவர்கள் விலகியதற்கான காரணமாக அவர்களே சொல்லியதை நாம் இங்குச் சுட்டலாம். அதோடு அவர்கள் கட்சிப் பதவியைத் துறந்தனரேயன்றிச் செல்வாக்குள்ள கட்சியை அல்ல.

சேரன்மாதேவி குருகுலம்

காங்கிரஸ் கமிட்டித் தலைவர் ஸ்ரீமான் வரதராஜுலு அனுஷ்டிக்கும் கொள்கை, அவர் நடந்துகொள்ளும் வழி முதலியவற்றிலிருந்து நான் இதுவரையில் இருந்ததை விட வியக்தமாக விலகிக்கொண்டுவிட வேண்டுமென்று எனக்குத் தோன்றியதால் இவ்விதம் செய்துவிட்டேன் (சுதேசமித்திரன், 2 மே 1925).

இது இராஜாஜி சொன்ன காரணம்.

பல காரணங்களை முன்னிட்டு நான் இதில் [குருகுல விவகாரத்தில்] தலையிட விரும்பவில்லை. ஸ்ரீமான் வ.வே.சு. ஐயர் நடத்தை பூராவும் சரியென்று நான் கருதவில்லை. குறையை நீக்க ஸ்ரீமான்கள் நாயுடு, நாயக்கர் முதலியோர் கையாளும் வழியும் எனக்குப் பிடிக்க வில்லை. என்னையாவது, இச்சூழ்ச்சியில் சேர்ந்து கொண்டு மௌனம் சாதிப்பதாகக் கூறப்படுபவர்களை யாவது இந்த விஷயத்தில் கலந்துயோசனை கேட்க வில்லை (சுதேசமித்திரன், 5 மே 1925).

என்று பலவாறு சொல்லும் டி.எஸ்.எஸ். ராஜன் கமிட்டியின் தீர்மான நிறைவேற்றல் முறையில் குறை ஏதும் சொல்லாததைக் கவனிக்க வேண்டும்.

வரதராஜுலுவின் சொற்பெருக்கும், பெரியாரின் செல்வாக்கும் குருகுலத் தீர்மானம் வெற்றி பெற உதவின. நிறைவேறிய தீர்மானம் குருகுலத்திற்குக் குந்தகம் விளை விக்கும் எதையும் பரிந்துரைக்காத தீர்மானமே. எனினும் பார்ப்பனர் வெகுண்டனர்.

கட்சிப் பதவியை இராஜாஜி துறந்த சமயம் அளித்த நேர்காணலில் அவர் அளித்த பதில்கள் அவரது கருத்தை அறிந்துகொள்ளப் பயன்படுவன. வரதராஜுலுவின் சேரன்மாதேவி குருகுல எதிர்ப்பை நீங்கள் ஒப்புக்கொள்ள வில்லையா என்ற கேள்விக்கு இராஜாஜி அளித்த பதில் பின்வருவது.

"உணவுக்குத் திருஷ்டி தோஷம் இல்லை என்கிற கருத் துடையவனாக இருக்கிறேன். குருகுலத்தின் மாணவர்கள் ஒரு குடும்பம் போல ஒன்றாக அமர்ந்து சாப்பிட வேண்டும் என்றும் கருதுகிறேன். ஆனால் அதைச் செய்யும் பொறுப்பு நிறுவனத்திற்கு விடப்பட வேண்டும். அவர்களது திறமைக்கும் நியாயத்திற்கும் ஏற்ப அப்பிரச்சனையை அவர்களே தீர்த்துக் கொள்ள விடப்பட வேண்டும். ஒரு நிறுவனத்தின் உள் விவகாரங்கள் வெளிச் செல்வாக்கால் பாதிக்கப்படக் கூடாது என்பது என் கருத்து."

இந்தப் பதிலைப் பெற்ற *இந்து* நிருபர், இராஜாஜியின் சமூக சீர்திருத்தத்தில் சந்தேகப்பட்டோ என்னவோ, “நீங்கள் உறுதியான சமூக சீர்திருத்தவாதி இல்லையா?” என்று கேட்டார். “ஆம். நான் உறுதியான சீர்திருத்தவாதியாக இருந்தேன். இப்போதும் இருக்கிறேன்” என்று இராஜாஜி பதில் அளித்தார் (*தி இந்து*, 1 மே 1925).

இராஜாஜி அக்கால கட்டத்தில் நடத்திக்கொண்டிருந்த புதுப்பாளையம் ஆசிரமத்தைப் பார்வையிட்ட ஒருவர், அங்கு சாதி வித்தியாசமோ தீண்டாமையோ சிறிதும் இல்லாததைக் கண்டார். இராஜாஜி நடத்தும் ஆசிரமம் இப்படியிருக்க இதைவிட மெலிதான சீர்திருத்தமான சமபந்தி போஜனத்தை வலியுறுத்தும் வரதராஜுலுவின் மனப்பான்மையை ஏன் ஆட்சேபிக்கிறீர்கள் என இராஜாஜியை அவர் கேட்டார். அதற்கு இராஜாஜி அளித்த நீண்ட பதிலில் ஒரு பகுதி கீழ் வருவது.

“சமபந்தி போஜனத்தை நான் ஆட்சேபிக்கவில்லை. ஆனால் அது காங்கிரசு வேலைகளுள் ஒன்றாக்கப்படுவதையே ஆட்சேபிக்கிறேன். அது வலிமையால் கட்டாயப்படுத்தப் படுவதை ஆட்சேபிக்கிறேன்.

“ஆதி திராவிடர்கள் தள்ளிவைக்கப்படுவது எவ்வளவு சீக்கிரம் நீக்கப்பட முடியுமோ அவ்வளவு சீக்கிரம் அது செய்யப்பட வேண்டும் என்பதில் நான் குறியாக இருக்கிறேன். அதேசமயம் அவ்வளவு அவசரமற்ற அக்காரியத்தில் பொது சக்தி வீணாவதை நான் விரும்பவில்லை. ஒருவர் செய்ய பல நல்ல காரியங்கள் இருக்கலாம். ஆனால் எல்லாவற்றையும் ஒரே சமயத்தில் செய்தால் எதையுமே நிறைவேற்ற முடியாமல் போகும். இந்த எதிர்ப்புணர்ச்சிப் போராட்டம் காங்கிரசின் உண்மையான சமூக சீர்திருத்தத்திற்குப் பெரிய பாதகத்தை ஏற்படுத்திவிட்டது. அதாவது தீண்டாமைக்கு எதிரான பாதகம். தீண்டாமை தவிர மற்ற சாதி வேற்றுமை நீக்கம் சுயராஜ்யத் திற்கு முன் தேவைகள் அல்ல. இதுவே இன்றியமையாதது.

“நமக்குள் சமபந்தி போஜனம் நடக்காததாலும் கலப்பு மணம் நிகழாததாலும் அல்ல நம்மை அன்னியன் ஆளுவது. கோபத்தாலும் சுயநலத்தாலும் சரியான வழியில் செல்ல தவறிவிடக் கூடாது” (*தி இந்து*, 12 மே 1925).

டி.எஸ்.எஸ். ராஜனும் நிறுவனத்தின் உள்விவகாரத்தில் புரவலர் என்கிற தகுதியில் மற்றவர் தலையிடக் கூடாது என்று கருதினார். தன்னையொத்தவர்களைப் புரவலர்

குழுவிலும் இணைத்துக்கொள்ளவில்லை என்று குருகுலத்துக்கு ஆதரவாகப் பேசினார்.

"கொடையாளர்கள் குருகுலத்தின் உள்விவகாரங்களில் தலையிட்டுக் கருத்து சொல்கிறார்கள். அது ஏற்கப்படவில்லை யெனில் பணத்தைத் திரும்பிக் கேட்கிறார்கள். குறிப்பிடத்தக்க அளவு நன்கொடை கொடுத்துள்ள நான் இத்தகைய கொடை யாளர் குழுவின் முடிவை ஒப்புக்கொள்ளவில்லை. கொடை கொடுத்த பிராமணர்களை ஒதுக்கிவிட்டு அவர்கள் காரியம் செய்கிறார்கள்" (*தி இந்து*, 2 மே 1925).

சொல்லும் காரணம் எதுவானாலும் ஆதரவு வ.வே.சு. ஐயருக்கு என்பதைக் கவனிக்கலாம். குருகுலத்திற்குச் சேர்ந் துள்ள "மொத்தம் 50000 ரூபாயில் 96 சதவீதம் பிராமணரல்லா தார் பங்காகும். இதில் தமிழ்நாடு காங்கிரசு கமிட்டி ரூ. 5000 அளித்துள்ளது." இது *சுதேசமித்திரன்*, 27 ஏப்ரல் 1925; *தி இந்து*, 4 மே 1925 ஆகியவற்றில் வெளியான தகவல். இதைக் கொண்டு (பிராமணரான) டாக்டர் ராஜன் அளித்த கொடை யின் அளவை யூகிக்கலாம்.

தமிழ்நாட்டு அரசியலில் கலந்திருந்த பார்ப்பனர்களை இரண்டு விதமாகப் பிரித்துப்பார்க்கலாம். இராஜாஜி, டி.எஸ்.எஸ். ராஜன், வ.வே.சு. ஐயர் போன்ற சீர்திருத்தம் விரும்புகின்ற, 'லௌகீக பிராமணர்' முதல் பிரிவினர் (பெரியார் இவர்களை தேசிய பார்ப்பனர் என்பார்). எம்.கே. ஆச்சாரியா, சத்தியமூர்த்தி போன்ற சீர்திருத்தம் விரும்பாத வைதிக பிராமணர் இரண்டாவது பிரிவினர். இரண்டாவது வகை யினர், எப்போதும் இந்த வகை (இந்து ஆலய பரிபாலனச் சட்டம், தேவதாசி ஒழிப்புச் சட்டம் முதலிய) சீர்திருத்தங் களுக்கு எதிரானவர்களாகவே இருந்தனர். எதிரெதிர் நிலையில் செயல்பட்டாலும் ஒரு வகையினர் பிரச்சனைக் குள்ளானால், மற்ற வகையினரின் முடிவான செயல்பாடு அவர்களுக்கு ஆதரவாக மாறிவிடும் என்பது அம்பேத்கரின் மதிப்பீடு.

> பிராமணர்களில் லௌகீக கருத்து கொண்டவர்களும் வைதிக கருத்து கொண்டவர்களும் இருக்கிறார்கள். சாதி எதிர்ப்பாளர்களை இரண்டாவது பிரிவினர் ஆதரிக்கவில்லை என்றாலும் முதல் பிரிவினர் ஆதரிப் பார்கள் என்றும் நீங்கள் கூறலாம். இவையெல்லாம் சாத்தியம் போலத்தான் தோன்றும். ஆனால் சாதி முறையை உடைப்பது பிராமண சாதிக்கே ஆபத்தாக முடியும் என்பதை மறந்துவிடுகிறீர்கள். இதை நினைவில்

கொண்டால் பிராமண சாதியின் அதிகாரத்தையும் செல்வாக்கையும் அழிக்கக்கூடிய ஒரு இயக்கத்தை முன்நின்று நடத்த பிராமணர்கள் முன்வருவார்கள் என்று கூற முடியுமா? வைதிக பிராமணர்களுக்கு எதிரான ஒரு இயக்கத்தில் லௌகீக பிராமணர்கள் கலந்துகொள்வார்கள் என்று எதிர்பார்க்க முடியுமா? லௌகீக பிராமணர், வைதீக பிராமணர் என்று வித்தியாசப்படுத்துவதே பயனற்றது என நான் கருது கிறேன். இரண்டு வகையினருமே உற்றார் உறவினரா யிருப்பவர்கள். ஒரே உடம்பின் இரண்டு கைகளைப் போன்றவர்கள் அவர்கள். ஒரு கை, இன்னொரு கையைப் பாதுகாக்கப் போராடும் என்பது நிச்சயம் (அம்பேத்கர் நூல் தொகுதி *1,* ப. *102).*

சீர்திருத்தவாதி டி.எஸ்.எஸ். ராஜன், வைதிகர் எம்.கே. ஆச்சாரியா உள்ளிட்ட இரு பிரிவினரும் கமிட்டி உறுப்பினர் பதவியை விட்டு விலகியது இந்தக் கருத்தை நினைவூட்டு கிறது.

காங்கிரஸ் கமிட்டித் தீர்மானத்தின் மூலம் அமைக்கப் பட்ட கண்காணிப்புக் குழுவின் செயல்பாட்டு விவரங்கள் கிடைக்கவில்லை. குருகுலப் போராட்டத்தை முன்னெடுத்தவர், காங்கிரசின் தலைவர் பொறுப்பில் இருந்ததால் இந்த அளவுக் காவது காங்கிரஸ் செயல்பட்டது என்றே தோன்றுகிறது.

காங்கிரசைச் சேர்ந்த வைதிக, லௌகீகப் பார்ப்பனர்களும் பிற்படுத்தப்பட்ட வகுப்பில் முற்பட்ட சிலரும் (முத்துரங்க முதலியார், பக்தவத்சலம்) தலித் ஆதரவாளர் ஒருவரும் முஸ்லீம் களில் சிலரும்கூட வ.வே.சு. ஐயருக்கு ஆதரவான நிலைப் பாட்டை எடுத்தனர். அவர்களுள் பெரும்பாலோர் காங்கிரஸ் தலைவர்கள். அவர்களின் எண்ணிக்கை குறைவாக இருப்பி னும் அத்தகைய நிலைப்பாடெடுத்ததன் காரணம் யோசிக்க வேண்டியதே. இத்தகைய சீர்திருத்தங்களுக்கு வெகுமக்களிடம் ஆதரவு இன்மையே அவர்களது இத்தகைய நிலைப்பாட்டிற்குக் காரணமாக இருக்கலாம். இச்சூழ்நிலையை அம்பேத்கர் விளக்குகிறார்.

இந்துக்கள் சமபந்தி போஜனமும் கலப்பு மணமும் செய்யாமலிருப்பது ஏன்? (இதற்கு) மக்களிடையே ஆதரவு இல்லாமலிருக்கக் காரணம் என்ன? இதற்கு ஒரே விடைதான் இருக்க முடியும். சமபந்தி போஜனமும் கலப்பு மணமும் இந்துக்கள் புனிதமாகக் கருதும் நம்பிக்கைகளுக்கும் கொள்கைகளுக்கும் எதிரானவை

என்பதுதான் இந்த விடை. சாதி என்பது இந்துக்கள் கலந்து உறவாடுவதற்குத் தடையாக உள்ள கற்சுவரோ, கம்பிவேலியோ அல்ல. சாதி என்பது ஒரு எண்ணம். ஒரு மனநிலை. எனவே சாதியை ஒழிப்பது ஒரு பௌதீகத் தடையை அழிக்கும் செயல் அல்ல; மக்களின் எண்ணத் தில் மாற்றம் ஏற்படுத்தும் செயல். சாதி ஒரு தீமையா யிருக்கலாம். மனிதனுக்கு மனிதன், மனிதத் தன்மையற்ற முறையில் நடந்துகொள்வதற்கு அது காரணமாயிருக் கலாம். ஆயினும் இந்துக்கள் சாதி முறையைப் பின்பற்று கிறார்கள். சாதிமுறையைப் பின்பற்றுவது மக்களின் தவறு அல்ல. சாதிமுறையை அவர்கள் உள்ளத்தில் ஊற வைத்திருக்கும் மதத்தை இதற்குக் குறை கூற வேண்டும். இது சரியான கருத்து என்றால் நீங்கள் எதிர்த்துப் போராட வேண்டியது சாதி முறையைப் பின்பற்றும் மக்களை அல்ல; சாதியைப் போற்றுகின்ற மதத்தைக் கற்பிக்கும் சாஸ்திரங்களைத்தான் நீங்கள் எதிர்க்க வேண்டும். சமபந்தி போஜனம் செய்யாதவர் களையும், கலப்பு மணம் செய்யாதவர்களையும் கண்டித் தும் கேலி செய்தும் பேசுவதோ, அவ்வப்போது சமபந்தி போஜனங்களும் கலப்பு மணங்களும் நடத்துவதோ சாதியை ஒழிக்கும் நோக்கம் நிறைவேற உதவாது. சாஸ்திரங்கள் புனிதமானவை என்ற நம்பிக்கையை ஒழிப்பதே இதற்குச் சரியான வழியாகும். மக்களின் நம்பிக்கைகளையும் கருத்துகளையும் சாஸ்திரங்களே உருவாக்கும் நிலை தொடர அனுமதித்தால் உங்கள் நோக்கம் எப்படி நிறைவேறும்? (அம்பேத்கர் நூல் தொகுதி 1, ப. 99)

என்று அம்பேத்கர் விளக்குவதிலிருந்து, "சாஸ்திரங்களை நம்பும் மக்களின்" தலைவர்கள் மக்களின் விருப்பப்படியே இவ்விஷயங்களில் நடந்துகொண்டனர் என்று நாம் கருதலாம்.

தமிழர் கூட்டம் என்ற போராட்டக் குழுவினர்

காந்தியுடன் நடந்த சென்னைப் பேச்சு வார்த்தையின் தோல்விக்குப் பிறகு, முதலாகக் கூடிய தமிழர் கூட்டம் தொடர்ந்துகூடி பிரச்சனை தீர யோசித்து வந்தது. காங்கிரஸ் கமிட்டிக் கூட்டம் நடந்தவுடனேயும் அது கூடியது. இருதரப் பிலும் போர் மேகங்கள் சூழ்ந்தே இருந்தன. வரதராஜுலு எதற்கும் கலங்கவில்லை. உறுதியான இளஞ்சிங்கத்தின் கம்பீரம் அவரது பேச்சிலும் செயலிலும் தெரிந்தது. குருகுலத்தில் சமத்துவம் வேண்டும், இல்லையெனில் பணம் கொடுத்தோர் சபையினர் நிருவாகம் செய்ய வேண்டும் என்பதில் அவர்

உறுதியாக இருந்தார். தமிழர் கூட்டத்தின் மூலமும் இக் கருத்துகள் வலியுறுத்தப்பட்டன.

நீதிக்கட்சியின் மூலம் திரண்ட பார்ப்பனரல்லாத மக்கள்திரள் அக்கட்சியில் நிறைந்தது போக, எஞ்சியவர் காங்கிரஸ் கட்சியில் தேசிய அடையாளத்தோடு இயங்கினர். அவர்களே தமிழர் கூட்டத்தினராக அமைந்தனர். இத்தமிழர் கூட்டம், தொடர்ந்து இவ்வடையாளத்தோடு இயங்கி இருந்தால் பெரியார் மூலமாக ஆட்சி அதிகாரத்தை அடைந்திருக்கும். ஆனால் வரதராஜுலு, இக்குருகுலப் போராட்டத்திற்குப் பிறகு இவ்வடையாளத்தோடு செயல்படுவதை நிறுத்தி விட்டார். குறிப்பிட்ட சந்தர்ப்பங்களைத் தவிர மற்ற சமயங் களில் பெரியாருடன் இணைந்தும் செயல்படவில்லை.

குருகுலம் என்ற வார்த்தைப் பயன்பாட்டையே வரதராஜுலு பிற்கால வாழ்வில் தவிர்த்தார். ‘பாழாய்ப்போன குருகுலப் போராட்டம்’, ‘குருகுலப் பிரச்சனை வேறு வீண் செலவுக்கும் காரணமானது’ என வருத்தம் தோய்ந்த சொற் களுடனே பின்னாளில் அதை நினைவுகூர்ந்தார். அவரது வாழ்நாளில் வெளிவந்த அவர் குறித்த இரண்டு மலர்களிலும் குருகுலம் பற்றி அவர் குறிப்பிடவேயில்லை. என்ன தேசியப் பற்றோ! காங்கிரஸ், இந்து மகாசபை என்ற நாடு தழுவிய நிலையில் பிராமணர்களையும் உள்ளடக்கிய அடையாளத்தையே அவர் பிறகான வாழ்க்கையில் கைக்கொள்ளலானார்.

தமிழர் என்ற அடையாளத்தைவிடப் பெரியதாகத் திராவிடர் என்ற அடையாளத்தை முன்னெடுத்த பெரியார், பார்ப்பனரல்லாதார் என்ற உள்ளடக்கத்தை விடவில்லை. குருகுலப் போராட்டத்தால் உருவான புதிய அரசியல் திறப்பைத் தமிழ்நாட்டு சமூக வரலாற்றில் நிலைநிறுத்தியது பெரியாரே. 1925க்குப் பிறகு தன் எழுத்திலும் பேச்சிலும் தொடர்ந்து இடைவிடாது குருகுலப் பிரச்சனையைப் பெரியார் பேசிவந்தார். சாமானியரான என் தந்தை முதல் ஓய்வுபெற்ற துணைவேந்தர் வரை ‘அய்யா’ பேசித்தான் குருகுலப் பிரச்சனையை முதலில் தெரிந்துகொண்டார்கள். குருகுலப் போராட்டத்தின்போது இணைந்து செயல்பட்ட நாட்டுக்கோட்டை செட்டிமார்களும் தொடர்ந்து வரதராஜுலு, பெரியார் ஆகிய இவ்விருவரோடும் இணைந்து இயங்கவில்லை. இதனால் குமரன் ஆசிரியர் குருகுலப் போராட்டத்தின்போது வேண்டியபடி தமிழர் இயக்கம் என்ற அடையாளம் தொடர்ந்து செயல்படவில்லை. அப்படிச் செயல்பட்டிருந்தால் தமிழக அரசியல், சமூக நிலைமை இப்போதிருக்கும்படி இருந்திருக்காது.

இக்குருகுலப் போராட்டத்தினால் விளைந்த பயன், நாட்டுமக்களின் பெரும்பான்மையானவருக்கு நேர்ந்த அவமானம் கவனிப்புக்குள்ளானது; ஆதிக்க சாதியினரின் விழிப்புணர்வற்ற மனம் விழிப்புக்குள்ளானது அல்லது முன்னரே விழிப்புணர்வு பெற்றிருந்த மனம் மேலும் துலக்க மடைந்தது; பார்ப்பனரல்லாதார் ஒருங்கிணைவு நேர்ந்தது, எழுச்சி உருவானது; சமூக நீதிக்கான போராட்டத்தின் ஒரு படிக்கல்லை நவீனத் தமிழ்ச் சமூகம் கடந்தது. பார்ப்பனர் – பார்ப்பனரல்லாதார் என்ற அரசியலுக்குக் குருகுலம் புதிய கதவைத் திறந்தது.

~ ~

5

வரலாற்றில் குருகுலப் போராட்டம்

சேரன்மாதேவி குருகுலம் பற்றிய செய்திகள் வ.வே.சு. ஐயர், வரதராஜுலு, பெரியார் போன்ற தொடர்புள்ள பிரமுகர்களின் வாழ்க்கை வரலாறு களிலும் விமர்சன நூல்களிலும் பதிவு செய்யப் பட்டுள்ளன. எனினும் எழுதிய ஆசிரியர்களின் பார்வை, தேவை, எல்லை ஆகியவற்றைச் சார்ந்து அவை சுருக்கமாகவோ விரிவாகவோ அமைந் துள்ளன.

சேரன்மாதேவி குருகுலப் போராட்டத்தை வரலாற்றில் பதிவுசெய்த நூல்களாகப் பின்வருவன வற்றைச் சொல்லலாம். *வ.வே.சு. ஐயர்* (டி.எஸ்.எஸ். ராஜன், 1946); *தமிழ்ப் பெரியார்கள்* (வ.ரா., 1946); *வீரவிளக்கு வ.வே.சு. ஐயர்* (1947); *ஆத்ம சோதனை* (சுத்தானந்த பாரதி, 1950); *வ.வே.சு. ஐயர்* (சாமி சிதம்பரனார், 1950); *வ.வே. சுப்பிரமணிய ஐயர்* (புலவர் அரசு, 1951); *எனது முதல் சந்திப்பு* (டி.எஸ். சொக்கலிங்கம், 1956), *டாக்டர் பி. வரதராஜுலு நாயுடு வாழ்க்கை வரலாறு* (சி.பி. சிற்றரசு, 1957); *நான் கண்ட நால்வர்* (வெ. சாமிநாத சர்மா, 1959); *நான் அறிந்த தமிழ்மணிகள்* (பி.ஸ்ரீ., 1971); *வ.வே.ஸு. ஐயர்* (ரா.அ. பத்மநாபன், 1980); *The Political Career of E.V.Ramasamy Naicker and the Tamilnadu Congress* (E.Sa. Viswanathan,1983);

விடுதலைப் போரும் திராவிட இயக்கமும் – உண்மை வரலாறு (கி. வீரமணி, 1985); *V.V.S. Aiyar: Critical Studies (R. Srinivasan, R. Shunmugasamy, C.S. Subramanyam, 1986)*; சீர்திருத்தச் செம்மல் வை.சு.சண்முகனார் (முடியரசன், 1990); வ.வே.சு. ஐயர் அரசியல் – இலக்கியப் பணிகள் (பெ.சு. மணி, 1993); குருகுலப் போராட்டம் (நாரா நாச்சியப்பன், 1994); விடுதலை வேள்வி யில் தமிழகம் (த. ஸ்டாலின் குணசேகரன், 2000); சேரன்மாதேவி குருகுலப் போராட்டம் – வரலாற்றுச் சுவடுகள் (கி. வீரமணி, 2002); பெரியாரின் நண்பர்: டாக்டர் வரதராஜுலு நாயுடு வரலாறு (பழ. அதியமான், 2012), சேரன்மாதேவி – வைக்கம் – தேவதாசி ஒழிப்பு போராட்ட களங்கள் (அ. புவியரசு, 2013). இவை தவிர வேறு சில நூல்களிலும் கட்டுரைகளிலும் மனப் பதிவுகள் அல்லது இரண்டாம்நிலை ஆதாரங்களிலிருந்து உருவான கருத்துகள் உண்டு.

மேற்கண்ட நூல்களில் வ.வே.சு. ஐயர் பற்றிய டி.எஸ்.எஸ். ராஜன் நூல் (1946) பெரிதும் லண்டன் தொடர்புகளைப் பற்றியது. 'நினைவலைகள்' என்ற டி.எஸ்.எஸ். ராஜனின் தன்வரலாற்று நூலின் சில செய்திகளை மூன்றாம் இயலில் பயன்கொண்டுள்ளேன். 'தமிழ்ப் பெரியார்கள்' நூலில் வ.ரா. குருகுலம் பற்றி ஏனோ விரிவாகக் குறிப்பிடவில்லை. சுத்தானந்த பாரதியின் 'வீரவிளக்கு வ.வே.சு. ஐயர்' வ.வே.சு. ஐயரிடம் நேரடியாகப் பெற்ற தகவல்களால் உருவானது. முக்கியமான அந்நூலில் சில பகுதிகளை விமர்சன நோக்கில் பின்னிணைப்பில் தந்துள்ளேன். 'ஆத்ம சோதனை' சுத்தானந்த பாரதியின் தன் வரலாற்று நூல். அவரது வாழ்க்கைப் பயணத் தில் தேவகோட்டை தேசியப் பள்ளி வாசத்திற்கும் தஞ்சாவூர் சமரசபோதினி பத்திரிகைப் பணிக்கும் இடையில் நிகழ்ந்தது சேரன்மாதேவி குருகுல ஆசிரிய வாழ்க்கை. முதல்நிலை ஆதாரங்களோடு சுவைபட விளங்குவது நூலின் அப்பகுதி. இந்நூலின் பகுதிகள் *Experiences of a Pilgrim Soul* (2000) என்ற ஆங்கில நூலாகவும் பின்னாளில் வெளியானது. சேரன்மாதேவி உள்ளிட்ட மூன்று போராட்டங்கள் குறித்து திரு.வி.க. நடத்திய நவசக்தி வார ஏட்டின் (1922–1925) முப்பது இதழ்ச் செய்திகளின் தொகுப்பு அ. புவியரசுவின் நூல். சாமி சிதம்பரனார், புலவர் அரசு, கோ. செல்வம் ஆகியோரின் வ.வே.சு. ஐயர் பற்றிய நூல்கள் வாழ்க்கை சரிதம் மற்றும் இலக்கியப் பணிகளைப் பற்றிப் பேசுவன. சாகித்திய அக்காதெமிக்காக கோ. செல்வம் எழுதிய வ.வே.சு. ஐயர் பற்றிய நூலில் குருகுலம் பற்றி இடம் பெறும் வரிகள் இரண்டு.

வரலாற்றில் வ.வே.சு. ஐயரோடு குருகுலத்தையும் பதிவு செய்துள்ள மேற்கண்ட நூல்களில் குருகுலக் கிளர்ச்சியைப்

பற்றி விமர்சனத்தோடும் முக்கிய குறிப்பாகவும் பேசிய மற்ற 13 நூல்களைப் பற்றி மட்டும் காலவரிசையில் பேசலாம்.

எனது முதல் சந்திப்பு (1956)

தினமணி டி.எஸ்.சொக்கலிங்கம் குருகுலக் கிளர்ச்சியின் போது வரதராஜுலுவின் *தமிழ்நாடு* இதழில் பணிபுரிந்தவர். குருகுலப் போராட்டம் நடந்து 31 ஆண்டுகளுக்குப் பிறகு வெளிவந்த இந்நூலில் குருகுலம் பற்றி குறிப்புகள் உள்ளன.

தன் நண்பர் ஒருவர் தமது குழந்தையைக் குருகுலத்தில் சேர்க்க விரும்பி அதைப் பற்றி விசாரித்து விவரம் எழுதும்படி வரதராஜுலுவைக் கேட்டதாகவும், அதையடுத்து குருகுலத்தின் மேலாளரும், தனது நண்பரும், உடன் காங்கிரஸ் பிரசாரம் செய்பவருமான அனந்தகிருஷ்ணனுக்கு எழுதிக்கேட்டிருக்கிறார். பந்தி வித்தியாசம் இருப்பது உண்மைதான் என்று அவர் பதில் எழுதியிருக்கிறார். அன்றுதான் குருகுலக் கிளர்ச்சி தொடங்கியது என்றும், 'அக்காலம் அப்படியல்ல. சமபந்தி போஜனம்கூட பிராமணரல்லாதாரோடு பிராமணர் செய்யக் கூடாது என்று சொல்லி வந்த காலம். அதற்காக டாக்டர் நாயுடு ஒரு போராட்டத்தையே நடத்தி வெற்றி பெற்றார்' என்றும் சமபந்தி போஜனத்திற்காக நடந்த குருகுலக் கிளர்ச்சியைத் தமிழ்நாடு முன்னின்று நடத்திவந்தது என்றும் மூன்று குறிப்புகள் தருகிறார் சொக்கலிங்கம்.

பலமுறை குருகுலம் சென்றுவந்திருந்த சொக்கலிங்கம் மூலம் தீர விசாரித்து தெரிந்துகொண்ட பின்னரே வரதராஜுலு போராட்டத்தில் ஈடுபட்டார் என்பது முதலாவது குறிப்பு உணர்த்துவது. இரண்டாவது அன்றைய காலச்சுழலை விவரிப்பது. மூன்றாவது *தமிழ்நாடு* பத்திரிகையின் செயல்பாட்டை விளக்கிச் சொல்லுவது.

குருகுலப் போராட்டத்தோடு தொடர்புடைய வ.வே.சு. ஐயர், வரதராஜுலு, இராஜாஜி ஆகியோர் பற்றிய சித்திரங்களும் இந்நூலில் உள்ளன. இராஜாஜி பற்றிய சித்திரிப்பில் குருகுல விஷயத்தில் பலமுறை அவரைத் தான் கண்டித்திருப்பதை எழுதியுள்ளார். வ.வே.சு. ஐயர் பற்றிய விவரிப்பு முழுவதுமே குருகுலம் பற்றியதுதான். அது பின்னிணைப்பில் தரப்பட்டுள்ளது. பி.ஸ்ரீ.யைப் போலல்லாது வ.வே.சு. ஐயரின் குருகுலச் செயல்பாட்டைச் சொக்கலிங்கம் விமர்சித்துள்ளார். வைதிகத்தை எதிர்க்கக்கூடிய துணிவு வ.வே.சு. ஐயருக்கு ஏற்படவில்லை என்பது அவர் துணிபு.

நான் கண்ட நால்வர் (1959)

வெ. சாமிநாத சர்மா (1895 – 1978) தன் நீண்ட பத்திரிகை வாழ்க்கையில் சந்தித்த நான்கு பிரமுகர்களைப் பற்றிய சித்திரம் இந்நூல். தமிழ் முனிவர் திரு.வி.க, அந்தணமையின் அணிகலன் வ.வே.சு. ஐயர், தியாக சீலர் சுப்பிரமணிய சிவம், கவிகுலக்கோன் சுப்பிரமணிய பாரதியார் என்று அந்நால்வருக்கு அவர் அளித்துள்ள அடைமொழிகளே அவரவர் பற்றிய சாமிநாத சர்மாவின் மதிப்பீட்டைப் புலப்படுத்திவிடும்.

இந்நால்வருடன் தனக்கு ஏற்பட்ட தொடர்புகளை விவரிக்கும் ஒரு பகுதியும், பின் அவர்களது சுருக்கமான வாழ்க்கை வரலாற்றைச் சொல்லும் மற்றொரு பகுதியும் என ஒவ்வொருவர் பற்றியும் இருபகுதிகள் கொண்டது இந்நூல். அவ்வகையில், ஏறக்குறைய 90 பக்க அளவில் வ.வே.சு. ஐயர் பற்றி சர்மா எழுதியிருக்கிறார். திரு.வி.க.வுக்கு அடுத்து தேசபக்தனின் ஆசிரியப் பொறுப்பு ஏற்ற நாளான 31 ஜூலை 1920 முதல் வ.வே.சு. ஐயருடன் சர்மாவுக்குத் தொடர்பு ஏற்பட்டுள்ளது. நூலில் காணப்படும் குருகுலத் தொடர்புடைய மூன்று குறிப்புகள் பின்வருவன.

“உண்மையில் அவர் [வ.வே.சு. ஐயர்] ஆசாரசீலர்; ஹிந்து தர்மத்தை நெறி தவறாமல் அனுஷ்டித்து வந்தார். அப்படித் தாம் அனுஷ்டிப்பதைப் பார்த்து, அக்கம் பக்கத்திலுள்ளவர்கள் பரிகாசம் செய்வரோ என்பதைப் பற்றி அவர் கவலைப்படுவதேயில்லை” (ப. 104).

“தீண்டாதாருக்கு உபநயனம் முதலிய சம்ஸ்காரங்களைச் செய்வித்து அவர்களைப் பல வழிகளிலும் உயர்த்த வேண்டுமென்று ஐயர் சில திட்டங்கள் வகுத்திருந்தார். தமிழைத் தாய்மொழியாகக் கொண்ட அனைவரும் ஒரு குலமாக ஓரினமாக வாழ வேண்டுமென்று அடிக்கடி பேசுவார். அவர்களுக்குள் உயர்வு தாழ்வு இல்லை என்பது அவர் கருத்து. ஜாதி என்ற சொல்லை விரிந்த பொருளிலேயே அவர் உபயோகித்து வந்தார். உணவு உட்கொள்ளும் விஷயத்தில் அவர் ஒதுக்கல் முறையைக் கையாண்டதில்லை” (ப. 106).

“தேசபக்தன் ஆசிரியராயிருந்த காலத்தில் இடைவேளைச் சிற்றுண்டிக்காகக் காரியாலயத்திற்குச் சுமார் ஒரு பர்லாங்கு தூரத்திலிருந்த ஒரு ஹோட்டலிலிருந்து தோசை தருவிப்பார்... காரியாலயத்தில் உள்ள யாராவது ஒரு பையன்தான் – அநேகமாக அச்சுக்கோப்பவர்களில் ஒருவன்தான் – அதை வாங்கிக்கொண்டு வருவான். அவனுடைய குலம் கோத்திரம் முதலியவைகளைப் பற்றி அவர் கவலைப்பட்டதேயில்லை.

186 பழ. அதியமான்

‘தம்பீ, கை கால்களைக் கழுவிக்கொண்டு சுத்தமாகப் போக வேண்டும். தெரியுமா? என்று மட்டும் சொல்லி அவனிடம் காசு கொடுத்தனுப்புவார்” (ப. 106).

மேற்கண்ட வகையில் வ.வே.சு. ஐயர் உடனான தன் அனுபவப் பதிவுகளைத் தந்துள்ளார். பின்னால் அவர் மேல் சுமத்தப்பட்ட சாதி சார்ந்த குற்றச்சாட்டிற்கு நியாயம் இல்லை என்பதைச் சுட்டும்வண்ணமே அவை அமைந்துள்ளதைப் பார்க்கலாம் கவனிக்கவும். வரலாறு சுமத்திய குற்றச்சாட்டுகளிலிருந்து அவரை விடுவிக்க முயலும் சாட்சியின் வாக்குமூலங்கள் சாமிநாத சர்மாவின் குறிப்புகள்.

நான் அறிந்த தமிழ்மணிகள் (1971)

தான் நேரில் கண்ட, கேட்டறிந்த 59 சமகால பிரபலங்களைப் பற்றிய நினைவுக்குறிப்புகளைக் கொண்ட இந்நூலை எழுதியவர் பி.ஸ்ரீனிவாசாச்சாரியார் (1886 – 1981). அவர் கண்டறிந்த 41 தமிழ் மணிகளுள் இருவர் வ.வே.சு. ஐயரும் வரதராஜுலுவும். அதில் வரதராஜுலு பற்றிய குறிப்பில் எதிர்மறையாக ஓரிரு வரிகள் வருகின்றன; அவ்வளவுதான்.

‘புரட்சி முனிவர் வ.வே.சு. ஐயர்’ என்ற தலைப்பில் (ஆறு பக்கத்தில்) எழுதிய கட்டுரையில் இரண்டு பத்தி அளவிற்கு குருகுலத்தைப் பற்றிக் கீழ்வருமாறு குறிப்பிட்டுள்ளார்.

“திருநெல்வேலி மாவட்டத்தைச் சேர்ந்த சேரன்மாதேவியில் முப்பது ஏக்கர் பரப்புள்ள நிலப்பகுதியில் இவர் பாரத்வாஜ ஆசிரமமும் தமிழ்க் குருகுல வித்தியாலயமும் ஏற்படுத்த வந்திருந்தபோதுதான் இவரை நான் நேரில் சந்தித்தேன். கம்பனைக் கற்கும் முறையில் இவரைக் குருவாகவும் கொண்டேன். ஆசிரமத்திலும் கண்டு உரையாடியிருக்கிறேன்.

“அது என்ன கல்வி? தேசியக் கல்வி என்று கூறினால் போதுமா? மனிதனை மனிதனாக்கும் கல்வி; அகப்புரட்சியில் வீரராக்கும் கல்வி; ஒரு செயற்கருஞ் செயலான கல்வித்துறை சத்திய சோதனை! காந்தியடிகள் அரசியல் துறையின் செய்து வெற்றி கண்ட சத்திய சோதனையை நினைவூட்டுகின்றன வ.வே.சு. ஐயரின் கல்லிடைக்குறிச்சி – சேரன்மாதேவிச் சோதனைகளும். ஆனால் ஐயரின் சோதனை சாதனையாக வெற்றி காணவில்லை. 1925 ஜூன் மாதத்தில் பாபநாசத்துக் கல்யாண தீர்த்த அருவியில் கலந்து மறைந்த காலம் வரை அந்தக் கல்விச்சோதனை நடைபெற்று திடீரென நின்றுவிட்டது. அந்தச் சமயம் நான் காரைக்குடியில் குமரன் பத்திரிகையின் உதவியாசிரியராகத் தொண்டாற்றி வந்தேன்.” (பக். 169 – 170).

வ.வே.சு. ஐயரின் தோல்வியைப் பதிவு செய்த பணியையே பி.ஸ்ரீ. செய்த அரிய செயலாகக் கருத வேண்டியுள்ளது. அதற்கு மேல் அந்தப் பிரச்சனையின் உள்விவகாரத்திற்குள் அவர் வேண்டுமென்றே செல்லவில்லை. அந்த விவகாரத்தை அறியா தவரல்ல பி.ஸ்ரீ. பிரச்சனை வெடித்துப் பரவியபோது போராட் டத்தில் வரதராஜுலுவின் கருத்தை ஆதரித்த பத்திரிகையில்தான் பி.ஸ்ரீ. பணியாற்றிக்கொண்டிருந்தார். அதை அவரே கூறி இருப்பதையும் மேற்கண்ட பத்தியில் படித்திருப்பீர்கள். அவ் வரிக்கு முன் வரியிலேயே குருகுலம் பற்றிய விவரிப்பு முடிந்த தாயினும் அவ்வரியையும் நான் சேர்த்து தந்ததற்கு காரணம் அவருக்கு எல்லாம் தெரியும் என்று வாசகருக்குத் தெரிவிக்க வேண்டும் என்பதற்காகத்தான்.

'இன்றைய தமிழ் வசனநடை' என்ற நூலின் முன்னுரை யில் அந்நூலையே விமர்சித்து எழுதிய பி.ஸ்ரீ. குருகுலப் பிரச்சனை பற்றி வ.வே.சு.ஐயர் குறித்த இக்கட்டுரையில் கருத்து ஏதும் சொல்லவில்லை. புதுமைப்பித்தனையும், மு. அருணாசலத்தையும் நோக்கி நீளும் வாள், வ.வே.சு. ஐயர் என்றால் உருகி வழிகிறது.

வ.வே.ஸு. ஐயர் (1980)

ரா.அ. பத்மநாபன் எழுதிய 'வ.வே.ஸு. ஐயர்' நூல் வெளி வந்து 32 ஆண்டுகளாகி விட்டன. நேஷனல் புக் டிரஸ்டுக்காக, தேசிய வாழ்க்கை வரலாற்று வரிசையில் உருவான நூல் 22 அத்தியாயங்களுடன் 291 பக்கங்கள் கொண்டது. சமகால பத்திரிகை செய்திகளையும் அதுவரை வெளியாகியிருந்த தொடர்புடைய வரலாற்று நூல்களையும் பயன் கொண்டு எழுதப்பட்ட இச்சிறந்த நூல் வ.வே.சு. ஐயரின் நூற்றாண்டை ஒட்டி வெளியானது. அந்நூலில் குருகுலம் தொடர்புடைய பகுதிகளாக, தமிழ்க் குருகுலம் (13 பக்கம்), குருகுலக் கிளர்ச்சி (12 பக்கம்), காங்கிரஸ் கமிட்டியில் பிளவு (10 பக்கம்) ஆகிய மூன்று அத்தியாயங்களில் குருகுலத் தொடக்கம், அங்கு ஏற்பட்ட கிளர்ச்சி, அதனால் காங்கிரசில் எழுந்த வாத விவாதங்கள், அதன் முடிவு ஆகிய விவரங்கள் தரப்பட்டுள்ளன. நடுநிலை தொனியைக் கொண்டுவர ஆசிரியர் பெரிதும் முயன்றுள்ளார்.

இந்நூலுடன் குறிப்பிடத்தக்க நான்கு அம்சங்களில் நமது கருத்து மாறுபடுகிறது. காங்கிரசில் இயற்றப்பட்ட தீர்மானம், குருகுலப் போராட்டத்தில் மூன்று சம்பவங்கள் ஆகியவற்றின் மீதான நூலாசிரியரின் கருத்துகளே அந்நான்கு அம்சங்கள். இந்நூலின் நான்காம் இயலில் அவை விவாதிக்கப் பட்டுள்ளன.

ஜீவா என்றொரு மானுடன் (1982)

பொன்னீலன் எழுதிய இந்நூலில் குருகுலம் பற்றி இரு தகவல்கள் ஜீவாவின் தொடர்பில் இடம் பெற்றுள்ளன. சேரன்மாதேவியில் ஜீவா தங்கியதாகவும், பெரியார், வரதராஜுலுவுடன் இணைந்து அவர் போராடியதாகவும், பின்னர் குருகுலத்தில் ஆசிரியராக இருந்த கும்பலிங்கம் பிள்ளையுடன் இணைந்து சிராவயலில் தனி ஆசிரமம் அவர் ஏற்படுத்தியதாகவும் அவ்விரு தகவல்கள் தெரிவிக்கின்றன.

"நெல்லை மாவட்டம் சேரன்மாதேவியில் வ.வே.சு. ஐயர் பரத்துவாஜர் ஆசிரமம் என்ற ஆசிரமத்தை நடத்தி வந்தார். இந்த ஆசிரமத்தில் ஜீவா குறைந்த காலமே தங்கினார். காந்திய நெறிப்படி நடந்த இந்த ஆசிரமத்தில் சில பிராமண மாணவர்கள் தனிப்பந்தியில் தனியாக உண்ணுவதைக் கண்ட ஜீவா மனம் வெகுண்டு எதிர்த்தார். அதே நேரத்தில் பரத்துவாஜர் ஆசிரமத்தின் ஜாதீயப் பாகுபாடுகளுக்கு எதிராக ஈ.வெ.ரா., வரதராஜுலு நாயுடு போன்ற காங்கிரஸ்காரர்கள் போராட்டம் தொடங்கியிருந்தார்கள். அவர்களுடன் சேர்ந்து ஜீவா கிளர்ச்சி செய்தார்" (ப.21)

"சேரன்மாதேவியிலிருந்து ஜீவா, சிராவயல் சென்றார். காசிவிசுவநாதன் செட்டியாரின் பொருளுதவியுடன் அங்கு காந்தி ஆசிரமம் தொடங்கினார். அந்த ஆசிரமத்தின் தலைவராக கும்பலிங்கம் பிள்ளையும் பொதுச் செயலாளராக ஜீவாவும் பொறுப்பேற்றனர்" (ப.21).

மேற்கண்டவாறு பொன்னீலன் பதிவு செய்ததைத் தொடர்ந்து, சேரன்மாதேவியில் ஜீவா தங்கிய செய்தி வரலாற்றில் பரவலாயிற்று. இஸ்மத் பாஷாவின் ஜீவா பற்றிய நூல் இச்செய்தியின் மூலம் என்கிறார் ஒரு நண்பர். சாமி சிதம்பரனார் பற்றிய தம் நூலில் நாவலாசிரியர் டி. செல்வராஜ் இச்செய்தியைக் குறிப்பிட்டுள்ளார் *(ப.304).*

சேரன்மாதேவி குருகுலம் *(1923 – 1925)* இயங்கிய காலத்தில் ஜீவாவுக்கு வயது *16 – 18.* குருகுலத்தில் ஜீவா என்னவாகத் தங்கினார் என்று இருவரும் குறிப்பிடவில்லை. பொன்னீலன் தரும் இரண்டாவது தகவலில் குறிப்பிடப்பெறும் ஜீவா, காசி விசுவநாதன், கும்பலிங்கம் பிள்ளை ஆகிய மூவருள் பின்னிருவரும் போராட்ட ஆதரவாளராகவும், குருகுல ஆசிரியராகவும் முறையே போராட்ட ஆவணங்களில் பல இடங்களில் இடம் பெற்றுள்ளனர். ஆனால் (சொரிமுத்து என்றோ மூக்காண்டி என்றோ) ஜீவாவின் பெயர் இப்பத்தாண்டு

ஆய்வில் எங்கும் என் கண்ணில் படவில்லை. ஜீவா புகழ் பெற்றுவிட்ட காலத்தில் எழுதப்பட்ட சுத்தானந்த பாரதியின் வீரவிளக்கு வ.வே.சு. ஐயர், ஆத்மசோதனை ஆகிய நூல்களின் சேரன்மாதேவி குருகுல விவரிப்புகளிலும் அவர் பெயர் இல்லை. ஜீவாவின் சொந்த ஊரான பூதப்பாண்டியிலிருந்து முத்துகுமாரசாமி என்ற பெயரில் ஒரு மாணவன் பயின்றதை சுத்தானந்த பாரதி பதிவு செய்துள்ளார். முத்து என்ற முன்னொட்டு இருப்பதால் இது ஜீவாவாக இருக்கும் என்று யூகிப்பது வலிந்து சொல்வதாகிவிடும்.

Political Career of E.V. Ramasamy Naicker and the Tamilnadu Congress (1983)

ஈ.சா. விசுவநாதனின் ஆங்கில நூலில் சேரன்மாதேவி குருகுலப் போராட்டம் பற்றிய குறிப்பு பத்துபக்க அளவில் இடம்பெற்றுள்ளது. பெரியாரின் அரசியல் வாழ்வைத் தமிழ்நாடு காங்கிரசு கட்சியின் பின்புலத்தில் ஆராயும் இந்நூலில் பார்ப்பனரல்லாதாரின் அரசியல் எழுச்சியாக சேரன்மாதேவி குருகுலம் பார்க்கப்பட்டுள்ளது.

பத்திரிகை ஆதாரங்களுடன் சேரன்மாதேவி குருகுலப் போராட்டப் பகுதி எழுதப்பட்டுள்ளது. வ.வே.சு. ஐயரின் செயல்பாடுகள் பற்றிய விமர்சனங்களோ, காந்தியின் அறிவுரை யின் விவரங்களோ அதில் இல்லை. அதோடு வரதராஜுலுவின் பங்களிப்பின் முக்கியத்துவம் தொனிக்காமல் இப்போராட்டம் விவரணை பெற்றுள்ளது. வைக்கம் போராட்டத்தில் பெரியார் பங்கின் முக்கியத்துவம் சரிவர வெளிப்படாதது போலவே குருகுலத்தில் வரதராஜுலுவின் பங்கும் முழுமை தோன்ற இந்நூலில் விவரிக்கப்படவில்லை.

விடுதலைப்போரும் திராவிட இயக்கமும் – உண்மை வரலாறு (1985)

பி. ராமமூர்த்தி 1983இல் எழுதி வெளியிட்ட 'ஆரிய மாயையா? திராவிட மாயையா? விடுதலைப்போரும் திராவிட இயக்கமும்' என்ற நூலுக்கு மறுப்பாக 1985இல் கி. வீரமணி பெரியார் திடலில் பேசிய பேச்சுகளின் தொகுப்பு 'விடுதலைப் போரும் திராவிட இயக்கமும் – உண்மை வரலாறு' என்ற இந்நூல்.

இந்நூலின் 10ஆம் அத்தியாயத்தில் 'ஐயங்கார் வீட்டுக்குள் காந்தியை அழைத்துச் சென்ற பெரியார்' என்னும் தலைப்பில் ஒரு கட்டுரை உள்ளது. இதில் பி. ராமமூர்த்தி குருகுலம் பற்றிக் குறிப்பிட்ட கருத்தைக் கி. வீரமணி மறுத்துரைக்கிறார். "ஆங்கிலப் பள்ளிகளை பஹிஷ்கரித்து தேசியப் பள்ளிக்கூடங் களை நடத்த வேண்டும் என்ற காந்திஜியின் திட்டத்தை

அனுசரித்து, வ.வே.சு. ஐயர் திருநெல்வேலி மாவட்டத்திலே உள்ள சேரன்மாதேவியில் 'பாரத்வாஜ ஆஸ்ரமம்' என்ற பெயரில் ஒரு தேசியப் பள்ளிக்கூடத்தை நடத்திக்கொண்டிருந் தார்கள். அந்த ஆஸ்ரமம் தேசிய இயக்கத்தின் ஆதரவைப் பெற்றது. அன்று தமிழ்நாட்டிலிருந்த வர்ணாஸ்ரமப் பிரிவினையின்படி அந்தப் பள்ளிக்கூடத்திலும் பிராமணப் பிள்ளைகளுக்குத் தனியான இடத்திலும் மற்ற பிள்ளைகளுக்கு வேறொரு இடத்திலும் உணவளிக்கப்பட்டுவந்தது" என குருகுலம் பற்றி விவரித்துச் சொல்கிறார் பி. ராமமூர்த்தி. இவ்விவரணையின் இந்தப் பகுதியை எடுத்து மறுக்கும் கி. வீரமணி, இவ்விவரணையின் சொல்லாடலை விளக்கி பி. ராமமூர்த்தியின் சார்பை வெளிப்படுத்துகிறார்.

"வ.வே.சு.ஐயரின் தீண்டாமைக் கொடுமைக்கு ராமமூர்த்தி எப்படிப்பட்ட வார்த்தைகளால் திரைபோட்டு மூடுகிறார்! 'அன்று தமிழ்நாட்டிலிருந்த வர்ணாஸ்ரமப் பிரிவினையின்படி அந்தப் பள்ளிக்கூடத்திலும், பிராமணப் பிள்ளைகளுக்குத் தனியான இடத்திலும் மற்ற பிள்ளைகளுக்கு வேறொரு இடத்திலும் உணவளிக்கப்பட்டுவந்தது" என்று சொல்வதின் மூலம் அந்த வருணாசிரம நடவடிக்கையை நியாயப்படுத்து கிறார். ஒரு புரட்சிவாதியாக அடையாளம் காணப்பட்டவர். இப்படி சாதிக்கொடுமைக்கு நியாயம் கற்பித்துப் பேசலாமா?' என்று கேட்கும் கி. வீரமணி தொடர்ந்து பின்வருமாறு கிண்டலும் செய்கிறார்.

"அந்தக் காலத்தில் நிலவிவந்த நிலப்பிரபுத்துவம் ஜார் ஆட்சியிலும் இருந்தது" என்று யாராவது எழுதினாலும் ஆமாம் நியாயம்தான். அதற்கு ஜார் என்ன செய்வான்? அவன் எப்படிப் பொறுப்பு ஆவான்? அது அந்தக் காலத்தில் நிலவி வந்த முறை' என்று கம்யூனிஸ்ட் தலைவர் ராமமூர்த்தி ஒப்புக்கொண்டுவிடுவார் போலிருக்கிறது!"

V.V.S. Aiyar: Critical Studies (1986)

நூறாண்டுக்கு மேல் வாழ்ந்து அண்மையில் மறைந்த ஸி.எஸ். சுப்பிரமணியம் 1980களில் செயல்பட்ட *Institute of South Indian Studies*, என்ற நிறுவனம் இந்த ஆங்கில நூலை வெளியிட்டது. வ.வே.சு. ஐயரின் புரட்சிகர இயக்கப் பாரம்பரியம், வ.வே.சு. ஐயரும் சேரன்மாதேவி குருகுலமும் ஒரு விமர்சனபூர்வ மதிப்பீடு, வ.வே.சு. ஐயர் – அவரது அரசியல் செயல்பாடுகளும் கருத்து படிவங்களும் என்னும் மூன்று தலைப்புகளில் கட்டுரைகள் அந்நூலில் அமைந்துள்ளன.

சேரன்மாதேவி குருகுலம் குறித்த கட்டுரையைச் சென்னைப் பல்கலைக்கழகத்தில் அரசியல் மற்றும் பொது

நிர்வாகத் துறையில் பேராசிரியராக இருந்த ஆர். சண்முகசாமி எழுதியுள்ளார். வ.வே.சு ஐயரை ஆதரிக்கும் தொனியில் குருகுலப் போராட்ட நிகழ்வுகளை வெளிப்படுத்துகிறது கட்டுரை. சுத்தானந்த பாரதியார், டி.எஸ்.எஸ். ராஜன், ரா.அ. பத்மநாபன் நூல்களையும், *நவசக்தி*, *குமரன்*, *நியூ இந்தியா* ஆகியவற்றின் சில இதழ்களையும் ஆதாரமாகக் கொண்டு 21 பக்க அளவிலான அக்கட்டுரை எழுதப் பட்டுள்ளது.

சீர்திருத்தச் செம்மல் வை.சு. சண்முகனார் (1990)

சேரன்மாதேவியில் குருகுலம் நடைபெற்ற இடத்தை வாங்கிக்கொடுத்த வை.சு. சண்முகம் செட்டியாரின் வாழ்க்கை வரலாறு இந்நூல். தொகுத்து வெளியிட்டவர் கவியரசு முடியரசன். அந்நூலின் குருகுலப் போராட்டம் என்ற பகுதியில் (ப. 34 – 38) வை.சு. சண்முகம் குருகுலத்திற்குச் செய்த உதவி பதிவாகியுள்ளது. அநேகமாக எல்லாப் பிற பதிவுகளிலும் ரூ. 3000 வழங்கியதாகக் குறிப்பிடப்பட்டிருக்க இந்நூலில் மட்டும் ஆறாயிரம் ரூபாய்க்குச் சேரன்மாதேவியில் நிலம் வாங்கிக் கொடுத்ததாகக் குறிப்பு வருகிறது. மேலும் குருகுலத்தைத் தாமே ஏற்று நடத்தவும் அணியமாக இருந்தார் வை.சு. சண்முகம் என்ற தகவலும் இதில் கிடைக்கின்றன.

தவிர, 'சேரன்மாதேவி குருகுலத்தை ஏற்று நடத்திய தீரம் படைத்தவர்' என மன்னர்மன்னன் தரும் குறிப்பு இந் நூலிலிருந்து கிடைக்கும் புதிய தகவல். எனினும் வை.சு. சண் முகத்திற்குக் குருகுலத்துடன் இருந்த தொடர்புகள் முழுமையாக இந்நூலில் பதிவாகவில்லை.

வ.வே.சு. ஐயர் அரசியல் – இலக்கியப் பணிகள் (1993)

பெ.சு. மணி எழுதிய இந்நூலின் ஒன்பது இயல்களில் ஒரு இயல் குருகுலம் பற்றியது. 'தமிழ்க் குருகுலத்தைத் தாக்கிய அரசியல் புயல்' என்ற அவ்வியலின் (20 பக்கம்) தலைப்பே ஆசிரியரின் கருத்தோட்டத்தை விளக்கிவிடுகிறது. சமூகப் போராட்டமான குருகுலப் போராட்டத்தை அரசியல் சம்பவமாக மதிப்பிடுவதாகத் தலைப்பு உள்ளது. ம.பொ.சி., பரலி சு. நெல்லையப்பர் போன்றோர் இப்போராட்டத்தை வகுப்புவாதமாகப் பார்த்ததையும் இந்நூல் எடுத்துக்காட்டுகிறது.

குருகுலப் போராட்டம் (1994)

92 பக்கங்கள் கொண்டது நாரா நாச்சியப்பன் எழுதிய 'குருகுலப் போராட்டம், சமூக நீதியின் தொடக்க வரலாறு' என்ற நூல். போருக்குள் ஒரு போர், நாட்டுக் கல்வியின் தேவை, வார்தா முனிவரும் ஈரோட்டண்ணலும், கலாசாரத்

தைக் காக்க ஒரு குருகுலம், தீட்டுண்ணா என்ன நயினா? காங்கிரஸ் செயற்குழுவில் கருத்துப் போராட்டம், காந்தியடிகள் தடம் புரண்டார், சமூக நீதியே சமநீதி, கோடானு கோடி இந்தியரின் வெற்றி முழக்கம் என்னும் ஒன்பது அத்தியாயங்கள் கொண்டது இந்நூல்.

குருகுலத்தில் படித்த மாணவன் சுந்தரம், தன் தந்தை ஓமந்தூர் இராமசாமி ரெட்டியாரிடம் புகார் சொல்வதாகத் தொடங்கும் நூல், 'பெத்த நயினா தக்கிர செப்பு' எனப் பெரியாரிடம் இது பற்றி எடுத்துச் சொல்ல மகனைப் பணிப்பதாகத் தொடர்கிறது. இத்தகைய நாடகப் பாங்கில் அமைந்த வருணனைகளுடன் உணர்ச்சியூட்டும் மொழி நடை கொண்டது இந்நூல். பெரும்பாலும் ரா.அ. பத்மநாபன் நூல் குறிப்புகளுடன் குறைந்த தகவல்களைக் கொண்டு எழுதப்பட்டுள்ளது இச்சிறு நூல்.

விடுதலை வேள்வியில் தமிழகம் (2000)

விடுதலைப் போரில் ஈடுபட்டுழைத்த தமிழ்நாட்டுத் தலைவர்களின் வாழ்க்கைக் குறிப்புகள் அடங்கிய இந்நூலில் அ. பாண்டுரங்கன் எழுதிய வ.வே.சு. ஐயர் கட்டுரை இடம் பெற்றுள்ளது. பதினெட்டு பக்க கட்டுரையில் இரண்டாம் நிலை ஆதாரங்களைக்கொண்டு எழுதப்பட்ட குருகுலச் செய்திகள் ஐந்து பக்க அளவில் அமைந்துள்ளன.

"'குருகுலப் புழுதிப்புயல்' வ.வே.சு. ஐயரின் நற்பெயருக்கு களங்கம் ஏற்படுத்திவிட்டதென்றாலும் இன்றைய சிந்தனைப் போக்குகளை வைத்து நாம் அதனை மதிப்பிடும்போது அந் நிகழ்ச்சிக்கு அவரை மட்டும் பொறுப்பாக்க முடியாது என்றே எண்ணுகின்றோம். அது தமிழ்ச் சாதியின் ஒட்டுமொத்தமான வெளிப்பாடே அன்றிப் பிறிதில்லை! இச்சம்பவத்தின் முக்கிய கதாநாயகர்களான வரதராஜுலு நாயுடுவோ, ஈ.வே. ராமசாமி நாயக்கரோ, வ.வே.சு. ஐயரோ, மகாதேவ அய்யரோ சற்று நிதானம் காட்டியிருந்தால் இந்தப் புழுதிப்புயல் எழுந்திருக்காது என நாம் உறுதியாகக் கூறலாம்" என்பது குருகுலப் பிரச்சனை பற்றிய கட்டுரையாசிரியரின் கருத்து!

ஒரு அடிமைச் சமூகத்தின் தன்னெழுச்சியை இவ்வளவு குறைத்து மதிப்பிடுவது சமூக அசைவு பற்றிய புரிதலின்மையைக் காட்டுகிறது. அறிவுக் குறைவால் விளைகிற, பயனற்ற, வசதிக் குறையை ஏற்படுத்துகிற புழுதியை இத் தன்னெழுச்சி மிக்க சமூக நிகழ்வுக்கு உவமையாகக் கூறுவது அதன் காரணத்தை, விளைவைக் குறைத்துக் கருதுவதை, புரிந்து கொள்ளாததை, புரிந்துகொள்ள மறுப்பதை அல்லது புரிந்ததை வெளிப்படுத்த விரும்பாததைக் காட்டுகிறது. மேலும்

போராட்டத்தைப் 'புழுதிப்புயல்' எனக் கட்டுரையாசிரியர் அழைப்பது, முன்பே ஒரு வரலாற்றாசிரியர் 'அரசியல் புயல்' என மதிப்பிட்டதன் தாக்கத்தால் எனலாம். வரலாற்றாசிரியரின் சொல் தாக்கத்திலிருந்து தப்பிக்க முயன்றாலும் கருத்தின் தாக்கத்தால் கட்டுண்டு விடுகிறார். காவியகண்ட கணபதி சாஸ்திரி சொன்ன முடிவை ஏதோ ஆச்சர்யமான கருத்தைப் போல அவரைப் போலவே விதந்துரைப்பதும், முனிவர் முனிவர் என்று கட்டுரையில் அவரைப் போலவே குறிப்பதும் தப்பிக்கவில்லை என்ற கருத்தை உறுதி செய்வதாகும்.

2004, டிசம்பர் 6 அல்லது 7ஆம் தேதி சென்னை உலகத் தமிழாராய்ச்சி நிறுவனத்தில் வ.வே.சு. ஐயர் பற்றி ஒரு கருத் தரங்கம் நடந்தது. அரைநாள் விடுப்பெடுத்துக்கொண்டு கேட்கப் போயிருந்தேன், தலைமை வகித்தவர் வ.வே.சு. ஐயர் ஒன்பது ஆண்டுகள் சிறையில் வாடினார் என்று வருந்தினார். அடுத்து வந்தவர் நல்ல வேளையாக ஒன்பது மாதத்திலேயே அவரை சிறையிலிருந்து விடுவித்து மகிழ்ச்சி அடைந்தார். குறுந்தொகை யின் '4002' பாட்டையும் ஆங்கிலத்தில் வ.வே.சு. ஐயர் மொழி பெயர்த்து விட்டார் என்றும், அவர் செய்த திருக்குறள் மொழிபெயர்ப்பு 1951இல் வெளிவந்ததாகவும் ஒருவர் அடித்துப் பேசினார். இப்படித்தான் தவறான மிகை கற்பனைகளால் வ.வே.சு. ஐயர் வரலாறு தமிழ்நாட்டின் கல்வி உலகில் மிதக்கிறது.

இதையெல்லாம் பார்க்கும்போது வ.வே.சு. ஐயரின் வாழ்க்கையைப் பற்றி இதுவரை வெளிவந்துள்ள நூல்கள் ஒருவகை வழிபாட்டு உணர்வுடன் விளங்குகின்றன என்ற கட்டுரையாசிரியரின் கருத்து சரியானது. இது எவ்வளவு சரியோ, அவ்வளவு, கட்டுரையாசிரியருக்கு வ.வே.சு. ஐயரின் செயலைக் கண்டிக்க மனம் வரவில்லை என்பதும். மனசாட்சி பேச முயல்கிறது, வேறு எதுவோ அவரைத் தடுக்கிறது.

குருகுலப் போராட்டம் - வரலாற்றுச் சுவடுகள் (2002)

சேரன்மாதேவி குருகுலம் பற்றிய அடுத்த முழு நூல் கி. வீரமணி எழுதிய 'சேரன்மாதேவி குருகுலப் போராட்டம் - வரலாற்றுச் சுவடுகள்' என்பது. கிடைத்த சுவடுகளை வைத்து வழியைத் தேடும் நிலையில் எழுதப்பட்டது என ஆசிரியர் கூறுவது உண்மையே.

குடிஅரசு (1925 ஏப்ரல் 29, ஜூன் 7, 14, ஜூலை 7; 1933 டிசம்பர் 3; 1937 ஜூன் 20; 1943 நவம்பர் 23; 1950 மார்ச் 30), *விடுதலை* (1951 ஏப்ரல் 11; 1953 ஜனவரி 5; 1956 ஆகஸ்ட் 10; 1962 ஜனவரி 11), *தினமணி* (1937 ஜூன் 9), *நண்பன்* (2002

நவம்பர் 24) எனப் பெரிதும் சம்பவ காலத்திற்கு பிறகான காலத் தகவல்களையும், ரா.அ. பத்மநாபன், நாரா நாச்சியப்பன், திரு.வி.க., பெ.சு. மணி, ம.பொ.சி., அ. ராமசாமி ஆகியோரின் நூல்களையும் ஆதாரமாகக் கொண்டு நூல் எழுதப்பட்டிருக் கிறது.

பெரிதும் கட்டுரைச் செய்திகளைத் தந்து அவற்றின் மீதான விமர்சனங்களை வைக்கும் போக்கில் நூல் அமைந் துள்ளது. பிராமணரான வ.வே.சு.வின் தவறை மறைக்க, நியாயப் படுத்த, பிற்கால வரலாற்று ஆசிரியர்கள் மேற்கொள்ளும் முயற்சிகளை இந்நூல் எடுத்துக்காட்டி அவற்றுக்கு எதிரான கருத்துகளை முன்வைக்கிறது.

குருகுலப் போராட்டத்தின் முழு வரலாற்றை அறிய இன்னும் தகவல் தேவைப்படுவதை உணர்ந்துள்ள ஆசிரியர், அறிஞர்கள் தகவல்களை அனுப்பி உதவினால் அடுத்த பதிப்பு களில் பயன்படுத்துவோம் என முன்னுரையில் கேட்டுக் கொண்டுள்ளார். நமது அறிஞர்கள் என்ன செய்திருப்பார்கள் என்று நமக்குத் தெரியாதா? அடுத்த பதிப்பும் வரவில்லை.

~

குருகுலப் போராட்டத்தைப் பற்றிய இவ்வியலில் குறிப்பிடப்பட்ட வரலாற்றுப் பதிவுகளின் சாராம்சத்தைக் கீழ்க்காணுமாறு தொகுக்கலாம்.

மிதமான விமர்சனமாக டி.எஸ். சொக்கலிங்கத்தின் கருத்து வரலாற்றில் பதிவாகியுள்ளது. அப்போராட்டத்தின் பின் விளைவுகளை அரசியல்வாதியாக இருந்தும் அவர் முக்கிய மானதாக உணரவில்லை. காங்கிரசுகாரராக இருந்தது காரணமாக இருக்கலாம். திராவிட இயக்கத்தவராக இருந்தும் சி.பி. சிற்றரசுவுக்கு வரதராஜுலுவின் புகழ்பாடுவதே முக்கிய மானதாகப் பட்டிருக்கிறது. குருகுலத்தை விரிவாக இவர் பதிவு செய்யவில்லை. 'வரலாறு முக்கியம் அமைச்சரே' என்பதை உணர்ந்திருந்த வெ. சாமிநாத சர்மா வரலாற்றின் பழியிலிருந்து வ.வே.சு. ஐயரைக் காப்பாற்றும் வேலையை ஏற்றிருக்கிறார். அதே காரணம் பற்றி பி.ஸ்ரீ. பேச வேண்டிய பொருளைப் பேசாது தவிர்க்கிறார். ரா.அ. பத்மநாபன் விரிவாகப் போராட்டச் செய்திகளைத் தருவதோடு நடுநிலை தொனிக்காக முயன் றுள்ளார். ஆனாலும் தராசு வ.வே.சு. ஐயர் பக்கம் சாய்ந்து விட்டது. ஈ.சா. விசுவநாதன் பெரியாரின் பார்வையில் குருகுலப் போராட்டத்தைப் பதிவு செய்துள்ளார். யார் போராட்டத்தை முன்னெடுத்தவர் என்பதை அனுமானித்ததாக தெரியவில்லை.

சாதி சமத்துவ நிலைக்கு வ.வே.சு. ஐயர் எதிராக இருந்தார் என்பதையும் வரலாறு எழுதியோர் பலரும் வ.வே.சு. ஐயருக்குச் சார்பாகவே இருந்தனர் என்பதையும் சான்றுகளுடன் கி. வீரமணி பதிவு செய்கிறார். ஆர்.சண்முகசாமி அதிக ஆதாரங்களைப் பயன்படுத்தினாலும் வ.வே.சு. ஐயருக்கு ஆதரவான தொனியுடன் எழுதியுள்ளார். வேறு யாரைவிடவும் வ.வே.சு. ஐயரிடம் இறுதிவரை நெருக்கமாக இருந்தவர் புரவலர் வை.சு. சண்முகம். எவரிடமும் இல்லாத குருகுலத் தகவல்கள் அவரிடம் நிச்சயம் இருந்திருக்கும். அவை, அவரது வரலாற்றில் பதிவாகாதது குருகுல வரலாற்றுக்குப் பெரும் இழப்பு. நாரா நாச்சியப்பனின் நூல் சமூக நீதிக்கான முதல் போராட்டம் என குருகுலப் போராட்டத்தைச் சரியாக மதிப்பிடுகிறது. ஆனால் அதை உணர்த்தும் முயற்சியில் தவறுகிறது. 'விடுதலை வேள்வியில் தமிழகம்' நூலின் நோக்கத் திற்குள் குருகுலப் போராட்டம் வரவில்லை என்றாலும் அதன் முக்கியத்துவத்தை அ. பாண்டுரங்கன் உணர்ந்துள்ளார். முன்பே குறிப்பிட்டபடி அவர் மனம் உணர்வதை அவருடைய பதிவு சொல்லவில்லை.

~ ~

பின்னிணைப்புகள்

பின்னிணைப்புகள்

1. குருகுலம்
   - (i) வ.வே.சு. ஐயர் வேண்டுகோள் — 201
   - (ii) பெற்றோர் ஒப்பந்தம் — 208
   - (iii) குருகுல வாழ்க்கை – சுத்தானந்த பாரதி — 211
   - (iv) தினசரி புத்தகக் குறிப்புகள் — 226
   - (v) எங்கள் பாபநாச யாத்திரை – வ.வே.சு. ஐயர் — 239
   - (vi) குருகுலப் படம் — 244

2. போராட்ட ஆவணங்கள்
   - (i) அறிக்கைகள் — 246
     வரதராஜுலு நாயுடு, வ.வே.சு. ஐயர், சொ. முருகப்பா, வை.சு. சண்முகம், பெரியார்
   - (ii) விவாதங்கள்
     1. எம். பக்தவத்சலம் – பி. கந்தசாமி — 261
     2. காந்தி – வரதராஜுலு — 269
     3. தமிழ்நாடு காங்கிரஸ் கமிட்டி விவாதம் — 272
   - (iii) காந்தி கடிதங்கள்
     வரதராஜுலு நாயுடு — 302
     டி.ஆர். மகாதேவ ஐயர் — 303
     எஸ். ராமநாதன் — 304
     திருமதி வ.வே.சு. ஐயர் — 305

3. ஏணியேற்ற நிலையம் – அ. மாதவையா — 307

4. பிற்காலப் பார்வை
   ராய. சொக்கலிங்கன் — 313
   டி.எஸ். சொக்கலிங்கம் — 318

5. படங்கள் — 321

6. வாழ்க்கை வரலாற்றுக் குறிப்புகள் — 329

பின்னிணைப்பு விளக்கம்

குருகுலம் மற்றும் போராட்டம் பற்றிய முழுப் புரிதலைத் தரும் நோக்கத்தில் சில ஆவணங்களைப் பின்னிணைப்பாகத் தந்துள்ளேன். அவற்றின் விவரம் வருமாறு.

குருகுலம் தீர்க்கமான திட்டமிடலுடன் தொடங்கப்பட்டதை உணர்த்தும் வ.வே.சு. ஐயரின் விரிவான வேண்டுகோள்; குருகுலத் தரப்பிலேயே இறுதிச் சொல் இருக்கும்படியாக அமைந்த இதுவரை அச்சேறாத பெற்றோர் ஒப்பந்தம்; லட்சியமயமான கல்வியை நினைவூட்டும் குருகுல அமைப்பு மற்றும் தினசரி வாழ்க்கையின் காட்சி வருணனையாக அமைந்த சுத்தானந்த பாரதி எழுதிய குருகுல வாழ்க்கை; கல்லிடைக்குறிச்சியிலும் சேரன்மாதேவியிலும் இயங்கிய குருகுலத்தில் தினந்தோறும் நிகழ்ந்த நிகழ்வுகளின் விவரிப்பு கொண்ட குருகுலத்தவரே எழுதி வைத்திருந்த, இதுவரை வெளிவராத தினசரிப் புத்தகக் குறிப்புகள்; குருகுலப் பயிற்சியில் சிறப்பாகச் சுட்டப்படும் நேரடிக் கல்வி ஒன்றைப் பற்றி வ.வே.சு. ஐயர் எழுதிய 'எங்கள் பாபநாச யாத்திரை'; 1937இல் ஹனுமான் இதழில் வெளிவந்த இத்தலைமுறை பார்த்திராத குருகுலத்தினரின் படம் ஆகியவை குருகுலம் என்ற தலைப்பிலான பின்னிணைப்பு 1இல் தரப்பட்டுள்ளன.

போராட்ட ஆவணங்கள் என்ற தலைப்பு கொண்ட பின்னிணைப்பு 2 குருகுலப் போராட்டத்தில் இடம்பெற்ற முக்கிய அறிக்கைகள், விவாதங்கள், கடிதங்கள் அடங்கியது. போராட்ட உரையாடலைப் புரிந்துகொள்ள உதவுபவை இவை. போராட்டத்தை முன்னெடுத்தவர் (வரதராஜுலு), குருகுலத் தலைவர் (வ.வே.சு. ஐயர்), பத்திரிகை ஆசிரியர் (சொ. முருகப்பா), புரவலர் (வை.சு. சண்முகம்), போராட்டத்திற்குப் பின்புலமாக இருந்தவர் (பெரியார்) ஆகியோர் எழுதிய, வகைக்கு ஒன்றாய்க் கால ஒழுங்கில் தேர்ந்தெடுக்கப்பட்ட கட்டுரைகளைக் கொண்டது அறிக்கைகள் பகுதி. விவாதப் பகுதியைத் தேர்வதில் பன்முகப் பார்வை என்ற அம்சத்தை முதன்மைப்படுத்தியுள்ளேன்.

எம். பக்தவத்சலம் வாதத்தையும் அதற்கு பி. கந்தசாமி ஆற்றிய எதிர்வினையையும் இப்பகுதியில் சேர்த்துள்ளேன். வ.வே.சு. ஐயரை ஆதரித்த பிராமணரல்லாதார் என்ற அரியதன்மைக்காக வழக்கறிஞர் பக்தவத்சலத்தையும், போராட்ட வரலாற்றுச் சுருக்கத்தைத் தந்துள்ளவர் என்பதற்காக மாவட்ட காங்கிரசு செயலாளர் கந்தசாமியையும் தேர்ந்தேன். காந்தி-வரதராஜுலு விவாத இடம்பெறல் போராட்டத்தின் முக்கியத்துவத்தைப் புலப்படுத்தும் நோக்கிலானது. காங்கிரஸ் கமிட்டி விவாதம் (29 ஏப்ரல் 1925) பிராமணர், பிராமணரல்லாதார், வைதிகர், நடுநிலையாளர், முஸ்லிம் என்று அனைத்துத் தரப்பினர் பார்வைகளையும் தொனியுடன் தெளிவுறக் காட்டுவதாகும். காந்தியின் வாழ்காலத்தில் அவர் ஈடுபடாத இந்தியாவின் முக்கிய நிகழ்வுகள் ஒன்றுமே இருக்காது போலும். இப்போராட்டத்தில் காந்தியின் நீண்ட தொடர்பைச் சுட்டும் அவரது சில கடிதங்களைத் தந்துள்ளேன்.

பின்னிணைப்பு 3 இப்போராட்டத்தின் சமகால இலக்கிய எதிரொலியாகக் கிடைக்கும் ஒரே படைப்பான அ. மாதவையாவின் 'ஏணியேற்ற நிலையம்' (1925) சிறுகதையைக் கொண்டது.

போராட்ட சமயத்தில் குறிப்பிட்ட நிலை எடுத்தவர் பிற்காலத்தில் வேறு பார்வைக்கு மாறியிருக்கவும் கூடும். பிற்கால நிலைமை என்ன என்றறிவதும் வரலாற்றுக்கு முக்கியம். அவ்வகையில் வாசகர்களே அக்கட்டுரைகளை நேரடியாகப் படித்து சுயமாகக் கருத்தை உருவாக்கிக்கொள்வது பயன்தரும். அதற்கு வசதியாகப் போராட்டக் காலத்தில் வ.வே.சு. ஐயருக்கு எதிர்நிலை எடுத்த ஊழியன் ஆசிரியர் ராய. சொக்கலிங்கன், தமிழ்நாடு பத்திரிகையில் பணிபுரிந்த டி.எஸ். சொக்கலிங்கம் ஆகிய இருவரும் முறையே 1943இலும் 1956இலும் எழுதிய வ.வே.சு. ஐயர் பற்றிய கட்டுரைகளைப் பிற்காலப் பார்வை என்னும் பின்னிணைப்பு 4இல் தந்துள்ளேன்.

போராட்டத்தில் முக்கியப் பங்கேற்றவர்களுடன் "நினைவு முகம் மறந்து போச்சே" என்று வரலாறு முணுமுணுக்கும் தொடர்புடைய சிலரின் படங்களைக்கொண்டது பின்னிணைப்பு 5. ஹோசி மின்னை நினைவூட்டுகிற காவியகண்ட கணபதி சாஸ்திரியின் படம் அதில் ஒன்று. நூலில் இடம்பெற்றுள்ள பிரமுகர்களுள் காலம் மறந்துவிட்ட பலருள் எம்.கே. ஆச்சாரியா, காவியகண்ட கணபதி சாஸ்திரி, வை.சு. சண்முகம், சொ. முருகப்பா ஆகியோர் பற்றிய சிறு வாழ்க்கைக் குறிப்புகளைக் கொண்டது பின்னிணைப்பு 6.

○

1.

குருகுலம்

(i)
வ.வே.சு. ஐயர் வேண்டுகோள்

THE TAMIL GURUKULA VIDYALAYA
KALLIDAIKKURICHI
(Bharadvaja Ashrama)

An Appeal

1. We hope it is unnecessary in these days to expatiate at length on the necessity of starting a central institution in the Tamil Country for the imparting of education to the young on national lines.

2. We have for a long time been thinking of establishing a Gurukula Vidyalaya for the purpose, and are glad to announce now that arrangements have been made to start the Gurukula at Kallidaikkuruchi, Tinnevelly District, which is one of the most beautiful spots in the whole of India. A branch is also to be opened as early as possible at Kodambakkam near Madras city.

3. We indicate below the main features of the mode of training that will be given to the students of the Vidyalaya.

General

(i) Students will board and lodge at the Vidyalaya itself. They will be waked at least an hour before day-break. After a short prayer they will be taken out for a walk at the end of which they will take to their ablutions. During the walk set prayers from the Devaram, Tiruvachakam, Nalayiram, the Vedas, etc. will be recited by the students in chorus. After bath the students will meditate on their Ishta Devata for about half an hour.

(ii) Classes will go on from 6.30 to 10 a.m. (with an interval of half an hour at 7.30 a.m for the morning meal) and from 2.30 to 4.30 p.m. The regular meals will be served at 12.30 p.m. and at 7.30 p.m.

(iii) Classes will be generally held in the open air under the shades of trees.

Teaching in the lower Standards

(iv) In the lower standards books will be but sparingly used in the classes. The teacher would make the students study an object of nature such as a tree or an animal or a bird by their own observation, himself helping them merely by drawing their attention to the facts and details omitted by them. This method will develop in the students the habit of keenly sensing the objects of study, which is the ultimate basis of all knowledge and chastened emotion. What lies at the root of the intellectual and moral sterility of the present generation is the system, at present in vogue, of teaching in the lower standards lessons from the reading books in the class room while the student does not see the objects that form the subject-matter of the lesson. Our method will correct this and create an alertness in the minds of the pupils which will ultimately develop their intellects to the highest degree of which they are capable.

Mathematics will be taught according to the latest methods of teaching, namely by showing the elementary class pupils concrete objects and making them actually perform the operation of addition, subtraction, measurement, etc. on the objects. Elementary notions of geography -topographical as well as physical - will be taught by making the pupils observe the soil in and round about the Ashrama and note the analogues of mountains, rivers, lakes, oceans, hills, etc. on the landscape in sight. During the rains the pupils will be made to see for themselves from the course of the rain - channels, the manner in which water partitions separate water-sheds, the manner in which rivers form themselves and choose their natural channels, the manner in which they join larger rivers to form tributaries and divide in order to form branches and deltas etc.

In short, every phenomenon of nature in the successive seasons of the year will be indented upon to teach the pupils those subjects which deal specially with those and similar phenomena.

History will be taught in the lower standards in the form of biographies and short Puranic and historical stories. The pupils will be advanced stage by stage up to the highest conception of history, namely the study of individual, social and communal motives that lie behind the kaleidoscopic changes in the political and social conditions of races. A special method for the study of particular periods of Indian history will also be adopted in the Vidyalaya for which please refer to para 9.

Experimenting on known objects and substances in order to discover their nature and composition in a general way as well as in order to produce new compounds will also be encouraged from the very lowest classes in progressive degrees.

(v) In the higher classes books will be employed more freely, but the teachers will always insist on the students seeing actually, if possible, or imaging in the mind the objects which form the subject-matter of the various lessons. The development of the imagination as a handmaid to the intellect will be carefully attended to. Even in the highest classes education will be imparted only through the Tamil language. In the sixth year of the course the pupils who desire to pursue higher studies will be helped to choose the subject in which they can most profitably specialise.

History, Economics and Commercial Geography, Tamil, Telugu, Sanskrit, English and Hindi literatures, Philosophy - Eastern and Western and Mathematics will be among the cultural subjects that will be introduced in the higher classes from the starting of the Vidyalaya. As funds and teachers are available, Kanarese, Malayalam, Bengali, Marathi, Gujarathi, Persian, Arabic and Singhalese literatures will be added as cultural subjects. Tamil will be compulsory even when other special subjects are chosen for study by the pupil.

As the Vidyalaya gains larger support - which we hope will be within a year or two from the start - Scientific and Technological subjects and Commerce and Banking will be introduced in the curriculum for the higher classes. It is our ambition to make the Vidyalaya a great cultural and research university for the exploration of the secrets of nature that wait to be explored and for discovering the means of conquering and utilising her in all her various aspects, for the common benefit of humanity. So, an uptodate Physical and Chemical laboratory will be established, as soon as the requisite funds are available, for the training of the regular students in Chemistry, Electricity, etc. as well as for research work by advanced students and masters.

4. Recognising that the chief social defect in the present system of English education is that it does not aim at making the students self - dependant, self - reliant - the sole object of the present foreign system of education, as seen from its results during the 70 years during which it has held the field, being the creation of a parasitical class of men who have to hang on to Government or to some private institution or person in order to earn the wherewithal to live - the Vidyalaya will give all its students, besides the usual intellectual and spiritual training, a training in the methods of some productive art or other. Weaving, horticulture, agriculture and dairy forming will be among the vocational arts to which the students will be trained according to their choice from the beginning.

A workshop will also be fitted in due course for the training of those who desires to learn and specialise in machine work and machine construction, carpentry, smithy, etc.

5. Students will be required to spin about two hours every day.

6. As there can be no advance of national education without a large number of trained teachers to impart education on the best modern lines while at the same time preserving the national atmosphere in the classes, a constant stream of teachers will be trained in the Vidyalaya for employment not only in the Vidyalaya itself but also in the innumerable national schools that are bound to spring up in the near future in the country.

7. As physical efficiency is not less important than intellectual and other efficiency, the Vidyalaya will see that every student devotes himself to the kind of physical exercise that is best suited to his constitution and taste. English as well as Indian games and Hatha Yoga will be encouraged in the Vidyalaya. It is the ambition of the Vidyalaya to train all its students for every kind of endurance by a system of discipline eclectically chosen and adapted from the ancient Aryan, Dravidian, Spartan and Japanese systems in their best days.

8. The health of the students and other inmates of the Ashrama will be among the primary concerns of the Ashrama and medical attendance will be provided for in the Ashrama itself.

9. In order to train capable students in artistic self expression and create an atmosphere of art in the Vidyalaya, and also in order to make the students realise in their minds the significance of the more important periods of national as well as world history, there will be enacted in the Vidyalaya, with pupils themselves as actors, plays on such subjects as the Ramayana, the Mahabarata, Buddha Charitra, Jina Charitra, the Christ story, the story of the Caliphs, Rajendra Chola Charitra, Tirunavukkarasu Nayanar Charitra, Sundaramurti Nayanar Charitra, Kannaki Charitra, Prithviraja Charitra, Shivaji Charitra etc. These plays will be enacted in the open air even as the Christ play in Germany and will be played during the anniversaries of the Vidyalaya and also, if possible, during the festivals of Rama Navami, Krishnashtami, etc.

10. The one feature that will distinguish the Vidyalaya from the common educational institutions around it will be the atmosphere of Dharma and patriotism that will pervade the whole Vidyalaya. It will be the incessant care of the Vidyalaya to weave into the nature of all its students the ancient Indian ideals of constant endeavour after Truth - objective as well as subjective - active Jana - Seva or social service, the moral perfection of the individual self, readiness to sacrifice the self for public good as well as for the good of a suffering neighbour, fearless pursuit of the Good and the True in all their infinite implications etc. And the one passion that will be made, God willing, constantly to burn in the hearts of the students is dynamic patriotism - the irrepressible desire to work unceasingly for the glory of the motherland.

11. As soon as sufficient funds are available a separate Vidyalaya will be established for girls also. Those girls who may be sent to us in the meantime will be educated in the present Vidyalaya itself.

12. A small number of single-minded and devoted men are already banded together for the efficient conduct of the Vidyalaya and the Ashrama which will be under the control of Shriman V. V. S. Aiyar who is determined to work whole-heartedly for the expansion of National Education in South India.

13. The Ashrama therefore confidently appeals to the Indian public for support by means of funds and otherwise. The Ashrama requires Lakhs and Lakhs of funds for the achievement of all its objects. We suggest a few methods by which generous - hearted and public-spirited men and women can help the same.

   i) They may send a lumpsum of money by way of donation to the Ashrama.

   ii) They may bestow lands as gifts to the Ashrama.

   iii) They may send yearly or monthly subscriptions for the Ashrama.

   iv) They may set apart a portion of their income or profits as they accrue for the benefit of the Ashrama, and send it to the portion so set apart every month.

   v) They may set apart every day some handfuls of rice for the use of the Ashrama and hand over the same to the collectors authorised by the Ashrama.

   vi) They may remember the Ashrama during marriages and other festive occasions and bestow on it sambhavanas or gifts.

14. The following is the budget of expenditure for the first year of work.

	Rs.
Feeding and other expenses of 30 inmates of the Ashrama: pupils, teachers and their families	5,400
Servants	400
Lighting	100
Library and school books	700
Medical requisites	200
Travelling expenses, stationery, postal, printing and other expenses	700
Building of cottages	1,000
School requisites	500
Capital for agricultural work	1,000
Spinning wheels and cotton	200
	10,200

15. As we desire to start work as early as possible, we request public-spirited ladies and gentlemen to send to the following address of Shriman V.V.S. Aiyar such help as they intend to give for the Ashrama.

16. Those who desire to send their children to us for education, as well as those who desire to join the Ashrama should write to the same address.

Please address all communications to:

V.V.S. Aiyar
'Bharadvaja Ashrama'
Kallidaikkurichi (Tinnevelly District)

Swadharma, 23 April 1922

~

மேற்கண்ட வேண்டுகோளை வெளியிட்ட *சுதர்மா* கீழ்க்காணும் பாராட்டையும் குருகுலத்திற்குப் பின்னாளில் அளித்தது

The Tamil Gurukulam

Mr. V.V.S. Aiyer's appeal for a residential educational Institution is published on page 357. Mr. Aiyer would be supplying a great felt want, by working a scheme of the charecter he has described. The awakening of India ought to manifest itself in the religious, educational, social and political spheres of activity. The problem of the panchama and an education that would make the student a useful citizen of India, is now recognised to be part of the programme for the emancipation of India. Mere political agitation without these necessary changes could never advance India. Our future must be based on brotherhood, equality and . . . that would fit its children to carry on India's message to every corner of the world. We congratulate Mr. V.V.S. Aiyer for starting an institution that will have a far reaching effect on the Tamil land and we hope that every Indian would help him to make his institution a living centre of educational activities here.

Swadharma, 8 October 1922

*நவசக்தி*யிலும் (17 நவம்பர் 1922)
இவ்வேண்டுகோள் வெளிவந்துள்ளது.

~ ~

(ii)

பெற்றோர் ஒப்பந்தம்

திருநெல்வேலி ஜில்லா அம்பாசமுத்திரம் தாலுகா கல்லிடைக் குறிச்சியில் தற்காலம் ஸ்தாபிக்கப்பட்டிருக்கும் தமிழ்க் குருகுல வித்தியாலயத்தின் தற்காலத் தலைவர் வ.வெ.ஸு ஐயருக்கு, மதுரை ஜில்லா மேலூர் தாலுகா மேலூர் கஸ்பாவிலிருக்கும் சி. விநாயக முதலியார் எழுதிக்கொடுத்த ஒப்பந்தமாவது: என்னுடைய மனுவின் பேரில் தாங்கள் எனது குமாரனான நமச்சிவாயம் பிரம்மசாரியைத் தமிழ்க் குருகுலத்தில் இலவச மாணவனாகச் சேர்த்துக்கொள்ள உத்திரவு செய்திருப்பதால் நான் எனக்காகவும் மேற்படி பிரம்மசாரிக்காகவும் சேர்த்து அடியிற் கண்ட நிபந்தனைகளுக்குக் கட்டுப்படுவதாக ஒப்புக் கொள்ளுகிறேன்.

க. தற்காலம் பதினோரு வயதுள்ள எனது குமாரனாகிய ஷை பிரம்மசாரி நமச்சிவாயம், அவனது உக வயது முடியும் வரையில் தங்கள் வித்தியாலயத்தில் பிரம்மசாரி வாழ்க்கையைக் கடைப்பிடித்து ஒழுகி, அதில் கொடுக்கப்பட்டுவரும் கல்வியைச் செவ்வனே கற்றுவருவதோடு, ஷை குருகுல வித்தியாலயத்தின் அதிகாரிகளும் உபாத்தியாயர்களும் இடும் உத்திரவுகளையும் ஷை வித்தியாலயத்தில் அவ்வப்பொழுது அனுஷ்டானத்துக்குக் கொண்டுவரப்படும் சட்டதிட்டங்களையும் ஒட்டி ஒழுகுவான்.

உ. ஷை நமச்சிவாயம் பிரம்மசாரிக்கு உக வயது பூர்த்தியாகு முன் ஷை தமிழ்க் குருகுல வித்தியாலயத்திலிருந்து அவனை நானே நேரிலாவது இதரர் மூலமாயாவது வெளியேற்றிச் செல்வதில்லையென்றும் 21 வயதுவரையில் அவனுக்கு விவாகம் செய்துவைக்கிறதில்லை என்றும் ஒப்புக்கொள்ளு கிறேன். ஷை பிரம்மசாரி என் வீட்டிற்கு வந்துவிட்டுப் போவதற்கு ஏதாவது அவசியமான காரணங்கள் ஏற்

பட்டால் தாங்கள் அவனுக்குச் சில நாட்களுக்கு ஓய்வு கொடுத்து அவனை என் வீட்டுக்கு அனுப்பித் தருவீர்களாகவும், காரணத்தின் அவசியம் அனாவசியத்தைப் பற்றித் தங்களது அபிப்பிராயமே முடிவான அபிப்பிராயமாகக் கருதப்படுவதற்கு நான் சம்மதிக்கிறேன்.

௩. தமிழ்க் குருகுல அதிகாரிகளே ஷே நமச்சிவாயம் பிரம்மசாரிக்கு உணவு, உடை முதலிய வாழ்க்கையின் ஆவசியகங்களைத் தங்கள் செலவிலேயே அளித்து வருவதோடு ஷே வித்தியாலயத்தின் திட்டப்படி அவனுக்குக் கல்வியும் உதவி வரவேண்டுமாதலின், இவ்வொப்பந்தத்தின் மூலமாக ஷே நமச்சிவாயம் பிரம்மசாரியின் ரக்ஷக ஸ்தானத்தின் அதிகாரங்கள், உரிமைகள் முதலியன அனைத்தையும் தங்களுக்கே கொடுத்துவிடுகிறேன்.

௪. மேலே குறிப்பிட்ட **௨௧** வயது முடியுமுன் ஷே நமச்சிவாயம் பிரம்மசாரிக்கு விவாகச் சடங்குகள் செய்யப்பட்டாலும் துவக்கப்பட்டாலும், ஷே நமச்சிவாயம் பிரம்மசாரி தங்களுடைய தெளிவான உத்திரவின்றிக் குருகுலத்தை விட்டு வெளியேற்றப்பட்டாலும், அவனே வெளியேறினாலும் நாளது தேதி முதல் அவன் எக்காரணத்தாலேனும் தங்கள் அனுமதியின்றி வெளியேறுகிற தேதிவரையில் உள்ள காலத்துக்கு மாதம் ஒன்றுக்கு ரூபா இருபத்தைந்து வீதம் கூடியுள்ள தொகையைத் தங்களுக்கு உடனே கொடுத்து விடுவேனாகவும்.

௫. ஷே நமச்சிவாயம் பிரம்மசாரிக்குக் கல்வி வராத காரணத்தாலோ அல்லது தகுந்த வேறு காரணத்தாலோ ஷே பிரம்மசாரியைத் தாங்கள் குருகுலத்தை விட்டு நீக்குவதாக இருந்தால் இந்த ஒப்பந்தத்திலுள்ள எல்லா நிபந்தனைகளும் தானாகவே நீங்கிவிடும் என்பதை ஏற்றுக் கொள்ளுகிறேன்.

௬. இந்த ஒப்பந்தத்தின்படி ஏற்படும் உரிமைகளும் அதிகாரங்களும் கடமைகளும் தங்களையும் மேற்படி தமிழ்க் குருகுல வித்தியாலயத்தின் அவ்வக் காலத்துத் தலைவர்களையும் என்னையும் மேற்படி நமச்சிவாயம் பிரம்மசாரியையும் எனது இதர வாரீசுகளையும் சேரும் என்றும் கட்டுப் படுத்தும் என்றும் ஏற்றுக்கொள்கிறேன்.

ஷே நமச்சிவாயம் பிரம்மசாரி ௨-வது ரசனையில் கண்டிருக்கிற பிரகாரம் எனது வீட்டுக்கு வந்துவிட்டுப் போக

வேண்டியிருக்கும்பொழுது அவனது பிரயாணச் செலவுகள் அனைத்தையும் நானே கொடுத்துக்கொள்ளுவேனாகவும்.

சி. விநாயகம்
தேசிய சபை பரிசாரகம்
மேலூர்

சகம் 1846 ஆடி 5
(20.7.1923)

சாக்ஷி:

கல்லிடைக்குறிச்சி பாரத்துவாஜ ஆசிரமவாஸி க. ஈ. சிவராமய்யர்.

இதை எழுதினது ஷை பாரத்துவாஜ ஆசிரம காரியஸ்தர் ரா. அனந்தகிருஷ்ணன்.

– கள ஆய்வில் கிடைத்தது

~ ~

(iii)
குருகுல வாழ்க்கை
சுத்தானந்த பாரதி

ஓம், ஓம்! சேரமாதேவி வந்தது; காலை ஒன்பது மணி; புதன் கிழமை. சுபவேளையில் நான் பாரத்வாஜ ஆசிரமத்துள் புகுந்தேன். ஒத்திகை முடிந்து உலகரங்கில் பிரவேசிக்கிறேன். வயது இருபத்தைந்து.

வீரவிளக்கு ஐயர்!

தி.ரா.மகாதேவையர், 'வாருங்கோ பாரதி' என்று ஒரு கூரை வீட்டில் வரவேற்று மாணவருக்கு அறிமுகப்படுத்தினார். ஓம் சக்தி! ஓம் சாந்தி! ஐயர் வந்தார்.

ஐயர்: வாருங்கோ; நமஸ்காரம்! ரொம்ப நாளாக எதிர்பார்த்தேன்.

நான்: ஓம் சுத்தசக்தி ஓம்! இன்று மாறிப் பிறந்தேன்.

ஐயர்: பாரத சக்தி முடிந்ததா?

நான்: ஒரு தரம் முடிந்தது. நகாசு செய்ய வேண்டும். கலைச் சிற்பியான தாங்கள் வரிவரியாகப் பார்த்து உதவ வேண்டும்.

நான் ஐயரைப் படம் பிடிப்பதுபோலப் பார்த்தேன்.

ஐயர் வாழ்வுடன் என் வாழ்வு ஐக்கியமானது. இருவரும் கனி கடலைச் சாப்பிட்டுக்கொண்டே அவர் அறையில் பல விஷயங்களைப் பேசினோம். இடையிடையே ஐயர் சரித்திரம் வரும்படியாகக் கேள்விகளைப் போட்டுவிடுவேன். முதலில் கொஞ்சம் சங்கோசப்பட்டார். பிறகு நான் கேட்டதெல்லாம் பிரியமாகச் சொன்னார். படிக்கும்போது, நாட்டு நடப்புகளைப் பேசும்போது, பாரதசக்தி பாடும்போது, உண்ணும்போது, உலாவும்போது மெல்லமெல்ல அவரது உண்மை வரலாற்றை

சேரன்மாதேவி குருகுலம்

அவர் வாயிலிருந்தே வாங்கிக் குறிப்பெழுதினேன். அதுவே வீரவிளக்கு வ.வே.சு. ஐயர் என்ற நூலாக வெளிவந்தது.

ஐயர் வாழ்க்கைக் கலையில் ஊறியெழுந்து, 1909வரையில் சமநிலத்தில் ஓடியது; லண்டனில் புரட்சிப் புயலானது; புதுவையில் சண்டமாருதமானது; காந்தி பக்தியால் மந்தமாருத மாகிச் சென்னையில் உலாவிச் சிறையில் புகுந்து, பிறகு குருகுலச் சோலையில் தமிழ் மலர்களுடன் கொஞ்சி விளை யாடியது. இறுதியில் கம்பி மின்னல்போல் கல்யாண அருவியில் மறைந்தது.

ஐயர் புதுவையிலிருந்து சென்னைக்கு வந்ததும் கடிதவுறவு கொண்டோம். சிறையிலிருந்து வெளிவந்ததும் அவர் குருகுலம் காண இடந்தேடினார். திருப்பராய்த்துறையில் இடம்பார்த்து, பிறகே கல்லிடைக்குறிச்சிக்கு வந்தார்.

குருகுலக் காட்சிகள்

கல்லிடைக்குறிச்சி போர்டு பள்ளிக்கூடம் திலகர் வித்யாலயமானது. ஆசிரியர் அனைவரும் ஒத்துழையாமை யில் சேர்ந்து தேசத் தொண்டராயினர். எல்லோரும் வேண்டிக் கொண்டபடியே ஐயர் வித்யாலயத் தலைமையை ஏற்றார். அதைச் சார்ந்து தமிழ்க் குருகுலம் நாட்டினார். அதை நடத்த பாரத்வாஜ ஆசிரமம் கண்டார். எனக்கும் அவருக்கும் பாரத்வாஜ கோத்திரம். இருவர் பெயரும் ஒன்று. தாயார் பெயரும் ஒன்று; மனமும் ஒன்று; ஆதர்சமும் ஒன்று. ஆதலால் குருகுலப் பணியில் ஒன்றுபட்டோம். ஐயர் குருகுலத்திற்குப் பத்திரிகை விளம்பரங்கள் பறந்தன. பல செல்வர் பணம் உதவினர். ஆனால் ஐயருக்குத் தனியாக ஓர் இடம் வாங்கி, சாந்தி நிகேதனம்போல் நடத்த விருப்பமிருந்தது. இடமும் கிடைத்தது. சேரன்மாதேவி ரயில் நிலையத்திற்கும் ஐயன் வாய்க்காலுக்கும் தெற்கே ஒரு மைல் தூரத்தில் முப்பது ஏக்ரா நிலம்; அதன் அருகே கொளுந்தினா மலையிருக்கிறது. வடக்கே மூன்று மைல் போனால் தாமிரவருணி சலசலத் தோடுகிறது. இடம், மரம் அடர்ந்த சோலை. அந்த இடத்தை மூவாயிர ரூபா விலை பேசி, கானாடுகாத்தான் வை.சு. சண்முகம் செட்டியார் வாங்கித் தந்தார். இங்கேதான் என் வாழ்க்கையும் ஐயர் வாழ்க்கையுடன் ஐக்கியமாகிக் கலைவளம் பெற்றது.

குருகுல அமைப்பு

குருகுலத்தை எங்கள் கையால் அமைத்தோம். நிலத்தின் மேற்கெல்லையை முள்வேலி கட்டி பந்தோபஸ்து செய்தோம். தெற்கெல்லையிலும் வடக்கிலும் எல்லைக் கற்கள் நாட்டி, கள்ளிச்செடி வைத்தோம். கிழக்கே திறந்தவெளி. அருகேயுள்ள

பகுதியில் நாங்களே உழுது நஞ்சைப் பயிர் விளைத்தோம். இதற்கு ஒரு பெரிய நடை கிணறு இருந்தது. அதில் ஏற்றச்சால் போட்டு நாங்கள் முறைவைத்து நீர் இறைத்தோம். கிணற்றைச் சூழ்ந்து மா, தென்னை, கூந்தற்பனைகள் வளர்ந்தன. காலையில் தென்னைக்கு மண் சுமந்துவந்து கொட்டுவதுண்டு. ரஸ்தாவை அடுத்த வாய்க்கால் மண்ணெல்லாம் ஆசிரமத்திற்கு வந்து விடும். இரும்புச் சட்டிகளில் நாங்கள் எல்லாரும் மண் சுமந்து வரும் உற்சாகம் பார்க்க வேண்டும்! ஆசிரமக் குப்பைக் கூழங்களை அள்ளி மரஞ்செடி வயல்களுக்கு உரம்போடும் போது எங்கள் உள்ளம் குழந்தைக்கு அன்னமிடும் தாயுள்ள மாகும். நாங்கள் வந்தபோது ஆசிரமம் புல்லும் புதருமாயிருந் தது. களைக் கொத்தியாலும் மண்வெட்டியாலும் அரிவாளா லும் புதர்களைச் சிதைத்துத் தரையை நீவி, மண் கொட்டிடப் பசந்து செய்யும்போது எங்களைப் பெரிய லிவிங்ஸ்டன் என்றெண்ணிக்கொள்வோம். முதலில் போட்டது பதினைந் தடிக் கூரைக்குடில். அதிலேதான் ஐயர், மாணவர் எல்லோரும் வசித்தோம். பிறகு கிணற்றடியில் சமையற்குடில் அமைத்தோம். எப்படி? கொளுந்தினா மலையிலிருந்து தர்ப்பைப்புல் சுமந்து வந்தோம். தரையைத் தோண்டினோம். செங்கல் அறுத்தோம். மேடை இரண்டடி கட்டினோம். அதைச் சுற்றி ஓரடிக்குறடு; அதன்மேல் மூங்கில் பிளாச்சி சீவி மறைவு கட்டினோம். மேலே தருப்பைப் புற்களைக் கூரை போட்டோம். இதுவே எனது தவக்குடில். கொஞ்சநாட் சென்று புத்தகசாலைக்கு ஓட்டுக் கட்டிடம் எழுப்பினோம். அதில் மூங்கில் பிளாச்சி தான் சுற்றிலும். தட்டிகளால் அறைகள் வகுத்தோம். புத்தகங் களையெல்லாம் அங்கே பரண்கள் கட்டி அடுக்கினோம். மாணவர் வகுப்பும் அங்கே நடந்தது. அதன் பிறகு சமையல் சாப்பாட்டிற்கு ஒரு கெட்டிக் கட்டிடம் எழுந்தது. கிணற்றடிப் பர்ணசாலை சுதந்தரமானது. இதைச் சுற்றி மரங்கள் அடர்த்தியா யிருந்தன. புதர்கள் நெருங்கியிருந்தன. அங்கே பாம்பு, தேள், பூரான், ஜலமண்டலிகள் ஓடி விளையாடும். என் குடிலுக் குள்ளும் அவை தடையில்லாமல் வரும். நான் பாம்பைச் சும்மா விட்டுவிடுவேன். அதுவும் சாதுவாகப் போகும். ஐயர் கண்ணில் பட்டாலோ இரண்டு கல்; எமலோகம். அப்போது காந்தியின் அஹிம்ஸையை நினைப்பூட்டுவேன். “நம் கையில் குண்டு துப்பாக்கியில்லாத சமயம் காந்தி வழிதான் நல்லது. கொடுமையைக் குமைக்க குருகோவிந்தன் வழிதான் எனக்குப் பிடித்தது. விஷப் பாம்பைச் சும்மா விட்டால் வீட்டுக்கு ஆபத்து” என்பார். இப்படிப் பாம்பு, தேள்களை அடித்து, புதர்களை அழித்து, தண்டகாரண்ய வாசம் செய்தோம். பிறகு சமையலறைக்குமேல் மாடிகட்டி ஐயருக்குத் தனியாக உறையுள் எழுந்தது. அங்கேதான் நான் ஐயருடன் உண்பது,

படிப்பது. எனது குடிலில் தவம், எழுத்து வேலை, பஜனை, என் மாணவர் படிப்பு எல்லாம் நடந்தன. இதுகாறும் மாணவர் கட்டிட வராந்தா, மர நிழல், மணல் சவுக்கங்களில் படித்தனர். எல்லோருமே வெட்டவெளியில் மணலில் பாய்விரித்துப் படுத்தார்கள். எனக்கு இரவெல்லாம் பகலே. எனது சாரணரை இரண்டுமணிக்கொரு தரம் எழுப்பி, ரோந்து சுற்றுவேன். ஏனெனில் நாலுகால் நரி ஊளையிடும் அந்தக் காட்டில், இரண்டுகால் நரிகள் சத்தம் போடாமல் வந்து திருடுவதுண்டு. சில மாதங்களுக்குப் பிறகு தென் பொட்டலில் நீளக்குடில்கள் கட்டி, ஆசிரமப் பள்ளிக்கூடமும் மாணவர் ஜாகையும் அங்கே அமைத்தோம். அதை அடுத்து ஒரு கூரைக்குடில் கட்டித் தறி நாட்டி நெய்தோம். மற்றொரு பெரிய குடில் கட்டி ஆசிரம விவசாயிகள் தங்கச் செய்தோம். இன்னொரு குடில் விருந்தாளிகளுக்கு அமைந்தது. புத்தகசாலைக்கு எதிரே அச்சகத்திற்கும் *பாலபாரதிக்கும்* கெட்டிக்கல் மேடைமேல் மூங்கில் மறைவுகட்டி, ஓடு போட்டுக் கட்டிடம் தயாரித்தோம். கம்பநிலையம் டிரெடில் அங்கே வேலை செய்தது. இன்னொரு பழைய இயந்திரம் இடத்தை அடைத்துக்கொண்டிருந்தது. பத்து அச்சுப்பெட்டிகள் வைத்து நான்கு பேருக்கு வேலை கொடுத்தோம். இக்கட்டிடங்களை அமைக்கச் செங்கல் சுண்ணாம்புக் காளவாய்கூட நாங்களே போட்டோம். ஆசிரமத் தில் கல்வி, விவசாயம், நூற்றல், நெசவு, அச்சுவேலை, சமையல் வேலை, இசை, பஜனை, நூலாராய்ச்சி, உடற்பயிற்சி, வீடமைப்பு, கூட்டல், பெருக்கல், உரம் சேர்த்தல், பாம்பு வேட்டை எல்லாம் நடந்தன. இவற்றிற்குச் சிகரம்போல் *பாலபாரதி* நடந்தது. அறிவும் தொழிலும் சேர்ந்த உண்மையான ஆதாரக் கல்வியை நாங்கள் நடத்திக் காட்டினோம்.

ஆசிரம சங்கம்

குருகுல நிர்வாகத்திற்கு ஐயர் பாரத்வாஜ ஆசிரம சங்கம் கூட்டினார். அதன் தலைவர் ஐயர்; உபதலைவர் தி.ரா. மகா தேவர்; சுப்பையரும் அனந்தகிருஷ்ணனும் காரியதரிசிகள். நான் இலக்கியம் கல்வி விளம்பரம் பத்திரிகை காரியாலய நிர்வாகி. நாராயணையர், கும்பலிங்கம் பிள்ளை முதலியோர் ஆசிரியர்கள். முத்தையர் தமிழ் – இசை ஆசிரியர், வேங்கடாசல சாஸ்திரிகள் சமுஸ்கிருத ஆசிரியர்; வெங்கு, ராமச்சந்திரர், திருத்தொண்டர் பணம் வசூலிப்பவர்; கண்ணபிரான் கணக்கர், இந்தி ஆசிரியர்; சிவராமன் சரித்திர ஆசிரியர். மகாதேவர் கணக்கில் புலி, நிர்வாகத்தில் கண்டிப்பானவர், போலீஸ் மோஸ்தரில் காரியம் நடத்துவார். செட்டிநாட்டிலும் மலேயா விலும் குருகுலத்திற்காகப் பணம் திரட்டி உதவினார். அவர்

பிள்ளைகள் சத்யானந்தம், ராமானந்தம் இருவரும் மாணவ மணிகள். இவர்களைத் தவிர வேதாரண்யம் நடராஜன், ஐயர் பிள்ளை கிருஷ்ணமூர்த்தி, மகள் சுபத்ரா, ஓமந்தூர் சுந்தரம், கோ.மகாதேவன், பாலக்காடு சங்கரன், சங்கரி ஆகியோர் என்னிடமே எப்போதும் இருந்தனர். மன்னார்குடி சுப்பிரமணியன், வைத்தியநாதன், மேலூர் நமச்சிவாயம், ஓமலூர் ராமசாமி, பூதப்பாண்டி முத்துக்குமாரசாமி, சுசீந்திரம் ராமநாதன், மலையாளம் ராகவன், இலங்கை சிவப்பிரகாசம், தைப்பிங் ரத்னம், ரங்கோன் கிட்டு, ஈரோடு ஆஷர் ஆகிய பல மாணவர் படித்தனர். நானும் என்றும் இன்றும் மாணவனே. நான் முத்தையரிடம் முறையாக வர்ணங்கள் கற்றேன். என்னுடைய பாடல்களையே ஒழுங்காகப் பாடக் கற்றேன். சாஸ்திரிகளிடம் பிரம்மசூத்திரமும் ஸூதஸம்ஹிதையும் பாகவதமும் பாடம் கேட்டேன். ஓமர், ஷேக்ஸ்பியர், விர்ஜில், தாந்தே, வால்மீகி, கம்பன், தாகூர் ஆகிய மகாகவிகளின் வாக்குகளை ஐயருடன் ஆராய்ந்தேன். பாரதசக்தியைப் புதுக்கியெழுதி அவரிடம் படித்து வந்தேன். ஐயர் என் மூளைக்கு ஓயாது வேலை கொடுத்தார். உயர்ந்த இலக்கியச் சோலையில் நாங்கள் உலாவினோம்.

பாலபாரதிப் பொறுப்பு முழுதும், கட்டுரைமுதல் கணக்கு வரையில் என்னிடம் இருந்தது. அத்துடன் மாணவருக்கு ஆங்கிலம், ஸயன்ஸ், சாரணப் பயிற்சி தருதல் என் வேலை. மூன்று மாதத்திற்கு ஒருமுறை அவர்களைப் பெரிய யாத்திரைகளுக்கு அழைத்துச் சென்று, நடை பள்ளிக்கூடமும் நடத்தினேன். குருகுல ஒழுங்குமுறை என்னிடமே இருந்தது.

காலை நாலரை மணிக்கு ஊதுவேன். காலைப் பாடல் பாடிக்கொண்டே ஆசிரமத்தைச் சுற்றிவருவேன். பறவைகள் போல் மாணவரும் "காலை புலர்ந்தது கவலை ஒழிந்தது" என்று பாடிக்கொண்டே ஓடிவருவார்கள். என் அனுட்டானங்கள் மூன்று மணிக்கே தீர்ந்துபோகும். அவர்களை நடத்துவேன். 'வெளிக்கு' என்பேன். எல்லாரும் மண்வெட்டியும் செம்பும் தூக்கிக்கொண்டு காட்டோரம் குழி பறித்து வெளிக்குச் சென்று சுத்தம் செய்துகொண்டு வருவார்கள். பிறகு மாவிலை பறித்துப் பல்லைச் சுத்தமாக விளக்கி, நாக்கு வழித்து வாயலம்பி தொண்டையலம்பி என்னிடம் வருவார்கள். எல்லோருக்கும் சாரண கபாத்து தருவேன். இடம், வலம், நேர், பின், வளை, வட்டம், ஓடு, ஒளி, வா, போ, நில், இரு, எழு, செல் என்று தமிழிலேயே கட்டளை பிறக்கும். பிறகு கசரத் பஸ்கி; சிலநாள் யோகாசனம் பிராணயாமாதிகள் நடக்கும். அதன் பிறகு சட்டி சட்டியாக மணல் கொண்டுவந்து மரங்களுக்குக் கொட்டுவோம். அதன் பிறகு ஆசிரமத்தை நன்றாகக்

கூட்டுவோம். இவை நல்ல தேகப்பயிற்சியாகும். பிறகு குளித்தல்; சனிக்கிழமைகளில் எண்ணெய்க்குளியுண்டு. சிலநாட்கள் ஆசிரமக் கிணற்றில் குளிப்போம். சிலநாட்கள் ஐயன் வாய்க்காலில், சிலநாட்கள் தாமிரவருணிக்கே செல்வோம். எப்படி? மாணவர் என்பின் வரிசையாக நிற்பர். ஆசிரியர்களும் இடையிடையே நிற்பர். நான் முதலில் தமிழ் சமுஸ்கிருதப் பாடல்களை ஓரடி சொல்வேன். எல்லோரும் திருப்பிச் சொல்லுவார்கள். வேறு பேச்சிராது. இப்படியே பாடல்களுடன் நீராடி மடியுடுத்து, சந்தி ஜபம் செய்து, தேவார திருவாசகங் களைப் பாடிக்கொண்டே குருகுலத்திற்கு வருவோம். வந்ததும் ஆச்சாரியார் தேச சரித்திரம் சொல்லுவார். ராமாயண பாரதக் கதைகளும் நடக்கும். நாங்கள் சிலபேர் வரிசையாக, பகவத்கீதையை முறைவைத்துப் பாடம் பண்ணுவோம். அதன் பிறகு மாணவர் காலையுணவு – வாழைப்பழம், வேர்கடலை, மோர் அல்லது பழையது. பழையதை ஐயர் விரும்புவார். நான் காலை உண்பதில்லை.

பிறகு பள்ளிக்கூடம், தமிழ், ஆங்கிலம், கணக்கு, ஸயன்ஸ், பூகோளம், பாட்டு, சித்திரம், இந்தி, சமுஸ்கிருதம், சரித்திரம் இவையே பாடம். திண்ணை, மரத்தடிகளில் பாடம் நடக்கும்; மழைக்காலம் கொட்டகையில். மாணவர் தடுக்குகளில் அமர்ந்து பாடம் கேட்பர். ஆசிரியர் ஒரு பலகையில் அமர்ந்து பாடம் சொல்லுவார். நான் மட்டும் எனது பர்ணசாலையிலே தான் பாடம் சொல்லுவது. என் ஊதல் கேட்டதுமே மாணவர் ஓடிவருவார்கள். அவர்களுக்கு உடலுறுதி, உடற்கூறு, இயற்கை வைத்தியம் இம்மூன்றும் முதலிற் சொன்னேன். ஆசிரமத்திற்கு வைத்தியருமில்லை, நோயும் இல்லை. நான் சில மாதங்கள் கம்ப ராமாயணம் நடத்தினேன். பிறகு முத்தையர் தமிழ்ப்பணி ஏற்றார். ஆங்கில இலக்கியம் தொடர்ந்து நடத்தினேன். தாகூர், ஷேக்ஸ்பியர் கவிதைகளை அடிக்கடி படித்து விளக்கினேன். மாணவரை மலைக்கும் ஆற்றுக்கும் கிராமங்களுக்கும் இட்டுச் சென்று தரை நூல் போதித்தேன். மற்ற ஆசிரியரும் கருத்துடன் பாடம் சொன்னார்கள். மற்றப் பள்ளிக்கூடங்களில் ஓராண்டு கற்பதை எங்கள் பிரம்மசாரிகள் இரண்டே மாதத்தில் கற்றனர். மணி பதினொன்றுக்கு எல்லோரும் தேகசுத்தி செய்துகொண்டு பிரார்த்தனை செய்வர். மாணவர் வரிசையாகக் குறித்த இடத்தில் வட்டிலை வைத்துக்கொண்டு அமர்வர். அவரவர் வட்டிலை அவரவர் சுத்தமாக வைத்துக்கொள்ள வேண்டும். சாப்பிடும்போது பேசக் கூடாது. ஆசிரம உணவு – சாதம், கூட்டு, மோர், கனி, தேங்காய் இவையே. புளி, மிளகாய், வெங்காயம், காப்பி, டீ கிட்டவர முடியாது. கேப்பை இட்டலி தயாரிப்பதுண்டு. பருப்பு நிரம்ப உண்டு. நன்றாக இருந்து

பழ. அதியமான்

மென்றுண்பர் மாணவர். உண்டதும் அவரவர் இடங்களைச் சுத்திசெய்து அறையைக் கூட்டி மெழுகிவைப்பர். சமையல் பாத்திரங்களையும் உடனுடன் தேய்த்துத் துடைத்துவைப்பர். சாமான்கள் வாங்கிவரச் சந்தைக்கு மாணவரே செல்வர். சாப்பாடானதும் அவரவர் அறைகளில் இராட்டை வைத்து நூல் நூற்பர். நூற்ற நூலைச் சிட்டம் போட்டுத் தருவர். பெரிய கிருஷ்ணமூர்த்தியும் வெங்குவும் நூலைச் சேர்த்துத் தறிக்கு அனுப்புவர். நூற்ற பிறகு பாடம் படிப்பர். மூன்றரை மணிக்கு வகுப்புகள் தொடங்கும். ஆசிரியர் சரித்திரம், கணிதம், ஆங்கிலம் போதிப்பர். ஐந்து மணிக்கு இசைப்பயிற்சி. முத்தையர் இசை பயிற்றுவார். அரைமணி இசைப்பயிற்சியானதும் என் ஊதல் கேட்கும். மாணவர் உற்சாகமாக ஓடிவருவார்கள். சாரணப் பயிற்சி தருவேன். விளையாட்டாகவே பல தொழில் களும் வீரப்பயிற்சிகளும் கற்கச் செய்வேன். நானே புதிதாகப் பல விளையாட்டுகள் கண்டுபிடித்தேன். குஸ்தி, சிலம்பம், வில் வித்தைகளும் நடக்கும். ஐயர் வில்லில் அர்ஜுனன். ஐயர் என் வில்லை வாங்கி ஒரு மரத்தைக் குறிவைத்து அம்புவிட்டார். டணார் என்று இருநூறடி சென்று தைத்து, ஒரு மாங்கொத்து கீழே விழுந்தது. அதிலிருந்த கிளி கீச்கீச் என்று கத்திக்கொண்டு பறந்தோடியது. "நீரே துரோணாசாரி" என்றேன். ஆனால் இந்தக் காலம் பாணாசாரி போதாது குண்டாசாரி வேண்டும்.

சிலர் பந்து விளையாடுவர். சிலர் கிணற்றில் நீர் இழுப்பர். சிலர் தோட்டவேலை செய்வர். நான் சிலநாள் ஏர் பிடித்து உழுவதுண்டு. இப்படி தேகப்பயிற்சி செய்து ஆறரை மணிக்குக் குளிப்போம். பிறகு எல்லோரும் என் அறைமுன் வட்டமாக அமர்ந்து, பக்திரச கீதங்களைப் பாடுவோம். முத்தையர் பிடில் இழுப்பார். எல்லோரும் இனிமையாகப் பாடுவார்கள். யோக சித்தி பாடமும் நடக்கும். பிறகு பத்து நிமிஷம் தியானம். நான் பாரதசக்திக்குத் தீபாராதனை செய்து சில பாசுரங்கள் பாடுவேன். அமோகமாகப் பஜனை நடக்கும்.

இரவு ஏழுமணிக்கெல்லாம் சாப்பாடு முடிந்துபோகும். சாப்பாடானதும், ஐயர் எல்லோருக்கும் நல்ல கதைகளைச் சொல்லுவார். பிறகு மாணவர் படிக்கச் செல்வர்; ஒன்பது மணிக்கு நாங்கள் கூடி ஆசிரம நடைமுறைகளை ஆராய்வோம். வாரம் ஒருநாள் வீரர் சங்கம் நடக்கும். நானே அதன் செயலாளன். சங்கத்தில் நான் வீரர் வரலாறு சொல்லுவேன். நான் சொன்ன கதைகள் வீர விருந்தில் உள்ளன. ஐயர் உருக்கமாகத் தமது அரசியல் நோக்கங்களைச் சொல்லுவார். தொண்டு, வீரம் இரண்டே வேண்டும்; நாம் வீரத்தொண்டரா வோம் என்பார். காந்தியின் அஹிம்சையே இப்போது வழி;

சேரன்மாதேவி குருகுலம் ☙ 217 ☙

ஆனால் நாம் பலத்தையும் வளர்த்து வீரதீரராக வேண்டும். உலகில் வீரனுக்கே மதிப்பு என்பார். இரவு பத்து மணிக்கு நான் அவரிடம் தனித்துப் பேசுவேன். பாரதசக்தியில் சில செய்யுட்களைப் படிப்பேன். அதன் பிறகு ஆசிரமம் பேச் சடங்கி உறங்கும். நான் தியானமும் கவிதையுமாயிருப்பேன். இதுதான் குருகுல வாழ்க்கை.

ஐயர் பூதக்கண்ணாடி வைத்து ஆட்களைக் கவனித்துச் சிறுசிறு பிழைகளையும் திருத்துவார். கெட்ட பேச்சு காதில் பட்டால் சீறுவார். தமிழன் ஆங்கிலத்தில் பேசினால் உடனே தமிழ் வார்த்தை சொல்லச்செய்வார். அடா படா என்று பேசினால் "ஊம் ஜாக்கிரதை; மரியாதையாகப் பேச வேண்டும். டாப் போடாதே; வாரும், போம், இரும், பேசும், சொல்லும், என்ன வேண்டும்" என்பார். பொய், திருட்டு, இருட்டுக் காரியம் நடந்தால் உபவாசமிருந்து மாணவர் வருந்தச் செய்வார். ஐயர் தம் ஒழுக்கத்தால் ஒழுங்குறுத்துவார்; தாம் நடந்து நடைபயிற்றுவார்.

திலகர் ஜயந்தி

குருகுலத்தில் பெரியார் திருநாட்களைக் கொண்டாடி னோம். திலகரிடம் ஐயருக்கு அந்தரங்க பக்தி; அமாவாசை தர்ப்பணத்தில் அவருக்கும் எள்ளுந்தண்ணீர் விடுவார். புத்தக சாலையில் கூட்டம் நடந்தது. வாழ்க திலகர் நாமம் பாடிய பிறகு ஐயர் கட்டளைப்படி நான் திலகர் வரலாற்றைச் சொல்லி, "நம் ஐயர் திலகர் கனவுகளுக்குக் கோட்டை கட்டினார்" என்றேன். ஐயர், 'சிவாஜியின் மறுமலர்ச்சியே திலகர். கீதாரகசியத்தை வாழ்வில் காட்டி, கர்ம வீரனாக விளங்கிய மகான் திலகர்' என்றார். 'உண்மைக்கே உயிர்த்தனை. உலாவும் கீதையாயினை' என்ற பாட்டைப் பாடி சிவாஜியின் மறுமலர்ச்சியான திலகருக்கு ஜே! திலகர் மறுமலர்ச்சியான வ.வே.சு. ஐயருக்கு ஜே! என்றேன்! பிரமசாரிகள் கோதாவில் இறங்கி, 'திலக் மகராஜ்கீ ஜே!' என்று குஸ்தி போட்டனர். ஐயர் "இதுவே சரியான கொண்டாட்டம்" என்று பகர்ந்தார். பாரத சமாஜம் சிதம்பரமும் எங்கள் பலபீம ராஜுவும் தொடைதட்டிப் பஞ்சாகொடுத்து சாரி திரிந்து முண்டாத் தட்டி குஸ்தி போட்டனர். அரைமணி நேரம் மல்லாடி எங்கள் ராஜு சிதம்பரத்தை மல்லாக்க அடித்து முதுகுக்கு மண் காட்டிவிட்டான். ஐயருக்குச் சந்தோஷம் பொறுக்க வில்லை. அன்றுமுதல் பிரமசாரிகளுக்கு குஸ்தி, சிலம்பம் பயிற்றினோம்.

பாரதி திருநாள்

கவிக்குயில் பாரதி திருநாளை நாங்களே தொடங்கி நடத்தினோம். பாரதி பாடல்களுக்கு இனிய மெட்டுகள் அமைத்து நாங்கள் தினம் பாடி வந்தோம். காலையில் பஜனையுடன் ஆற்றில் குளித்து, ஊரை வலம்வந்து, தெருத் தெருவாகப் பாரதி பாடல் பாடிப் பொருள் விளக்கினோம். மதியம் எல்லோரும் நூறு கஜம் நூல் நூற்றோம். மாலை பீம வேலைகள், சாரண ஆடல்கள் நடந்தன. ஆறரை மணிக்கு ஆசிரம மைதானத்தில் பெரிய கூட்டம். சுமார் இருநூறு பேர் வந்திருந்தனர். ஐயர் தலைமை வகித்தார். நான் இரண்டு மணி நேரம் பாரதி விளக்கம் பேசினேன். அது நூலாக வந்தது. அந்தச் சங்கீத உபந்யாசத்தை ஐயர் மெச்சினார். "பாரதி பெருமையை பாரதி பேசினார். இதை அன்று அவர் கேட்டிருந்தால் பரமானந்தராகியிருப்பார்" என்றார். இரவில் பத்துமணி வரையில் பாரதி பஜனை நடத்தினோம். முடிவில் பாரதியாரைக் கவிக்குயில் பாரதியார் என்றழைப்பதாகத் தீர்மானித்தோம். ஐயர் முடிவுரையில் "நமது சுத்தானந்த பாரதி பாடல்களையும் அச்சிட்டுப் பிரபலப்படுத்த வேண்டும்" என்றார்.

காந்தி ஜயந்தி

நாங்கள் காந்தியைப் போற்றாத நாளில்லை. காந்தியே எங்கள் ராமன். அவர் கட்டளையே வேதம். தினம் நூறு கஜம் நூற்பதை, நாங்கள் சந்தி ஜபமாகக் கொண்டோம். ஐயர் நூற்கும்போது நான் 'யங் இந்தியா' படிப்பேன் அல்லது பகவத்கீதை. பம்பாயில் நடந்த குழப்பங்களால் காந்திஜீ ஒத்துழையாமையை நிறுத்தினார்; மௌனம் பூண்டார். காந்தி குடல் நோய்க்கு அறுவையாகி மெலிந்திருந்த சமயம். இந்து - முஸ்லிம் கலகங்கள் நாடெங்கும் மூண்டு இரத்தம் பெருகியது. கௌஹாதியில் நடந்த அக்கிரமம் காந்தி மனதைக் கலக்கியது. இருபத்தொரு நாட்கள் மகான் உபவாசமிருந்து, இந்தியாவின் ஒற்றுமைக்காகத் தவம் புரிந்தார். அந்த மூன்று வாரங்களும் நாங்கள் ஒரு சந்தியிருந்து நூற்றோம். பஜனை செய்தோம். காந்தி பாரணை செய்த நாள் 24.11.1924. அன்று சுத்தோபவாசமிருந்து, நாங்கள் நூற்று நெய்த கதரையே அணிந்து, நகர பஜனை நடத்தி, மாலை ஆறு மணிக்குப் பெரிய கூட்டம் போட்டோம். "வாழிய காந்தி மகாத்மா" என்ற கீதம் பாடினேன். ஐயர் உருக்கமாகப் பேசினார். "அந்தக் காலத்தில் துருவாதி முனிவர் காத்த விரதத்தை காந்தி மகாத்மா இன்று காக்கிறார். கடவுள் நமக்கு அளித்த

சேரன்மாதேவி குருகுலம்

ரக்ஷகன் காந்தி. நமது சுதந்திரத்திற்குத் தாரகம் காந்தி. தாரக நாமத்துடன் ஜனசேவை செய்யும் புருஷோத்தமன் காந்தி. அவர் தவம் பலித்தது. இந்து – முஸ்லிம் தலைவர்களான லாலாஜீ, ஹக்கீம், அஜ்மல் கான், நாரிமன், முகம்மதலி, சௌகதலி முதலியோர் நாட்டில் சமூக ஒற்றுமை நாட்ட முனைந்திருக்கிறார்கள். மகாத்மாவின் அன்பும் உண்மையும் நம் உள்ளத்தில் துடிக்கப்படும். இன்று எல்லோரும் ஒற்றுமையாக, காந்தி மார்க்கத்தில் நடக்க விரதம் பூண்போம்." "வாழ்க நீ எம்மான் காந்தி" பாடிக் கூட்டம் முடிந்தது. இரவில் பெரிய பஜனை, பிடில் கடத்துடன் நடந்தது. அன்று எனது தேசிய கீதங்களை ஐயர் மெச்சினார்.

நவராத்திரி உற்சவம்

பொங்கல், தீபாவளி, சிவன்ராத்திரி, ஆடிப்பெருக்கு, நவராத்திரி முதலிய நாட்களை நாங்கள் அமோகமாகக் கொண்டாடினோம். மாணவர் கற்ற கலைகளெல்லாம் அன்று அரங்கேறும். இசையும் நடனமும் நடக்கும். கீர்த்தனாஞ்சலியில் உள்ள சக்திப் பாடல்களையும் தேசிய கீதங்களையும் பாடி நான் பஜனையும் தீபப்ரதக்ஷிணமும் நடத்தி வந்தேன். ஐயரும் அழகாக நடனமாடினார். நவராத்திரி உற்சவம் பாரதமாதா உற்சவமாக நடந்தது. மாணவர் எனது பர்ணசாலைக்குமுன் பந்தல்போட்டு மணல் பரப்பினர். உள்ளே பாரதசக்திக்கு அலங்காரம் நடந்தது. ஒன்பது நாளும் அங்கே பஜனை நடந்தது. ஸரஸ்வதி பூஜையன்று "கலை வரந்தருவாய்" என்ற கீர்த்தனையுடன் பாரதசக்தி, பிரதாப சிங்கன் சரித்திரம் நடந்தது. விஜயதசமியன்று பஜனை பாராயணம் நடந்தன.

செய்யுங்கள் தவம்

ஐயர் பெல்காம் காங்கிரசுக்கு என்னையும் அழைத்தார். "நான் ஹிந்து பத்திரிகையில் காங்கிரசைப் பார்ப்பேன். தாங்கள் செல்வதே முறை" என்றேன். ஐயர் பெல்காமிலிருந்து எழுதினார்: "காங்கிரஸ் மகாத்மா தலைமையில் சுருக்க விளக்கமாக நடந்தது. பேச்சில் நேரத்தை வீணாக்காமல், செயலில் இறங்குவது காந்திஜீயின் வழக்கம். *பாலபாரதி*யைக் கவனித்துக் கொள்ளவும். குருகுலத்தைப் பார்த்துக்கொள்ளவும்; ஏதாவது இருந்தால் சென்னைக்கு எழுதவும்..." எழுதினேன். "புயல் வலுக்கிறதே, தமிழன் பெரிய காரியந் தொடங்கினால் அதைத் தட்டி வீழ்த்த இப்படிப் பொறாமைச் சூழ்ச்சி கிளம்புகிறதே. மனித முயற்சியால் இயன்றதெல்லாம் செய்தோம். அமைதி வரவில்லை. என் உள்ளம் சதாகால யோக நிஷ்டையில் தீவிரப்பட்டிருக்கிறது. நான் பூரணம் பெறாமல் உலகைத்

திருத்தப் புகுவது கேலிக்கூத்தெனப் படுகிறது. குருடனைக் குருடன் நடத்த முடியுமா? முடவனை முடவன் கரையேற்று வானா? உலகம் பராசக்தி அரங்கம். அதில் ஒரு காரியம் செய்யவும் பராசக்தி அருள் பெற வேண்டும். குரு கோவிந்தன், ராமதாஸ் – சிவாஜி, துருவன் போன்ற மகான்கள் தெய்வத் திருவருளாலேதான் காரியசித்தி பெற்றார்கள். மௌனம், தியானம், பக்தி, அந்தரங்க சுத்தி, ஆத்ம சுதந்திரம், ஸர்வாத்ம ஸமத்வம் ஆகிய சாதனங்களால் யோகசித்தி பெற்றே இனி லோக சேவையை மேற்கொள்வதெனத் தீர்மானித்திருக் கிறேன். பாரத சக்தியை முடித்து இறைவன் மலரடியில் வைத்துவிட்டேன்". ஐயர் வந்தார் 'செய்யும் தவம்' என்றார்.

கணபதி சாஸ்திரிகள்

குருகுலச் சண்டையில் நான் சிரத்தை காட்டவேயில்லை; அது எனக்குப் பிடிக்கவேயில்லை; சிறுபிள்ளைத்தனமாகவும் இருந்தது. எனக்குச் சாதி, மத பேதம் இல்லை. எனது சொந்த மாணவர்கள் சாதி பேதமே அறியார். பிரயாணங்களின் போதெல்லாம் எல்லோரும் கலந்தே சமைத்துக் கலந்தே உண்டோம். சோற்றுப்பானை விவகாரமே என் வாழ்விற்குத் தேவையில்லை. ஐயர் திருவண்ணாமலை மகாநாட்டிற்குச் சென்று சோக முகத்துடன் திரும்பினார். நாம் தணிந்தாலும் பலனில்லை. குருகுலத்தை வீழ்த்தவே கங்கணம் கட்டிக்கொண் டிருக்கிறார்கள் என்று அழமாட்டாத துக்கத்துடன் சொன்னார். "தமிழகமே உன் தலைவிதி இதுதான்" என்று பெருமூச்செறிந் தேன். காந்தி மத்யஸ்தமும் பலிக்கவில்லை. சாந்தி நிகேதனிலோ, சபர்மதியிலோ, காங்கிரியிலோ இப்படித் தகராறு இல்லை. அவை செல்வச் செழிப்புடன் உலகப்புகழ் பெறுகின்றன. தமிழன் கண்ட குருகுலம் ஏன் இப்படித் திணறுகிறது என்று கலங்கினேன். நாங்கள் வற்புறுத்தியே ஐயர் சமாதானம் ஒன்று பாலபாரதியில் எழுதினார். ஆசிரமத்தில் எல்லோரும் பார்த்துண்கிறார்கள். கல்வியிலும் சாதி, மத பேதமில்லை என்பதை விளக்கினார். **நான் சமையல் கட்டையும் எல்லோருக் கும் பொதுவாக்கலாமே என்று சொன்னமட்டில் பேசா திருந்தேன்.**

ஐயர் எல்லோருக்கும் பூணூல் போட்டு துவிஜ ஸம்ஸ்காரம் செய்ய முயன்றார். அதற்கு காவியகண்ட கணபதி சாஸ்திரிகள் ஒப்புக்கொண்டார். அவரை வை.சு.சண்முகம் அழைத்துவந்தார். சாஸ்திரிகள் "வேதகாலத்தில் யாதவர் சமைத்தே எல்லோரும் உண்பது" என்று சுலோகம் சொன்னார். **நான் அவரிடம் என் அந்தரங்கத்தைச் சொன்னேன்.** "நீங்கள் பேசாமல் திருவண்ணாமலை விருபாக்ஷி குகையில் தபஸ் செய்வது

சேரன்மாதேவி குருகுலம்

மேல். மகரிஷிகள் தங்களை அறிவார். அவர் சந்நிதியால் யோகம் சித்தியாகும். வேதமும் படிக்கலாம், வாருங்கள்" என்று அழைத்தார். அது மகரிஷிகளின் அழைப்பாகவே தோன்றியது. "நானும் வருவேன், குகை வாசம் புரிவேன்" என்றேன். ஐயரும் "ரமண பரமஹம்ஸர் தரிசனமே சாந்தி யளித்தது. பாரதி அவசியம் பார்க்க வேண்டும்" என்றார். அப்போதுதான் என் மனம் நிம்மதியடைந்தது.

ஐயர் மனம் அலுத்து, ஆசாரிய பதவியையும் மகாதேவையருக்குத் தந்துவிட்டு ஆங்கிலத்தில் கம்பன் விமர்சனத்தை நகாசு செய்வதில் முனைந்தார். நான் கம்பன் மூலம் படித்தேன். அவர் தமது மொழிபெயர்ப்பைப் படித்தார். அப்போது கவியரசனைப் பற்றி அரிய கருத்துகளைச் சொன்னார். எல்லாம் எனக்கு அருமருந்தாயின. மலாய் நாட்டில் மகாதேவர் வசூலித்த இருபதினாயிரம் ரூபாவும் மறுக்கப்பட்டது. நாங்கள் ஸயன்ஸ் ஹால் கட்டி பௌதிக ரசாயன ஆராய்ச்சிகள் நடத்தி, எடிஸன்களையும் கூரிகளையும் மார்க்கோனிகளையும் மாக்ஸ்வெல்களையும் உண்டாக்கும் கனவு முறிந்தது. பாலபாரதிக்குப் பதினாயிரம் சந்தா எதிர்பார்த்தோம், எண்ணூறுகூடச் சேரவில்லை. ஐயர் தமிழை 'மணிப்ரவாளம்' என்று சிலர் கிண்டல் செய்தனர். பாலபாரதி என் பொறுப்பில் இருந்ததால் காலத்திற்கேற்ற நடையில் எனது கட்டுரைகளை எழுதிவந்தேன். இருந்தாலும் காலம் எங்கள் முயற்சிக்கு ஆதரவளிக்கவில்லை. இடர்களைக் கடந்து இன்ப நாள் வரும் என்றே நம்பினோம். ஆனால் அதற்குள் குருகுலம் சோக நாடகமாக முடிந்தது.

ஐயருக்குப் பின்

இனி? கண்ணீர் விட்டென்ன பயன்? உலகம் போர்க்களம். தலைவன் போரில் மறைந்தான். மற்றவர் அழுதுகொண் டிருப்பதா? நான் *பாலபாரதியின்* முழுப்பொறுப்பையும் ஏற்றேன். அச்சுக்கூடமும் என் பெயருக்கே மாறியது. அதற்காக மாஜிஸ்ட்ரேட் சாகெபிடம் டிக்ளரேஷன் செய்துகொண்டேன். அவர் கேள்விகளுக்கெல்லாம் பதில் சொன்னேன். "ஐயர் மறைந்தார். குருகுலம் உள்ளது. பாலபாரதி இதோ என் கையில் உள்ளது. முடிந்தமட்டும் அதை வளர்க்க முன்வந் திருக்கிறேன். தமிழர் கைகொடுக்க வேண்டும்" என்று அறிக்கை விட்டேன். பத்திரிகையைப் பன்மடங்கு சிறப்பாக நடத்த முயன்றேன். ஐந்தாறு மாதங்கள் மிக நன்றாக நடந்தது. இரவும் பகலும் அதே வேலை. கட்டுரைமுதல் கணக்குவரை யில் முழுவேலையும் எனதே. சிலசமயம் அச்சுவேலைகூட வந்து சுமக்கும். எனக்கு உணவுகூடச் சரியாகக் கிடையாது.

இரவும் பகலும் வேலை செய்து உடம்பும் மெலிந்தது. எப்படி யாவது ஐயர் தந்த காரியத்தை நிறைவேற்றவே முயன்றேன். ஆனால் குருகுலம் நான் நினைத்தபடி நடக்கவில்லை. ஐயருக் குப் பிறகு அந்தக் கலையும் கனலுமுள்ள ஆசாரியாரைக் காண முடியவில்லை. ஐயர் இறந்த விசனம் என் மனதில் கனத்துக்கொண்டிருந்தது. திடீரென்று சித்தரஞ்ஜன தாஸர் இறந்தார். மறுவாரமே சுப்பிரமணிய சிவா பாப்பாரப்பட்டி யில் இறந்தார். தியாகத் தீயில் வெந்த ஐயரும் சுதந்திரவேள்வி யில் புடம்வைத்த சிவாவும் இந்திரபோகம் புசித்து காந்தியால் புனிதமாகி தேசபந்துவாக இறந்த சித்தரஞ்ஜனும் ஒரே ஈமத் தீயில் வெந்து சாம்பலாயினர். என் உடலையும் பார்த்தேன். இதுவும் சாம்பலாகுமுன் வந்தவினை; தீர்க்க வேண்டி எழுந்தேன். அன்றுமுதல் மளமளவென்று ஐயர் சொன்ன அறிவுப்பணியில் ஆழ்ந்தேன்.

கோப நாடகம்

மதுரையிலிருந்து ஆசிரமத்திற்கு வந்தேன். ரகளை, ரகளை! மகாதேவையருக்கும் கல்லிடைக் கட்சிக்கும் தொடர்ந்து யுத்தம் நடக்கிறது. நீ யாரடா நாய், வப்! போடா வெளியே, ளொள்! உன்னை ஒழிக்கிறேன் பார் டும்! நீ யார் மகன்டா கேட்பது உர்ர். பார் என் சமர்த்தை குப்குப்! ஐயர் காலத்தில் தாசானுதாசனாயிருந்த கிருஷ்ணமூர்த்தி கோபப்புலியாய்விட்டான். திடீரென்று அச்சுக்கூடத்தில் பாய்ந்தான். அச்சுப்பெட்டிகளை எடுத்து வீசினான். மகாதேவையர் போலீஸ் பேர்வழி. அவர் கிருஷ்ணமூர்த்தியைத் தள்ளி விரட்டியடித்தார். "சீ சீ ராஜபாளையம் நாயே" என்று சீறிச் சினந்தான் வாலிபன். இருவருக்கும் அடிதடி நடந்தது. தாடியும் குடுமியும் வெகு பாடுபட்டன.

மாணவர்கள் "ஐயா எப்படி இங்கே இருப்போம்" என்று பயந்தார்கள். பாதிக்குமேல் மூட்டை கட்டிவிட்டனர். கல்லிடைக்குறிச்சிப் படையெடுப்பும், ஆசிரம ஜிந்தாபாதும் அத்துமீறி, அக்னி லீலையும் நடத்தின. "நீ யாரடா கேட்பது உர்! நான் தலைவனடா குர்ர்! நான் தலைமை ஆசானடா டுப்." இப்படிப் பேச்சுத் தடித்து கைகலந்து புரட்டித் தள்ளி மாமரத்தடி மண்ணில் அங்கப்ரதட்சிணம் நடந்தது. இவர் தாடியில் நாலு மயிர் உருவினால், அவர் குடுமியில் நாற்பது மயிர் பிய்த்து வஞ்சம் தீர்ப்பார். இவர் "போடா நாயே" என்றால், அவர் "வாடா கழுதை" என்பார். கெல்தாப்போட்டி ஐயன் கால்வாய்வரையில் போகும். யாரையும் குற்றம் சொல்வதற்கில்லை. மனிதன் இயற்கை பண்படவில்லை. அர்ச்சகர் சண்டை பெருமாளுக்கே ஆபத்தானது.

நான் எதிலும் பட்டுக்கொள்ளவில்லை. இன்னது இப்படியாகும் என்பதை அறிந்தேன். கீதை பாராயணம், *பாலபாரதி* வேலை. இரண்டே குறிப்பாயிருந்தேன். *பாலபாரதி* வளம் பெற்றது. அறிஞர் மெச்சி எழுதினர். நன்கொடைகளும் வந்தன. குருகுலத்தையும் *பாலபாரதியை*யும் பொறுப்பாக நடத்த நினைத்தேன். மனச்சாட்சி "இது நடக்காது போ முன்னே" என்றது. நாளை என்ன நடக்குமோ என்ற திகில் எல்லார் நெஞ்சிலும் புகுந்தது. அனந்தகிருஷ்ணன் இரவு ஒரு மணிக்கு வேலி தாண்டி வந்து அங்கும் இங்கும் சுற்றக் கண்டேன். கிருஷ்ணமூர்த்தி என்னிடம் "தங்களை ஆசாரியராக்கி குருகுலம் நடத்தலாம்" என்றான். "அப்பா அந்தப் பட்டம் எனக்கு வேண்டாம். குருபீடம் சிஷ்யக்கூட்டம் என்று விளையாட எனக்கு நேரமில்லை. நான் இங்கிருப்பது ஐயர் விருப்பத்தை நிறைவேற்றவே. நிலை கடுமையானால் வெளியிலிருந்தே அதை நிறைவேற்றுவேன். பரம்பொருளே குரு என்பது என் கொள்கை" என்றேன். கிருஷ்ணமூர்த்தி "சரி பரம்பொருளும் நீருமாயிரும்; நாங்கள் செய்வதில் குறுக்கிட்டால் ஆபத்து" என்று சொல்லிச் சென்றான். அவன் கையில் வாள் இருந்தது; வாயில் வள் இருந்தது.

ஒரு நாள் நள்ளிரவில் ஆசிரமத்தைச் சுற்றிவந்தேன். அச்சகத்தில் விளக்கெரிந்தது. சென்றேன். கிருஷ்ணமூர்த்தி உள்ளே புகுந்து அச்சுக்கோர்த்து கொண்டிருந்தான். "என்ன செய்கிறீர்? எப்படி உள்ளே வந்தீர்?" என்று கேட்டேன். கேட்டபோதே வெளியே வேலியோரத்தில் குரல் கேட்டது. சமயோசிதமாக நயந்து நடந்தேன். "நண்பா என்ன வேலை நடக்கிறது?" என்றேன். கிருஷ்ணமூர்த்தி மளமளவென்று செஸ்ஸில் அச்சுக்களைப் பூட்டி டிரெடிலில் மாட்டி "பத்து நிமிஷம் இரும், சொல்லுகிறேன்" என்றான். வெளியே பேச்சுக் குரல் குசுகுசுவென்று கேட்டது. நான் அடக்கமாக ஜபம் செய்துகொண்டே அங்கே காத்திருந்தேன். கிருஷ்ணமூர்த்தி மளமளவென்று ஆயிரம் பிரதிகள் அச்சிட்டான். "பாரதியாரே உமது கனல் பாட்டுக்கள் சில அச்சிட்டேன் "வெள்ளைக்காரா கொள்ளைக்காரா வெளியே போ போடா" என்ற பாட்டை நாடெங்கும் பரப்புவேன்" என்று தாவிச் சென்றான். அவனுடன் இரண்டு பேர்வழிகளும் சென்றனர். அச்சிட்ட பாடல்களைப் பார்த்தேன். இரத்தப் பலி என்ற தலைப்பில் நானாசாகெபு புரட்சியைத் தூண்டிய பேச்சைப் பாடியிருந்தேன். அதுவும் அச்சிட்டிருந்தது. இதை எதிரே காத்திருக்கும் அதிகாரி கண்டால் அச்சுக்கூடம் பறிமுதலாகும். நானும் பாளையங்கோட்டைச் சிறைகாக்க நேரிடும்.

முன்னே நடத்து!

"நான் நடத்துகிறேன் புறப்படு" என்றது அந்தராத்மா. நான் மூன்று நாட்கள் உபவாசமிருக்க நேரிட்டது. நான் விடுமுதலாகத் தந்த பணம் அரகர மஹாதேவா! மனம் பண்பட்டது. "இறைவனே வழிநடத்து" என்று சரண்புகுந்தேன். இருபத்தைந்து நாட்கள் தீவிரமாகத் தியானம் செய்து, சக்தியை வளர்த்துக்கொண்டு புறப்பட்டேன். ஐயருக்கு, அன்பிற்கு, குருகுலத்திற்கு — கண்ணீர், கண்ணீர், கண்ணீர்!

ஆத்மசோதனை (1957)

~ ~

(iv)

தினசரி புத்தகக் குறிப்புகள்

தமிழ்க் குருகுல வித்தியாலயம்
கல்லிடைக்குறிச்சி

துந்துபி (*1922-23*)

கார்த்திகை 23 இன்று காலை சுமார் நாலரை மணிக்கு சன்னதித் தெருவிலிருந்து பஜனை சகிதம் வித்தியாலயத்தின் தற்கால ஜாகாவில் பிரவேசம் நடந்தது.

அது காலை ஆசாரியார் (வ.வே.சு. ஐயர்), ஸ்ரீமான்கள் ரா. மகாதேவய்யர் அவர்கள், தேசீயக் கலாசாலை உபாத்தியாயர் கிருஷ்ணய்யர், கோமதி சங்கர தீக்ஷிதர், ரா. அனந்தகிருஷ்ணன், மாணவர்கள் ராமானந்தன், சத்தியானந்தன் ஆகியோர் பிரசன்னமாயிருந்தனர்.

ஆசாரியார் அந்த சுப முகூர்த்தத்தில் வித்தியாரம்பம் செய்து, தியாகத்தின் பெருமையைப் பற்றியும், ஸநாதந தர்மத்தின் மகிமை தத்துவங்களைப் பற்றியும் போதனை செய்தார்கள்.

கார்த்திகை 24 இன்று காலமே ராமச்சந்திரபுரம், வைத்தியப்புரம் தெருக்களில் பஜனை செய்து அரிசி வசூலிக்கப்பட்டது.

மாலையில் குந்திக்கல் தெருவில் பிரசங்கம். ஆசாரியார் செய்தார்.

தை 13 ஆசாரியார் நிலக்கடலை, பழம் முதலியன மாத்திரம் சாப்பிட ஆரம்பம். அன்னத்தை நிறுத்திவிட்டார்.

தை 14 திண்டிவனத்துக்கடுத்த ஓமந்தூரிலிருந்தும், திண்டிவனத்திலிருந்தும் ஸ்ரீமான்கள் ராமஸ்வாமி ரெட்டியாரும், ராஜு செட்டியாரும் ஆசிரமத்துக்கு வந்து பார்வையிட்டார்கள்.

இன்று பகல் முழுதும் ஆசாரியாருடனேயே பேசிக்கொண்டிருந்தார்கள். ஸ்ரீ ராமஸ்வாமி ரெட்டியாரவர்கள் இந்த

மாத முடிவிற்குள்ளேயே தன் பையனைக் கொண்டு வந்து விடுவதாகச் சொன்னார்கள்.

தை 16 மாலை ஆறரை மணி ரயிலில் ஸ்ரீமான்கள் தி.ரா. மகாதேவ ஐயரவர்களும் திருகூடசுந்தரம் பிள்ளை அவர்களும் ஆசிரமத்துக்கு வந்தார்கள்.

தை 27 சுங்கை சிப்புட் (மலேசியா) வீ.சு. வீராசாமி என்பவர் – ஏற்கெனவே பத்திரிகையைப் பார்த்து விட்டு ஐம்பது ரூபாய் அனுப்பியவர் – எழுதிய கடிதத்தில் ஜனவரி மாதம் முதல் தான் ரயிலில் இரண்டாவது வகுப்பு வண்டி ஏறுவதில்லை யென்றும், மிக்க அவசரமில்லாமல் ரிக்ஷாவிலும் ஏறுவதில்லை என்றும், வேறு சில சௌகரியங்களையும் பயன்படுத்திக் கொள்வதில்லையென்றும் நியதி ஏற்படுத்திக்கொண்டு இவற்றால் மீரும் பணத்தை ஆசிரமத்திற்குக் கொடுப்பதாக நிச்சயித்துள்ளார் என்றும், இவ்வாறு ஜனவரியில் மீந்த பணம் பத்து வெள்ளியை ஆசிரமத்தின் கணக்கில் வரவு வைத்துக்கொண்டிருக்கிறாராம்.

இன்னாருக்கு ஆசிரமம் மிகவும் கட்டுப்பாடுடையது ஆகும்.

தை 28 தென்காசி ஸ்ரீமான் ச.சொக்கலிங்கம் பிள்ளை (டி.எஸ். சொக்கலிங்கம்) காலமே வந்து மத்தியானம் பொதுப் பிரார்த்தனையில் கலந்து கொண்டு போஜனம் செய்து பிறகு மாலையில் சென்றார்.

மாசி 3 ஆசாரியாரும் மாணவர்களும் தூசு அடித்தார்கள்.

மாசி 12 திருக்கோயிலூர் அரிகண்டநல்லூர் போஸ்டாபீசைச் சேர்ந்த மணம் பூண்டி ஸ்ரீ குமாரசாமிப் பிள்ளை ஆசிரமத்தை வந்து பார்த்து வெகுநேரம் ஆசாரியாருடன் பேசிவிட்டு மாலை வண்டியில் ஊருக்குத் திரும்பிவிட்டார்கள்.

மாசி 14 (ஆசிரமத்தில் நெய் களவு போனதால்) காலைப் பிரார்த்தனைக்கு முன்பு ஆசாரியாள் எல்லோரையும் ஒன்று கூட்டி, தவறுதல் மனித இயற்கையேயாயினும், அத் தவறுதலை யறிந்து ஒப்புக்கொள்வதே சிலாக்கியமான குணமென்பதையும், சத்தியமே நம்மை மேம்படுத்துவதற்குரிய சிலாக்கியமான வழியென்பதையும் விரிவாக எடுத்துக்கூறி, களவுக்குக் காரியமாயிருந்தவன் தன் குற்றத்தை முன்வந்து ஒப்புக்கொள்ளா தவரை, சுத்த ஜல பானத்தைத் தவிர வேறு ஆகாரம் எதுவும் ஏற்றுக்கொள்வதில்லையென்று சொல்லிப் பொதுப் பிரார்த்தனையில் கலந்துகொள்ளாமல், தனியாய் ஆசிரமத் தின் மேம்பாட்டைக் குறித்துக் கவலையுற்றிருந்தார்கள்.

மாசி 15 இன்று மாலை வரை ஆசாரியாள் உபவாசம் இருந்த தின் மேல், இரவுப் பிரார்த்தனையின்போது ஒரு மாணவன் தான்தான் களவு செய்தவனென்றும், அது நிமித்தமும் அதுபற்றி ஏற்பட்ட பிசகுத் தொடர்ச்சிகளுக்காகவும் தான மிக வருந்துவதாகவும் சொல்லி, மிக உருக்கமாய் தன்னை மன்னிக்க வேண்டுமென்று பிரத்தியேகமாய் ஈசனிடம் பிரார்த்தித்துக் கொண்டதையொட்டி, பொதுப் பிரார்த்தனை யில் அவனுக்காகவும் பொதுவாகவும் பிரார்த்தனை செய்த பின், ஆசாரியாள் ஆகாரம் செய்தார்கள்.

பங்குனி 19 ஈஸ்டர் தினத்தையொட்டி ஆசிரமிகளுக்கு ஏசுநாத ரின் ஜீவிய சரித்திரத்தையும், அவர் உண்மைக்காகப் பாடு பட்டு மடிந்த விருத்தாந்தத்தையும் ஆசாரியாள் சொன்னார்கள்.

பங்குனி 28 ஆசிரமத்துப் பசு பொல்லாததாக இருக்கிறது. முன்னே போனால் முட்டுகிறது. பின்னே போனால் உதைக் கிறது.

இன்று காலை மேயவிடப்பட்டிருந்த பசு, ஜலம் மொண்டு வரும் லக்ஷ்மியை கொம்பினால் கொந்தி இடுப்பில் காயப் படுத்தியது.

ஜல சிகித்ஸையால் சிறிது ஆறுதல் உண்டாக்கப்பட்டது. மாலை, மருந்து சாப்பிடவேண்டி லக்ஷ்மி ஊருக்குள் போயிருக் கிறாள்.

ருத்ரோத்காரி (*1923-24*)

சித்திரை 1 ஜோலியன் வாலாபாக் கொலை நடந்த தினம். தேச இழவை ஞாபகமூட்டிக்கொண்டு, அதற்குகந்த கடமையைச் செய்யவேண்டிய வன்மையை ஈந்தருளும்படி பிரார்த்தனையில் வேண்டிக்கொள்ளப்பட்டது.

சித்திரை 17 ஊருக்குள் ரதோற்சவம். மாணவர்கள் சகிதம் ஆசாரியாரும், இதர ஆசிரியர்களும் ரதம் இழுக்கப்போயிருந் தனர்.

சித்திரை 18 அமராவதிபுதூர் (பிச்சப்பா) சுப்பிரமணியன் செட்டியார் ஆசிரம விருந்தினராக வந்திருந்தனர்.

குமரிமலர், மே 1973

ருத்ரோத்காரி (*1923-24*)

ஆடி 15 உபாகர்மாவிற்காகக் களக்காடு போயிருந்த ம.வே. சுப்ரமண்யன் காலை 10 மணி வண்டியில் ஆசிரமம் திரும்பி னான். இரண்டு நாளாகவே உடம்பு சிறிது அசௌகரியமா

யிருந்ததனால் ஆச்சாரியார் ஜல சிகிச்சையோடுகூடப் பத்திய ஆகாரமும் ஏற்றுக்கொண்டார்கள். சுக்ல பக்ஷத்திலேயே போக வேண்டியிருந்த பயணத்தை உபாகர்மாவிற்காக நிறுத்திவைத்ததிலிருந்து, பையன்கள் எல்லோரும் பாபவிநாசம் போக வேண்டுமென்று ரொம்பவும் விரும்பியதால் இன்று மாலை 4.30 மணி சுமாருக்குப் பூரா தூரத்தையும் நடக்க முடியாத நான்கு மாணவர்களையும் சாமான்களையும் கொண்டு ஸ்ரீ சிவராமய்யரும் கும்பலிங்கம் பிள்ளையும் வண்டியை நடத்திக்கொண்டு நேர் ரஸ்தா மார்க்கமாய் பாபவிநாசம் சென்றார்கள். மறுபகுதியினரைக் குறுக்குப் பாதை மூலமாய் ரா.அ.கி. அழைத்துச் சென்றார். ஆசிரமத்தில் சி.சு. சர்மாவும் ஆச்சாரியாளும் மாத்திரம் தங்கியிருந்தார்கள். லக்ஷ்மியம்மாளும் சிதம்பரமும் மாலை ஆசிரமம் திரும்பினார்கள். இரவு 8 மணி சுமாருக்கு ரா.அ.கி., வெ. சுப்ரமண்யன், கஸ்தூரி, வள்ளியம்மாள் முதலியோரும் ஆசிரமம் திரும்பி, அணை தாண்டுகையில் அக்கரை சேர 20 அடி இருக்கும் பொழுது வெ. பத்மநாபன் மாத்திரம் கால் வழுக்கி அணையில் தவறி விழுந்து தத்தளிக்கையில் தன் கையிலிருந்த இரண்டு குட்டிப் பையன்களையும் ம.வே. சுப்ரமண்யன் கையில் ஒப்படைத்துவிட்டு, ரா.அ.கி. உடனேயே ஜலத்தில் குதித்து மேற்படியானைப் பிடிக்க முயற்சிசெய்தும் கைக்கு அகப்படாமல், சுழியில் அகப்பட்டு, நீரோட்டத்தில் மறைந்துவிட்டதாகவும், பின்னர் தான் எவ்வளவு முயற்சிசெய்து அந்த விடத்தில் தேடியும் காணவில்லையென்பதாகச் சொல்லிப் பிரலாபித்தான். உடன் கை.சிவ.அ., ஒரு வண்டி வைத்துக் கொண்டு பாபவிநாசம் போகவும் இதன் மத்தியில் அக்கரை சேர்ந்திருந்த மறுபகுதியினர் ம.வே. சுப்ரமண்யன், ராமானந்தன் கீழ் க்ஷேமமாய் ஆசிரமம் வந்து சேர்ந்துவிட்டனர். ஆச்சாரியாள் கை.சிவ.அ., சிவராம கிருஷ்ணனை அழைத்துக் கொண்டு நிலா வெளிச்சத்தில் ஏதேனும் தெளிவு கிடைக்கிறதாவென்று பார்க்க ரயில் பாலத்திலிருந்து அணைவரையும் நதிக்கரையோரமாய்த் தேடியும் பயன்படவில்லை. ரா.அ.கி. சர்க்கார் உதவியை நாடி கல்லிடை, அம்பை, வைராவி குளம், கி.மு.களைப் பார்க்கச் சென்றான். கல்லிடை கி.மு. ரொம்பவும் சிரமம் எடுத்துக்கொண்டார். தேடுவதற்காக அதிகாலையிலேயே ஆட்கள் வந்து சேரும்படி ஏற்பாடுகளும் செய்து உதவினார். சி.சு. சர்மா அப்பொழுதே ஒரு வண்டி வைத்துக்கொண்டு சேரமாதேவிபோய் மேற்படியானின் மாமாவும் இங்கு அவனைக் கொண்டு சேர்த்தவருமாகிய ஸ்ரீ ராமலிங்கமய்யரை ஆசிரமம் அழைத்துவந்தார். நேர் வழியாய் பாபவிநாசம் போயிருந்தவர் கை.சிவ.அ.வின் கீழ் 4 மணி சுமாருக்கு ஆசிரமம் திரும்பிவிட்டார்கள். இது

விஷயத்தில் கூட நின்று உதவியவர்களில் வைத்தியர் சங்கரய்யர் அவர்களும் அம்பை ச.ராமய்யர் அவர்களும் முக்கியமான வர்கள். மாலை 6:30 மணி வண்டியில் திருநெல்வேலியிலிருந்து மணி என்னும் பையன் ஆசிரமத்தில் திரும்பக்கொண்டு சேர்க்கப்பட்டிருக்கிறான்.

ஆடி 16 திட்டம் செய்யப்பட்டிருந்த ஆட்களும் தொண்டர் களும் காலையிலேயே அணைக்கட்டுக்கு வந்துசேர மேற்படி யார்களைப் பகுதிகளாகப் பிரித்து அணைக்கட்டிலிருந்து ஆற்றின் இரு கரைகளிலும் அரியநாயகிபுரம் அணைவரை யிலும் தேடுவதற்கும் மீன் அணைக்கு (ரயில் பாலம்) மேலாகப் பாறை மரமிடுக்குகள், கலிங்கல் முதலிய விடங் களிலும் ஆட்கள் இறங்கித் தேடினர். காலை 10 மணி வண்டியில் சேரமாதேவியிலிருந்து மேற்படி ராமலிங்கமய்யரின் பந்துகள் வந்து மேற்படியார்களும் அணைக்கட்டில் நேரில் தேடிப் பார்த்தனர். மாலைவரை சரீரம் கண்டு எடுக்கப்பட வில்லை. ஆகவே, கண்டதும் தகவல் கொடுக்கும்படி சொல்லி விட்டு ஸ்ரீ ராமலிங்கமய்யரும் பந்துகளும் மேற்படி பத்மநாப னின் தம்பி வெ.சுப்ரமண்யனை அழைத்துக்கொண்டு மாலை 4.30 மணி வண்டியில் சேரமாதேவி போய்விட்டார்கள். சரீரத்தைக் கண்டபின்புதான் ஆகாரம் ஏற்றுக்கொள்ளுவதாகச் சொல்லி ஆச்சாரியாள் உபவாசமாயிருக்கிறார்கள். மாலை ஸ்தலம் கி.மு.வைக் கண்டு பையன் காணாமற்போன விஷயத்தைப் பற்றி ரா.அ.கி. முறையீடு செய்துவந்தார். மறுநாள் தேட வேண்டிய வேலையிருப்பதை உத்தேசித்து இரவில் ஆச்சாரியாள் உணவெடுத்துக்கொண்டார்கள்.

ஆடி 17 இன்று காலையும் மூன்று ஆட்களோடுகூட ஆச்சாரியாளும் ரா.அ.கியும் ஆகாரும் 11 மணிவரை அணைக் கட்டு முதலியவிடங்களில் தேடிப்பார்த்தும் பயன்படவில்லை. திலகர் ஆப்த தினமாயிருந்தும் மேற்படி கொண்டாட்டத்தில் ஆசிரமம் கலந்துகொள்ளவில்லை. ஆயினும் பாடம் ஒன்றும் நடக்கவும் இல்லை. சேரமாதேவியிலிருந்து ஓர் ஆள் வந் திருந்து விவரம் தெரியவில்லை என்பதைக் கேட்டறிந்து கொண்டு மாலை 4.30 மணி வண்டியில் ஊர் திரும்பினார். நேற்றுக் காணாமற்போன கம்பளியை ஆசிரமத்தில் எங்கும் தேடலாயிற்று, காணவில்லை. மாலையில் ஸ்ரீ லக்ஷ்மியும் வள்ளியும் தூப்புக்காரி மாடசாமி வீடுபோய் இலேசாய் வெள்ளோட்டம் பார்த்து வந்தார்கள். புளியந்தடியொன்று அங்கிருப்பதாகவும் அது அவளுக்குக் கிடைத்த விவரம் சொல்வதில் சந்தேகம் இருப்பதாகவும் சொன்னார்கள்.

ஆடி 18 அதிகாலையிலேயே அரியநாயகிபுரம்வரை தேடிவர வேண்டி ரா.அ.கி. போயருளினார். சேரமாதேவியிலிருந்து இரண்டு ஆட்கள் வரவே அவர்களுக்குத் துணையாய் ஸ்ரீ கும்பலிங்கம் பிள்ளை அணைக்கட்டுக்குத் தேடப் போயருளி னார். முன் இரண்டு தினங்களிலும் ஆசிரமம் வந்திருந்து தேடுதல் விஷயமாய் கவலையெடுத்துக்கொண்டு வேண்டுவன செய்திருந்ததுபோல் இன்றும் மாலை 2 மணி சுமாருக்கே ஸ்ரீ தி.ரா.மகாதேவய்யர் ஆசிரமம் வந்துவிட்டார். இதன் மத்தியில் ஊறிக்காட்டுத்துறையில் பிரேதத்தைக் கண்டு எடுத்துப்போயிருப்பதாகச் சொல்லிக்கொண்டு ரா.அ.கி. மாலை 3.30 மணிக்கு ஆசிரமம் திரும்பினார். ஆசிரமிகள் எல்லோரும் ஸ்ரீ மகாதேவய்யர், கை.சிவ.அ. ஆகியோர் உட்பட மேற்படி ஸ்தலம் போய் பிரேதத்தைக் கண்டு அதை அடக்கம் செய்ய வேண்டிய ஏற்பாடுகள் செய்யலாயினர். சோழபுரம் கி.மு., சப் இன்ஸ்பெக்டர் முதலியோர் வந்து பிரேதத்தை நம்மிடம் ஒப்படைத்துத் தரும்பொழுது சுமார் மணி ஏழு இருக்கும். இதன் மத்தியில் மாலை 4.30 மணி வண்டியில் நாம் கொடுத்திருந்த தந்திப்படி சேரமாதேவியிலிருந்துவந்த ஸ்ரீ ராமலிங்கமய்யர் ஆசாரியாளை ஆற்றுக்கு அழைத்துப்போய், பிரேதத்தை அம்பாசமுத்திரம் துறைக்குக் கொண்டுவர வேண்டிய ஏற்பாடுகள் செய்யப்பட்டன. அம்பாசமுத்திரம் நாவிதன் வந்து சிலையருளி, பிரேதத்திற்கு அக்னி மூடி திரும்பும்பொழுது மணி 2 ஆகிவிட்டது. சேரமாதேவியாட்கள் வாய்க்காலில் ஸ்நாநம் செய்துவிட்டு, நேரே ரெயில் ஸ்டேஷனுக்கே போய்விட்டார்கள். இன்று காலை, நேற்று கண்ட மச்சப்படி மாடசாமியையும் மேற்படியாள் புருஷன் ராமஸ்வாமியையும் காணாமற்போன பொருள்கள் விஷய மாய்க் கண்டித்தும் பின் மேற்படியார் வீட்டில் சி.சு.சர்மா சோதனை செய்துவந்ததில் ராமஸ்வாமி அந்தக் கட்டையைத் தான் முட்டுக்கொடுக்க வேண்டி எடுத்துக்கொண்டுபோன தாகவும், மற்றைய சாமான்கள் விஷயமாய்த் தனக்கு ஒன்றும் தெரியாதென்றும், 'கட்டை' விஷயமாய்த் தன்னை மன்னிக்க வேண்டுமென்றும் கேட்டுக்கொண்டான். ஆசாரியாளுக்கு விவரம் அறிவித்ததன்மேல், மேற்படி ராமஸ்வாமி நம் 'கோட்டை'க்குள் வரக்கூடாதென உத்தரவிடும்படி அருளி னார்கள். இரவு மாடு கறக்க மாடசாமி வரவில்லை. புருஷன் உதவியில்லாமல் இங்கு காரியம் பார்க்க முடியாதென்று சொல்லிவிட்டாளாம்.

ஆடி 19 காலையில் தகவல் சொல்லிப்போக வந்த மாடசாமியை இன்றுடன் வேலையினின்றும் நீக்கியிருக்கிறது. மாலை 4.30

மணி வண்டியில் தந்தாயார் சிரார்த்தத்துக்காக ஸ்ரீ சிவராமய்யர் திருநெல்வேலி போயருளினார்.

ஆடி 20 அஷ்டமி. பாடமில்லை. இன்று முதல் பழைய புல்காரியே திரும்பவும் தினம் அரையணாவுக்குப் புல்போட்டு வருகிறாள். மாலை 4.30 மணி வண்டியில் ஸ்ரீ கிருஷ்ணதாஸ் ஊருக்குப் (கும்பகோணம்) போயருளினார்.

புரட்டாசி 1 கும்பகோணம் பஞ்சாங்க ரீதியாய் இன்று முதல் தேதி. ஆசிரம அனுஷ்டானமும் அப்படியே. இன்றைய சிரார்த்தத்துக்காக வீடு போயிருந்த மகாதேவன் மாலை திரும்பிவிட்டான். மாலை சிங்கப்பட்டிக்குப் போகும் வழியில் தூற்றுக்குடி சப்ஜட்ஜ் ஸ்ரீ கிருஷ்ணசாமி அய்யரும், டிஸ்ட்ரிக்டு முனிசிபு ஸ்ரீ ராமஸ்வாமி அய்யரும் ஆசிரமத்தைப் பார்த்துச் சென்றார்கள். ஸ்ரீ வைத்யநாதய்யர் திருச்சினாப்பள்ளி போவதாகவும் அதற்குமுன் பாப்பாங்குளம் சொக்கலிங்கம் பிள்ளையைப் பார்க்க வேண்டுமென்றும் சொல்லி மாலையிலேயே ரூ. 51 கடனாகப் பெற்றுக்கொண்டு அம்பை சென்று விட்டார். மத்தியான போஜன சமயத்தில் சிவராமய்யர் ஏதேதோ அவமரியாதையாய்ப் பேசிவிட்டதாகச் சொல்லி கோவிந்தன் ஊடல் கொண்டிருந்தான். ஊடல் தீர்த்துச் சாப்பிடச் செய்தோம்.

புரட்டாசி 2 திங்கள் அஷ்டமி பாடமில்லை. காலையில் சன்னதித் தெரு கி. ராமலிங்கமய்யரைக் கண்டு ஆவணி மாசம் 16ஆம் தேதி மேற்படியாரிடம் ஒப்படைத்திருந்த 1000ஐயும் ஆசாரியாள் உத்தரவுப்படி சி.சு. சர்மா வாங்கிக்கொண்டு வந்திருக்கிறார். 10 நூறு ரூபாய் நோட்டுகள்: B.E. 93, 97136 – 97145 வரை தொடர்ந்த எண்ணுள்ள கரன்ஸி நோட்டுகள். ரா.அ.கி.உம் சிங்கம்பட்டிபோய் கணக்குப்பிள்ளையைக் கண்டு அரிசி மூடையைப் பற்றி அறிவித்து வந்தருளினார். மேற்படியார் மைத்துனனும் காலையில் மேற்படியாரைத் தேடிவந்து மத்தியான போஜனத்திற்குமேல் இருவரும் ஊருக்குள் சென்றனர். இன்று மத்தியானமும் சாப்பிட உட்கார்ந்த கோவிந்தன், தனக்கு இலைபோடவில்லையென்ற காரணத்தினால் (தன் தட்டு எச்சிலாய் விட்டதாம்) ஊடல்கொண்டு அங்குமிங்கும் திரிந்துபின் ஸ்ரீ ல.சர்மா வீடுபோய் அவ்விடத்தில் ஆகாரம் செய்தருளினான். மாலையில் ஊடல் கொண்டு ரயில் வரும் சமயத்தில் பாதையினருகில் மேற்படி யான் நின்றுகொண்டிருந்ததைக் கண்ட ரா.அ.கி.உம் சன்னதித் தெரு ராமலிங்கமய்யர் அவர்களும் வெகுசிரமப்பட்டு மேற்படியானை அவ்விடம்விட்டு ஊருக்குள் இழுத்துக் கொண்டு சென்றார்கள். மாலை வண்டியில் ஆசாரியாள்

தூற்றுக்குடியினின்றும் திரும்பினார்கள். திருநெல்வேலி இம்பீரியல் பேங்கில் பர்மா பனியன் வயிசு. உண்டியை மாற்றி ரூ. 2000 கொண்டு வந்திருக்கிறார்கள். B.E./42-52219, G.C/5-25631, B.E/75- 72958, B.E/82-59476, B.E/34-12675, B.E/77-57071, B.E/83- 01157, B.E/48-27373, B.E/53-94504, N.D/84-82687, B.E/86-17849, B.E/86-21020, N.D/64-39428, S.D/49-95582, D.C/89-99053, B.E/86-94339, B.E/89- 61314, B.E/81- 31104, B.E/84-51238, B.E/79-33314 ஆக 20 நூறு ரூபாய் கரன்ஸி நோட்டுகள் சேர்ந்து ரூ. 2000. ரா.அ.கி.உம் ஆசாரியாளிடம் பேசியிருந்து பின் மைத்துனன் காரியமாய் ஊருக்குள் போயிருக்கிறார். கோவிந்தன் இரவு 8.30 மணி சுமாருக்கு ஆசிரமம் திரும்பினான்.

புரட்டாசி 3 செவ்வாய் நவமி பாடமில்லை. காந்தி தினம். 10 மணி வண்டியில் தூற்றுக்குடியிலிருந்து கிரயப்பத்திரம், விடுதலை தஸ்தாவேசு முதலியவற்றைக்கொண்டு, பவர் ஆப் அட்டர்னி சகிதம் ஸ்ரீ .... ஆசிரமம் வந்திருந்து ஆசாரியாளைக் கண்டு பேசிவிட்டு மத்தியான போஜனத்திற்குமேல் நாளைப் பத்திரத்தை ரிஜிஸ்தர் செய்ய வேண்டிய ஏற்பாடுகளைக் கவனிக்கச் சேரமாதேவி போயருளினார். மாலை காந்தி தினக் கூட்டத்திற்காக ஆசாரியாளும் மாணவர்களும் போய் வந்தார்கள். மாலை 6.30 மணி வண்டியில் விஸ்வாமித்ர வித்யாரண்யனைப் பார்க்க வேண்டி விஸ்வாமித்திரனின் தமையனும் மற்றுமோர் பந்துவும் வந்திருக்கிறார்கள்.

புரட்டாசி 4 புதன் காலை 7.50 மணி வண்டியில் ஆசாரியாள் பத்திரம் ரிஜிஸ்தர் செய்து வாங்க வேண்டி ரூ. 3000த்திற்குரிய நூறு ரூபாய் நோட்டுகளையும் எடுத்துக்கொண்டு சேரமாதேவி போயருளினார்கள்.

ஐப்பசி 2 சரஸ்வதி பூஜை. காலை 11 மணிவரை வாத்தியார் வராததால் சி.சு. சர்மா தானே ஏடு அருளி பூஜை செய்தார். காலையில் நான்கு மணி வண்டி சாமான் சேரமாதேவி போயிற்று. கை.சிவ.க. வண்டி பார்க்க வேண்டி ஆம்பூர் போவதாகச் சொல்லி நான்கு அணா ரயில் சத்தத்துக்கு வாங்கிப்போனார். மாலையில் ஸ்ரீ கி. ராமலிங்கமய்யர் கூடப்போன சி.சு. சர்மா ஆசிரமம் திரும்புவதற்குள், அஸ்தமித்த தும், லக்ஷ்மியம்மாள் தனிமையாயிருக்கும்பொழுது மூன்று பேர் கட்டடத்தைச் சுற்றிவந்து வாசற்கதவைப் பூட்டி இருப்பதைப் பூட்டைத் தொட்டுத் தடவிப் பார்த்துக்கொண்டு சிறிதுநேரம் அங்குமிங்கும் நின்று பார்த்துவிட்டுத் திரும்பி விட்டார்கள். மாலை 7.30 மணி வண்டியில் சேரமாதேவியி லிருந்து மழை உபத்திரவத்தினால் நாராயணன், ராமநாதன், பாலு, சிவகடாக்ஷம், ராமஸ்வாமி, வித்யாரண்யன்,

செல்லக்குப்ப ராஜா ஆக ஏழு பேரும் கல்லிடை ஆசிரமத்திற்குத் திரும்பிவிட்டார்கள். இரவும் பூஜை நடந்தது. நைவேத்தியப்பழமே எல்லோருக்கும் ஆகாரம்.

ஐப்பசி 3 காலையில் ஓட்டுவண்டி ஒன்றும் மரவண்டி ஒன்றும் சேரமாதேவி போயின. விஜயதசமி பூஜையைக் காலையிலேயே முடித்துப் பழத்தையே காலையாகாரமாகக் கொடுக்கலாச்சுது.

சேரன்மாதேவி

மார்கழி 1 நேற்று மழை காரணமாக ஆற்றில் வெள்ளம். குள உடைப்பு முதலிய காரணமாக ரயில் போகவில்லை. ஆக ஆசாரியாள் இன்று காங்கிரஸுக்குப் போகக் கிட்டவில்லை. இன்று முழுதும் மழை. ஸ்ரீ லக்ஷ்மணப் பெருமாள் பிள்ளையும் உண்டி வசூலுக்குப் போகக் கிட்டவில்லை.

மார்கழி 2 ஆற்றில் பெரு வெள்ளம். இதுபோன்று இதற்கு முன்னதாக வெள்ளம் வந்ததே கிடையாது. பல பாகங்களில் ஆற்றிலும் குளங்களிலும் உடைப்பு. ரயில் பாதை புரண்டு போயிற்று. ரயில் பாதைகளிலும் சிறிது சேதம். ஆக, ரயில் போக்குவரத்தே நின்றிருக்கிறது. காலையில் மாணவர்கள் எல்லோரும் வெள்ளத்தையும் அதனால் ஏற்பட்ட சேதங்களையும் பார்த்துவர அழைத்துப் போகப்பட்டனர். மாலையில் ஒழுங்காகப் பாடம் நடந்தது.

மார்கழி 3 ஸ்வர்ண ஏகாதசி. சிலர் விரதம் இருந்தனர். ஆக, பாடம் நடக்கவில்லை. கல்லிடையிலிருந்த பாபவிநாசம் உழவு குட்டையின் விலையை வாங்கிப்போக வந்தான். அதன் சீர்கேட்டைப் பற்றித் தகவல் கொடுத்து மாட்டையே வாபஸ் செய்துவிடுவதாகச் சொல்லிவர சி.சு. சர்மா கல்லிடை போயிருந்தார். இன்றும் ஆசாரியாள் காங்கிரஸிற்குப் போகக்கூடவில்லை.

தை 4 சி.சு. சர்மா, லக்ஷ்மி அம்மாள், சிதம்பரம் இன்று காலையில் ஆசிரம வண்டியில் வந்து இறங்கினர். வள்ளியம்மாளும் கல்லிடையினின்று வந்துசேர்ந்தாள். மாலையில் ல. கிருஷ்ணமூர்த்தி சர்மா ஊருக்குச் சென்றனர். பிரம்மசாரி மகாதேவனும் வந்து சேர்ந்தான். பையன்கள் இன்று பாதைகளையும் முற்றத்தையும் செம்மை செய்துகொண்டிருந்தனர்.

தை 5 சங்கரலால் பாங்கர் கோஷ்டியார் இன்று திருநெல்வேலிக்கு வருகிறார்கள். சிவராமய்யர் எவரிடமும் சொல்லாமல் திருநெல்வேலிக்குச் சென்றார். சுந்தரம் காருகுறிச்சி, கூனியூர், சேரமாதேவி, பத்தமடை முதலிய இடங்கள் சென்று சங்கரலால் பாங்கர் கோஷ்டியார்

ஆசிரமத்துக்கு வருவதையும் மறுநாள் காலை ஊருக்குள் பிரசங்கம் செய்வதையும் அறிவித்துத் தண்டோரா கொடுத்து வந்தார். ஆசாரியார் மாலை திருநெல்வேலி சென்று சங்கரலால் பாங்கர் கோஷ்டியார்களைப் பார்த்துவிட்டு இரவு பத்து மணி வண்டியில் ராமானந்தன், சிவராமய்யர் இவர்களோடு திரும்பினார்கள். மாலை கிருஷ்ணமூர்த்தி சர்மா, தியாகேசன், காமேசன், கணேசன் இவர்களைக் கூட்டிக்கொண்டுவந்தார். கை.சிவ அனந்த நாராயணய்யர் கல்லிடையிலிருந்து ஒரு பஜனைக் கோஷ்டியுடன் இரவு பதினோரு மணி சுமாருக்கு வந்துசேர்ந்தார். நல்லபெருமாள் திருநெல்வேலியிலிருந்து இரவில் வந்துசேர்ந்தார். சொர்ணம் பிள்ளை ஒரு பையனைக் கூட்டிக்கொண்டு வந்துசேர்ந்தார்.

தை 6 இன்று காலை ஆறு மணி சுமாருக்கு ஸ்ரீ சங்கரலால் பாங்கர், மதுரா தாஸ், புருஷோத்தம தாஸ், கெ.சந்தானம், என்.எஸ். வரதாசாரி, யக்ஞேசுவர சர்மா, வெங்கடாசலமய்யர் முதலியவர்கள் திருநெல்வேலியிலிருந்து மோட்டார் காரில் வந்துசேர்ந்தார்கள். வந்ததும், ஆசாரியரும் ஏனைய பிரமசாரிகளும் அவர்களை வந்தே மாதர கோஷத்துடன் வரவேற்றுக் கதர்மாலை சூட்டினார்கள். பிறகு ஓட்டுப் பெரைக்குச் சென்று அங்குள்ள புத்தகங்களைப் பார்வை யிட்டுவிட்டு, ஆசிரம முறைகளைப் பற்றி ஆசாரியாரிடம் கேட்டுத் தெரிந்துகொண்டார்கள். பிறகு பிரம்மசாரி ராமஸ்வாமியைக் கூப்பிட்டு சங்கரலால் பாங்கர் காந்தியைப் பற்றியும் அவரது சிறைவாசத்தைப் பற்றியும் வினவிவிட்டு, நூற்பதன் அவசியத்தைப் பற்றி பிரம்மசாரிகளுக்கு வற்புறுத்திக் கூறிவிட்டு, பிரம்மசாரிகளிடம் நூல் நூற்பதாக ஒரு வாக்குறுதி யும் வாங்கிக்கொண்டார். பிறகு வந்திருந்த கோஷ்டியாரையும் ஆசிரமிகளையும் வைத்துப் படம் பிடிக்கப்பட்டது. அதன் மேல் ஊருக்குள் பிரசங்கம் செய்வதற்காகப் போனார்கள். பிரசங்கத்தை ஆசாரியார் தமிழில் மொழிபெயர்த்துக் கூறினார். கடைசியாக எட்டரை மணி வண்டியில் ஆசிரமிகள் வழியனுப்பச் சென்றனர். அம்பாசமுத்திரத்திலிருந்து ஸ்ரீமான்கள் அனந்த நாராயணய்யர், திருமலைசாமி ஐயர், சுந்தரமய்யர், நாராயணய்யர் முதலியோர் வந்திருந்தனர். படம் பிடிப்பதற்காக ஸ்ரீமான் சுந்தரம் பிள்ளை வந்ததற்கு ஆசிரமம் அன்னாருக்கு நன்றி செலுத்தக் கடமைப்பட்டுள்ள தாகும். பத்தரை மணி தூத்துக்குடி வக்கீல் ஸ்ரீமான் விசுவநா தய்யர் ஆசிரமத்திற்கு வந்தார். ஸ்ரீமான் அ.ராமுவய்யரும் வந்திருந்தார். ஸ்ரீ லக்ஷ்மண சர்மாவின் மனைவியாரும் குமாரன் சுப்பிரமணியனும் காலை வந்திருந்தனர். ஆசிரமக் கட்டட வேலைசெய்யும் பேச்சியப்ப பிள்ளை, கணபதியா

பிள்ளை, கணமூப்பன் மூவரும் ஆசிரமத்தில் போஜனமருந்தினர். மாலையில் காமேசுபரனைத் தவிர பாக்கியுள்ள சர்மா குடும்பத்தினர் ஊர் திரும்பிச் சென்றனர்.

தை 7 இன்று ஊருக்குள் பாகவதம் சமாப்த தினமாகையால், ஆசாரியருள்ளிட்ட பிராமண ஆசிரமிகள் அனைவரும் பக்தவத்ஸனர் கோயில் சென்று அக்கோயிலின் சித்திர வேலைப்பாடுகளையும் பிறவற்றையும் கண்டு வியந்தார்கள். மாலை மூன்று மணிக்கு ஆற்றங்கரை மண்டபத்தில் தூத்துக்குடி ஸ்ரீ விசுவநாதய்யரின் தலைமையின்கீழ் ஆசாரியார் அரியதோர் உபநியாசம். ஆதுணிக தர்மத்தைப் பற்றி பிரசங்கம் செய்தனர். பிரம்மசாரிகள் பஜனை செய்தனர்.

மாசி 8 காலையில் ஆசாரியார் காருகுறிச்சி சென்று நெல் வசூல் விஷயமாக யோசனை கேட்டு வந்தார்கள். பின்னால் வரும்படி சொன்னார். சிவராமய்யர் ஊர் சென்றார். சந்திர கிரகணம். ரா.அ.கி. திரும்பினார். நதிக்கு ஆசாரியார், சுபத்ரா, ரா.அ.கி., சி.சு., அமுதய்யங்கார் இவர்கள் சென்றார்கள். அங்கு ஸ்நாநம் செய்து விமோசனத்துக்காகக் காத்துக்கொண்டிருக்கையில், ஸ்ரீ ராமகிருஷ்ணய்யர் பிரேரணையின்மேல் ஆசாரியார் உபந்நியசித்து இந்திய சரித்திரத்தை நுணுக்கங்களை எடுத்துக்காட்டி மிக அழகாகப் பேசினார்கள். பிறகு ஆராவமுதய்யங்காரும் ரா.அ.கி.யும் ராமகிருஷ்ணய்யரும் பேசினார்கள். பேசி முடிந்ததும் ஆசிரமம் திரும்பி ஸ்நாநம் செய்து ஆசிரமிகள் பலகாரம் புசித்தார்கள். கிரகணம் பூரண கிரகணம். கிரகணம் பிடித்த சமயத்தில் சந்திரன் ஒரு ரக்தப் பிண்டமாகத் தென்பட்டது. கிரகணம் பிடித்து சுமார் ஒன்றரை மணிநேரம் வரை அப்படியே இருட்டாக இருந்து பிறகு விட ஆரம்பித்தது. பிடிப்பதும் விடுவதும் மிக அழகாக இருந்தது.

ரக்தாட்சி (1924-25)

சித்திரை 1 காலையில் ஸ்ரீ அனந்த சுப்பிரமணிய ஐயர் அவர்கள் சென்னையிலிருந்து ஆசிரமத்துக்கு வந்து பார்வையிட்டு மாலையில் சென்றார்கள். காலையில் சரல்வெட்டி ஒற்றை மாட்டு வண்டியில் கொண்டுவரப்பட்டது. சாரணர் பயணத்தைக் கருதி இன்று ஓய்வு. இன்று செத்தைகள் வாரிப்போடப்பட்டன. சொள்ளமுத்து சாம்பான் விழாவுக்காக ஓய்வு வாங்கிக்கொண்டு மத்தியானத்துக்குமேல் சென்றான். காலையில் தென்னைகளுக்கு உழவு செய்யப்பட்டது. கத்தரிக்கு வேலி மீதி நிறையப்பட்டது. அனந்த சுப்பிரமணிய ஐயர் நாகர்கோயிலில் வாந்திபேதி என்று சொல்லியதனால் சாரணர் யாத்திரை நிறுத்தப்பட்டது. ஸ்ரீ சிவராம கிருஷ்ணய்யர்

வக்கீல் ஸ்ரீ வைகுண்டம் இரவில் வந்திருந்தார். மறுநாள் காலையில் செல்வார்.

சித்திரை 2 காலையில் ஸ்ரீமதி விசாலாட்சி அம்மாள் கல்லிடை சென்றார்கள். தென்னைக்கு உழவும் மணலும் வாரிப் போடப் பட்டது. வாழை வெட்டு. நல்லபெருமாள் பிள்ளையும் கந்தசாமி ராஜாவும் பாபவிநாசம் செல்வதற்காக மாலையில் புறப்பட்டுப்போனார்கள். சி.சு. சர்மாவும் கல்லிடை சென்றார். ஒப்பந்தக் கொத்துவேலை.

சித்திரை 3 வாழைவெட்டு. தென்னை உழவு. கத்தரிக்குக் கொத்திக்கொடுக்கப்பட்டது. ஆராவமுதய்யங்காரும் சிவராமய்யரும் ஊரில் ஒரு வாந்திபேதி கண்டிருந்த நோயாளியைப் பார்வையிட்டு மருந்துகள் வாங்கிக்கொடுத்து காலை மாலை இரு வேளைகளிலும் பார்த்து சமூக சேவை ஆரம்பித்தார்கள். ஒப்பந்தக் கொத்துவேலை. நல்லபெருமாள் பிள்ளையும் கந்தசாமி ராஜாவும் மாலையில் திரும்பினார்கள்.

சித்திரை 4 கத்தரிக்குக் கொத்திக்கொடுக்கப்பட்டது. வண்டி உரம் அடித்தது. காலையில் தென்னை உழவு. ஒப்பந்தக் கொத்து வேலை. ஒப்பந்த தச்சுவேலை. நல்லகண்ணாசாரி எனும் தச்சாசாரி ஸ்ரீ கண்ணையர் மூலமாக இன்று முதல் வேலை பார்க்க வந்துள்ளார். ஸ்ரீமான்கள் கு. பிள்ளை, அமுது, க.கி. சிவராமய்யர் மூவர்களும் வாந்திபேதி சம்பந்த மான வேலையில் சேரன்மாதேவி கூனியூர் சென்றிருந்தார்கள்.

சித்திரை 25 ராகவப் புதுவயலூருக்குத் தமிழ் தெரியாது; மலையாளம்தான் சொந்த பாஷை. நான்காவது பாரம்வரை ஓர் ஆங்கிலப் பள்ளிக்கூடத்தில் படித்திருக்கிறான். உழைப்பாளி எனத் தோன்றுவதால் தாற்காலிக மாணவனாக ஏற்றுக்கொள்வ தென ஆசாரியாள் முடிவு செய்தருளினார்கள். பணம் வந்ததும் பெயர் பதியப்பெறும். தச்சு வேலை நடந்தது. கொலு வேலை யும் நடந்தது. பத்மாசனிக்கு ஜலதோஷம் ஜுரமாய் இருக்கிறது. தலையில் நாலைந்து நாளாகவே சிரங்குகளுடன் அவதிப்படும் வெங்கட்ராமன் இன்று இரவு ரொம்ப நேரம் அழுதான். தன் கஷ்டத்தை வெளியிட்டு சொல்லக்கூடத் தெரியாமல் அழுததால், *Wet Packing* கொடுத்தது. இரண்டு மூன்று தடவை கொடுத்ததன் மேல் மூத்திரம் கழிந்து சவுகரியமாய்த் தூங்கினான்.

சித்திரை 26 இன்றும் பாடம் திரமென நடந்தது. தச்சு வேலை நடந்தது. போஜனசாலைக்கு இரண்டு நாளாக பட்டை அடித்தாகிறது. கொல்வேலை நடந்தது. நல்லபெருமாள் பிள்ளை இரவு வந்தார். இரவு உயிரவிளையிலிருந்து சதாசிவன் என்ற பையனை ஆசிரமத்தில் சேர்க்கும் உத்தேசத்துடன்

அவனுடைய தகப்பனாரும் இன்னுமொரு நண்பரும் வந்தார்கள்.

சித்திரை 27 சதாசிவன் என்ற பையனைச் சேர்ப்பதற்கு புதன் கிழமையே நல்ல நாளாகையால் அன்று சேர்க்க வேண்டும் என்று சொல்லிவிட்டு அவனுடைய தகப்பனார் தென்காசி சென்றுவிட்டார். நல்லபெருமாள் பிள்ளையும் அம்பா சமுத்திரம் சென்றார். சி.சு. சர்மாவுக்கு 25ஆம் தேதி புத்திரி பிறந்தநாள் என்று கடிதம் வந்ததால், ஆசிரமிகளுக்கு பழமும் வெல்லமும் பரிமாறப்பட்டது. சி.சு. சர்மா கல்லிடை சென்றார்.

குருகுலத்தில் எழுதிவரப்பட்ட இந்தத் தினசரிக் குறிப்புகளை எழுதியது யார் எனத் தெரியவில்லை. ஆங்கில ஆண்டுகள் இந் நூலாசிரியரால் இடப்பட்டவை.

~ ~

(V)
எங்கள் பாபநாச யாத்திரை

வ.வே.சு. ஐயர்

வருஷமும் வசந்தருதுவும் பிறந்துவிட்டன. இரவுக் காலங்களில் சந்திரிகை மனோஹரமாகக் காய்ந்துகொண்டு வந்தது. பிரகிருதிதேவி மனிதனை, வீட்டினில் நில்லாதே, என்னுடைய எல்லையில்லாத அழகை வந்துபார் என்று இடைவிடாது அழைத்தவண்ணமாக இருந்தது. இந்த வெள்ளிக்கிழமை பாபநாசம் போய்வரலாமே என்று யாரோ ஒருவர் சொன்னதும் யாத்திரைப் பைத்தியம் எல்லோரையும் பிடித்து விட்டது. எல்லோரும் புறப்படுகிற தினத்தை எதிர்பார்த்த வண்ணமாகவே இருந்தனர். கடைசியாகச் சகல ஏற்பாடுகளும் செய்துகொண்டு வியாழக்கிழமை சாயங்காலம் ஆசிரமத்தை விட்டு எல்லோரும் புறப்பட்டோம்.

சில பிரமசாரிகளுக்குத் தங்கள் பலம் தெரியாத காரணம் ஒரு வண்டி வைக்கவேண்டி நேர்ந்தது. தவிர பெண்ணாய்ப் பிறந்தவர்களும் நடக்கவே முடியாத சிசுக்களும் ஆகாராதி களும் இருந்ததால் வண்டி அவசியமாகவும் இருந்தது. இருப்பினும், பிள்ளைகளுக்குச் சலியாமை கற்பிப்பதற்காக, "நொண்டிகளெல்லோரும் வண்டியில் ஏறலாம்" என்று கூறினோம். அப்பொழுது உண்மையாகச் சக்தியற்றவர்களைத் தவிர அநேகமாய் மற்றெல்லோரும் வண்டியில் ஏறாமல் நடக்கத் தலைப்பட்டுவிட்டார்கள். நிலவும் தாவள்ளியமாய் வீசிக்கொண்டிருந்தது. உபாத்தியாயர்களும் அந்தந்தத் தொகுதிகளில் சேர்ந்த பிள்ளைகளுக்கு இன்பகரமான கதைகளும் ஹாசியகரமான கதைகளும் சொல்லிக்கொண்டே வந்தார்கள். அங்கங்கே மரங்கள் அடர்ந்து நிலவுடன் கொஞ்சி விளையாடிக்கொண்டிருக்கும் நிழலைத் தந்தன. சில பாகங்களில் பாதை மரமின்றியிருந்ததால் வெள்ளித் தகட்டைப் போலப் பூமியைக் கவர்ந்துகொண்டிருந்தது.

எப்புறம் திரும்பினாலும் ஒளி வெள்ளம், வெள்ளிக் குழம்பு, தாவள்ளியக் கடல். பிரகிருதி தேவி பல்வேறு உருவங்களைத் தரித்துக்கொண்டு வெண்பட்டைப் போர்த்திக் கொண்டு அழகின் ஒவ்வொரு சாயலையும் எங்களுக்குக் காண்பிப்பதற்காக ஆனந்தத் தாண்டவம் புரிந்துகொண் டிருந்தது போலிருந்தது. அந்த நிலவில் ஒளிர்ந்தன, பூமியும் வானமும் மலைகளும் மரங்களும்! இந்த ஒளிக்கடலில் நீந்திச் சென்றுகொண்டிருந்த பிள்ளைகளுக்குக் களைப்பேது, வலியேது? எல்லோரும் களித்த இதயத்தோடு நடந்துசென்று கடைசியாகப் பாபவிநாச ஈசுவரர் கோவில் போய்ச் சேர்ந்தோம்.

தாம்பரபர்ணி ஆறு நிலவில் உருக்கிய வெள்ளியைப் போலப் பாய்ந்து சென்றுகொண்டிருந்தது. அதன் தெளிவான நீரில் அனுஷ்டானங்களையெல்லாம் முடித்துக்கொண்டு, படித்துறையில் உட்கார்ந்து, கொண்டுவந்த ஆகாரத்தைப் பிரித்துச் சாப்பிட்டோம். ஆகாரம் சாமானியமானதாயிருந் தும், ஓடுகிற ஜலத்திற்கும் நிலவுக்கும் கூடியிருந்த கூட்டத் திற்கும் அது பிரம்மானந்தமாயிருந்தது. நேரமாகிறது தெரிய வேயில்லை. எரித்துக்கொண்டிருந்த நிலவும் மணலும் ஆற்றின் இனிய முரலலும் ஆசிரமவாசிகளின் இதயத்தை ஆகருஷித்தது. அவர்களும் அவ்வாற்று மணலிலேயே படுத்துக்கொண்டு விட்டார்கள். மேலே தெள்ளிய ஆகாயம் – அதிலே ராஜ ஹம்ஸம் மானசரசில் செல்லுவதுபோல மிதந்து செல்லும் சந்திரன் – மந்தமாய் வீசும் காற்று – ஆறு இடைவிடாது செய்துகொண்டு செல்லும் இனிமையான முரலல் – எல்லாம் சேர்ந்து மனதைக் கவர்ந்தன. பிரமசாரிகளும் அந்த ஆனந்தத்தை அனுபவித்துக்கொண்டு நித்திரைக் கடலில் ஆழ்ந்துவிட்டார்கள்.

அருணோதயத்திற்கு முன்னாகவே எல்லோரும் எழுந் திருந்து சூர்யனுடைய பிரகாசம் அலைஅலையாக எழுந்து மேல்வருவதைக் கண்ணாரப் பார்த்து அனுபவித்துவிட்டு மலை மீதிருக்கும் கலியாணதீர்த்தத்தில் நீராடப் புறப்பட்டு விட்டோம்.

எத்தனையோ யாத்திரிகர்கள் எத்தனையோ நூற்றுக் கணக்கான வருடங்களாகக் கலியாணதீர்த்தத்திற்குப் போய் வருவதைக் கண்டு அரசர்களோ அறப்பற்றுள்ள வைசியர்களோ ஜனங்கள் அன்று சுலபமாகப் போய்ச் சேர்வதற்காகப் பாறையில் கற்படிகள் வெட்டி வைத்திருக்கிறார்கள். போகும் வழியில் இரு பக்கமும் மரங்கள் நின்று ஊசலாடிக்கொண் டிருந்தன. மேலும் மேலும் ஏறிச் சென்றோம். கடைசியாக அந்தப் பிரதேசத்தின் உச்சிபோய்ச் சேர்ந்தோம்.

சேர்ந்ததும் என்ன ஆச்சர்யமான காட்சி! ஒரு விஸ்தார மான நாடகசாலை. சுற்றிலும் மலைகளின் தாழ்வரைகள் அந்நாடகசாலையின் சுற்றுச்சுவர் போல இருக்கின்றன. கீழே பழைய பாபநாச அருவிகள் வீழ்ந்துகொண்டிருக்கின்றன. மரங்களும் செடிகளும் ஓயிலாகத் தூங்கிக்கொண்டிருக்கின்றன. தூரத்தில் வெள்ளிக்கோல் ஒன்று வானத்தையும் பூமியையும் அளந்துகொண்டு இருப்பதுபோலிருக்கிறதே இதென்ன? "ஜோ" என்று மந்தமாக ஒரு சத்தமும் பிரகிருதியின் இதர ஓசைகளுக்குச் சுருதி கொடுப்பது போலக் கேட்கிறது. அதுதான் உலகப் பிரச்சித்தமான கலியாணதீர்த்த அருவியும் அதன் இடையறாத சத்தமும்.

காட்சி அனைத்தையும் ஆனந்த பரவசத்தோடு அனுபவித் தோம். அக்காட்சியை விட்டு நகருவதே அசாத்தியம் எனத் தோன்றியது. புவனசுந்தரி தனது அழகு வெள்ளத்தையெல்லாம் மடைதிறந்து பெருக விட்டுக்கொண்டேயிருக்கையில் கண்களை அவளுடைய திருமேனியினின்று எவ்வாறு வாங்க முடியும்? ஆனால் மேலே செல்ல வேண்டியதன்றோ சங்கற்பம்? ஆகையால் அறிதில் அவ்விடத்தினின்று பெயர்ந்து பள்ளத் தாக்கில் இறங்கினோம்.

அகஸ்திய மகரிஷியின் திருக்கோவில் வழியில் இருக்கிறது. அதைத் தாண்டிச் சென்று மறுபடியும் மலை மீதேறிச் சென்றோம். இரண்டு மார்க்கங்கள் இருக்கின்றன. அவை களுள் லகுவான மார்க்கத்தில் செல்லலாமா? கஷ்டமான மார்க்கத்தில் செல்ல வேண்டுமா? என்ற கேள்வி பிறந்ததும் எல்லோரும் கடினமான மார்க்கத்தின் வழியே செல்ல வேண்டும் என்று அபிப்பிராயம் கொடுத்தார்கள்.

ஆகவே எல்லோரும் மலைஆடுகளைப் போலப் பாறைக்குப் பாறை தாவிக்கொண்டு குதூகலமாய்ச் சென்றோம். வழி சில இடங்களில் மிகக் குறுகலாயிருக்கும். கூராகயிருக்கிற பாறைகளின் மீதே சில இடங்களில் தாவிச் செல்ல வேண்டிய தாயிருக்கும். ஆனால் பிரமசாரிகளுக்கு இவையெல்லாம் வேடிக்கையாகத் தானிருந்தனவேயன்றிக் கொஞ்சமேனும் வருத்தமில்லை. கடைசியாக, ஒரு பெரிய பாறையில் இயற்கை யாலேயே வெட்டி அமைக்கப்பட்டிருந்த, ஒவ்வொரு ஆளாகத் தவழ்ந்து சென்றுதான் தாண்டக்கூடிய, ஒரு சிறிய துவாரத்தின் வழியே நுழைந்து தற்பொழுது வரளாமல் பாக்கியாக நிற்கும் அருவிக்குப் போய்ச் சேர்ந்தோம்.

எத்தனைதான் அழகாக வர்ணித்தாலும் அவ்வருவியின் வனப்பை உள்ளது உள்ளபடி வர்ணித்தெழுதுதல் அசாத்தியம். நேரில் கண்ணால் கண்டவர்கள்தான் அதன் பெருமையை

அறிய முடியும். அறுபது எழுபது அடி உயரத்தினின்று தாம்பரபர்ணி ஆறானது குமிழியிட்டுக்கொண்டு, பாம்பின் சட்டையைப் போலவும் வெண்பட்டைப் போலவும் உதிர் பனியைப் போலவும் காட்சியைத் தரும் நுரைகளைத் தள்ளிக்கொண்டு, இடைவிடாமல் இரைந்துக்கொண்டு, யார் கைக்கும் அடங்காத ஒரு காளையைப் போலப் பாய்ந்துகொண்டு பூமியில் வீழ்கிறது.

மேலே மரங்கள் அடர்ந்த காடு. கீழே முதலில் நாம் வர்ணித்த பிரம்மாண்டமான நாடகசாலை போன்ற ஒரு வெளி. அந்நாடகசாலையின் தரை பிரகிருதி தேவியால் அலங்காரக் கோலம் இடப்பட்டது போல தோன்றும் பாறைகளாலும், தாம்பரபர்ணி நதியின் பல்வேறு கிளை களாலும் பொலிவுபெற்று விளங்குகிறது.

நிர்மலமான வானத்தில் சூரியன் தன் அரும்பெருஞ் சக்தியினால் இந்த அருமையான காட்சியை நிமிஷத்துக்கு நிமிஷம் வேறு மாதிரியாகப் பின்னிக்கொண்டும் மலையில் வீழருவியில் இந்திர தனுவை உண்டாக்கிக்கொண்டும் விளங்குகிறான். காட்சியெல்லாம் கண்ணையும் மனதையும் கொள்ளை கொள்கிறது.

இந்த அருவியின் பக்கத்தில் இதுவரையில் யாரும் சென்று அருவியின் நீரைத் தலையில் ஏற்றதில்லை என்று சொல்லப் பட்டது. ஆகவே அந்தப் பெருமை ஆசிரமத்துக்கு இருக்கட்டும் என்று ஆசாரியன் (வ.வெ.சு. ஐயர்) நீந்திச் சென்று உக்ரமாக விழும் அருவியின் பக்கத்தில் நிற்பதற்கேற்ற இடம் ஒன்றைக் கண்டுபிடித்து, அதில் நின்றுகொண்டு நீந்தத் தெரிந்த பிள்ளைகளையெல்லாம் நீந்திவரச் சொல்லி, அவர்களை அவ்வருவி நீரில் நேரே ஸ்நாநம் செய்யும்படி செய்தார்.

பிரமசாரிகளுக்கு அருவியை விட்டு நீங்க மனமேயில்லை. எத்தனை நேரம் அதில் ஸ்நாநம் செய்தாலும் சலியாது. கடைசியாக அந்தத் தெவிட்டாத இன்பத்தைவிட்டு நீங்கு கிறோமே என்று ஆவலிப்போடு எல்லோரும் புறப்பட்டுப் பாபநாசம் திரும்பினோம்.

பிரகிருதி தேவியின் வனப்பை அனுபவிப்பதற்காகத்தான் முற்காலத்தில் யாத்திரைகள் விதிக்கப்பட்டன. ஆனால் தற்காலத்தில் சாரத்தைத் தள்ளிவிட்டுச் சக்கையையே கையில் பிடித்துக்கொள்ளுவது மற்றெல்லா விஷயங்களிலும் சகஜமாகி விட்டது போல இவ்விஷயத்திலும் அது வழக்கமாகிவிட்டது.

எங்கு யாத்திரை சென்றாலும் ரயிலோ, வண்டியோ, சுயசலனியோ இல்லாமல் மனிதர் போவதில்லை. ராமேசுவரத்

திற்குச் சென்றால் 'போட் மெயி'லில் செல்லுகிறார்கள். திருப்பதிக்குச் சென்றால் டோலியில் ஏறுவதே சர்வசாமான்ய மாகி விட்டது. சுயசலனியில்லாமல் தற்காலத்தில் பழனிக்குப் போகும் தமிழ்நாட்டு யாத்திரிகளை நாம் பார்த்ததில்லை. இவ்விதம் சென்று நம் முன்னோர்கள் கூறும் பலன்களை எதிர்பார்த்தல் அறியாமை.

யாத்திரை செய்வது கால்நடையாக, லேசான அஞ்சல் களாக நடந்துகொண்டு செல்ல வேண்டும். பிரகிருதியின் மகேந்திர ஜாலத்தை ஆனந்தமாக அனுபவித்துக்கொண்டே போக வேண்டும். நாட்டுப்புறங்களின் மாசற்ற காற்றைச் சுவாசித்துக்கொண்டு செல்ல வேண்டும். இவ்விதம் சென்று அங்கங்கே திருக்கோவில் கொண்டெழுந்தருளி இருக்கும் மூர்த்திகளைத் தரிசித்தால் நம் பெரியோர்கள் சொல்லி இருக்கும் பயன்கள் நிச்சந்தேகமாக நமக்குக் கிட்டும்.

பாரத்துவாஜ ஆசிரமத்தின் முதல் யாத்திரை இத்தகைய யாத்திரை முறை நம் நாட்டில் பரவுவதற்கு ஒரு வழிகாட்டி யாக இருக்கும்படி கடவுள் திருவருள் புரிக!

தாய்நாடு, 21 மே 1923
குமரிமலர், ஏப்ரல் 1973இல் மறுபிரசுரம்

1923இல் நிகழ்ந்த குருகுலத்தின் இந்த முதல் யாத்திரை தவிர வேறு சுற்றுலாக்களும் நடந் திருக்கக்கூடும். 1924இல் திட்டமிடப்பட்ட சாரணர் சுற்றுலா ஒன்று ஆசிரம சாரணர் ஆசிரியர் டி.ஏ. அமுதன் அறிக்கையொன்றிலிருந்து தெரிய வருகிறது. திருக்குறுங்குடி (15 ஏப்ரல் 1924), நாகர்கோவில், குமரி, சுசீந்திரம், இரணியல், வைக்கம் . . . சேரன்மாதேவி (9 மே 1924) போன்ற ஊர்கள் அந்தச் சுற்றுப் பயணத்திட்டத்தில் இருந்தன (திஇந்து, 8 ஏப்ரல் 1924). நாகர்கோவி லில் காலரா பரவிய தகவலால் இச்சுற்றுலா தள்ளிவைக்கப்பட்டதாக இன்னொரு அறிக்கையி லிருந்து தெரிகிறது (திஇந்து, 15 ஏப்ரல் 1924). 1925இல் நிகழ்ந்த இத்தகையதொரு யாத்திரையே வ.வே.சு. ஐயர், அவர் மகள் சுபத்ரா ஆகியோரின் இறுதி யாத்திரைக்குக் காரணமாகிவிட்டது.

~ ~

(vi) குருகுலப் படம்

குருகுல மாணவர்களுடன் வ.வே.சு. ஐயர்

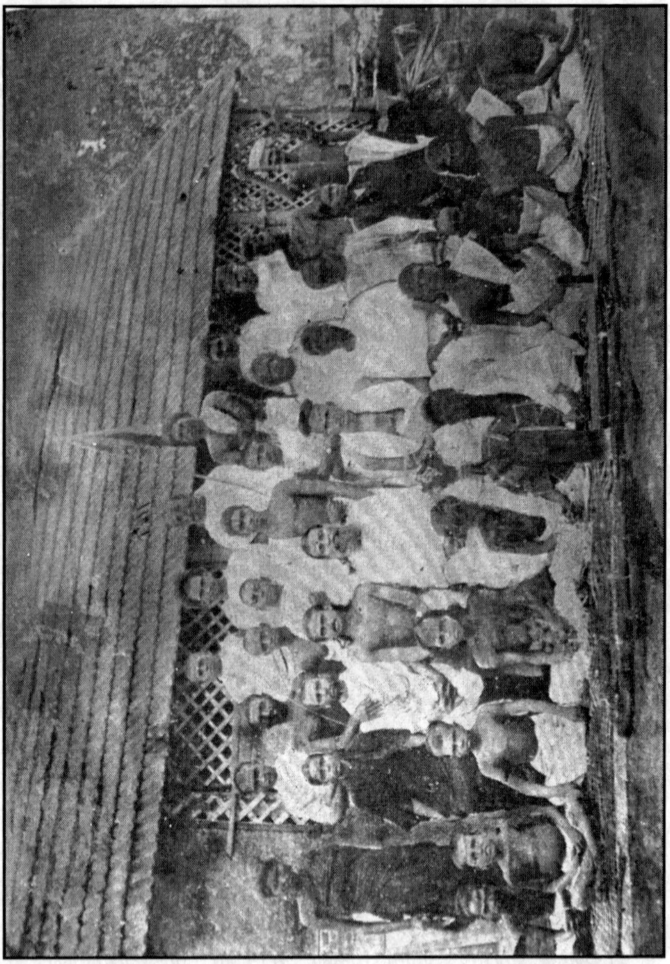

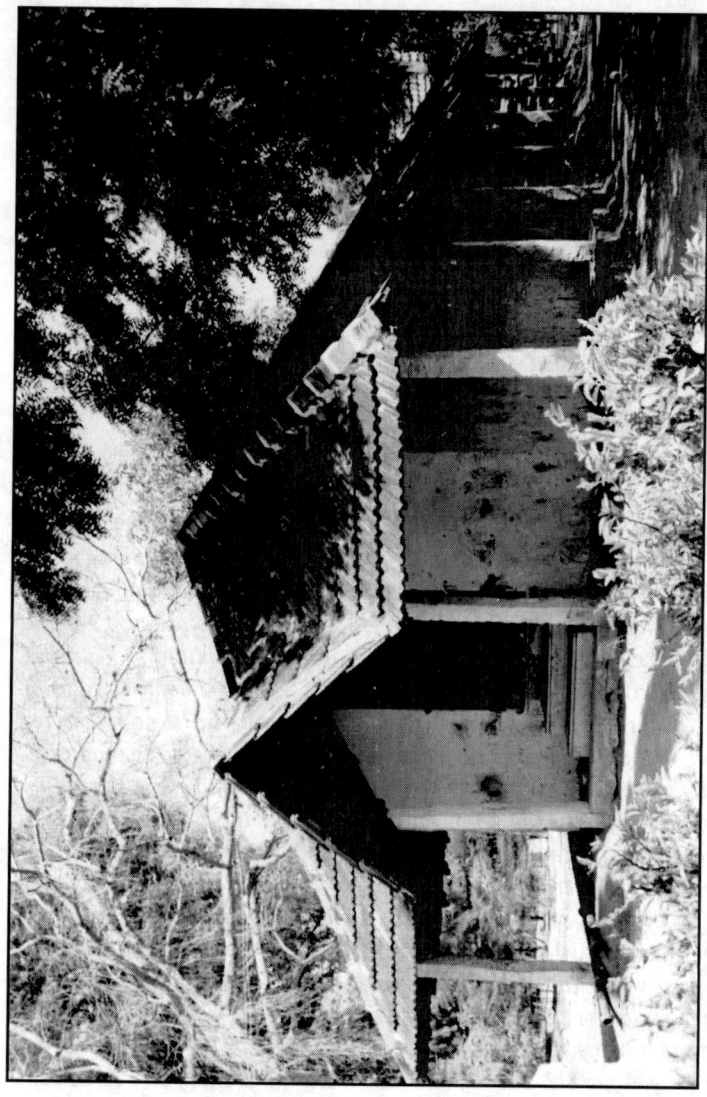

குருகுலத்தில் இன்றும் எஞ்சியிருக்கும் ஓட்டுப்புரை

.2.

போராட்ட ஆவணங்கள்

(1)

அறிக்கைகள்

~

வரதராஜுலு நாயுடு

திருநெல்வேலி ஜில்லாவிலுள்ள சேரமாதேவி பாரத்துவாஜ ஆசிரமத்தின் தலைவரான ஸ்ரீமான் வ.வெ.சுப்பிரமணிய அய்யர் மேற்படி குருகுலத்தை நடத்திவருகிறார். லௌகிகக் கல்வியும் கைத்தொழிலும் வியாபார முறைகளும் ஒழுக்கமும் ஆத்யாத்ம உணர்ச்சியும் தமிழ் மக்களுக்குக் கற்பித்துக் கொடுக்கப்பட வேண்டுமென்பதே ஸ்ரீமான் அய்யரின் முக்கிய நோக்கமாகும். ஸ்ரீமான் அய்யர் சிறந்த தேசபக்தர்; நாட்டிற் காக அரிய தியாகங்கள் செய்தவர்; சத்தியவான்; தேசத்திற்காக அவர் பட்ட கஷ்ட நஷ்டங்கள் கொஞ்சமல்ல. நான் போற்றி வரும் தேசீயவாதிகளில் ஸ்ரீமான் அய்யரும் ஒருவராவர். மேற்படி குருகுலத்தை ஆரம்பிக்கும் சமயத்தில் ஸ்ரீமான் அய்யர் அதற்காகப் பொருள் திரட்டியபோது வருஷந்தோறும் நூறு ரூபாய் கொடுத்தேன். தமிழ்நாடு காங்கிரஸ் கமிட்டியாரும் குருகுலத்திற்காக ரூபாய் 5000 கொடுத்துதவினார்கள். ஸ்ரீமான் அய்யரிடத்தில் எனக்குள்ள பக்தியும் மரியாதையும் ஒரு போதும் குறையப்போவதில்லை. ஆனால் தமிழ் குருகுலத்திற்கு மூலபுருஷராய் அவர் இருந்தபோதிலும், அது தமிழ்நாட்டின் பொதுச் சொத்தாகையால் அதைச் சகலருக்கும் பொதுவான நோக்கத்தோடேயே நாம் பார்க்க வேண்டும். ஸ்ரீமான் அய்யருக்காக நாம் எதுவும் நல்லதோ கெட்டதோ செய்து விடக் கூடாது. ஆகவே தமிழ்நாட்டில் ஏற்படுத்தப்பட்டிருக்கும் குருகுலம் தமிழ்நாட்டிற்கு என்னென்ன நன்மைகளைச் செய்ய உத்தேசித்திருக்கிறதென்பதை நாம் கவனிக்க வேண்டும்.

மேலே நான் குறிப்பிட்டிருக்கிற வித்தைகளை அது போதிக்க உத்தேசித்திருக்கிறபடியால் அவை மிகவும் உத்தமமானவை தான். ஆனால் மூலமான அம்சம் இன்னொன்று இருக்கிறது. அதுதான் பிராமண பிராமணரல்லாதார் விஷயம். ஜாதி வித்தியாசத்தைப் பாராட்டாத குருகுலத்தினால்தான் ஏதாவது நமது தேசத்திற்கு நன்மை செய்ய முடியும். அதுதான் நமக்குத் தேவை. இந்த வித்தியாசம் தமிழ் குருகுலத்திலிருந்து வருகிறது. ஆகவே இந்த வித்தியாசம் இருக்கும்வரை இக் குருகுலம் தமிழ்நாட்டிலுள்ள பிராமணரல்லாதாரை இழிவு படுத்திக் காண்பித்துக்கொண்டிருக்கும் ஒரு ஞாபகக்குறி என்று நான் கூறவேண்டியிருப்பதற்காக மிகவும் வருந்துகிறேன். அங்கே பிராமணரும் பிராமணரல்லாதாரும் வித்தியாசத் துடனேயே நடத்தப்படுகிறார்கள். சாப்பாட்டில், சகல வகுப்பு களையும் சேர்ந்த பிராமணர் ஒரு பக்கமாகவும், சகல வகுப்பு களையும் சேர்ந்த பிராமணரல்லாதவர் ஒரு பக்கமுமாகவே இருந்து சாப்பிட வேண்டும். இதை நான் நேரில் அறிவேன். குருகுலத்தில் இம்மாதிரி வித்தியாசம் கூடாது என்று நான் சொன்னேன். ஆனால் இந்த வேற்றுமையை ஒழிக்க முடியா தென்று ஐயர் கூறினார். இதைக் கேட்டதும் நானும் ஸ்ரீமான் ஈ.வி.ராமசாமி நாயக்கர் போன்ற பிராமணரல்லாதாரும் திடுக்கிட்டுப்போனோம். இதைத் தெரிந்ததும் காங்கிரஸிலிருந்து மறுபடியும் ரூபாய் 5000 கொடுக்கவிருந்ததை நிறுத்திவிட்டோம். நானும் ரூபாய் கொடுப்பதை நிறுத்திவிட்டேன். இது சென்ற வருடம் நடந்த சங்கதி. ஆனால் இதைப் பற்றி இதுவரை தமிழ்நாட்டில் நான் குறிப்பிடவில்லை. வித்தியாசம் ஒழிந்து போகுமென்று எண்ணியிருந்தேன். சமீபத்தில் மலாய் நாட்டி லிருந்து ஸ்ரீமான் சமரபுரி என்ற நண்பர் எனக்கு ஒரு கடித மெழுதியிருக்கிறார். அதில் ஸ்ரீ மகாதேவய்யர் அங்கே குருகுலத் திற்காக ரூபாய் 20 ஆயிரம் வரை வசூல் செய்திருப்பதாகவும், இன்னும் 20 ஆயிரம் ரூபாய் வரை கொடுப்பதாக ஜனங்கள் வாக்குக் கொடுத்திருப்பதாகவும், ரூபாய் கொடுத்திருப்பவர் களில் பெரும்பான்மையோர் பிராமணரல்லாதாரென்றும், ஆகவே குருகுலத்தில் பிராமண – பிராமணரல்லாதார் வித்தியாசம் இல்லாமல் இருக்கிறதாவென்றும் ஸ்ரீமான் மகாதேவய்யர் அம்மாதிரி வித்தியாசம் கிடையாதென்று சொன்னதாகவும் எல்லா விஷயங்களையும் தெரிவிக்க வேண்டுமென்றும் எழுதியிருக்கிறார். ஆகவே பிராமணரல்லா தாரின் வேண்டுகோளுக்கிணங்கி உண்மையைத் தெரிவிக்க வேண்டுமென்பதற்காகவே இவ்வாரம் குருகுலத்தைப் பற்றி எழுத நேரிட்டது. நான் மறுபடியும் விசாரித்ததில் அவ் வித்தியாசம் ஒழியவில்லை என்பதை அறிந்து மிகவும் விசனிக் கிறேன். சமத்துவம் வேண்டுமென்று நாடெங்கும் கிளர்ச்சி

சேரன்மாதேவி குருகுலம்

நடந்துவருகிறது. வைக்கத்தைத் தமிழர்கள் மறந்துவிட முடியாது. பிராமணர் பிராமணரல்லாதாரென்ற வேற்றுமையும் சச்சரவுமில்லாமல் எல்லோரும் கூடி வாழ வேண்டுமென்று உழைத்து வருபவர்களில் நானும் ஒருவன். ஆகவே, தொட்டில் பழக்கம் சுடுகாடுமட்டும் என்பதுபோல் சிறுபிள்ளைகளுக்கு ஆரம்பத்திலேயே உயர்வு தாழ்வு கற்பிப்பதால் இன்னும் பல தலைமுறைகளுக்கு வேற்றுமைப் புத்தியை வளர்த்து வரும்படி செய்யக்கூடியதாயிருக்கும். சேரமாதேவி தமிழ் குருகுலத்திற்குப் பொருள் உதவி செய்வது தேசீய பாவமென்று நான் கருதுகிறேன். இந்தியாவில் தற்சமயம் மூன்று உயர்ந்த குருகுலங்கள் இருக்கின்றன. சத்தியாக்கிரக ஆசிரமம், காங்கிரி குருகுலம், சாந்திநிகேதனம் ஆகியவைகளே. மகாத்மாவால் நடத்தப்பட்டுவரும் சத்தியாக்கிரக ஆசிரமத்திலாவது, அன்னிய நாட்டாரெல்லாம்கூட, பிரிட்டிஷ் பிரதம மந்திரி மாக்டொனால்ட்கூடப் புகழ்ந்துரைக்கும் சுவாமி சிரத்தானந்த ரால் ஸ்தாபிக்கப்பட்ட காங்கிரி குருகுலத்திலாவது, உலகத்திற்கே சர்வகலாசாலையாக விளங்கும் ரவீந்திரநாதரின் சாந்திநிகேதனத்திலாவது பிராமண பிராமணரல்லாதார் வித்தியாசம் கிடையாது. இவைகளைத்தான் இந்தியாவை உஜ்ஜிவிக்கவந்த குருகுலங்கள் என்று சொல்லலாம். ஆகவே தேசத்தில் சமத்துவமும் சகோதரத்துவமும் ஓங்கி வளர வேண்டுமென்று ஆவல்கொண்ட எந்தப் பிராமண பிராமண ரல்லாதாரும் தமிழ் குருகுலத்தை ஆதரிப்பது சாத்தியமில்லாம லிருக்கிறது. சமபந்தி போஜனம், சமமான கல்வி முதலியவை கொடுத்துச் சம திருஷ்டியுடன் நடத்தத் தயாராகவிருப்பதாக ஸ்ரீமான் அய்யர் அவர்கள் அறிவித்தாலன்றி, இந்தக் குருகுலத்திற்குப் பொருள் உதவி செய்யக் கூடாதென்று பிராமணரல்லாதாரைக் கேட்டுக்கொள்ளுகிறேன்.

தமிழ்நாடு

லக்ஷ்மி, அக்டோபர் 1924, மறுபிரசுரம்

~

வ.வே.சு. ஐயர்

சென்ற மாசி மாதம் 6ஆம் தேதி ஒரு சம்மேளனம் கூட்டி பிரம்மசாரிகளுக்குச் சம்ஸ்காரம் வகுத்து சம்ஸ்கார மான பிரம்மச்சாரிகளனைவரும் உடனுண்ண சீக்கிரத்தில் ஏற்பாடு செய்திருப்பதாகப் பத்திரிகைகளுக்கு எழுதியிருந் தேன். நாம் ஏற்படுத்த உத்தேசிக்கும் சம்ஸ்காரங்களை வைதிகர்கள் உடனே ஏற்றுக்கொள்ளமாட்டார்கள் என்பதை அறிந்தும் சம்ஸ்காரங்கள் செய்யப்படாத பிரம்மசாரிகளோடு

சம்ஸ்காரங்கள் செய்யப்பட்ட பிரம்மசாரிகளை உடனுண்ணும் படி கட்டாயப்படுத்தல் நியாயமாகாதாகையால் சம்மேளனம் கூட்ட வேண்டுமென்றும் அச்சம்மேளனத்திலே சம்ஸ்காரங் களை நிச்சயித்து உபநயனமாகாத பிரம்மசாரிகளுக்கு உபநயனம் செய்து முடிக்க வேண்டுமென்றும் எழுதினேன்.

நான் குறிக்கும் சம்ஸ்காரம் பயங்கரமான ஒரு சடங்கு அன்று. அது மனிதன் பிறந்தபடியேயுள்ள சாமானிய அறிவுடன் நிற்கும் பருவம் நீங்கி கல்வியும் ஞானமும் பெறுவதற்காக மந்திர உச்சாடனத்துடன் மறுமுறை ஞானக் குழந்தையாகப் பிறக்கிறான் என்பதைச் சம்பிரதாய ரீதியாக காட்டும் ஒரு சடங்காகும். இதுவேதான் பிரம்ம சத்திரிய வைசியர்களாகிற துவிஜர்கள் தங்கள் குழந்தைகளுக்குத் துவிஜ சம்ஸ்காரமாகிற உபநயனம் செய்விப்பதன் உட்கருத்து. தமிழ்நாட்டு பிராமணோதரர் அறிவாலும் கல்வியாலும் நோக்கத்தாலும் துவிஜர்களேயன்றி சூத்திரர்களல்லர் என்பதே நான் நெடுநாளாகத் தீர்மானித்து வைத்த முடிவாகும். சூத்திரர் என்ற பெயரை அவர்கள் தள்ளிவிட்டதைப் பற்றி நான் சந்தோஷப்படுகிறேன். நான் விரும்பிவருகிற உபநயன சம்ஸ்காரம் பிராமணோதரருடைய தற்கால நிலைமையை ஹிந்து தர்மத்தில் கூறியிருக்கிற சடங்குகளால் சம்பிரதாய ரீதியாக அங்கீகரித்தலே தவிர வேறன்று. ஆனால் சம்ஸ்காரம் செய்வதற்கு நான் ஏற்பாடு செய்கிறேன் என்று சென்ற மாசி 6ஆம் தேதியில் நான் எழுதிய பகிரங்கக் கடிதத்தைக் குறித்து வெளிவந்த அபிப்பிராயங்கள் அதற்கு அனுகூலமாக இல்லை.

நவசக்தி பத்திரிகை "எந்தச் சம்ஸ்காரத்துக்கும் இப்போது பொருள் இல்லை. தற்போது புது முறையைக் கையாள்வது பின்னை மாற்றப்படுவதாக முடியினும் முடியும். எல்லார்க்கும் பூணூல் தரித்து உடன்உண்ணச் செய்வதற்குப் பொருளும் இல்லை. வைதிக பிராமணர்களும் ஒத்துக்கொள்ளமாட் டார்கள்" என்றபடி எழுதியிருக்கிறது.

*லோகோபகாரி*யோ "பழைய வர்ணங்களையோ ஜாதி களையோ புதுப்பிக்க முயல்வதும், புதிய வர்ணங்களையோ ஜாதிகளையோ வகுக்க முயல்வதும் வியர்த்தமான வேலை என்று நாம் கருதுகிறோம். சாப்பாட்டிற்காக அது (சம்ஸ்காரம்) வேண்டுமென்று நாம் கருதவில்லை" என்று எழுதுகிறது. யாருடைய விருப்பங்களைத் திருப்தி செய்ய ஒரே வழி இருக்கிறது என்று என் சிற்றறிவுக்குப்பட்டதோ அவர்கள் அவ்வழியைத் திரஸ்காரம் செய்துவிட்டார்கள். வைதிகர்களில் பெரும்பாலருக்கோ அது கிரமத் தவறு என்றே தோன்றுகிறது.

இந்த நிலைமையில் இரு கட்சியினருக்கும் திருப்தியைத் தராத சம்ஸ்காரத்தைத் தற்பொழுது ஏற்படுத்த முயல்வது பயனில்லை என்றும், அதன் அவசியத்தை மதிக்கத்தக்க ஒரு கூட்டமாவது அங்கீகரிக்கும்வகையில் இவ்விவகாரத்தை தீர்க்க வேறு வழி தேட வேண்டும் என்றும் எனக்குத் தோற்றியது.

நல்லவேளையாய் மகாத்மா தென்இந்தியாவுக்கு வருவதாய் இருந்ததால் அவரிடமே இவ்விவகாரத்தை விடலாம் என்று நினைத்து, குருகுல விஷயமாகக் கருத்துள்ள தலைவர் வைக்கத்துக்கு வரின் நலமாய் இருக்கும் எனப் பத்திரிகைகளுக்குத் தந்தி அடித்துவிட்டு நானும் வைக்கம் சென்றேன். இவ்விவகாரத்தைப் பற்றி மகாத்மாவுக்கு நான் எழுதிய கடிதத்துக்கு, அவர் உடனுண்ணச் சம்மதம் இராத மாணவரை உடனுண்ண கட்டாயப்படுத்துதல் தவறு என்பது தன் அபிப்பிராயம் என்று வியக்தமாக எனக்கு ஒரு கடிதம் எழுதியதுமன்றி, பிராமணரும் பிராமணோதரரும் குருகுலம் போன்ற இடங்களில் உடனுண்ணுவதைப் பற்றி பால இந்தியாவிற்கு ஒரு குறிப்பும் எழுதி அனுப்பியிருக்கிறார்.

குருகுலத்தில் உடனுண்ணலைக் கட்டாயப்படுத்த வேண்டும் என்பது தன் கருத்தன்று என்று ஸ்ரீமான் வரதராஜுலு நாயுடு ஒரு பகிரங்கக் குறிப்பும் பத்திரிகைகளுக்கு அனுப்பியிருக்கிறார். அப்படியானால் அவரது ஆட்சேபணையின் தன்மை எனக்கு விளங்கவில்லை.

ஆகையால் தமிழ்க் குருகுல சம்பந்தமாக விவகரிக்க விரும்புவோரைச் சென்னையில் மகாத்மா தங்குகிற இடத்திற்கு பங்குனி 9ஆம் [மார்ச் மாதம் 22] தேதியன்றே வரும்படி அழைக்கிறேன். மகாத்மா 22ஆம் தேதி மார்ச் முதல் மாதம் 24ஆம் தேதி வரை சென்னையில் தங்குவதாக இருந்தால் ஸ்ரீமான் ஈ.வே. ராமசுவாமி நாயக்கரவர்கள் சௌகரியத்தை யுத்தேசித்து இக்கூட்டத்தை மேற்படி 11ஆம் தேதியே வைத்துக் கொள்ளலாகும்.

இது சம்மந்தமான விவகாரங்களைத் தீர்த்துவைக்கத் தான் ஆயத்தமாக இருப்பதாக மகாத்மா என்னிடம் சொல்லி யிருக்கிறார். மகாத்மா குறிப்பிடும் தேதியையும் நேரத்தையும் சென்னை தினசரிப் பத்திரிகைகள் வெளிப்படுத்தும்.

சுதேசமித்திரன், 18 மார்ச் 1925

~

சொ. முருகப்பா

சேரமாதேவி குருகுலம் பற்றிப் பல கட்டுரைகள் வெளி யிடப்பட்டிருக்கின்றன. இதுவரை அது ஒரு நல்ல வழியில்

நடைபெறுமாறு செய்தல் கூடுமென்ற நம்பிக்கை நமக்கிருந்தது. ஸ்ரீமான் வ.வெ.ஸு. ஐயரவர்கள் குருகுலத்தை நடத்த ஆற்ற லுடையவர்களென்று நாம் கருதியதுண்டு. தமிழ்நாட்டு மக்களை எதிர்காலத்திலாவது பிறர் கண்டு மதிக்குமாறு செய்யத்தகுந்த பயிற்சிக்கூடமாக குருகுலமிருக்குமென்று கருதினோம். இம் மாதிரியான எண்ணங்கள் குருகுலத்தில் காட்டப்பட்ட வேற்றுமையாலும் ஐயரவர்களின் நிலையற்ற மனப்பான்மை யாலும் பேதப்பட்டன. ஒரு சரியான சமாதானம் கிடைக் காதா வென்றே பலருங் கருதி எதிர்நோக்கினர். என் செய்வது? இது சம்பந்தமாகப் பலமுறை எழுதப்பட்டிருப்பதால் அவற்றைத் தொடர்ந்து படித்துவருகிற நேயர்கட்கு மீண்டுமொருமுறை எடுத்துக்கூற வேண்டுவதில்லை. "எப்படியாவது பிராமணர் கட்கும் மற்றவருக்கும் வித்தியாசம் இருந்தே தீர வேண்டும்" என்ற முடிவன்றி, சமத்துவம் என்ற முடிவுக்கு ஐயரவர்கள் வர முடியாத நிலையில் இருக்கிறார்கள். ஐயரவர்கள் நல்லவர்கள். எல்லாருக்கும் ஏற்ப நடந்துகொள்ள முயல் கிறார்கள். அப்படிச் சரிக்கட்டி காரியம் நடத்துகிற காலம் சிறிது முந்திப்போய்விட்டது. தாமே ஒரு சட்டம் வகுக்கப் போதிய தைரியமில்லை. சமத்துவமே தமது கொள்கையென்று கூறுகிறார்கள். அதற்கிணங்காதவர்களை விட்டுவிட மனம் வரவில்லை. இந்த நிலையில் குருகுலத்தை நடத்துவது பயன் தரும் செயலாக முடியாதென்று வருத்தத்தோடு தெரிவிக் கிறோம். மிக எளிதாக நடத்திக்கொண்டு செல்ல வேண்டிய தான குருகுலச் சாப்பாட்டு விஷயமானது, ஐயரவர்களின் சாமர்த்திய குறைவினாலும், தைரியக் குறைவினாலும் தென்னாடு முழுமையும் பெருங்கிளர்ச்சியை உண்டுபண்ணி விட்டது. தென்னாட்டிலுள்ளவரை எவருடைய மனமும் பிராமண – பிராமணரல்லாதாரென்ற உணர்ச்சியைத் தாங்கி நிற்கிறது. இதனால் தேசிய வேலைகளும் பின்னடையுமென்று கூற வேண்டியதில்லை.

இந்த விவகாரத்தை மகாத்மாவிடத்தில் கூறி முடிவு காண்பது அவசியமாகுமென்றே பல பத்திரிகைகளும் கூறின. இப்போது அப்பெரியார் முன்னர் கூறப்பட்டும் ஒரு முடிவுக்கு வரவில்லையென்று அறிகிறோம். நேற்றுப் பிற்பகலில் சென்னைத் *தமிழ்நாடு* காரியாலயத்தில் கூடிய தமிழர் கூட்டத்தில் செய்யப் பெற்ற தீர்மானம் மற்றோரிடத்தில் வெளியாகியிருக்கிறது. இதுகாறும் ஐயரவர்கள் மாறிமாறிக் கூறிவந்திருப்பதிலிருந்து குருகுலத்தில் சமத்துவம் கிடைக்குமென்று எதிர்பார்ப்பது ஏமாற்றந்தருவதேயாகும். வைதிகர்களிடத்தில் ஐயரவர்கள் அபிமானமோ அச்சமோ கொண்டிருக்கிறார்கள். ஆகவே, உண்மையான தமது எண்ணங்களையும் விலக்கிவைத்துக்

காரியம் நடத்திப்பார்க்கிறார்கள். இப்படிச் செய்வதால் ஜாதி வேற்றுமை சிறிது பலப்படுமேயன்றிக் குறைவுபட மாட்டாது. எல்லாரையும் சமாதானப்படுத்தி விடலாமென்ற எண்ணத்தை நம் ஐயரவர்கள் இனிமேலும் கொண்டிருந்தால் அது புத்திசாலித்தனமென்று கூற முடியாது. குருகுலத்திற்கு இதுவரை கொடுக்கப்பட்டிருக்கிற பணத்தில் பிராமண ரல்லாதாருடைய தொகைகளைத் திருப்பிக் கொடுத்துவிடுவதே நியாயமாகும். பிராமணரிடத்திலேயே பொருளும் பிற உதவியும் பெற்றுக் குருகுலத்தை நடத்துதல் நலமாகும். பிராமணரல்லாதாருடைய பணத்தையும் வைத்துக்கொண்டு, அவர்களை அவமானப்படுத்துகிற முறையில் குருகுலத்தை நடத்த முயற்சிப்பது தருமமல்ல. இரண்டு பக்கமும் சாராமல் நடுநின்று நடத்திப் பயன்பெற முடியுமென்று சொற்ப புத்தியுடையாரும் இன்றைக்கு நம்ப இடமில்லை. ஆகவே இன்னும் இவ்விஷயத்தில் தமிழ்நாட்டு ஜனங்களைப் பிடித்து அலைக்காது ஐயரவர்கள் நேரான வழியில் நடந்துகொள்வார் களென்று நம்புகிறோம்.

குமரன், 25 மார்ச் 1925

~

வை.சு. சண்முகம்

சேரமாதேவி குருகுல ஆச்சாரியார் வ.வெ.சு. ஐயரவர்கள் குருகுலத்தில் அனுஷ்டித்துவந்த முறைகளை எதிர்த்து டாக்டர் நாயுடு அவர்களும், *ஊழியன், குமரன்* ஆசிரியர் களும் எழுதிய பிறகு நான் சேரமாதேவிக்குச் சென்று ஸ்ரீமான் ஐயரைக் கலந்து பேசிய அளவில், அவர் மிகப் பரிசுத்தமாகப் பேசியபடியால், அங்கிருந்து வந்தவுடன் ஸ்ரீமான் ஐயரவர்களது நடைமுறைகள் ஒரு நிலைக்கு வருமுன்னர் எதிர்ப்பது சரியல்லவென நான் ஜனங்களுக்கு ஓர் அறிக்கை வெளியிட்டிருந்தது எல்லோருக்கும் தெரியும். ஸ்ரீமான் ஐயரவர்கள் என்னிடம் கூறியவாறு நடக்க முடியாமல் தயங்கி, கானாடுகாத்தானுக்கு ராய. சொக்கலிங்க செட்டியார், சொ. முருகப்ப செட்டியார், அ.வெ. தியாகராஜா, கோவிந்தராஜ ஐயங்கார் ஆகிய நால்வருடன் வந்து, குருகுல விஷயமாக ஒரு முடிவுக்கு வரமுடியாமல் சென்ற பிறகுதான், மகாத்மா அவர்கள் கூறுகிறபடி நடப்பதாக ஸ்ரீமான் ஐயர் ஏற்பாடு செய்தார்.

சென்னையில் சென்ற பங்குனி மாதம் 11ஆம் தேதி மகாத்மா அவர்களது தலைமையின்கீழ் நடைபெற்ற கூட்டத்தில் எவ்வித முடிவுக்கும் வரமுடியாமல் கூட்டம் கலைந்துவிட்டது.

குருகுல விஷயத்தில் தமிழர்கள் நம்பிக்கை இழந்து அன்று மாலையிலேயே *தமிழ்நாடு* காரியாலயத்தில் எனது அக்கிரா சனத்தில் ஒரு கூட்டங் கூடினர். அக்கூட்டத்தின் தீர்மானங் களை நண்பர்கள் அறிவார்கள். அக்கூட்ட நடவடிக்கைகள் பற்றிய பலவிதமான ஆட்சேபணைகளைக் குருகுல ஆச்சாரியார் பத்திரிகைகளில் வெளியிட்டுவந்திருக்கிறார். பல வேலைகளின் தொந்தரவால் அவைகட்குப் பதில் எழுத இதுவரை என்னால் முடியவில்லை.

நான் சேரமாதேவி சென்றிருந்தபொழுது ஸ்ரீமான் ஐயர் சமரசமாக நடப்பதற்கு எவ்வித ஆட்சேபணையும் இல்லை யென்றும், அங்குள்ள மற்ற உபாத்தியாயர்களையும் காரியஸ்தர் களையும் கலந்து பேசி முடிவு செய்யலாம் என்றும் தெரிவித் தார்கள். அதுபோல் கலந்துபேசி அவர்கள் கூறிய ஆட்சே பணைகளுக்கெல்லாம் சமாதானம் சொல்லி முடிவு செய்த படியும் ஸ்ரீமான் ஐயரவர்கள் எனக்குப் பல தடவைகளிலும் எழுதியுள்ள கடிதங்களையும், சேரமாதேவிக்கு நான் சென்றிருந்த பொழுது நடந்த விவாதங்களையும் பகிரங்கப்படுத்த தயாரா யிருக்கிறேன். இறுதியாக ஸ்ரீமான் ஐயரவர்கள் ஆச்சாரியப் பதவியினின்றும் விலகிக்கொண்டதாக ஓர் அறிக்கையையும், காரியஸ்தர் ஆதிக்கம் எடுத்துக்கொண்டு எழுதிய கட்டுரையை யும் பார்த்துத் திடுக்கிட்டேன்.

ஸ்ரீமான் ஐயரவர்களைப் போன்ற (தேசமக்களுக்காகவும் தேசத்திற்காகவும் அரிய தியாகங்கள் செய்துள்ள) பெரியவர்கள் முன்னுக்குப் பின் முரணாகவும் ஒழுங்கீனமாகவும் நடந்து கொள்ளுவது முறையன்று. ஸ்ரீமான் ஐயரவர்களின் தியாகங் களையும், முன்னர் அவர்கள் நடந்துகொண்ட ஒழுக்கமுள்ள நடையையும் பார்த்து அவரிடம் நம்பிக்கை கொண்டே தேசிய சபையிலும் நானும் எனது சமூகத்தாரும் மற்ற நண்பர்களும் பொறுப்பில் பொருள் கொடுத்துதவினோமேயன்றி வேறில்லை. ஸ்ரீமான் ஐயரவர்கள் குருகுலத்தைத் திறம்படத் தான் நடத்த முடியாதென இப்பொழுது கருதினால், பொருள் கொடுத் தோரை அழைத்து அவர்கள் இணங்கினால், ஒரு பஞ்சாயத்துச் சபையை ஏற்படுத்தி, குருகுலத்தை நடத்திவரும்படி அவர் களிடம் ஒப்புவித்துவிட முயல வேண்டும் அல்லது இதுவரை செலவு கணக்கையும் மீத இருப்பையும் தெரிவித்து விகிதப்படி பணங்களைத் திரும்பக் கொடுத்துவிட வேண்டும். இவ்வா றெதுவும் செய்யாது தாம் விலகிக்கொண்டதாக ஸ்ரீமான் ஐயர் எழுதிவிடுவதும், காரியஸ்தர் என்போர் நாங்கள் அப்படி நடத்த முடியாது, இப்படி நடத்த முடியாது என்று அறிக்கை கள் வெளியிடுவதும் நகைப்பிற்கிடமாகும். நம்பிக்கொடுத்தோர் பொருளை நேரான வழியில் ஒழுங்கு செய்துவிடாமல் ஸ்ரீமான்

ஐயர் குருகுல நிர்வாகத்தைக் காரியஸ்தரிடம் ஒப்புவித்தல் முறையன்று. காரியஸ்தரை நம்பியா பலரும் குருகுலத்திற்குப் பொருள் உதவி செய்தனர் என்பதை ஸ்ரீமான் ஐயருக்கு நாம் கூற வேண்டியதன்று. ஸ்ரீமான் ஐயரவர்கள் தமது இயற்கைக்கு மாறாகச் சில போலி மனிதரின் ஆதிக்கத்தில் அகப்பட்டு மேற்குறித்தவாறு நடப்பது சரியல்ல. தியாக புருஷராகிய ஸ்ரீமான் ஐயரவர்கள் தற்காலச் சபலத்தை விடுத்து நேரிய வழியில் நடந்துகொள்ளுவார்கள் என்று இன்னமும் எதிர்பார்க்கிறோம். சென்னையில் கூடிய கூட்டத்துக்கு முன்னும், பின்னர் பல முறையிலும் ஸ்ரீமான் ஐயர் என்னிடம் பேசியும் எழுதியும் தெரிவித்த விஷயங்களை வெளியிடும்படி இடம் வைத்துக்கொள்ள வேண்டாம் என்று ஸ்ரீமான் ஐயரவர் களைக் கேட்டுக்கொள்கிறேன்.

குமரன், 29 ஏப்ரல் 1925

~

பெரியார்

குருகுல விஷயமாய் எனது அபிப்பிராயம் என்ன என்பதைப் பற்றி நான் தெளிவாய்க் கூறவில்லை என்றும், வேண்டுமென்றே அவ்விதம் கூறாமலிருக்கின்றேன் என்றும் முக்கியமான சில கனவான்கள் என்னை எழுதியும் நேரிலும் கேட்கிறார்கள். இவர்கள் என்னைப் பற்றிச் சரியாய் உணர்ந்து கொள்ளாதவர்கள் என்றுதான் நான் சொல்லக்கூடும். அதோடு தமிழ்நாட்டு நடப்புகளையும் சரிவர கவனித்திருக்கமாட்டார்கள் என்றும் நினைக்கிறேன்.

குருகுல விஷயமாய் டாக்டர் வரதராஜுலு நாயுடு பத்திரிகையின் வாயிலாக எழுதுவதற்கு ஒரு வருஷகால முன்னிருந்தே இதைப் பற்றிய சகல விஷயங்களையும் அநேகக் கூட்டங்களில் தெரியப்படுத்தியிருக்கிறேன். (சென்ற வருஷம் விருதுப்பட்டியில் ரத்தினசாமி நாடார் ஞாபகச் சின்ன வாசகசாலை ஆண்டு விழாவிலும் பேசியிருக்கிறேன்.) குருகுலத் திற்குத் தமிழர்கள் பணம் கொடுக்கக் காரணங்களாயிருந் தவர்கள் தமிழ்நாடு முதலிய பத்திரிகை ஆசிரியர்களிடமும் அவர்கள் குருகுலத்திற்குப் பணம் கொடுக்கும்படியாயும், பாரத மாதா கோவில் கட்டுவதற்குப் பணம் கொடுக்கும் படியாயும் தங்கள் பத்திரிகைகளில் எழுதிவருவதைப் பலமாய்க் கண்டித்தும் வந்திருக்கிறேன். ஸ்ரீமான் கலியாண சுந்தர முதலியார் அவர்கள் நான் சொன்ன காலத்தில் நிரம்பவும் பரிதாபமாய் 'ஏதோ தேசத்திற்காகக் கஷ்டப் பட்டவர்கள்; அவர்கள் விஷயத்தில் நாம் இவ்வளவு கணக்குப் பார்க்கக் கூடாது; பொது ஜனங்களுக்கே இவையெல்லாம்

தெரியும், நாம் இவர்கள் காரியத்திற்குத் தடையாய் நிற்பதாய் அவர்கள் ஏன் நினைக்க வேண்டும்' என்று சொல்லிவிட்டார்.

டாக்டர் நாயுடு சொன்னதாவது; 'பாரத மாதா கோயில் கட்டுகிற விஷயத்தில் நான் தெரிந்தேதான் செய்துவருகிறேன். குருகுல விஷயத்தில் நீங்கள் சொல்லுகிற மாதிரி ஸ்ரீமான் ஐயர் அவர்கள் அவ்வளவு மோசமாயிருப்பார் என்று நான் நினைக்கவில்லை; ஸ்ரீமான் ஐயர் அவர்கள் ஏற்படுத்தியிருக்கிற மாதிரி ஒரு ஆசிரமம் நம் தமிழ்நாட்டிற்கு வேண்டியதுதான். நீங்கள் சொல்லுகிற மாதிரி வித்தியாசங்கள் அங்கு நடக்குமே யானால் அதை ஐந்து நிமிஷத்தில் நிறுத்திவிட என்னால் முடியும்' என்று சொல்லிவிட்டார். நான் கொஞ்சம் மன வருத்தத்தையும் காட்டிக்கொண்டு சிநேகமுறையில் சில கடினப் பதங்களையும் உபயோகித்தேன். பிறகு கொஞ்ச நாளைக்குள் திருச்சியில் கூடிய தமிழ்நாடு காங்கிரஸ் கமிட்டிப் பொதுக் கூட்டத்தில் ஸ்ரீமான் வ.வெ.சு. ஐயர் அவர்கள் மறுபடி 5,000 ரூபாய் காங்கிரசிலிருந்து கொடுக்க வேண்டும் என்று கேட்ட போது, நானும் ஸ்ரீமான் தண்டபாணி பிள்ளை அவர்களும் கண்டிப்பாய்ப் பணம் கொடுக்கக் கூடாது, முன் கொடுத்த பணமே தமிழர்களின் இழிவுக்கு உபயோகப்படுகிறது என்று சொல்லி அங்கு நடக்கும் சில கொடுமைகளை எடுத்துச் சொன்னோம். ஸ்ரீமான் வ.வெ.சு. ஐயர் அவர்கள் 'நான் அப்படிச் செய்வேனா? அந்த இடம் நிரம்பவும் வைதீகர்கள் நிறைந்துள்ள இடமானதாலும், சமையல் செய்கிறவர்கள் ஒப்புக்கொள்ளாததாலும் இவ்வித வித்தியாசங்கள் இனிக் கொஞ்ச நாளைக்கு இருக்கும்; சீக்கிரம் மாற்றிவிடுகிறேன். அதுவரையில் நானும் சாதம் சாப்பிடுவதில்லை; அதற்காகத் தான் நிலக்கடலை சாப்பிட்டு வருகிறேன்' என்று சொல்லிக் கொண்டு வரும்போது, ஸ்ரீமான் சி. ராஜகோபாலாச்சாரியார் அவர்கள் 'தாங்கள் நிலக்கடலை சாப்பிடுவதால் நாயக்கர் சொல்லுகிற ஆட்சேபனை தீர்ந்துபோகுமா? இவ்வளவு தூரம் இவர்கள் சொல்லும்படியாய் வைத்துக்கொள்ளக் கூடாது; அதனால் தங்கள் பேருக்குக் கெடுதல் வந்துசேரும். என் குழந்தைகளைக்கூட ஆசிரமத்திற்கு அனுப்பலாம் என் றிருந்தேன். இவைகளைக் கேட்டபின் நானும் அனுப்பப்போவ தில்லை. இந்த ஆவலாதிகளைச் சரிசெய்துவிட்டு மேல்கொண்டு காங்கிரசைப் பணம் கேளுங்கள்' என்று சொன்னார்கள். இவ்வளவையும் கேட்டுக்கொண்டிருந்த டாக்டர் நாயுடு, 'எனக்கும் இம்மாதிரி ஆவலாதிகள் வந்துகொண்டிருக்கிறது. ஆனால் ஸ்ரீமான் ஐயர் அவர்கள் சீக்கிரத்தில் ஆவலாதி களுக்குக் காரணமான வித்தியாசங்களையெல்லாம் ஒழித்து விடுவதாய்ச் சொன்னார்; ஸ்ரீமான் ஐயர் அவர்கள் இவ்வித

வித்தியாசமெல்லாம் பாராட்டுகிறவர்கள் அல்ல; ஆனால் எப்படியோ திருநெல்வேலி பிராமணர் செல்வாக்குள்ள இடத்தில் குருகுலம் அமைக்கப்பட்டுப்போய்விட்டது. ஆனாலும் சீக்கிரத்தில் ஸ்ரீமான் ஐயர் அவர்கள் சொல்கிறபடி நடக்கும் என்கிற நம்பிக்கையின் மேல்தான் நான் சும்மாயிருக்கிறேன்' என்று சொன்னார்.

நான் 'இவையாவும் ஒழுங்கான பிறகுதான் மேல்கொண்டு ரூபாய் கொடுப்பதைப் பற்றி யோசிக்கப்படும். இந்த நிலைமை யில் யோசித்தால் முன் ரூபாய் கொடுத்ததே தப்பு; தங்களுக்கு ரூபாய் கொடுக்கத் தீர்மானித்த மீட்டிங்கில் நான் இல்லை; இருந்திருந்தால் சரியானபடி ரிக்கார்டு செய்துகொண்டுதான் ரூபாய் கொடுத்திருப்பேன். அது சமயம் செக்கில் கையெழுத்துப் போடும் வேலை எனக்கென்று ஒதுக்கப்பட்டுவைத்திருந்தும் இந்த ஒரு செக்குக்கு மாத்திரம் ஏற்பாட்டுக்கு விரோதமாய் எப்படியோ என் கூட்டுக் காரியதரிசியால் கையெழுத்துப் போட்டு செக்கு வெளியாகிப் பணம் வெளிப்பட்டுப்போய் விட்டது. கிரமமாய்ப் பார்த்தால் அந்தப் பணத்தைத் திருப்பி வாங்க வேண்டும்' என்று சொன்னேன். ஸ்ரீமான் ஐயர் அவர்கள் மனவருத்தத்துடன் 'உலகில் எல்லாரும் தருமம் செய்வார்கள். நமது நாயக்கரோ செய்த தருமத்தைத் திருப்பி வாங்க வேண்டுமென்கிறார்' என்று சொன்னார்கள் . . .

நிற்க. பின்னால் கொஞ்ச நாளைக்குள்ளாகவே மறுபடியும் *தமிழ்நாடு* பத்திரிகை குருகுலத்தைப் பற்றிய விளம்பரங்களும் வசூல் குறிப்புகளும் பிரசுரித்துவந்தது. இதனால் இழிவுபடும் பிராமணரல்லாதாரே தமிழ்நாட்டிலும் வெளிநாட்டிலும் அதிகம் பணம் கொடுத்துவருவதாய் அறிந்து, 'டாக்டர் நாயுடு இந்த மாதிரி தமிழர்களின் இழிவுக்காக நடத்தப்படும் குருகுலத் திற்குப் பண உதவி செய்யும்படி எழுதுகிறார், அதனால் ஏமாந்து வெகுஜனங்கள் பணம் கொடுத்துவிடுகிறார்கள். இதைப் பற்றிப் பல தடவைகளில் நான் சொல்லியும் கேட்க வில்லை' என்று பலபேரிடம் நான் டாக்டர் நாயுடுபேரில் குற்றம் சொல்லிக்கொண்டு அதற்கு ஓர் எண்ணத்தையும் கற்பித்துவந்தேன். டாக்டர் நாயுடுவுக்கும் எனக்கும் பொதுவான ஒரு சிநேகிதர் என்னுடன் பேசிக்கொண்டு இருக்கும்போது டாக்டர் நாயுடுவிடம் உங்களுக்கு ஏன் தப்பபிப்பிராயமிருக் கிறது; நீங்கள் இரண்டுபேரும் இப்படி இருக்கலாமா என்று கேட்டார். நான் குருகுலத்தை விளம்பரம் செய்வதைப் பற்றிச் சில வார்த்தைகளைச் சொல்லிக் குருகுலத்திலிருந்து வெளியான ஒரு பையன் சொன்ன சில விஷயங்களையும் சொல்லி மலேயா நாட்டில் குருகுலத்திற்குத் தமிழர் பணம் கொடுத்துக்

கொண்டிருப்பதாய் வெளியான ஒரு பத்திரிகையையும் காட்டினேன். அதோடு தமிழ்நாட்டு சுயராஜ்யக் கட்சி சூழ்ச்சிகளையும் சொல்லி அதையும் டாக்டர் நாயுடு ஆதரிக்கிற விதத்தையும் சொன்னேன். அதற்கு அவர் டாக்டர் நாயுடு அவர்களுக்கு இவ்விஷயங்களை எடுத்துச்சொல்லி வேண்டியது செய்கிறேன்; ஆனால் சில பிராமணர் தந்திரம் தங்களுக்குத் தெரியாததா? டாக்டர் நாயுடு இதை வெளிப்படுத்தினால் வேறு சில பிராமணரல்லாதாரையே டாக்டர் நாயுடுவுக்கு விரோதமாய்க் கிளப்பிவிட்டு நமக்குள்ளேயே சண்டைப் பிடித்துக்கொண்டு இருக்கும்படி செய்துவிட்டுத் தாங்கள் காரியத்தை நடத்திக்கொள்வார்களே, பிறகு எழுதினவர்தான் தனியாய் நிற்க வேண்டும் என்று சொன்னார். உடனே நவசக்தி முதலிய பிராமணரல்லாத பத்திரிகைகள் எல்லாம் கண்டிப்பாய் நாயுடுவை ஆதரிக்கும். அநேக பிராமணரல்லாத பத்திரிகைகள் இந்த விஷயங்கள் எல்லாம் தெரிந்திருந்தும் யார் முன்னே எழுதுவது என்று யோசித்துக்கொண்டிருக்கிறது. ஆகையினால் இந்த விஷயத்திற்கு எதிரிடையாய் யோக்கியப் பொறுப்புள்ள பிராமணரல்லாத பத்திரிகைகளோ பிராமணரல்லாத பிரமுகர்களோ முன்வரமாட்டார்கள் என்பது எனது உறுதி என்று சொல்லி உடனே குருகுல நடவடிக்கையை வெளிப்படுத்தும்படி மேற்படி நண்பரைக் கேட்டுக்கொண்டேன். அதற்கேற்றாப்போல டாக்டர் நாயுடுவுக்கும் குருகுலவாசி ஒருவரிடமிருந்து ஒரு கடிதமும் மலேய நாட்டிலிருந்து ஒரு கடிதமும் வந்திருந்த சமயமும் ஒத்துக்கொண்டது; உடனே உண்மையை வெளியிட்டார்; நானும் சில பிராமணரல்லாத பத்திராதிபர்களுக்கு இது விஷயத்தில் நியாயம் செய்யும்படி எழுதினேன். அவர்களும் மற்றும் நான் எழுதாத சில பத்திரிகை கனவான்களும் இந்த முதல் வியாசத்தைத் தமிழ்நாடு பத்திரிகையிலிருந்து தங்கள் பத்திரிகையில் எடுத்துப்போட்டும், மற்றும் தங்கள் மனச்சாட்சிக்கொப்ப ஆதரித்தும் வந்தனர். இவை எல்லாவற்றிலும் *தனவைசிய ஊழியன்*, *குமரன்* இவ்விரு பத்திரிகைகளின் ஆசிரியர்களும் தங்கள் மனச்சாட்சிப்படி தைரியமாய் உதவிசெய்ததைத் தமிழ் மக்கள் மறக்க முடியாது. இவற்றின் பலனாய், தமிழர் வசிக்கும் வெளிநாடுகளிலும் இவ்விஷயங்கள் பரவி, தற்காலம் குருகுல விஷயமாய் மாத்திரம் அல்லாமல் பிராமணர், பிராமணர் அல்லாதார் என்போருக்குள் வெகுகாலமாய் அடங்கிக் கிடந்த வேதனைகள் எல்லாம் வெளிக்கிளம்பின. இவைகளையெல்லாம் நான் திருவண்ணாமலையில் கூடிய தமிழ்நாடு மாகாண கான்பரன்சில் தலைமை வகித்த காலத்தில் முகவுரையிலும் முடிவுரையிலும் தெளிவாய்ச் சொல்லியிருக்கிறேன்.

சேரன்மாதேவி குருகுலம்

அதற்கேற்றாற்போல் மகாத்மாவும் இவை ஒழியாமல் வெறும் ஒத்துழையாமை ஒத்துழையாமை என்று வாயில் சொல்லிக்கொண்டிருப்பதில் என்ன பிரயோஜனமென்று கருதிக் கதர், தீண்டாமை இவை இரண்டு மாத்திரம் நடக்கட்டும். மற்றதெல்லாம் மூட்டை கட்டி வைத்துவிடலாம் என்று பெல்காம் காங்கிரசில் காலம் குறிப்பிடாமல் ஒத்துழையாமையை ஒத்திவைத்துவிட்டார். இனி ஒத்துழையாமையை ஜனங்களை ஏமாற்றுவதற்காகச் சொல்லிக்கொள்ளலாமே ஒழிய, காங்கிரசில் காரியத்திலோ தத்துவத்திலோ கொள்கையிலோ இல்லை.

இதோடு கூடவே தேவஸ்தான ஆக்ட் என்று சொல்லப் படும் இந்துமத தர்ம பரிபாலன மசோதா ஒன்றும் வந்தது. இதைப் பற்றியும் ஜனங்கள் ஒன்றும் அறியாதபடி, 'மதம் போய்விட்டது, மடம் போய்விட்டது, கோயில் போய்விட்டது' என்று வெறும் பச்சை அழுகை அழுதுகொண்டு மந்திரிகளை யும் ஜஸ்டிஸ் கட்சியையும் மாத்திரம் திட்டுவதோடல்லாமல், அந்த மசோதாவையே துலைத்துப்போட பிராமணப் பத்திரிகைகளும் பிராமண ராஜீயத் தலைவர்கள் என்போர் பலரும் தங்கள் பத்திரிகைகளில் எழுதவும் மேடைகளில் நின்று பேசவுமாய் அட்டகாசம் செய்துவந்தனர். இதை நம்பிக்கொண்டு பிராமணரல்லாத ராஜீயத் தலைவர் என்போர்கள் பலரும் ஒத்துப்பாடிக்கொண்டுவந்தார்கள்; இதையும் பார்த்து சகிக்காமல் ஒத்துழையாமையோ ஒத்திப் போடப்பட்டாய்விட்டது; இனி இதைப் பற்றிச் சும்மா இருப்பது ஒழுங்கல்லவென்று நினைத்து டாக்டர் நாயுடு வுக்கும் ஸ்ரீ கலியாணசுந்தர முதலியார் அவர்களுக்கும் நான் காயலாவாய்ப் படுக்கையில் இருந்துகொண்டே 'சொந்தமாய் இனி நீங்கள் வாய்மூடிக்கொண்டிருக்கக் கூடாது; மந்திரிகளை யும் ஜஸ்டிஸ் கட்சியையும் பிராமணர்கள் வைவதைப் பற்றி நமக்கு ஒன்றும் அவ்வளவு வருத்தமில்லை. ஆனால் நல்ல சட்டத்தைப் பாழடிக்கப் பார்க்கிறார்கள். இதை நீங்கள் சகித்துக்கொண்டிருக்கிறீர்களா' என்று கண்டிப்பான கடிதம் ஒன்று எழுதிவிட்டு, நானும் என் அபிப்பிராயத்தைக் கேட் டிருந்த திராவிடன் பத்திராதிபருக்குப் பதில் எழுதுகின்ற முறையில் எழுதிவிட்டேன். டாக்டர் நாயுடுவும் உடனே தனது அபிப்பிராயத்தை எழுதிவிட்டார். மறுபடியும் சில பிராமணர்கள் சென்னையில் ஒரு கூட்டம் கூட்டி மசோதாவை கட்டுப்பாடாய் எதிர்ப்பதற்கென்று ஒரு சபை அமைத்ததைப் பார்த்து ஸ்ரீமான் கலியாணசுந்தர முதலியார் அவர்களுக்கும், டாக்டர் நாயுடுவுக்கும் "ஒரு பகிரங்கக் கடிதம்" என்று ஒன்று எழுதி எல்லாப் பத்திரிகைகளுக்கும் அனுப்பி அவர்களுக்கும்

அனுப்பினேன். அதற்கு இவ்விரண்டு தலைவர்களும் பதிலெழுதவேயில்லை. (அதன் காரணத்தைப் பற்றிச் சாவகாசமாய்ப் பேசிக்கொள்ளலாம்.) மாறுதல் வேண்டாதார் என்று சொல்லப்படும் அநேக பிரமுகர்கள் இதை ஆதரித்து இது சம்பந்தமான எவ்விதப் பிரசாரத்திற்கும் தாங்கள் உதவிசெய்வதாய் எனக்குக் கடிதங்கள் எழுதினார்கள்.

பிறகு டாக்டர் நாயுடு குருகுலத்தைப் பற்றி வெளியில் பிரசாரத்திற்குப் போயிருந்த காலத்தில் அங்கு நடந்த சம்பவங்களும் பத்திரிகைகளில் வெளிவந்த சம்பவங்களும் தமிழ்நாடு காங்கிரஸ் கமிட்டியின் பொதுக்கூட்டம் கூட்ட வேண்டிய நிலைமைக்குக் கொண்டுவந்துவிட்டன. அந்தக் கூட்டத்திலும் பலவித தீர்மானங்கள் வந்தன. அவைகளில் ஒன்று தமிழ்நாடு காங்கிரஸ் கமிட்டி நிர்வாகக் கூட்டத்தாரால் கொண்டுவரப்பட்டது. அதாவது குருகுலம் ஒரு குறிப்பிட்ட கொள்கைப்படி நடக்காததால் அதற்காகத் தமிழ்நாடு காங்கிரஸ் கமிட்டி 5,000 ரூபாய் கொடுத்ததற்காக வருந்துகிறது என்பது. இது நிர்வாகக் கமிட்டியில் ஸ்ரீமான் ஆதிநாராயண செட்டியார் அவர்களால் திருத்திச்சொல்லப்பட்டு எழுதியது.

இரண்டாவது, ஆசிரம நிர்வாகங்களில் மற்றவர்கள் பிரவேசிக்கக் கூடாது; ஆச்சாரியார் சொல்லுகிறபடியே விட்டுவிட வேண்டும். ஆனால் இவ்வளவு தூரம் குருகுல விஷயம் விவாதத்திற்கிடமாய்விட்டதால் அங்கு சமபந்தி போஜனம் நடைபெற வேண்டும் என்று கேட்டுக்கொள்வது போல் ஒரு திருத்தப் பிரேரணை ஸ்ரீமான் சி. ராஜகோபாலாச் சாரியார் அவர்களால் பிரேரேபிக்கப்பட்டு டாக்டர் ராஜன் அவர்களால் ஆமோதிக்கப்பட்டது.

மூன்றாவது, மனிதன் பிறவியினால் உயர்வு தாழ்வு கற்பித்துக்கொள்ளக் கூடாது. இந்தக் கொள்கைகளைத் தேசீய விஷயங்களிலும் தேசீய ஸ்தாபனங்களில் பொருள் பெற்றுத் தேசீய உணர்ச்சியுடன் நடத்திவரும் குருகுலத்திலும் நடைபெறும்படி செய்ய வேண்டும் என்றும், இது நடைபெற சப்கமிட்டி ஒன்று ஏற்படுத்த வேண்டுமென்றும் என்பது போன்ற ஒரு திருத்தப் பிரேரணை ஸ்ரீமான் எஸ். ராமநாதன் அவர்களால் கொண்டுவரப்பட்டது. இது நானும் ஸ்ரீமான் ராமநாதன் அவர்களுமாய்ச் சேர்ந்து எழுதப்பட்டதாகும்.

இவைகளில் ஸ்ரீமான் எஸ். ராமநாதன் அவர்கள் தீர்மானம்தான் நிறைவேறியது. உடனே டாக்டர் நாயுடுவிடத்தில் தமிழ்நாடு காங்கிரஸ் பொதுக் கமிட்டிக்கு நம்பிக்கை இருப்பதாய் ஒரு தீர்மானமும் நிறைவேற்றப்பட்டது.

இந்த நடவடிக்கைகள் நடக்கும்போதும், நடந்து முடிவடைந்துகொண்டிருக்கும்போதும் சிலர் ராஜினாமாச் செய்துவிட்டார்கள். பிறகும் இவர்களைப் பின்பற்றி நான்கு, ஐந்து பேர் ராஜினாமாக் கொடுத்துவிட்டார்கள். இதற்குப் பிறகு குருகுல வாதம் ஒருவிதமாய் முடிவுபெறுமா என்கிற கவலையுடன் நானும் ஸ்ரீமான்கள் எஸ். ராமநாதன், எ.வி. தியாகராஜா ஆகிய மூவருமாய்ச் சேர்ந்து தமிழ்நாடு காங்கிரஸ் பொதுக் கமிட்டியாரால் நியமிக்கப்பட்ட சப்கமிட்டியார் என்கிற தன்மையில் ஒரு தடவையும் குருகுலத் திற்குப் பொருள் உதவி செய்த தமிழர் கூட்டத்து நிர்வாகச் சபையார் அழைப்புக்கிணங்கி அவர்களுடன் ஒரு தடவையு மாக இரண்டு தடவை குருகுலத்திற்குப் போயும் வந்திருக் கிறேன். இதன் ரிப்போர்ட்டுகள் பின்னால் வரும். வாசகர்களும் நண்பர்களும் இதிலிருந்து குருகுல விஷயமாய் எனதபிப்பிரா யத்தையும் கொள்கைகளையும் தெரிந்துகொள்ளக்கூடும் என்று நினைக்கிறேன்.

குடி அரசு, 12 ஜூன் 1925

பழ. அதியமான்

(ii)

விவாதங்கள்

~

1. எம். பக்தவத்சலம் - பி. கந்தசாமி விவாதம்

வகுப்பு வேற்றுமை தேசிய உணர்ச்சிக்கு இடந்தந்து, ஜஸ்டிஸ் கட்சி ஒடுங்கிவரும் இக்காலத்தில் காங்கிரஸ்வாதிகளிலேயே சிலர் வகுப்புத் துவேசத்தை வளர்த்துவருவது வருந்தத்தக்கதாயிருக்கிறது. சமத்துவம், தேசிய ஒற்றுமை முதலிய விஷயங்களில் பிராமணரல்லாத சமூகத்தினரின் அபிப்பிராயத்திற்கு முற்றிலும் விரோதமானதாகவும் அதிசயமானதாகவுமுள்ள அபிப்பிராயங்களை டாக்டர் வரதராஜுலு நாயுடு வெளியிட்டுத் தமிழ்நாடு காங்கிரஸ் கமிட்டித் தலைவர் ஹோதாவில் தமக்குள்ள அதிகாரத்தைத் துஷ்பிரயோகம் செய்துவருகிறார். ஆகையால் டாக்டர் நாயுடு கிளப்பிவிட்டிருக்கும் தகராறு விஷயமாகப் பிராமணரல்லாத காங்கிரஸ்வாதியாகிய எனக்கிருந்துவரும் அபிப்பிராயத்தை வெளியிட அனுமதிக்கும்படி கேட்டுக்கொள்கிறேன்.

முதலில், குருகுல விஷயத்தை எடுத்துக்கொள்ளுவோம். பிராமணப் பத்திரிகைகளும் பிராமணர்களும் விஷயங்களைத் திரித்துக் கூறுவதாக அடிக்கடி நாயுடு புகார் செய்துவருகிறார். ஆனால், அவரே விஷயங்களைத் திரித்துக்கூறி பிராமணரல்லாதாரின் மனத்தில் தப்பெண்ணங்களைக் கற்பிக்க முயன்றுவருவது வருத்தத்தைத் தருகிறது. இது சம்பந்தப்பட்ட விஷயங்களைச் சுருங்கக் கூறுகிறேன். பொதுஜனங்களும் காங்கிரஸ் கமிட்டியும் செய்த பொருளுதவியைக் கொண்டு ஸ்ரீமான் வ.வே.சு. அய்யர் குருகுலத்தை ஆரம்பித்தார். சமையல், சாப்பாடு இரண்டும் பொதுவாகவே இருந்தன. ஆனால் சமபந்தி போஜனம் செய்வதில் ஆட்சேபணை இருந்தவர்களுக்குப் பிரத்தியேக இடவசதி செய்யப்பட்டிருந்தது. அது சம்பந்தமாகத் தகராறு ஏற்பட்டது. அது மகாத்மாவின் மத்தியஸ்தத்திற்கு விடப்பட்டது. மகாத்மா சொன்ன

யோசனைகளை அனுசரித்துச் சமையல், சாப்பாடு ஒன்றாக இருக்கவும், எவருக்கும் தனி இடவசதியை ஏற்படுத்தாமலிருக்க வும், பிராமணரைக் கொண்டு சமையல் செய்விக்கவும் ஸ்ரீமான் வ.வே.சு. அய்யர் இசைந்தார். இதில் டாக்டர் நாயுடுவுக்குத் திருப்தி ஏற்படவில்லை. தமிழ்நாட்டில் சத்தியாக்கிரகத்தை ஆரம்பிக்கப்போவதாக அவர் பயமுறுத்துகிறார்.

ஒரு கூட்டமாகச் சேர்ந்து சாப்பிடப் பிரியம் இல்லா தவர்க்குப் பிரத்தியேக இடவசதி செய்துகொடுப்பதால் சமத்துவம், மேன்மை முதலிய பிரச்சினைகள் எவ்விதம் எழக்கூடும்? பிராமணரல்லாதாரை தனியே ஒதுக்கினால் ஆட்சேபணை செய்ய நியாயமுண்டு. அவ்விதம் இங்கு ஒருவரும் செய்யவில்லை. ஒருவருக்கு விருப்பமில்லாத முறையில் சாப்பிடும்படி நாம் எவ்விதம் பலவந்தப்படுத்த முடியும்.

அடுத்தபடியாகச் சமையற்காரன் விஷயத்தை எடுத்துக் கொள்ளுவோம். சமையற்காரன் பிராமணராகத்தான் இருக்க வேண்டும் என்ற நிபந்தனைகூடாதென்று டாக்டர் நாயுடு சொல்கிறார். இவ்விதம் அவர் சொல்வது பிராமணரல்லா தாருடைய அபிப்பிராயமாகுமாவென்று நான் அவரைக் கேட்கிறேன். பொறுப்பற்ற தன்மையில், விவகாரத்திற்கு ஒவ்வாக்கூடாத விதமாகச் சமத்துவம், தேசிய உணர்ச்சி முதலியவைகளைப் பற்றி டாக்டர் நாயுடு பேசுவதில் உபயோக மில்லை. பிராமணச் சமையல்காரனை வைத்திருக்க அவர் சம்மதப்படாவிடில் அவர் தம்முடைய வீட்டில் ஒரு ஆதி திராவிடச் சமையற்காரரை வைத்துக்கொள்ளச் சம்மதிக்கிறாரா என்று நான் கேட்கிறேன். பிராமணரல்லாதார் சமைத்ததைப் பிராமணர் சாப்பிடத்தான் வேண்டுமென்று சொல்லுவதாயின், ஒரு ஆதி திராவிடர் சமைத்ததைப் பிராமணரல்லாதார் சாப்பிடத் தயாராக இருக்க வேண்டும். டாக்டர் நாயுடு ஆதி திராவிடச் சமையற்காரரை வைத்துக்கொள்ளச் சம்மதிப்ப தாக இருந்தால்தான் ஜாதி மேன்மை உணர்ச்சியின்றிக் குருகுலத்தைத் திருப்திகரமாக நடத்திவர முடியும். பிராமண ரல்லாதாருக்குள்ளேயே ஒரு வகுப்புக்கும் மற்றொரு வகுப்புக் கும், ஒரு உள்வகுப்புக்கும் மற்றொரு உள்வகுப்புக்கும் வித்தியாச மிருந்துவருவது டாக்டர் நாயுடுவுக்குத் தெரியாதா? ஒரு தொகுதியைச் சேர்ந்த வெள்ளாளர் மற்றொரு தொகுதியைச் சேர்ந்த வெள்ளாளர் வீட்டில் புசிப்பாரா? டாக்டர் நாயுடு வுக்கு ஜாதி வேற்றுமையில்லாமலிருக்கலாம். மாணவர்களில் பெரும்பாலோர் விரும்பினால் குருகுலத்தில் மாமிசத்தையும் சேர்த்துக்கொள்ள வேண்டுமென்று அடுத்தபடியாக டாக்டர் நாயுடு சொல்லலாம்! ஆனால் குருகுலமானது டாக்டர் நாயுடுவுக்கும் அவருடைய அபிப்பிராயமுடையவர்களுக்கும்

ஏற்பட்டதன்று. பிராமணர், பிராமணரல்லாதார், ஆதி திராவிடர்கள் இவர்களுக்கு அது பொது ஸ்தாபனமாக ஏற்படுத்தப்பட்டிருக்கிறது. ஜாதி வித்தியாசங்களை ஒழித்து விட வேண்டுமென்று டாக்டர் நாயுடு விரும்பினால் முதலில் அவர் பிராமணரல்லாதாரூடே பிரசாரம் செய்யட்டும். பிராமணர்களைப் போலவே பிராமணரல்லாதாரும் ஜாதி வேற்றுமை பாராட்டிக்கொண்டிருக்கையில் ஏன் பிராமணர்கள் மீது மட்டில் அவர் போர் தொடுக்க வேண்டும்?

இதற்கும் சமத்துவம், தேசிய உணர்ச்சி இவைகளுக்கும் என்ன சம்பந்தம்? சாப்பாட்டு விஷயம் அவரவர்களுடைய இஷ்டத்தைப் பொருத்தது. பிராமணரல்லாதாருக்கு விஷயத்தைத் திரித்துக்கூறவும் பிராமணர்களைத் தாக்கவும் இதை ஏன் ஒரு கருவியாக டாக்டர் நாயுடு உபயோகிக்க வேண்டும்?

காங்கிரஸ் கமிட்டி தன்னுடைய அபிப்பிராயத்தை ஒப்புக் கொள்ளாவிட்டால் காங்கிரசை விட்டுப்பிரிந்து பிராமண ரல்லாதார் தனிக்கட்சியொன்றை ஏற்படுத்துவதாக டாக்டர் நாயுடு பயமுறுத்துகிறார். அவரைவிடப் பிரமுகர்களாகயுள்ள வர்கள் இதைவிட மேலான காரணங்களை முன்னிட்டுக் காங்கிரசைவிட்டு விலகியிருக்கிறார்கள். எனினும் காங்கிரஸ் முன்னிலும் அதிக சக்தியுடையதாகவே இருக்கிறது. டாக்டர் நாயுடுவும் அவருடைய கோஷ்டியினரும் காங்கிரசிலிருந்து தேச கைங்கர்யம் செய்ய வேண்டுமென்பதே எனது அபிப்பிராய மாயினும் அவர் பிரிந்துபோய்விடுவதற்காக நான் கவலைப்படப் போவதில்லை. பிராமணர்களைத் தாக்குவதையே அவர்கள் முக்கிய நோக்கமாகக் கொண்டிருந்தால் காங்கிரசைவிட்டுப் பிரிந்து பகிரங்கமாக ஜஸ்டிஸ் கட்சியில் சேர்ந்துகொண்டு விடும்படி அவர்களைக் கேட்டுக்கொள்கிறேன். வீணாக அவர்கள் காங்கிரஸ் வேலைகளுக்குத் தடைபடுத்த வேண்டாம். பெல்காம் காங்கிரசுக்குப் பிறகு நூல் நூற்றல் முதலிய வேலைகள் இந்த மாகாணத்தில் சரியாக நடைபெறவில்லை. இவ்வருஷத்தை நூல் நூற்கும் வருஷமாகச் செய்துவிடும்படி மகாத்மா கேட்டுக் கொண்டிருக்கையில் இதைப் பிராமணரல்லாதார் வருஷமாகச் செய்துவிட டாக்டர் நாயுடு விரும்புகிறார். அதற்கென்றே ஏற்படுத்தப்பட்டிருக்கும் ஸ்தாபனத்தில் டாக்டர் நாயுடு சேர்ந்துகொண்டு அந்த வேலையைச் செய்யட்டும். காங்கிரஸ் வேலைகளை மற்றவர்கள் செய்யும்படி விட்டுவிடட்டும். தேசிய உணர்ச்சியுள்ள பிராமணரல்லாத பிரமுகர்கள் இன்னமும் உறக்கத்திலில்லாமல் முன்வந்து பிராமணரல்லாத தலைவர் போல் டாக்டர் நாயுடு விருப்பப்படி திரித்துக்கூறாமல் தடுப்பார் களாக. காங்கிரஸ் வேலைகளையும் செய்ய முன்வருவார் களாக. இல்லையேல் நாம் தேசாபிமானமற்றவர்களென்ற

அவச்சொல்லுக்கு ஆளாவதுடன் நம்மிடமிருந்து அதிக வேலையை எதிர்பார்க்கும் துறவிக்கும் துரோகம் செய்தவர்களாவோம்.

எம். பக்தவத்சலம்

சுதேசமித்திரன், 22 ஏப்ரல் 1925

~

22.4.25 இல் *மித்திரனில்* மூன்றாவது பக்கத்தில் மூன்றாவது பத்தியில் 'குருகுலத் தகராறு' என்ற தலைப்பிட்டு மைலாப்பூர் வக்கீல் ஸ்ரீமான் பக்தவத்சலம் எழுதியுள்ள கடிதத்தைப் பார்த்ததும் தமிழ்நாட்டில் உள்ள பொது ஜனங்கள் குருகுலத்தைப் பற்றி இன்னும் விஷயங்களைச் சரிவர தெரிந்து கொள்ளவில்லையென்ற வருத்தம் எனக்கு உதிக்கலாயிற்று.

ஸ்ரீமான் பக்தவத்சலம் ஆரம்பிக்கையிலேயே 'சமத்துவம், தேசிய ஒற்றுமை முதலிய விஷயங்களைப் பிராமணர் அல்லாத சமூகத்தினரின் அபிப்பிராயத்திற்கு முற்றிலும் விரோதமாகவும் அதிசயமானதாகவும் உள்ள அபிப்பிராயங்களை டாக்டர் நாயுடு வெளியிட்டுத் தமிழ்நாடு காங்கிரஸ் கமிட்டித் தலைவர் ஹோதாவில் தமக்குள்ள அதிகாரத்தைத் துஷ்பிரயோகம் செய்துவருகிறார்' என்று கோபம் பொங்கியெழ ஆரம்பித்துத் தன்னுடைய வசைமொழிகளுக்கு ஆதாரமாகப் பிராமணப் பத்திரிகைகளும் பிராமணர்களும் விஷயங்களைத் திரித்துக் கூறுவதாக அடிக்கடி டாக்டர் நாயுடு புகார் கூறிவருகிறார்; ஆனால் அவரே விஷயங்களைத் திரித்துக் கூறிப் பிராமணரல்லாதார் மனதில் தப்பெண்ணங்களைக் கற்பிக்க முயன்று வருவது வருத்தத்தைத் தருகிறது' என்று கூறிவிட்டுப் பின்னால் கட்டுரை முடியும்வரையில் எந்த இடத்தில், எந்தச் சந்தர்ப்பத்தில், எந்தயெந்த விஷயமாக டாக்டர் நாயுடு விஷயங்களைத் திரித்துக் கூறியுள்ளார் என்று ரூஜுபிக்க அவரால் முடியாமற் போயிருப்பதிலிருந்தே பிறர் பேரில் திரித்துக்கூறும் பழிசுமத்தி வந்த இவர் எவ்வளவு தூரம் அந்தக் குற்றத்திற்கு ஆளாகியிருக்கின்றனர் என்பது இனிது விளங்கும்.

தற்காலம் நம் நாட்டில் சத்தியத்திற்கும் சிறந்த ஒழுக்கத்திற்கும் மதிப்புக் குன்றி, கேவலம் பிறந்த மாத்திரத்தில் (ஒரு ஜாதியில்) என்ன விதமான துர்நடவடிக்கைகளுடன் நடந்தாலும் அதைக் கவனியாமல், ஒரு மனிதனை அவன் பிறந்த இனத்தை உத்தேசித்து மரியாதை செய்வதென்ற கெட்ட வழக்கத்தில் நம் நாடு அமிழ்ந்துபோயிருப்பதால் அந்தக் கெட்ட வழக்கத்திலிருந்து நம் சிறுவர்களையாவது

நிவர்த்திசெய்ய வேண்டுமென்ற நோக்கத்துடன் சிறுவர்களுடைய மனதைப் பண்படுத்தும் குருகுலத்திலேயே சகோதரத்துவம், சமத்துவம் முதலிய உயர் குணங்களைப் பிடிபடும்படி சகல இனத்துச் சிறுவர்களும் எல்லாச் சந்தர்ப்பங்களிலும் அவர்களின் அறிவின் வளர்ச்சியை அனுசரித்துச் சமத்துவமாக நடத்தப்பட வேண்டியது என்பதுதான் டாக்டர் நாயுடு அவர்களின் நோக்கம். இவ்வளவு பெரிய நோக்கமானது ஸ்ரீமான் பக்தவத்சலத்திற்கும், அவரைப் போன்ற பிராமணரல்லாதாருக்கும் முற்றிலும் விரோதமானதாகத் தோன்றுவதைக் கவனிக்க எனக்கு மிகவும் ஆச்சர்யம் உண்டாகிறது.

ஸ்ரீமான் நாயுடு பேரில் குற்றம் சாட்டும் வேகத்தில் "இது (குருகுலம்) சம்பந்தப்பட்ட விஷயங்களைச் சுருங்கக் கூறுகிறேன். பொது ஜனங்களும் காங்கிரஸ் கமிட்டியும் செய்த பொருளுதவியைக் கொண்டு ஸ்ரீமான் வ.வே.சு. ஐயர் குருகுலத்தை ஆரம்பித்தார். சமையல் சாப்பாடு இரண்டும் பொதுவாகவே இருந்தன. ஆனால் சமபந்தி போஜனம் செய்வதில் ஆட்சேபணை இருந்தவர்களுக்குப் பிரத்தியேக வசதி செய்யப்பட்டிருந்தது. அது சம்பந்தமாகத் தகராறு ஏற்பட்டது. அது மகாத்மாவின் மத்தியஸ்தத்திற்கு விடப்பட்டது. மகாத்மா சொன்ன யோசனையை அனுசரித்துச் சமையல் சாப்பாடு ஒன்றாகவிருக்கவும், எவருக்கும் தனி இடவசதியை ஏற்படுத்தாமலிருக்கவும், பிராமணரைக் கொண்டு சமையல் செய்விக்கவும் ஸ்ரீமான் வ.வே.சு.ஐயர் இசைந்தார். இதில் டாக்டர் நாயுடுவுக்குத் திருப்தி ஏற்படவில்லை. தமிழ்நாட்டில் சத்தியாகிரகத்தை ஆரம்பிக்கப்போவதாகப் பயமுறுத்துகிறார்" என்று யாரோ சிலர் சொல்லுவதைக் கேட்டுவிட்டுக் குருகுல விஷயமாகத் தனக்கு ஏதோ தெரிந்த பாவனையின் பேரில் பொறுப்புள்ள வக்கீல் ஸ்ரீ பக்தவத்சலம் எழுதியிருப்பதானது தப்பான தகவல்கள் கொடுத்துப் பொது ஜனங்களை மயங்க வைப்பதாகும். மேலும் சென்ற வருஷம் முதல் நாளது தேதி வரையில் இந்தக் குருகுல விஷயத்தை நான் சிரத்தையுடன் கவனித்து வந்திருக்கிறேனாகையாலும், மகாத்மா காந்தியடிகள் சென்ற மாதத்தில் தென்னாட்டிற்கு விஜயம் செய்திருந்த பொழுது புதுப்பாளையம் ஆஸ்ரமத்திலும் ஸ்ரீமான் எஸ். ஸ்ரீனிவாச அய்யங்கார் இல்லத்திலும் இது சம்பந்தமாக டாக்டர் நாயுடுவும் மற்றவர்களும் மகாத்மாவிடம் பேசுகிற காலத்தில் நானும் சமீபத்திலிருந்து அவர்களுடன் கலந்து கொண்டிருக்கிறேனாகையாலும் நடந்த விஷயங்களைச் சுருக்கமாகக் கீழே கூறுகிறேன்.

சமத்துவம், சகோதரத்துவம், அன்பு, சத்தியம், வீரம் முதலிய நல்லொழுக்கங்களை ஆதாரமாகக் கொண்டு

தங்களுடைய வாழ்நாட்களை நடத்தக்கூடிய தேசபக்தி நிறைந்த ஒரு இனத்தை ஏற்படுத்துவதே குருகுலத்தின் முக்கிய நோக்கமென்று கூறி ஸ்ரீமான் வ.வே.சு. ஐயர் மேற்படி குருகுலத் திற்குப் பொருள் திரட்டினார். மேற்படி குருகுலம் ஆரம்பித்துச் சிலகாலம் ஆனதும் விசாரித்ததில் சென்ற வருஷத்தில் (ஸ்ரீமான் கும்பலிங்கம் பிள்ளையால்) பிராமணப் பிள்ளைகள் மாத்திரம் சமையல் அறையில் உட்கார்ந்து சாப்பிடுவதாகவும் மற்ற பிள்ளைகள் வெளி இடத்தில் உட்கார்ந்து சாப்பிடுவதாகவும் தெரியவந்தது. சில மாதங்களுக்குப் பிறகு தஞ்சாவூர் தேசபக்தர் ஸ்ரீமான் கே. நடராஜப் பிள்ளை குருகுலத்திற்கு நேரேபோய்ப் பார்வையிட்டு அவ்விடம் பிராமணப்பிள்ளைகளும் மற்றவர் களும் தனித்தனியாகவேதான் சாப்பிடுகிறார்கள் என்றும், பிராமணரல்லாத பிள்ளைகளைச் சமத்துவமாக நடத்துவ தில்லை என்றும் ஸ்ரீமான் டாக்டருக்கு எழுதியிருந்தார். இதற்குப் பிறகுதான் மும்முரமாகக் குருகுலத்தில் சமத்துவத்தை ஏற்படுத்த வேண்டுமென்று டாக்டர் நாயுடு எழுதியும் பேசியும் வந்தார். இதற்கு மத்தியில் இந்த விவாதத்தை ஒப்படைக்கிற வரையில் நடந்த விவகாரங்களைப் பொது ஜனங்கள் பத்திரிகை வாயிலாகக் கவனித்து வந்திருக்கலாம். மகாத்மாவின் தீர்மானப்படி ஸ்ரீமான் ஐயர் ஒப்பிநடந்ததாகவும் மற்றவர்கள் ஒப்பவில்லையென்றும் பொருள்பட ஸ்ரீ பக்தவத்சலம் கூறுவது உண்மையல்ல என்பது கீழ்க்கண்ட விஷயத்தைக் கவனித்துத் தெரிந்துகொள்ளுமாறு கோருகிறேன். மகாத்மா வைக்கம் சென்றதும் ஸ்ரீமான் ஐயர் அவர்களும் அங்கு சென்று குருகுல விஷயமாகப் பேசினதாகவும், தமக்கு வருணாசிரம தர்மத்தில் நம்பிக்கையுண்டென்றும் ஆனால் குருகுல விஷயத்தில் டாக்டர் நாயுடுவைக் கலந்துகொள்ளாமல் தான் ஒன்றும் சொல்ல முடியாதென்று சொல்லிவிட்டதாகவும், தம்முடைய அனுமதி யின்றித் தம்முடன் பேசினதைப் பற்றி எந்தச் சமாசாரமும் எந்தப் பத்திரிகைக்கும் எழுதலாகாதென்று அவர் ஸ்ரீ ஐயருக்குக் கூறியிருந்தும், ஐயர் பத்திரிகைகளுக்கும் தனிமனிதர்களுக்கும் தன் இஷ்டப்படி தகவல் கொடுத்தது பிசகென்றும் மகாத்மா கூறிவிட்டுப் புதுப்பாளையத்தில் தன் கைப்பட இங்கியில் கீழ்க்கண்ட கருத்தடங்கிய ஒரு கடிதத்தை ஆங்கிலத்தில் எழுதிக் கொடுத்தார்.

அன்புள்ள டாக்டர் வரதராஜுலு,

குருகுல விவாதம் விஷயமாகத் தங்களைப் பார்த்து தங்கள் அபிப்பிராயம் தெரிந்துகொள்ளாமல் நான் முடிவான அபிப்பிராயம் தெரிவிக்க முடியாதென்று ஸ்ரீமான் ஐயரிடம் சொன்னேன். தங்களுடன் கலந்து பேசினேன். தற்சமயம் குருகுலத்தில் சேர்க்கப்பட்டவர்கள்

சம்பந்தப்பட்டவரையில் தனித்தனியாகத்தான் சாப்பிட வேண்டுமென்று சொல்லுகிற பிராமணப் பெற்றோரின் விருப்பத்திற்கு மதிப்பு கொடுக்க வேண்டியதுதான். ஆனால் தங்கள் குழந்தைகள் சமபந்தி போஜனம் செய்வதை விரும்பாத பெற்றோரின் குழந்தைகளை இனி குருகுலத்தில் ஏற்றுக்கொள்ளப்படமாட்டாது என்று அறிவித்துவிட வேண்டும். குருகுலத்தில் சமையற்காரன் எப்பொழுதும் பிராமணன்தான் என்று அறிகிறேன். பிராமண, பிராமணரல்லாத பையன்களைப் பிரித்து வைத்துச் சாப்பாடு போடுவதையே தாங்கள் ஆட்சேபிக் கிறீர்கள். தாங்கள் சொல்லுவது சரியே. எல்லாப் பையன் களையும் ஒரே வரிசையில் வைத்துச் சாப்பாடு போட வேண்டுமென்பதே என்னுடைய அபிப்பிராயம்.

20.3.25 தங்கள் உண்மையுள்ள,

மோ.க. காந்தி

உடனே கடிதத்தை டாக்டர் பத்திரிகைகளில் பிரசுரித்து ஸ்ரீமான் ஐயர் இதற்குச் சம்மதிப்பார் என்று எதிர்பார்த்திருந் தார். 20.3.25இல் மகாத்மா அவர்கள் இக்கடிதம் எழுதியும் உடனே பத்திரிகைகளில் இந்தச் சமாசாரம் தெரிந்தவுடன் ஐயர் மகாத்மாவின் தீர்ப்பை ஒத்துக்கொள்ளாமல் 24.3.25இல் ராஜீய வேலையைப் பற்றி சென்னையில் மகாத்மாவுடன் பேசுவதற்கு ஏற்பட்ட சபையில் மறுபடியும் மேற்படி குருகுல விஷயமாகப் பேச வேண்டுமென்று ஆரம்பித்தார். மகாத்மா அவர்கள் "நான் கூறவேண்டியவற்றை முன்பே ஸ்ரீமான் டாக்டருக்கு எழுதிக்கொடுத்த கடிதத்திலேயே கூறிவிட்டேன். மறுபடி நான் சொல்ல வேண்டியதொன்றுமில்லை" என்றார். உடனே ஐயரும் ஸ்ரீமான் கே. பாஷ்யமும் மற்றுமுள்ளவர்களும் "இருந்தாலும் அந்த முடிவு அவ்வளவு சிறந்ததல்ல. வேறொரு அபிப்பிராயம் சொல்ல வேண்டுமெ"ன்று வற்புறுத்த, மகாத்மா "அந்தக் கடிதத்தில் கண்டபடி நடந்துகொள்ள என்ன ஆட்சேபணை" என்றார். ஸ்ரீமான் ஐயர் "எல்லாரையும் ஒரே பந்தியில் சாப்பிடச் சொன்னால் பலபேர் (பிராமணர்கள்) ஒப்பமாட்டார்களே, என்ன செய்வது?" என்றார். மகாத்மா "தாங்கள் தலைவராயிருக்கும் முறையில் வற்புறுத்த வேண்டும்" என்றார்.

ஐயர் "அப்படி வற்புறுத்த எனக்குப் போதிய தெய்வீகத் தன்மை வரவில்லை" என்றார். மகாத்மாவின் தீர்ப்பை ஒத்துக் கொள்ளும்படியும், டாக்டர் நாயுடு முதற்கொண்டு பலரும் மன்றாடியும் ஸ்ரீ ஐயர் பிடிவாதமாக "பிராமண சமையல்காரன்" என்று எழுதாவிட்டால் மகாத்மாவின் தீர்ப்பைத் தான்

ஒப்புக்கொள்ள முடியாதென்று மறுத்துவிட்டார். இப்பால் ஐயர் மகாத்மாவின் தீர்ப்பை ஏற்று நடப்பதாகவும், டாக்டர் நாயுடுவும் மற்றவர்களும் ஒப்பவில்லையென்றும் பல தவறான விஷயங்களைப் புனைந்து கூறுகிறார். இவ்வளவு சிறிய விஷயத்தில் ஐயர் காட்டிய பிடிவாத குணத்தால் அங்கிருந்த பலருக்கும் ஐயர் பேரில் எற்பட்ட சந்தேகம் அதிகரிக்கலாகியது. உடனே *தமிழ்நாடு* காரியாலயத்தில் மேற்படி குருகுலத்திற்குப் பொருளுதவி செய்தோர்களும் அதன் அனுதாபிகளும் சேர்ந்து மேற்படி ஐயரவர்கள் இதுவரையில் வசூலித்திருக்கும் பொருளைத் திருப்பிக் கேட்பவர்களுக்குக் கொடுத்துவிட வேண்டுமென்று தீர்மானித்தோம்.

பொருளுதவி செய்தவர்கள் யார் ஸ்ரீமான் ஐயருடைய அபிப்பிராயத்திற்கு மாறுபடுகிறார்களோ அவர்களுடைய பொருளைத் திருப்பிக்கொடுத்துவிடுதலே நியாயம் என்று மகாத்மா கூறிய அபிப்பிராயத்திற்கிணங்க தீர்மானம் நிறைவேற்றப்பட்டது. மேலும் மகாத்மாவுடன் பேசுகிற சமயத்தில் மேற்படி குருகுலத்திற்குப் பொருளுதவி செய்தவர் களால் தேர்ந்தெடுக்கப்பட்ட பிரதிநிதி சபையாருக்கு அடங்கி நடக்க முடியாது என்று ஐயர் பிடிவாதமாகச் சொல்லிவிட்டார். பிறகு இப்பொழுது ஏற்படுத்திக்கொண்ட தர்மகர்த்தா சபை இருப்பதாகவும் (தனக்கிஷ்டமான நண்பர்களை) தன் அபிப்பிராயத்தார் தமிழ்நாட்டில் பிரதிநிதித்துவம் வாய்ந்த கனவான்களை மேற்படி தர்மகர்த்தா சபையாருடன் சேர வேண்டுமென்று கேட்டுக்கொண்டிருப்பதாகவும் ஒரு புதிய சமாசாரத்தைப் பத்திரிகை மூலமாக நமக்கு அறிவிக்கிறார். இவ்விஷயங்களைக் கவனித்து, பொருளுதவி செய்தவர்கள் யார், முன்னுக்குப்பின் முரண்பட்டுத் திரித்துக் கூறுகிறார் என்று தீர்மானிக்க வேண்டியது பொது ஜனங்கள் கடமை. தவிரவும் பொருளுதவி செய்பவர்களால் தேர்ந்தெடுக்கப்பட்ட சபையின் நிர்வாகத்திற்குக் கட்டுப்பட்டு நடக்க ஸ்ரீமான் ஐயர் சம்மதிக்கவில்லை என்பதையும், அதைப் பற்றி இது வரையில் விவரமாக ஒன்றும் எழுதவில்லை என்பதையும் இது சமயம் தெரியப்படுத்துகிறேன்.

பி. கந்தசாமி பிள்ளை
சேலம் மாவட்ட
காங்கிரஸ் கமிட்டிச் செயலாளர்

சுதேசமித்திரன், 28 ஏப்ரல் 1925

~

2. காந்தி – வரதராஜுலு

மகாத்மா காந்தியும் ஸ்ரீமான் வரதராஜுலுவும் பொதுவாக காங்கிரஸ் விஷயத்தைப் பற்றிப் பேசி முடித்த பிறகு இரண்டாம் நாள் மத்தியானம் குருகுலத்தைப் பற்றிப் பேசினார்கள். அச்சமயம் ஸ்ரீ ச. ராஜகோபாலாச்சாரியார், ஸ்ரீ ராமதாஸ் காந்தி, காந்தியடிகளின் காரியஸ்தர் ஸ்ரீமான் தேசாய் முதலிய சிலரும் கூட இருந்தார்கள். இரண்டு பெண்மணிகளும் கூடவிருந்து இவ்விவகாரத்தைக் கவனித்து வந்தார்கள். பின் வருமாறு பேச்சுகள் நடைபெற்றன.

மகாத்மா காந்தி: வாருங்கள், குருகுலத்தைப் பற்றி முழு விவரங்களையும் எடுத்துக் கூறுங்கள்.

ஸ்ரீ வரதராஜுலு நாயுடு: தமிழ் குருகுலத்தின் முழுச் சரித்திரத்தையும் தற்சமயம் அதனால் தமிழ்நாட்டில் ஏற்பட்டுள்ள கொதிப்பையும் ஆதியோடந்தமாக எடுத்துக் கூறிவிட்டு, பிராமணருடன் சாப்பிடுவதினால் பிராமணரல்லாதார் உயர்ந்து விடமாட்டார்களென்றும், ஆனால் பிராமணரல்லாதாருடைய பொருளைக் கொண்டு நடைபெற்றுவரும் ஒரு பொது ஸ்தாபனத்தில், தெய்வத்திற்குச் சமமான குழந்தைகள், உயர்வு தாழ்வு என்ற புத்தியுடன் குருகுலத்தில் நடத்தப்படுவது கூடாது.

மகாத்மா: எல்லாக் குழந்தைகளையும் சமமாக நடத்துவதாக ஸ்ரீமான் ஐயர் எப்போதாவது கூறியிருக்கிறாரா?

ஸ்ரீ நாயுடு: நிதி சேர்க்கச் சேலம் வந்தபோது சகல வகுப்புக் குழந்தைகளையும் சமமாக நடத்துவதாகவும், என் குழந்தைகளையும் அனுப்பலாமென்றும் ஸ்ரீமான் ஐயர் என்னிடமும் கூறினார். நானும் ரூ. 100 கொடுத்தேன். காங்கிரசிலும் 10000 கொடுப்பதாகக் கூறி ரூ. 5000 முதல் தவணையில் கொடுத்தோம். பிரமணரல்லாதவர்களுடைய பிள்ளைகளைக் கேவலமாக நினைத்து வேறாக வைத்து அன்னமிட்டு வருவதைக் கண்டதும் மீதி ரூ. 5000 தமிழ்நாடு காங்கிரஸ் கொடுக்கவில்லை. ஆரம்பத்தில் அவர் என்ன கூறியிருந்தாலும் கூறாமலிருந்தாலும் பிராமணரல்லாதவருடைய குழந்தைகள் பொது ஸ்தாபனங்களில் இழிவுபடுத்தப்படுவது என்னால் சகிக்க முடியவில்லை. பிராமணப் பத்திரிகைகள் குருகுலத்தில் நடப்பது சரியென்று பகிரங்கமாகச் சொல்லத் தைரியமில்லாததினால் மறைபொருளாக இந்தக் கிளர்ச்சியையும் என்னையும் தாக்கி வருகின்றன. பேடிகள் செய்கை எப்போதும் இப்படித்தானிருக்கின்றது. ஜாதி வேற்றுமையற்றவராகிய ஸ்ரீ ச. ராஜகோபாலாச்சாரியாருங் கூடக் குருகுல அநீதியைக் கண்டிக்கவில்லையென்றால் எப்படி

இனிமேல் பிராமணத் தலைவர்களை நம்புவது என்று நான் கவலையடைகிறேன்.

ஸ்ரீமான் ராஜகோபாலாச்சாரியார்: நான் ஒரு குற்றமும் செய்துவிடவில்லை. தமது இஷ்டப்படி குருகுலத்தை நடத்த வேண்டுமென்று ஸ்ரீமான் ஐயர் ஆரம்பித்தார். இன்னும் கொஞ்ச நாள் பொறுத்திருந்து குற்றங்குறைகளை நிவர்த்தி செய்து கொள்ளலாமென்று இருந்தேன்.

மகாத்மா: நான் முடிவான அபிப்பிராயம் கூறுவதற்கு முன் இது விஷயமாக ஒன்றும் பத்திரிகைகளுக்கு அனுப்பக் கூடாதென்று ஸ்ரீ ஐயருக்குச் சொல்லியிருந்தும் அவர் வைக்கத்தி லிருந்து தந்தியடித்தது சரியல்ல.

ஸ்ரீ ராஜகோபாலாச்சாரியார்: பத்திரிகை நிருபர்களுக்கும் ஐயருக்கும் நானும் வைக்கத்திலிருந்து பத்திரிகைகளுக்கு அனுப்ப வேண்டாமென்று கூறினேன். இப்படிச் செய்துவிட் டார்கள்.

ஸ்ரீ நாயுடு: தமிழ்நாடுக்குச் செல்வாக்கில்லாமலிருந்தால் குருகுலச் சண்டை ஆரம்பித்த அந்த நாளே என்னையும் குழிவெட்டிப் புதைத்திருப்பார்கள். பிராமணரல்லாதாருடைய பத்திரிகைகளெல்லாம் என்னை ஆதரிக்கின்றன. விசேஷமாகத் தென்னாட்டில் தர்மத்தில் சிறந்தவர்களாகிய நகரத்தார் பத்திரிகைகளும், நகரத்தார் சங்கங்களும் இந்த ஆபத்து காலத் தில் குருகுலப் போரை ஆதரித்துவருவதை எனது ஆயுள் பர்யந்தம் நான் மறக்க முடியாது. வைதீக வகுப்பினருடைய ஆதரவும் மிகவும் போற்றத்தக்கது.

மகாத்மா: தங்களுடைய வழக்கு மிகவும் நியாயமானதே யாகும். பிராமணரல்லாதாருக்கென்றே குருகுலம் வைத்து, பிரியப்படும் பிராமணர்களை அந்தக் குருகுலத்தில் சேர்த்துக் கொள்ளலாமென்று ஸ்ரீ ஐயருக்குக் கூறினேன். என்ன செய்ய வேண்டுமென்று தாங்கள் சொல்லுகின்றீர்கள்?

ஸ்ரீ நாயுடு: இஷ்டமில்லாதவர்களைக் கட்டாயப்படுத்திச் சமபந்தி போஜனம் செய்யும்படி நான் கூறவில்லை. சுத்தமான சாப்பாட்டை, எல்லாப் பிரம்மச்சாரிகளும் கலந்துண்ண வேண்டும். பிராமணரல்லாத சிறுவர்களை மனிதர்களாக மதித்து அவர்களுடன் கலந்து போஜனம் செய்ய மறுக்கும் பிராமணர்களைக் குருகுலத்தில் சேர்க்கக் கூடாது. இதுதான் எனது யுத்த கோஷம்.

மகாத்மா: இந்தச் சங்கடம் ஏற்படா முன் சேர்க்கப்பட்ட பிள்ளைகளை என்ன செய்வது?

ஸ்ரீ நாயுடு: சமத்துவத்தை ஏற்றுக்கொள்ளாதவர்கள் வெளியேறிவிடலாம். அல்லது வருணாசிரமப்படி பேத புத்தியுடன் பள்ளிக்கூடம் நடைபெறுமென்று ஸ்ரீமான் ஐயர் ஒரு அறிக்கையை வெளியிட்டால், எனது யுத்தத்தை நிறுத்திக் கொள்ளச் சித்தமாயிருக்கிறேன்.

மகாத்மா: இதற்குமுன் குருகுலத்தில் சேர்க்கப்பட்டவர்களில் சமபந்தி போஜனத்தை ஏற்றுக்கொள்ள இஷ்டமில்லாதவர்கள் தனித்துச் சாப்பிடட்டும். வேற்றுமையின்றிச் சமபந்தி போஜனம் செய்ய மறுப்பவர்கள் இனிமேல் அந்தக் குருகுலத்தில் சேர்க்கப்பட மாட்டார்கள் என்று கூறுவதுதான் ஒழுங்கானதென்று நான் நினைக்கிறேன்.

ஸ்ரீ நாயுடு: அதிலும் ஆபத்துண்டு. எனினும் தங்களுடைய கட்டளையை ஏற்றுக்கொள்கிறேன். ஆனால் பணம் கொடுத்தவர்களுடைய பிரதிநிதிகள் அடங்கிய ஒரு நிர்வாகக் கமிட்டியின்கீழ் அக்குருகுலம் நடைபெற வேண்டும். படிப்பு முதலிய உள்விவகாரங்களில் ஸ்ரீமான் ஐயருக்குச் சுதந்திரம் கொடுத்துவிடலாம் என்று நினைக்கிறேன்.

மகாத்மா: தாங்கள் கூறிய எல்லாவற்றையும் நான் அங்கீகரிக்கிறேன்.

ஸ்ரீ நாயுடு: என்னுடைய கட்சியைத் தாங்கள் ஆதரவளித்ததற்காக அதிக வந்தனம். தாங்களல்ல பிர்மாவே எனது முன் தோன்றி குருகுலத்தில் நடைபெறும் வேற்றுமைகள் சரியென்று கூறினாலும் நான் எதிர்ப்பேன் என்று எனது பத்திரிகையில் எழுதிவந்திருக்கிறேன். ஜகத்குருவாகிய தங்களையும் எதிர்ப்பேன் என்று நான் சொன்னதில் குற்றமிருந்தால் தாங்கள் என்னை மன்னிக்க வேண்டும். யார் கூறினும் ஒரு வகுப்பாரை இழிவுபடுத்த நான் பார்த்துக் கொண்டிருக்க முடியாது.

மகாத்மா: தாங்கள் ஒரு குற்றமும் செய்யவில்லை. அதற்குப் பதிலாகத் தங்களுடைய மனோநிலைமையைக் கண்டு நான் பெருமையடைகிறேன். ஆயினும் எனக்கு வருணாசிரமத்தில் நம்பிக்கையுண்டு.

ஸ்ரீ நாயுடு: தாங்கள் கூறும் அர்த்தத்தில் வருணாசிரமத்தைப் பிராமணர்கள் ஏற்றுக்கொள்ளமாட்டார்கள். ஆனால் அந்த வார்த்தையை ஸ்தூலமாக உபயோகித்துப் பாமர ஜனங்களை ஏமாற்றித் தங்களுடைய ஆதிக்கத்தை நிலைநிறுத்திக்கொள்ள பிராமணர்கள் முயற்சி செய்கிறார்கள். வருணாசிரமம் பிராமணனுக்கு தேவாமிர்தம். மற்றவருக்கு ஆலகால விஷத்தைப் போன்றது. தெய்வம் மனுஷிய ரூபம்.

பேதத்தை நான் ஏற்றுக்கொள்ள முடியாது. இவ்வநீதிக்கு உலகத்தில் இனிமேல் இடம் கிடையாது. தாங்கள் அதில் நம்பிக்கை கொள்வதினால் எனக்குக் கவலை கிடையாது. நடக்காத சங்கதி.

குமரன், 25 மார்ச் 1925
மறுபிரசுரம்

இச்சந்திப்பு புதுப்பாளையம் இராஜாஜியின் காந்தி ஆசிரமத்தில் 19 அல்லது 20 மார்ச் 1925இல் நிகழ்ந்தது.

~

3. தமிழ்நாடு காங்கிரஸ் கமிட்டி விவாதம்

க

தமிழ்நாடு காங்கிரஸ் கமிட்டியின் கூட்டம் இன்று (29 ஏப்ரல் 1925) பிறபகல் இரண்டு மணிக்குத் திருச்சி ஜில்லா காங்கிரஸ் கமிட்டியின் காரியாலயத்தில் கூடிற்று. ஸ்ரீமான் களான வரதராஜுலு நாயுடு, ஸி. ராஜகோபாலாச் சாரியார், டி.வி. கலியாணசுந்தர முதலியார், டி. ஆதிநாராயண செட்டியார், ராமபத்ர உடையார், பழனியாண்டி பண்டாரம், கிருஷ்ண செட்டியார், மௌல்வி சையது முர்த்தூ சாகிபு, எம்.கே. ஆச்சாரியார், வேங்கடகிருஷ்ணப் பிள்ளை, இராமச் சந்திரம் செட்டியார், செம்மங்குடி கணேசய்யர், தங்கப் பெருமாள் பிள்ளை, சுரேந்திரநாத் ஆரியா, என்.எஸ். வரதாச் சாரியார், எஸ். ராமநாதன், சாமினாத செட்டியார்..., உறையூர் சின்னய்யா பிள்ளை, திருகாதி சி. சுப்பிரமணிய முதலியார், வீரப்பன், பவானி சிங், ஸ்ரீமதி ராமாமிர்தத் தம்மாள் முதலிய 40 அங்கத்தினர்கள் வந்திருந்தனர். ஸ்ரீமான் பி. வரதராஜுலு நாயுடு அக்கிராசனம் வகித்தார்.

அக்கிராசனர் முகவுரையாகப் பேசியதாவது: சாதாரண மாகக் கமிட்டியின் கூட்டங்களுக்கு வரும் அங்கத்தினர்களை விட அதிக அங்கத்தினர்கள் இக்கூட்டத்திற்கு வந்திருக் கிறார்கள். குருகுலத் தகராறே அதிக அங்கத்தினர்கள் வந்திருப் பதற்குக் காரணமெனக் கூறி நீண்டதோர் பிரசங்கம் செய்தார்.

எம்.கே. ஆச்சாரியார்: சேரமாதேவி குருகுல விஷயமாக நான் அபிப்பிராயம் வெளியிடுமுன் சில விவரங்கள் எனக்குத் தெரிய வேண்டும். குருகுலம் எப்பொழுது ஏற்பட்டது? அது ஏற்பட்ட காலத்தில் சாப்பாடு, படிப்பு விஷயத்தில் வித்தியாசம் பாராட்டாமல் இருப்பதென்று குறிப்பிட்ட ஒரு உடன்படிக்கை ஏற்பட்டதா? அதற்கு ஆதாரம் என்ன? குருகுலத்திற்கு

எவ்வளவு தொகை கொடுக்கப்பட்டது? யாரால் கொடுக்கப் பட்டது?

ஸி. ராஜகோபாலாச்சாரி: நீங்கள் இருந்துதான் கொடுத்தது.

ஸ்ரீமான் ஆச்சாரியார்: எவ்வித நிபந்தனை மேல் ரூபாய் கொடுக்கப்பட்டது? அந்த நிபந்தனைகளைப் பூர்த்திசெய்யா விடில் பணத்தைத் திருப்பிக்கொடுத்துவிட வேண்டுமென்று நிபந்தனை உண்டா? எல்லாரிடமிருந்தும் காங்கிரஸ் காரியங் களுக்காக வசூலிக்கப்பட்ட பணத்தை இத்தகைய காரியங் களுக்குக் கொடுக்க நமக்கு அதிகாரம் உண்டா?

அக்கிராசனர்: 5000 ரூபாய் கொடுத்த காலத்தில் நான் சிறையிலிருந்தேன். ஸ்ரீமான்களான நாயக்கர், ராஜகோபாலாச் சாரியார் முதலியவர்கள் இருந்து கொடுத்தனர். விவரங்களை அவர்கள்தான் சொல்ல வேண்டும். என் சொந்த ஹோதாவில் ரூ. 101 கொடுத்திருக்கிறேன். ஆகவே, எனக்கும் ஒரு ஓட்டு உண்டு. ஸ்ரீமான் ஐயர் பணங்கேட்டபோது ஜாதி வித்தியாசங்கள் பாராட்டப்படாமலிருக்குமா என்று கேட்டேன். பாராட்டப் படமாட்டாது என்று அவர் சொன்னார். அதன்பேரில்தான் பணம் நான் கொடுத்தேன். அவரும் அவ்விதம் சிறிது காலம் செய்துவந்தார். பிறகு வைதீகர்களுடைய கஷ்டமேற்பட்ட தென்று சொல்லிச் சங்கடத்தைக் கொண்டுவந்துவிட்டார். அதைப் பற்றித்தான் வருத்தம் என்று சொன்னார்.

இ.வெ. ராமசுவாமி நாயக்கர் பேசுகையில் கயா காங்கிர சுக்குச் செல்லுவதற்குமுன்தான் 5000 ரூபாய் கொடுக்கும்படி தீர்மானம் செய்யப்பட்டதென்றும், இந்தக் கூட்டம் நடை பெற்ற காலத்தில் நாங்கள் மத்தியானச் சாப்பாட்டுக்குப் போய்விட்டுத் திரும்பிவந்தபோது 5000 ரூபாய் கொடுப்பதாகத் தீர்மானம் செய்யப்பட்டிருப்பதாக அறிவிக்கப்பட்டதென்றும், அப்பொழுது நாங்கள் அதற்கு ஓட் கொடுத்திருக்கமாட்டோ மென்று சொல்லியதாகவும், பிறகு மதுரையில் ஒரு கூட்டம் நடந்ததென்றும், அந்தக் காலத்தில் பணம் கொடுக்கப்பட வில்லையென்றும், அக்கூட்டம் கலைந்து ஸ்ரீமான் ஸி. ராஜ கோபாலாச்சாரியார் பம்பாய்க்கு ரயிலுக்குச் செல்லுகையில் ஸ்ரீமான் வ.வே.சு. ஐயரிடம் எழுதி வாங்கிக்கொள்ள வேண்டாமா வென்று அவரைக் கேட்டதாகவும் அவரும் எழுதி வாங்கிக் கொள்ளும்படி சொல்லிவிட்டுப் போனார். ஆனால் பிறகு தமக்குத் தெரியாமல் மற்றொரு காரியதரிசியால் பணம் வெளிப்பட்டுவிட்டதென்றும், அதுவரை தான் மட்டுமே உண்டியல்களில் கையெழுத்து செய்துவந்ததாகவும், அப் பொழுதுதான் முதன்முதலாக மற்றொரு காரியதரிசி

சேரன்மாதேவி குருகுலம்

உண்டியலில் கையெழுத்து செய்துகொடுத்திருப்பதாகவும், பிறகு ஸ்ரீமான் ஐயர் பாக்கி 5000 ரூபாய் கொடுக்க வேண்டு மென்று கேட்கவந்ததாகவும், வேற்றுமை இருந்துவருவதாகச் சப்தமிருக்கிறதேயென்று தாம் கேட்டதாகவும், சீக்கிரத்தில் வேற்றுமையை அகற்றிவிட முயலுவதாக அவர் பதிலளித்த தாகவும், திருச்சியில் நடந்த கூட்டத்தில் ஏற்கெனவே கொடுத்த 5000 ரூபாயைத் திருப்பி வாங்கிவிட வேண்டுமென்று ஸ்ரீமான் தண்டபாணி பிள்ளை ஒரு தீர்மானம் கொண்டுவந்ததாகவும், பிறகு *நவசக்தி* முதலிய பத்திரிகைகளும் வேற்றுமை பாராட்டி வருவதைக் கண்டித்தெழுதியதாகவும், அதன்மேல் வேற்றுமை நீக்கப்பட்டுவிடுமென்று ஆறுதல் சொல்லியதாகவும், நிபந்தனை களை எழுதி வாங்கிக்கொள்ளலாமேயென்று வேண்டுமானால் சொல்லலாமென்றும் சொன்னார்.

ஒரு முகமதிய கனவான்: குருகுலத்தில் முகமதியர்கள் சேர்த்துக்கொள்ளப்பட்டிருக்கிறார்களா?

அக்கிராசனர்: இப்பொழுது இல்லை. வந்தால் சேர்த்துக் கொள்ளுவதில் ஆட்சேபணையில்லையென்று ஸ்ரீமான் அய்யர் சொல்லியிருக்கிறார்.

எம்.கே. ஆச்சாரியார்: எல்லா வகுப்பினரும் கொடுத்திருக் கும் பணத்தை நிர்ப்பந்தமாக ஜாதி வேற்றுமைகளை ஒழிக்கும் பள்ளிக்கூடத்திற்குக் கொடுக்கலாமா? அக்கிராசனரின் தீர்ப்புத் தெரிய வேண்டும்.

அக்கிராசனர்: ஜாதி வேற்றுமைகளை நிர்ப்பந்தமாக ஒழிப்பதற்கென்று பணம் கொடுக்கக் கூடாது. ஆனால் ஜாதி வேற்றுமைகளின்றி ஒரு பள்ளிக்கூடத்தை நடத்திவரப்போவ தாகச் சொன்னால் அதற்குப் பணம் கொடுக்கலாம்.

தீர்மானம்

“குறிப்பிட்ட தேசியக் கொள்கையில்லாமல் குருகுலத்தை நடத்திவருவதால் தமிழ்நாட்டில் வகுப்பு வேற்றுமை வளர இடமேற்பட்டிருப்பதால் குருகுலத்திற்கு ரூ. 5000 கொடுத்ததற்கு இக்கமிட்டி வருத்தப்படுகிறது” என்ற தீர்மானத்தை நிர்வாகச் சபையின் சார்பாக அக்கிராசனர் பிரேரணை செய்தார்.

ஆச்சாரியார் முதலில் தாம் கேட்ட கேள்விகளை எழுதிக் கொடுத்து அவைகளுக்கு எழுத்து மூலமாகப் பதிலளிக்கும்படி அக்கிராசனரைக் கேட்டுக்கொண்டிருந்தார். தீர்மானத்தைப் பற்றி விவாதம் ஆரம்பமாகுமுன் தம்முடைய கேள்விகளுக்குப் பதிலளித்துவிட வேண்டுமென்று ஸ்ரீமான் எம்.கே. ஆச்சாரியார் கேட்டுக்கொண்டார். ஸ்ரீமான் ராமபத்திர உடையார் இந்தக் கேள்விகள் ஒழுங்கானவைகளாகுமா என்று கேட்டார்.

ஆச்சாரியார்: எந்த விஷயமேனும் ஒழுங்கானதா இல்லை யாவென்பதை அக்கிராசனரே முடிவு செய்ய வேண்டும். காங்கிரஸ் கமிட்டியின் அக்கிராசனர்கள் மாறிவந்தபோதிலும் கமிட்டி தொடர்ச்சியாக இருந்துவரும் ஸ்தாபனம்தான். சிலருக்குப் பிடித்தமாக இல்லாமலிருக்கக்கூடிய காரியத்திற்குப் பணம் கொடுக்கக் கமிட்டிக்கு அதிகாரமுண்டா?

அக்கிராசனர்: ஏற்கெனவே ஒரு பிரஸிடெண்டு செய்த காரியம் ஒழுங்கானதா அன்றாவென்று நான் தீர்ப்புச் சொல்ல முடியாது.

ஆச்சாரியார்: அக்கிராசனர் பிரேரணை செய்திருக்கும் தீர்மானம் ஒழுங்கானதா? இத்தீர்மானத்தைக் கொண்டுவர சபைக்கு அதிகாரமுண்டா?

அக்கிராசனர்: தீர்மானம் ஒழுங்கானதுதான்.

ஆச்சாரியார்: பத்திரிகை பிரதிநிதிகள் இவ்விஷயத்தைக் குறித்துக்கொள்ளும்படி கேட்டுக்கொள்ளுகிறேன்.

முகமது உஸ்மான்: குறிப்பிட்ட தேசியக் கொள்கையின் மேல் பணம் கொடுக்கப்பட்டதா?

அக்கிராசனர்: உங்களுடைய அபிப்பிராயத்தைத் திருத்தப் பிரேரணையாகக் கொண்டுவாருங்கள்.

வேங்கடகிருஷ்ணப் பிள்ளை: இன்னதுதான் செய்யப் போகிறேனென்று சொல்லி ஸ்ரீமான் அய்யர் பணம் வாங்கி யிருக்கிறாரா?

ஸி. ராஜகோபாலாச்சாரி: எழுத்து மூலமாக ஸ்ரீமான் அய்யர் ஒன்றும் எழுதிக்கொடுக்கவில்லை.

ஒரு திருத்தப் பிரேரணை

நடேச செட்டியார்: ஜாதி வித்தியாசங்களை ஒழிக்க வேண்டுமென்பது காங்கிரசின் கொள்கை.

ஆச்சாரியார்: இல்லை.

செட்டியார்: தீண்டாமையை ஒழிக்க வேண்டுமென்பது காங்கிரசின் கொள்கை. அதையே ஒழிக்க வேண்டுமென்கை யில் திருஷ்டிதோஷம் என்பதையும் ஒழிக்கத்தான் வேண்டும். அதற்கு விரோதமான காரியத்தைச் செய்ய இடங்கொடுக்க லாகாது என்று சொல்லி தீர்மானத்தில் 'வருத்தப்படுகிறது' என்ற வார்த்தையை எடுத்துவிட்டுப் பணத்தைத் திருப்பி வாங்கிவிட வேண்டும்.

சுரேந்திரநாத் ஆர்யா: திருத்தப் பிரேரணையை ஆமோதித்துப் பேசுகையில் ஸ்ரீமான் வ.வே.சு. ஐயர் குருகுலத்திற்கு உதவி புரியவேண்டுமென்று கோயில்பட்டியில் கோரிய காலத்தில் ஜாதி மத வித்தியாசங்களைப் பாராட்டாத முறையைக் கற்பிப்பதற்காகவே குருகுலத்தை ஏற்படுத்தப் போவதாகச் சொன்னதாகவும், அப்பொழுது அவருக்கும் தமக்கும் வார்த்தை தடித்ததென்றும், ஆயினும் அந்தக் காலத்தில் ஸ்ரீமான் நாயுடு, ஸ்ரீமான் ஐயர் சார்பாகப் பேசினாரென்றும், மனிதர்களுடைய வார்த்தைகளுக்கே அதிக மதிப்பு வைக்க வேண்டுமென்றும், எழுத்து மூலமாக எழுதி வாங்கிக்கொள்ளுவதைப் பெரிதாகக் கருதக் கூடாதென்றும், வேற்றுமையின்மையில் பயிற்றுவிக்கும் ஒரு பாடசாலைக்குப் பணஉதவி செய்ய வேண்டுமென்று ஒரு காங்கிரஸ்வாதி கோரினால் அதற்குப் பணஉதவி செய்வதில் பிசகில்லையென்றும், ஸ்ரீமான் வ.வே.சு. ஐயர் வகுப்பு வேற்றுமையன்னியில் குருகுலத்தை நடத்திவருவதாகவே தம்மிடமும் சொல்லியிருக்கிறாரென்றும், ஆரம்பத்தில் அவ்விதமே அவர் செய்தும் வந்திருக்கிறாரென்றும், பிறகு அவர் வெளியாரால் ஏற்பட்ட ஆட்சேபணைகளை எதிர்த்து நிற்க முடியாமல் விட்டுக்கொடுத்ததால்தான் இன்னும் 5000 ரூபாயைக் கொடுக்கக் கூடாதென்றும், ஏற்கெனவே கொடுத்த 5000 ரூபாயையும் திருப்பி வாங்கவேண்டுமென்னும் உணர்ச்சி ஏற்பட்டதென்றும், அங்கத்தினர்கள் அவர்கள் சொன்னார்கள் இவர்கள் சொன்னார்கள் என்று மோசம் போகாமல் தீர்க்கமாக ஆலோசனை செய்து தேசத்தில் ஒற்றுமையை வளர்க்கும்விதமாகத் தீர்மானம் செய்யும்படி கேட்டுக்கொள்கிறேன் என்று சொன்னார்.

மற்றொரு திருத்தப் பிரேரணை

ஆச்சாரியார் பேசியதாவது: இதைப் பற்றிப் பேச வேண்டுமென்ற உத்தேசம் எனக்கில்லை. ஆனால் மிகுந்த துக்கத்துடனேயே நான் பேச எழுந்திருக்கிறேன். பிரஸ்தாப விஷயம் எல்லோருக்கும் ஆயாசத்தை உண்டுபண்ணக்கூடியதாக இருக்கிறது. என்னுடைய அபிப்பிராயம் பலருக்குப் பிடிக்காமல் இருக்கலாம். நான் அயோக்கியனென்றும் சிலர் நினைக்கலாம்.

ஒருவர்: இந்தியா சட்டசபைக்குச் சென்றவர்களை அயோக்கியர்களென்று சொல்லலாமா?

எஸ்.ஜி. கணேச ஐயர்: இந்தியா சட்டசபை விஷயத்தை இங்கு பிரஸ்தாபிக்க வேண்டியதில்லை.

ஆச்சாரியார்: என்னுடைய அபிப்பிராயத்தைப் பணிவுடன் சமர்ப்பித்துக்கொள்கிறேன் என்று சொல்லி, அடியிற் கண்ட திருத்தத்தைப் பிரேரணை செய்தார்.

“சேரமாதேவி குருகுலம் ஆரம்பிக்கப்பட்ட——————————————— ததவரிடத்திலும் ———————— குருகுலத்தின் —————————— விவரமாக ஒரு அறிக்கை வெளியிடப்படாத காரணத்தைக் கொண்டும் குருகுலத்தின் கொள்கைகள் நோக்கங்கள் முறைகள் முதலியன———————————————————— விவாதத்திற்கு இடந்தந்து வகுப்பு வேற்றுமையை உண்டுபண்ணியிருப்பதைக் கொண்டும் இக் கமிட்டி குருகுலத்திற்கு 5000 ரூபாய் கொடுத்ததற்கு வருந்துகிறது.”

ஆச்சாரியார் பேசியதாவது: குறிப்பிட்ட தேசிய கொள்கையில்லை என்று அசல் தீர்மானத்தில் கண்டிருக்கிறது. எதிர்க் கட்சியைக் கேட்டால் குறிப்பிட்ட தேசியக் கொள்கை இருக்கிறதென்று சொல்லுவார்கள். தேசிய முறையில் குருகுலத்தை ஸ்ரீமான் ஐயர் நடத்துவார் என்ற நம்பிக்கையின் பேரில்தான் பணங்கொடுக்கப்பட்டது என்பதை எல்லாரும் ஒப்புக்கொள்ளுகின்றனர். தேசிய முறையில் நடத்தப்படவில்லையென்று இப்பொழுது சொல்வதாயின் எது தேசிய முறை, அதற்கு விரோதமாக என்ன நடந்தது என்பதைத் தெரிவிக்க ஒரு கமிட்டியை நியமித்துக் கமிட்டியாருடைய சிபாரிசின்மேல் கவனிப்பது உத்தமமாயிருக்கும். இரண்டு பார்ப்பனப் பிள்ளைகளை அவர் ஒதுக்கிவைத்திருப்பதற்காக ஸ்ரீமான் அய்யர் அக்கிரமக்காரரென்று சொல்லிவிட முடியாது. ஏனையவர்களை ஒன்றுபடுத்தி இருக்கிறார் என்று நாம் சந்தோஷப்பட வேண்டுமேயன்றி கண்டனம் செய்யலாகாது. இப்பொழுதும் தேசிய முறையிலேயே குருகுலம் நடந்துவருகிறது. வகுப்பு வேற்றுமைகளை ஒழிப்பதாகக் குருகுலத்தை ஏற்படுத்தப் போவதாக ஸ்ரீமான் அய்யர் ஆரம்பத்தில் சொல்லியிருப்பதால் என்னுடைய சரீரம் .... வருணாசிரம தருமத்தைப் பற்றி பேச இது இடமன்று. வர்ணாசிரம தர்மத்தை ஸ்தாபிக்கத் தான் வேண்டுமென்று நான் சொல்ல வரவில்லை. வருணாசிரம தர்மம் கூடாதென்று சொல்லுவதும் உசிதமாகாதென்று நினைக்கிறேன். (இந்தச் சமயத்தில் சிலர் கேள்விகள் கேட்டனர். ஒருவர் பேசுகையில் மற்றவர் குறுக்கிடுவது உசிதமாகாதென்று அக்கிராசனர் சொன்னார்.)

ஆச்சாரியார்: தேசிய முறையில் குருகுலம் நடத்தப்படவில்லையென்று தீர்மானம் சொல்லுகிறது. அதற்கென்ன ஆதாரம் இருக்கிறது? கமிட்டியார் விசாரித்திருக்கிறார்களா?

பணங்கொடுத்த காலத்திலும் நிபந்தனையில்லை; இப்பொழு தும் எந்த வழியில் அவர் மீறி நடந்திருக்கிறாரென்பதற்கும் ஆதாரமில்லை. பத்திரிகைகளில் பிரசுரமாகும் விஷயம் வாஸ்தவமல்லவென்றும் அக்கிராசனர் சொல்லிவிட்டார். அவரவருடைய மனோபாவத்தை அனுசரித்து அபிப்பிராயம் ஏற்பட்டிருக்கிறது. எதிர்க்கட்சியின் அபிப்பிராயம் இன்ன தென்றும் தெரியவில்லை.

அக்கிராசனர்: நான் (ஐயரை) வரும்படி தந்தி கொடுத்தேன்.

ஆச்சாரியார்: அவர் வரவில்லை. வராதது அவருடைய பிசகாக இருக்கலாம். முழு விவரங்களும் தெரியாமல் ஒருவிதத் தீர்மானமும் செய்வது உசிதமாகாது.

டாக்டர் ராஜன்: விவரம் தெரிய வேண்டுமானால் நான் தெரிவிக்க சித்தமாக இருக்கிறேன்.

ஆச்சாரியார்: இரண்டு பிராமணப் பிள்ளைகளுக்குத் தனியாகச் சாப்பாடுபோடுவதால் பிரளயம் ஏற்பட்டுவிடும் என்பது உசிதமல்ல. ஒழுங்காகக் குருகுலம் நடைபெறுமென்ற நம்பிக்கையின் பேரில் பணத்தைக் கொடுத்திருக்கையில் கிணறுவெட்டப் பூதம் புறப்பட்டதுபோல் இவ்வளவு அல்லல் ஏற்பட்டது வருத்தத்தைத் தருகிறது. இது சம்பந்தமான போராட்டத்தினால் காங்கிரஸ் வேலை தடுக்கப்பட்டு விட்டது. இந்தப் போராட்டத்தை விட்டுவிட்டு இனியேனும் காங்கிரஸ் வேலையை ஆரம்பிக்க வேண்டுமென்று நான் அக்கிராசனரைக் கேட்டுக்கொள்கிறேன். இந்தப் புத்தி நமக்கு வருவதற்காக 5000 ரூபாய் அதிக விலையாகிவிடாது என்று சொன்னார்.

எஸ்.ஜி. கணேச ஐயர் திருத்தப் பிரேரணையை ஆமோதித்துப் பேசுகையில் ஸ்ரீமான் எம்.கே. ஆச்சாரியார் பேசியதிலிருந்து ஸ்ரீமான் வ.வே.சு. ஐயர் சமபந்தி போஜனம் நடத்திவைக்க ஆரம்பத்தில் ஒப்புக்கொண்டிருப்பாரென்று நினைக்க இட மில்லாதிருக்கிறதென்றும், இந்த குருகுல விவகாரத்தினால் காங்கிரஸ் வேலை தடுக்கப்பட்டுவிட்டதென்றும், மகாத்மாவின் விருப்பப்படி அங்கத்தினர்களைச் சேர்க்க முயன்றுவந்த காலத்தில் இக்கிளர்ச்சி ஏற்பட்டதால் வேற்றுமைகளும் தப்பபிப்பிராயங்களும் உண்டாகிவிட்டனவென்றும், என்ன சொன்னாலும் ஜனங்களுக்கு நம்பிக்கையில்லாது போய்விட்ட தென்றும் சொன்னார்.

உஸ்மான் சாகிபு பேசுகையில் டாக்டர் நாயுடுவின் கிளர்ச்சியால் தேசத்தில் மிகுந்த துக்ககரமான நிலைமை ஏற்பட்டிருக்கிறதென்றும், அது டாக்டர் நாயுடுவுக்கும்

தெரிந்த விஷயமென்றும், கேவலம் இரண்டு பிராமணப் பிள்ளைகளின் சாப்பாட்டு விஷயமாகத் தேசத்தில் வேற்றுமை களை வளர்ப்பது உசிதமாகாதென்றும், பிராமணர்கள் எப்பொழுதும் மறைவாகவே சாப்பிடுபவர்களென்றும், அப்படி யிருந்தும் அவர்களில் பலர் வெகுதூரம் விட்டுக்கொடுத்திருப் பதற்கு நாம் சந்தோஷப்பட வேண்டுமென்றும், இரண்டு பையன்களுக்காகத் தேசத்தில் நெருக்கடியான நிலையை உண்டுபண்ணுவது உசிதமாகாதென்றும், ஸ்ரீமான் வ.வே.சு. ஐயர் அல்லது வேறெவரும் குருகுலத்தை ஆரம்பித்திருந்தால் இவ்வளவு திருப்திகரமாக நடைபெறுமாவென்பதைக் கவனிக்க வேண்டுமென்றும் சொல்லிவருகையில் ஸ்ரீமான் வெங்கடகிருஷ்ணப் பிள்ளை எழுந்து எவரையும் குறிப்பிட்டுப் பேசலாமாவென்று கேட்டார். அக்கிராசனர் தாம் நடவடிக்கை களைக் கவனித்துவருவதாகச் சொன்னார்.

உஸ்மான் சாகிபு தம்முடைய அபிப்பிராயத்தை வெளி யிடத் தமக்கு உரிமையுண்டென்றும், பிறருடைய வார்த்தை களுக்குத் தாம் அஞ்சப்போவதில்லையென்றும் சொல்லிவருகை யில் ஸ்ரீமான் சாமினாத செட்டியார் குறுக்கிட்டு அவ்வித மில்லையேல் இங்கு உமக்கு வேலையில்லை என்றார். ஸ்ரீமான் உஸ்மான் சாகிபு மேலே பேசுகையில் "இந்தக் கட்டை அதற் கஞ்சப் போவதில்லை", இது மாயவரம், கும்பகோணம் இல்லை என்றும் சொல்லிவிட்டு மேலே பேசுகையில் டாக்டர் நாயுடு வகுப்புத் துவேஷத்தை வளர்க்கக்கூடிய பிரசாரத்தை நடத்திவருவதால் அதைப் பற்றித் தமது அபிப்பிராயத்தைத் தெரிவிக்க உரிமையுண்டென்றும், வீணாக இந்த விவாதத்தை வளர்த்தல் ஆகாதென்றும், பணமும் கொடுத்து அவரும் காரியங்களைச் செய்துவிட்டாரென்றும், மகாத்மா சொல்லும் மத்தியஸ்தத்திற்குக் கட்டுப்பட்டு இவ்விவாதத்தை ஒழிப்பதே உத்தமமென்றும் சொல்லி எல்லாப் பிரேரணைகளையும் எதிர்த்தார்.

அப்துல்ஹமீது கான் பேசுகையில் தாம் முகமதியர், இந்த விவாதத்தில் கலந்துகொள்ளலாமா என்று சந்தேகித் திருந்ததாகவும், ஜனாப் உஸ்மான் சாகிபு அனுப்பிய பிரேரணையைப் பார்த்த பிறகு முகமதியர்களையும் அவர் இழுத்துவிட்டாரென்ற உணர்ச்சி தமக்கு ஏற்பட்டதாகவும் சொன்னார். ஜெனரல் டயருக்குப் பென்ஷன் கொடுப்பது எவ்விதம் நமது மனத்தில் உறுத்துகிறதோ அவ்விதமே குருகுல விஷயமும் உறுத்துகிறதென்றும், இந்தியாவில் எல்லாரையும் ஒன்றுபடுத்த ஒரு வியாஜமாகவே குருகுலத்தை டாக்டர் நாயுடு வைத்துக்கொண்டிருப்பதாகத் தாம் ஊகிப்பதாகவும், காங்கிரஸ்வாதிகளை ஒன்றுபடுத்துவதற்காக டாக்டர் நாயுடு

இக்கிளர்ச்சியை நடத்திவருகிறாரேயன்றி, பிராமணர்களிடம் அவருக்குப் பொதுவாகத் துவேஷமில்லையென்றும் குறிப்பிட்டார். சுயநலமும் சுயமதிப்பும் உள்ள இந்தியர்கள் ஸ்ரீமான் நாயுடுவை ஆதரிப்பதைக் கண்டு ஸ்ரீமான் ஆச்சாரியாரோ மற்றோரோ பயந்து துவேஷத்தைக் கிளப்புவதாயின் அவர்களுடைய சமூகத்திற்கே பயங்கரமான இயக்கத்திற்கு விதை விதைத்தவர்களாவர்களென்று தாம் எச்சரிக்கை செய்வதாகவும், இவ்விஷயத்தை ஹிந்துக்களே தீர்த்துக்கொள்ளும்படி விட்டுவிடுவதுதான் உத்தமமென்றும் சொன்னார்.

இன்னொரு திருத்தப் பிரேரணை

ஸி. ராஜகோபாலாச்சாரியார் அடியிற் கண்டவாறு தீர்மானத்தைத் திருத்த பிரேரணை செய்தார்.

"சேரமாதேவி குருகுலத்தைப் போன்ற ஸ்தாபனங்களின் நிர்வாகத்தில் தற்கால வழக்கங்களினாலும் அகங்காரங்களினாலும் ஏற்படும் தடைகளையும் கஷ்டங்களையும் நிவர்த்தி செய்துகொண்டு, தேசிய ஒற்றுமையையும் முன்னேற்றத்தையும் உத்தேசித்து ஸ்தாபனத்தை நடத்த அந்த ஸ்தாபனத்தின் தலைவர்களிடம் விட்டுவிடுவதுதான் சரியான வழியென்று இக்கமிட்டி தீர்மானிக்கிறது.

"ஆனால் இப்பொழுது சேரமாதேவி குருகுல விஷயத்தில் ஏற்பட்டுவிட்ட தீவிர பிரசாரத்தை உத்தேசித்து இக்கமிட்டியானது குருகுல மாணாக்கர்கள் ஜாதி வித்தியாசமில்லாமல் சமபந்தியாக இருந்து போஜனம் செய்ய ஏற்பாடு செய்ய வேண்டுமாய் இக்கமிட்டி கோருகிறது."

அவர் பேசியதாவது: பொதுவாக இம்மாதிரி ஸ்தாபனத்தை ஏற்படுத்துவதும், அதை அபிவிருத்தி செய்வதும் கஷ்டம். பொதுவான நோக்கத்தையே நாம் கவனிக்க வேண்டும். சில்லறை விஷயங்களிலுள்ள குறைகளை அந்தந்த ஸ்தாபனத்தின் தலைவர்களே அகற்றிக்கொள்ளும்படி விட்டுவிட வேண்டும். கோயிலைக் கட்டுவதும், குளத்தை வெட்டுவதும் கஷ்டம். அதைத் தடுத்துவிடுவது சுலபம். பிழைகளைத் திருத்திக்கொள்ள போதிய அவகாசமிருக்கிறது. திருஷ்டிதோஷம் என்பது அனாசாரமென்பதே என்னுடைய நோக்கம். ஆனால் இந்த அனாசாரம் தேசமெங்கும் இருந்துவருகிறது. அதைப் பொதுவாகப் போக்க வேண்டிய காலம் வரப்போகிறவரையில் ஒரு ஸ்தாபன விஷயத்தில் மட்டிலும் கொண்டுவரப்படுவது உசிதமாகாது. சுயமதிப்பை உத்தேசித்து இவ்வியக்கத்தை நடத்துவதாக டாக்டர் நாயுடு சொன்னார். சுயமதிப்பு காப்பாற்றப்பட வேண்டியதுதான். ஆனால் இந்த அனாசார முறைக்கு நாம் ஆளாகி ... பிடிவாதமாகயிருந்து இத்தீர்மானம்

செய்யப்பட்டது. பணங்கொடுக்கப்பட்டுவிட்டதால் இப்பொழு துள்ள குறைகளை ஆச்சாரியாரே சீக்கிரத்தில் தீர்த்துக் கொள்ளும்படி விட்டுவிட வேண்டும்.

தேசிய கல்வியென்பது எத்தகையது என்று பெல்காமில் தீர்மானம் செய்யப்பட்டிருக்கிறது. அதன் விவரமாவது: தேச பாஷையில் கல்வி போதிக்க வேண்டும்; இந்து – முஸ்லிம் ஒற்றுமை உணர்ச்சியை வளர்க்க வேண்டும். தீண்டாமையை ஒழிக்க வேண்டும்; நூல் நூற்க வேண்டும்; தேகப்பயிற்சி கொடுக்கப்பட வேண்டும். இத்தகைய சில்லறை விஷயங்களும் அதில் கண்டிருக்கையில் சமபந்திபோஜனம் செய்ய வேண்டும் அல்லது செய்ய வேண்டாம் என்று சொல்லப்படவில்லை. ஆகவே பணத்தைத் திருப்பிக்கொடுக்க வேண்டும் என்பது போன்ற கொடூர வார்த்தைகளை உபயோகிக்காமல் அம் மட்டுடன் இவ்வித வாதத்தை நிறுத்திக்கொள்ள வேண்டு மென்பதே என்னுடைய அபிப்பிராயம்.

தேசத்தின் நன்மையை நாம் நாடி உழைக்கையில் எக் காரியத்திலேனும் ஒரு நன்மையும் 10 தீமைகளும் ஏற்படுவதா யிருந்தால் அந்த இடத்தில் நின்று யோசிக்க வேண்டும். ஸ்ரீமான் ஐயர் இப்பொழுது நாம் அகற்ற விரும்பும் குறை களைத் தாமாகவே நிவர்த்திக்கும்படி விட்டுவிடுவதுதான் உசிதம். அவரை வெருட்டிவிடுவதாக வீரியம் பேசுவது உசித மாகாது. ஸ்ரீமான் ஐயர் அரிய தேசபக்தர். தேசத்திற்காக அரிய தியாகம் செய்தவர். அவைகளை யோசித்தால் அவசரப் படமாட்டீர்கள். அவரிடம் நம்பிக்கையில்லாமலிருந்தால் கமிட்டியார் பணம் கொடுத்திருக்கமாட்டார்கள். அவரை நம்பித்தான் பணங்கொடுக்கப்பட்டிருக்கிறது. அவர் ராஜினாமா செய்ததாகப் பத்திரிகையிலிருந்து தெரிகிறது. அவருடைய ராஜினாமாவை நாம் அங்கீகரிக்கப்போவதில்லை. குருகுலத்தை மூடிவிடுவதாக இருந்தாலொழிய பொறுப்பை அவர் விட்டுவிட நாம் சம்மதிக்க முடியாது. அவர் மறுபடியும் பொறுப்பை ஏற்றுக்கொள்ளுவாரென்று நம்பிக்கை எனக்கிருக்கிறது. மனம் புண்பட்டே அவர் ராஜினாமா செய்திருக்க வேண்டும். மறுபடியும் அவர் பொறுப்பை ஏற்றுக்கொள்ளும்படி செய்ய வேண்டும்.

இந்தக் குருகுலத்தில் மாணவர்கள் காலையில் எப்பொழுது எழுந்திருக்கிறார்கள்? என்ன கல்வி கொடுக்கப்படுகிறது என்பவைகளைக் கவனித்தீர்களா? சாப்பாட்டைப் பற்றி மட்டில்தானா கிளர்ச்சி செய்ய வேண்டும். இவ்விஷயத்தைத் திருப்திகரமாகத் தீர்க்கும் பொறுப்பை ஸ்ரீமான் ஐயரிடமே விட்டுவிட வேண்டும்.

சேரன்மாதேவி குருகுலம்

டாக்டர் நாயுடு பல காரியங்களில் என்னுடைய யோசனையைக் கேட்டிருக்கிறார். இவ்விஷயத்தில் என்னுடைய அபிப்பிராயத்தை அவர் கேட்டிருந்தால் கிளர்ச்சி வேண்டாமென்றே சொல்லியிருப்பேன். ஆனால் கிளர்ச்சியை ஆரம்பித்தாகிவிட்டது. கமிட்டியொன்று நியமிக்கப்பட்டது. பிறகு மகாத்மாவின் மத்தியஸ்தத்திற்குப் போயிற்று. அவர் சமபந்தி போஜனத்தை ஏற்படுத்த வேண்டுமென்றும், பிராமண சமையல்காரனை வைத்துக்கொள்ள வேண்டுமென்றும் சொன்னார். அதை அவர்கள் ஒப்புக்கொண்டுவிட்டனர். சமையல்காரன் விஷயத்தை இப்பொழுது நாம் விட்டுவிடலாம். ஆனால் இப்பொழுது கிளர்ச்சி ஏற்பட்டுவிட்டதால் சமபந்தி போஜன விஷயத்தை மட்டில் வற்புறுத்தலாமென்று நினைக்கிறேன். அவர் அதன்படி செய்யாவிடில்தான் என்ன செய்வதென்று யோசனை செய்ய வேண்டும்.

ஸ்ரீமான் அய்யர் இந்த ஸ்தாபனத்தை நடத்த வேண்டுமென்று உத்தேசமா இல்லையா? பின்சொன்னது உங்களுடைய அபிப்பிராயமாயின் அவருடன் சண்டைபோட வேண்டியதுதான். முதல் சொன்னது உங்களுடைய அபிப்பிராயமாயின் என்னுடைய பிரேரணையை அங்கீகரிப்பதைத் தவிர வேறு வழியில்லையென்று சொன்னார்.

ஆச்சாரியார்: தீர்மானத்தின் இரண்டாம் பாகம் ஒழுங்கானதா? சமபந்தி போஜனம் செய்ய வேண்டுமென்று காங்கிரஸ் கட்டாயப்படுத்தலாமென்று சொல்லுவதாயின் எனக்கு இங்கு வேலையில்லை. ராஜினாமா கொடுத்துவிட்டு வெளியே போய்விடுகிறேன். சமபந்தி போஜனம் செய்ய வேண்டும் என்ற பேச்சு என் காதில் விழக்கூட நான் சம்மதிக்க முடியாது.

அக்கிராசனர்: தீர்மானம் ஒழுங்கானதுதான்.

ஆச்சாரியார் தம்முடைய ராஜினாமாவை அங்கீகரிக்கும்படி சொல்லி எழுந்தார். பிராமணர்களின் ...ள்ளவர்கள் சமபந்தி போஜனம் செய்வது தவறு என்று கருதினால் அவர்களும் வெளியேற வேண்டுமென்று சொன்னார். சிலர் பொறுமையாகச் சற்று இருக்கும்படி சொன்னார்கள்.

கலியாணசுந்தர முதலியார்: ஸ்ரீமான் எம்.கே. ஆச்சாரியார் குறிப்பிட்டது பெரிய விஷயமாக இருக்கிறது. சமபந்தி போஜனம் செய்யும்படி கட்டாயப்படுத்த நமக்கு அதிகாரமுண்டா?

அக்கிராசனர்: பொதுவாகச் சொல்லுவதெனில் அது ஒழுங்காகாது. ஆனால் குறிப்பிட்ட ஒரு ஸ்தாபனத்தைப் பற்றித் தீர்மானம் செய்வது ஒழுங்குதான். இதன்மேல் ஸ்ரீமான்

ஆச்சாரியார் தாம் உள்ளே இருக்க முடியாதென்று சொல்லி வெளியே போய்விட்டார்.

டாக்டர் டி.எஸ்.எஸ். ராஜன்

ஸி. ராஜகோபாலாச்சாரியாரின் பிரேரணையை ஆதரித்துப் பேசியதாவது: என்னைப் போல ஸ்ரீமான் வ.வே.சு. ஐயருடன் நெருங்கிப் பழகியவர் வேறெவரும் இருக்க முடியாது. அவரைப் பற்றி அபிப்பிராயம் தெரிவிக்க நான் அருகனன்று. அவருடைய நடத்தையைப் பற்றி ஒருவரும் தோஷம் சொல்ல முடியாது. யாரேனும் சொன்னால் அதற்கு ஆணித்தரமாகப் பதிலளிக்க நான் இங்கு தயாராக இருக்கிறேன். இருந்தாலும் நான் சும்மா இருந்ததற்குக் காரணம் என்னவெனில் தேச முன்னேற்றத்திற்குச் சமபந்தி போஜனம் அவசியமென்று நான் நினைக்கவில்லை. என்னுடைய சொந்த வழக்கம் என்னவென்பது உங்களுக்குத் தெரியும். ஆனால் தேசத்தில் ஒரு வழக்கம் இருந்துவருகிறது. செட்டிநாட்டிற்கு நான் போயிருந்த காலத்தில் என்னுடன்கூட உட்காரக்கூடச் செட்டி பிள்ளைகள் விரும்பவில்லை. நான் சமூக ஊழியத்திற்கு ஒரு சேரியில் நுழைந்தபோது அந்தத் தெருவாசிகள் என்முன் சட்டிப் பானைகளைப் போட்டு உடைத்தனர். ஏனென்று கேட்டேன். பாப்பான் ஏன் இங்கு வந்தான் என்று கேட்டார்கள். பிராமணர்களில் சிலர் தாங்கள் மேலானவர்களென்று நினைத்திருக்கலாம். மற்றவர்களும் தாங்கள் மேலானவர்களென்று நினைப்பதில் ஆட்சேபணையில்லை. ஆனால் இவ்விஷயத்தில் பிராமணர் பிராமணரல்லாதார் என்ற பிரச்சினையைக் கிளப்பிவிட்டதுதான் எனக்கு வருத்தமாயிருக்கிறது. சமபந்தி போஜனம் செய்யவேண்டுமென்ற நிர்ப்பந்தம் காங்கிரசில் கிடையாது. ஸ்ரீமான் ஐயருக்குப் பணம் கொடுத்தபோது எவ்வித நிபந்தனையும் ஏற்படுத்தப்பட்டதாக தஸ்தாவேஜுகளில்லை. ஆரம்பத்தில் ஸ்ரீமான் ஐயர் சமபந்தி போஜனத்தை நடத்தியதையும் கவனிக்க வேண்டும். பிறகு சிலருடைய ஆட்சேபணைகளை அலட்சியம் செய்ய முடியவில்லையென்று அவர் என்னிடம் சொன்னார். இருந்தாலும் சமபந்தி போஜனமே கொள்கையாக இருக்க வேண்டுமென்று சொன்னேன்.

சேரமாதேவி குருகுலத்திற்கும் இக்கமிட்டிக்கும் என்ன சம்பந்தம். 5000 ரூபாய் கொடுத்திருக்கிறோம். ஆனால் நமது கமிட்டியில் நான்கு, ஐந்து வருஷங்களாக மூன்று லட்சத்திற்கு விரயம் செய்திருக்கிறோம். சிலரிடம் நோட்டுகளை எழுதி வாங்கி வைத்துக்கொண்டிருக்கிறோம். அந்தப் பணம் வருவதற்கு நாம் என்ன செய்திருக்கிறோம்? ஒன்றுமில்லை. ஸ்ரீமான்

ஐயருக்கு நாம் பணம் கொடுத்திருப்பதால் அவர் எவ்விதம் நடந்துகொள்ள வேண்டுமென்று யோசனை நாம் சொல்லலாம். பணத்தைத் திருப்பிக்கொடுக்கும்படி எவ்விதம் கேட்கலாம்? அவர் அதைக் கொண்டு மெத்தைவீடு கட்டிவிடவில்லை. அந்தக் காரியத்திற்காகவே அதைச் செலவிட்டிருக்கிறார். மகாத்மா காந்தி ஒரு கோடி வசூலித்தும் சுயராஜ்யம் கிடைக்க வில்லை. ஆதலால் பணத்தைத் திருப்பிக்கொடுக்கும்படி கேட்பதா? உபத்திரவம் பொறுக்க முடியாமலே அவர் ராஜினாமா செய்திருக்கிறார். அவர் ராஜினாமா செயததில் என்ன தவறிருக்கிறது? அவர் யாரிடம் ராஜினாமா கொடுப்பது? பணங்கொடுத்த ஒவ்வொருவருக்கும் ராஜினாமா அனுப்புவதா? தமக்குக் கீழே இருந்தவர்களிடம் ஒப்புவித்துப் போய்விட்டார்; நீங்கள் கொடுத்த பணம் உருவமாயிருக்கிறது. வேண்டுமானால் போய்ப் பார்த்துக்கொள்ளுங்கள்.

இப்பொழுது அசல் தீர்மானத்தை நிறைவேற்றுவது உசிதமன்று. சமபந்தி போஜனம் செய்துவைக்கும்படி கேட்டுக் கொள்வோம். அவ்விதம் அவர் செய்யாவிடில் பிறகு என்ன செய்வதென்று யோசிப்போம். அதற்குமேல் போகலாகாது. லட்சக்கணக்காக பல வழிகளில் நாம் வாரி இறைத்திருக்கை யில் நடந்துவரும் ஒரு காரியத்திற்குக் கொடுத்த பணத்தைத் திருப்பிக்கேட்பது தர்மமாகாது. காங்கிரஸ் கமிட்டியில் நான் எவ்விதப் பதவியையும் விரும்பியவனன்று. என்னுடைய மெம்பர் பதவியையும் நான் ராஜினாமா செய்யச் சித்தமாக இருக்கிறேன். ஆனால் சிறிதுகாலம் நான் காங்கிரசில் ஈடுபட்டு உழைத்து வந்தவனாகையால் காங்கிரஸ் தவறான வழியில் போகக்கூடாதென்பதே என்னுடைய விருப்பம் என்று சொன்னார்.

ஜி. ராமச்சந்திர நாயுடு

ஸ்ரீமான் ஸி. ராஜகோபாலாச்சாரியாரின் பிரேரணையை எதிர்த்துப் பேசுகையில் ஸ்ரீமான் வ.வே.சு. ஐயரின் தேசாபி மானத்தையாவது தியாகத்தையாவது ஒருவரும் சந்தேகிக்க வில்லை. ஆனால் அவர் வரவர நடந்துகொண்டுவரும் தோரணையானது நம்பிக்கையை உண்டுபண்ணத்தக்கதாக இருக்கவில்லை. முதலில் பிள்ளைகளின் பெற்றோர்களின் விருப்பத்திற்கு விரோதமாக நடக்க முடியாதென்று சொன்னார். பிறகு அதை மீறி நடக்க ஆற்றலில்லை என்று சொன்னார். இவ்விதம் அவர் பல காரணங்களைச் சொல்லிவருகிறார். இது சரியன்று. அவர் ராஜினாமா கொடுத்தது சாமான்யமான தென்று சொல்லப்பட்டதையும் நான் அங்கீகரிக்க முடியாது. குருகுலத்திற்காகப் பணம் வாங்கிக்கொண்டிருக்கையில் ராஜினாமா செய்துவிட்டுப் போய்விடுவதாகச் சொன்னால்

அவர் எவ்வளவு காலம்தான் குருகுலத்தை நடத்திவர முடியும்? வேறு வழிகளில் காங்கிரஸ் பணம் விரயமாகியிருக்கையில் இந்தப் பணத்தைப் பற்றிக் கேட்கக்கூடாதென்று டாக்டர் ராஜன் சொல்லுவதும் பொருந்தாது என்று சொன்னார்.

வேங்கடகிருஷ்ணப் பிள்ளை

அசல் தீர்மானத்தை ஆதரித்துப் பேசினார். இந்த இயக்கத்தை ஆரம்பிக்கையில் தம்முடைய யோசனையைக் கேட்கவில்லையென்று கூறிய ஸ்ரீமான் ஸி.ராஜகோபாலாச்சாரியார், ஸ்ரீமான் நாயுடு இவ்வியக்கத்தை ஆரம்பித்ததும் இதில் பிரவர்த்திப்பது உசிதமாகாது என்று ஏன் சொல்லியிருக்கக் கூடாது. கிளர்ச்சி முற்றிய பிறகு ஸ்ரீமான் ராஜகோபாலாச்சாரியாரின் தீர்மானம் ஆதியிடத்தில் கொண்டுபோய் விடுவதாக இருக்கிறது. வேறு வழிகளில் பணம் விரயமாகியிருப்பது இவ்விஷயத்தை விட்டுவிடுவதற்கு ஒரு காரணமாகாது. சமபந்தி போஜனத்தை ஸ்ரீமான் வ.வே.சு.ஐயர் ஒப்புக்கொண்டிருக்கையில் அவருக்கு மனுப்போட வேண்டியதில்லை. குருகுலத்திற்குப் பணங்கொடுத்ததற்கு வருந்துவதாக ஸ்ரீமான் எம்.கே. ஆச்சாரியாரும் சொல்லியிருக்கிறார். இரண்டு வழிகளிலும் தீவிரமாகப் போய்விடாமல் மத்தியஸ்தமாகக் காரியக் கமிட்டியின் தீர்மானத்தை அங்கீகரிப்பதே உத்தமம் என்று சொன்னார்.

ராமபத்ர உடையார் பேசியதாவது: வழக்கத்தைச் சிலர் ஆதாரமாகச் சொன்னார்கள். பல விஷயங்களில் புராதன வழக்கம் எவ்விதமிருந்ததென்று இன்னும் தீர்மானமாகவில்லை. ஆகவே வழக்கம் என்ற வாதத்தைச் சொல்லுவது பொருந்தாது. மனுஸ்மிருதியில் கண்டபடி பிராமணர்கள் நான்கு ஆசிரமங்களைப் பின்பற்றுபவராயிருந்தால் அந்தப் பிராமணர்களுக்கு ஊழியம் செய்ய நான் சித்தமாயிருக்கிறேன். ஆனால் வருணாசிரமங்கள் கிடையாதென்று ஜஸ்டிஸ் குமாரசாமி சாஸ்திரியார் தஞ்சை அப்பீலில் தீர்ப்பு சொல்லியிருக்கிறார். ஆகவே வருணாசிரம தர்மத்தை ஒரு காரணமாகச் சொல்லுவதை ஏற்றுக்கொள்ள முடியாது. வருணாசிரம தர்மத்தை அனுஷ்டிக்காத ஸ்ரீமான் ராஜகோபாலாச்சாரியாரே வருணாசிரம வழக்கத்தைக் காரணமாகச் சொல்லியிருக்கையில் ஜாதீய உணர்ச்சி எவ்விதம் வேரூன்றியிருக்கிறதென்பதைக் கவனிக்க வேண்டும்.

ஒரு வகுப்பினரின் ஆகாரமுறை மற்றொருவருக்குப் பொருந்தாது. இது எனக்கு ஒரு பெரிய விஷயமாகத் தோன்றுகிறது. இந்தப் பிரச்சினை திருப்திகரமாகத் தீர்த்துவைக்கப்படாத வரையில் வெள்ளைக்காரர்கள் இந்தத் தேசத்தில் இருந்தே

தீருவர். சமபந்தி போஜனம் எல்லாருக்கும் அவசியமென்று நான் நினைக்கவில்லை. ஆனால் தேசிய முறையில் ஒரு ஸ்தாபனத்தை நடத்துவதாகச் சொல்லிப் பணத்தை வசூலித்து விட்டுப் பிறகு மாறுவது உசிதமாகாது. ஸ்ரீமான் ஐயரிடம் நிபந்தனைகள் எழுதி வாங்கப்படவில்லை என்று சொல்லப் படுகிறது. ஸ்ரீமான் ஐயர்............தின் வழக்கத்தைக் கவனிக்காமல் ...படுத்துவதாக ஒப்புக்கொண்டதுதான் பிசகாகும். ஆனால் ஒப்புக்கொண்டபடி காரியத்தைச் செய்ய வேண்டியது கடமையல்லவா? கொடுத்த பணத்தைத் திருப்பிக் கேட்பது உசிதமாகாதென்று சிலர் சொல்லுகின்றனர். கதர்க் கடைக்கென்று கொடுத்த பணத்தைக் கொண்டு கள்ளுக்கடை வைத்துவிட்டால் பணத்தைத் திருப்பிக் கேட்கக்கூடாதா?

பிராமணரல்லாதவர்களுக்கு ஸ்ரீமான் எஸ்.ஸ்ரீநிவாஸ ஐயங்கார் போன்ற பிராமணத் தலைவர்களால் எவ்வித ஆபத்தும் ஏற்படாது. ஸ்ரீமான் ஸி.ராஜகோபாலாச்சாரியாரே ஆபத்தை உண்டுபண்ணக்கூடியவர். சமயத்திற்குத் தகுந்தபடிக்கு சூத்திரக்கயிறு போட்டு இழுப்பதில் அவர் தேர்ந்தவர். அவருடைய தீர்மானமானது ஸ்ரீமான் நாயுடு இதுவரையில் நடத்திவந்த இயக்கமானது முட்டாள்தனமானதென்று சொல்லுவதாக இருக்கிறது. ஆகையால் எல்லாரும் தீர ஆலோசித்துக் காரியக் கமிட்டியின் தீர்மானத்தை நிறைவேற்ற வேண்டுமென்று சொன்னார்.

மற்றொரு திருத்தப் பிரேரணை

எஸ்.ராமநாதன் அடியிற் கண்ட திருத்தத்தைப் பிரேரணை செய்தார்:

“இந்திய சமூக வாழ்க்கையில் பிறப்பினால் எவருக்கும் ஏற்றத் தாழ்ச்சி ஏற்படுத்தக்கூடாதென்றும், இக்கொள்கையைத் தேசிய இயக்கத்தில் ஈடுபட்ட ஸ்தாபனங்கள் அனுஷ்டிக்க வேண்டுமென்றும் தீர்மானிக்கிறது. இக்கொள்கையைச் சேரமாதேவி குருகுலத்தில் அனுஷ்டானத்திற்குக் கொண்டுவர கீழ்க்கண்டவர்களடங்கிய கமிட்டியை நியமிக்கிறது. ஸ்ரீமான் களான எஸ். ஸ்ரீநிவாஸ ஐயங்கார், ஸி.ராஜகோபாலாச்சாரி, ஷண்முகம் செட்டியார், இ.வெ.ராமசுவாமி நாயக்கர்.”

அவர் பேசியதாவது: பணத்தைத் திருப்பிக்கேட்பது எனக்கு உசிதமாகத் தோன்றவில்லை. வருத்தப்படுவதாகச் சொல்லுவது அந்த அர்த்தத்தைக் கொடுக்கும். காரியக் கமிட்டியின் தீர்மானத்தை ஒப்புக்கொள்ளுவோர்கள் தவறி நடப்பதாக நான் நினைக்கிறேன். அவர்கள் என்ன நினைக் கிறார்களோ அது அத்தீர்மானத்தில் காணப்படவில்லை.

தேசியக் கொள்கை என்றால் புராதன வழக்கத்தைக் கைக் கொள்ள வேண்டுமென்றே அர்த்தம் கொடுக்கும். அவ்வித மாயின் ஜாதி வேற்றுமைகளைக் கையாள எல்லாருக்கும் சம்மதமா? இல்லையென்றே நான் சொல்லுவேன். நம் மனத்தி லிருப்பதை விட்டுச்சொல்ல நாம் அஞ்சக்கூடாது. பிறப்பினால் ஏற்றத் தாழ்ச்சிக் கூடாதென்பதே நமது அபிப்பிராயம். அது அசல் தீர்மானத்திலில்லை. ஸ்ரீமான் வ.வே.சு. ஐயரைப் பற்றி ஸ்ரீமான் ஆச்சாரியார் சொல்லியதை நான் மனப்பூர்த்தியாக ஆதரிக்கிறேன். ஸ்ரீமான் ஐயரிடம் அவநம்பிக்கையாவது அவர் பணத்தைத் துர்விநியோகப்படுத்திவிடுவாரென்ற சந்தேகமாவது எனக்குக் கிடையாது.

ஸி. ராஜகோபாலாச்சாரியார் தீர்மானம் இரண்டு, மூன்று தினங்கள் முன் வந்திருந்தால் ஒப்புக்கொண்டிருக்கலாம். இன்றையச் செய்திகளுக்குப் பிறகு அதை ஒப்புக்கொள்ள முடியாது. கமிட்டி விரும்பினால் ஸ்ரீமான் வ.வே.சு. ஐயர் கட்டுப்பட்டு நடக்கக்கூடியவர். ஆனால் புதிதாக ஆச்சாரியராகத் தெரிந்தெடுக்கப்பட்டிருக்கும் ஸ்ரீமான் தி.ரா. மகாதேவய்யர் அவ்விதம் கட்டுப்பட்டுவிடக் கூடியவரல்லர். அவருக்கும் கமிட்டிக்கும் பல விஷயங்களில் விவாதம் ஏற்பட்டே வந் திருக்கிறது. அவர் கமிட்டியின் அபிப்பிராயங்களுக்குக் கட்டுப் படாமலே இருந்துவந்திருக்கிறார். கமிட்டிகளை நியமிப்பதில் எனக்குப் பொதுவாக நம்பிக்கை கிடையாது. ஆனால் கமிட்டியை நியமிப்பதைத் தவிர வேறு வழி இப்பொழுது இருப்பதாக எனக்குத் தோன்றவில்லை. குருகுலத்தை எடுத்து விட வேண்டுமென்று எவரும் விரும்புவார்களென்று நான் நினைக்கவில்லை. ஸ்ரீமான் ஐயர் இருந்தால்தான் குருகுலம் சரியாக நடைபெறும். ஸ்ரீமான் மகாதேவய்யர் இருந்தால் சரியாக நடைபெறாது. ஸ்ரீமான் ஐயரைக் கலந்துகொண்டு ஏற்பாடு செய்யக் கமிட்டியை நியமிப்பதே உசிதம். பிராமணர், பிராமணரல்லாதார் பிரச்சினையை இதில் புகவிட வேண்டாம்.

ஸ்ரீமான் ஈசுவரன் திருத்தப் பிரேரணையை ஆமோதித்தார்.

கந்தசாமி பிள்ளை

பேசுகையில் சமபந்தி போஜன விஷயமாகவே தகராறு ஏற்பட்டிருக்கிறதென்றும், ஆனால் பத்திரிகைகளும் வேறு சிலரும் இதை ஒரு வகுப்பு வேற்றுமை இயக்கமாக அநாவசிய மாகத் திருப்பிவிட்டிருக்கின்றனர் என்றார். பையன்களுக்குச் சமபந்தி போஜனம் செய்விப்பதாகச் சில தினங்கள் முன் சொல்லிய ஸ்ரீமான் வ.வே.சு. ஐயர் மகாத்மாவின் முன்னிலை யில் அதை ஒப்புக்கொண்டிருந்தால் விவகாரம் வெகுதூரம் குறைந்திருக்கும் என்றார். சமையல் யார் செய்வது என்பதைப்

பற்றி மகாத்மாவின் முன்னிலையில் கடைசியாக ஒருவர் கிளப்பிவிட்டதன் பேரில் அதைப் பற்றியும் ஒரு ஷரத்தில் சேர்த்துவிட வேண்டுமென்று வற்புறுத்தப்பட்டதாலேயே இவ்விஷயம் தீராமல் போய்விட்டது என்றும் கூறினார். கல்வி போதிக்கும் விஷயத்தை ஆச்சாரியாரிடம் விட்டுவிட்டுச் சொத்து சுதந்திரங்களைப் பரிபாலிக்க ஒரு கமிட்டியை நியமித்துவிட்டால் சவுகரியமாகயிருக்குமென்றும் சொல்லி ஸ்ரீமான் எஸ். ராமநாதனின் திருத்தப் பிரேரணையை ஆதரித்தார். ஸ்ரீமான் ராமநாதனின் திருத்தப் பிரேரணையை ஸ்ரீமான் சுரேந்திரநாத் ஆர்யா ஒப்புக்கொள்வதாகச் சொன்னார்.

நடேச செட்டியார்

...ஸ்ரீமான் ஐயர் சமபந்தி போஜனத்திற்குச் சம்மதித்து நன்கொடையாளர்கள் கமிட்டியை ஏற்படுத்தச் சம்மதித்து விட்டால் போதுமானதென்றும் சொன்னார்.

டி.வி. கலியாணசுந்தர முதலியார்

காரியக் கமிட்டியின் தீர்மானத்தை ஆதரித்துப் பேசிய தாவது: நான் பேசாமலிருக்க வேண்டுமென்று நினைத்தேன். ஆனால் பலர் வெளியிட்ட அபிப்பிராயங்களிலிருந்து நான் பேச வேண்டியதாகிவிட்டது. முதலில் நாம் மனிதர், பிறகு நாம் இந்தியர், பிறகு ஜாதி வேற்றுமைகள். நாம் அனைவரும் கடவுளின் குழந்தைகள் அல்லது இந்தியர்கள் என்று நினைத்து விட்டால் சங்கடமேற்படாது. கடைசிப் பிரச்சினைதான் இப்போது கிளம்பியிருக்கிறது.

குருகுலத்திற்கு நான் பொருள் கொடுக்காதபோதிலும் அதில் எனது சம்பந்தமுண்டு. குருகுலத்தை ஆரம்பிக்க வேண்டு மென்று ஸ்ரீமான் ஐயரும் நானும் அடிக்கடி கலந்து யோசித் திருக்கிறோம். நவசக்தியைப் படிப்பவரே பெருந்தொகைகளைக் கொடுத்திருக்கின்றனர். குருகுலத்தில் எனக்கும் ஸ்ரீமான் ஐயருக்கும் பற்று அற்றுப்போய்விடவில்லை. ஆனால் அவர் ராஜினாமா செய்கையில் ஸ்ரீமான் ஐயர் என்மீது ஒரு பாணம் தொடுத்தார். அதைக் கண்டித்துப் பலமாக நான் தலையங்கம் எழுத ஆரம்பித்தபொழுது ஸ்ரீமான் ஐயரிடமிருந்து எனக்கு ஒரு கடிதம் கிடைத்தது. அதில் எனது தலையங்கத்தைக் கண்டு ஆவேசத்தில் எழுதிவிட்டதாகச் சொல்லியிருந்தார். காந்தியடிகள் சொன்னபடி ஸ்ரீமான் ஐயர் செய்வதாக இருந் தால் தகராறு இன்றே தீர்ந்துவிடும். ஆனால் காந்தியடிகள் சொல்லுவது அனைத்தையும் ஒப்புக்கொள்ள வேண்டும். ஸ்ரீமான் ஐயர் எனக்கு எழுதியிருக்கும் கடிதத்தில் குருகுலத்தில் இன்னும் சம்பந்தம் வைத்துக்கொண்டு வேலை செய்யப் போவதாகவும் அதற்கு ஆதரவளிக்க வேண்டுமென்றும்

பழ. அதியமான்

எழுதியிருக்கிறார். ஆகையால் எங்களுடைய சம்பந்தம் விட்டுப்போகவில்லை.

சமபந்தி போஜனம் செய்ய வேண்டுமென்றாவது கூடா தென்றாவது சொல்ல நமக்கு உரிமையில்லை. ஆனால் ஒரு விஷயத்தில் அந்தப் பிரச்சினை கிளம்பியிருக்கிறது. சமபந்தி போஜன விஷயத்தில் டாக்டர் நாயுடுவுக்கும் எனக்கும் அபிப்பிராய பேதமிருக்கலாம். ஆனால் குருகுலத்தை நடத்திவர ஆரம்பிக்கையில் ஒரு நிலையான கொள்கையைக் கடைப்பிடித்து நடக்க வேண்டும். அவ்விதம் அவர் செய்ய வில்லை. பிறகு சம்ஸ்காரம் செய்யப்போவதாகச் சொன்னார். இதைப் பற்றி நான் எழுதினேன். பிறகு ஸ்ரீமான் ஐயர் மகாத்மா சொல்லுகிறபடி நடக்கிறதாகச் சொன்னார். மகாத்மா சில நிபந்தனைகளைச் சொன்னார். இதை ஸ்ரீமான் ஐயரும் டாக்டர் நாயுடுவும் ஒப்புக்கொண்டனர். இம்மட்டில் விடப்பட்டிருந்தால் விவகாரம் தீர்ந்துபோயிருக்கும். அம்மட்டில் நிற்கவில்லை. பிறகு வேறு சிலர் சமபந்தி போஜனம் செய்ய விருப்பமில்லாதவர்கள் வெளியில் சாப்பிட்டுவிட்டு வரலாமென்று சொன்னார்கள். டாக்டர் நாயுடுவும் இதை ஒப்புக்கொண்டார். அதன்மேல் மகாத்மா காந்தி இதற்கு விருப்பமில்லாதவர்கள் பணத்தைத் திருப்பிக்கேட்டால் திருப்பிக் கொடுத்துவிட வேண்டுமென்று சொன்னார். மகாத்மா சொல்லுகிறபடி நடந்தால் விவகாரம் தீர்ந்துபோகும். ஆனால் சௌகரியமானதை மட்டில் வைத்துக்கொண்டு மற்றதை விட்டுவிடுவதென்பது உசிதமாகாது. தற்கால வருணாசிரம முறையை நான் அறிவேன். படித்தவர் சொல்லுவதே இப் பொழுது தேவவாக்காக இருக்கிறது. ஆகவே வருணாசிரம தருமத்திற்கு இழுக்கு ஏற்படுமென்ற வாதத்தை நான் ஒப்புக் கொள்ள முடியாது.

பிராமணரை அழித்துவிட டாக்டர் நாயுடு கிளம்பி யிருக்கிறாரென்று சிலர் சொல்லுகின்றனர். அவ்வாறு அவர் சொல்லியிருந்தால் அவருடைய நட்பை நான் இன்றே விட்டு விடுவேன். அதற்கு ருசுவிருக்கிறதென்று யாரேனும் சொல்ல முடியுமா? முடியாது. வகுப்புத் துவேஷத்தை வளர்க்கக்கூடிய இயக்கம் கிளம்பிய காலத்தில் அதை அழிக்க அவர் கிளம்பியவர். ஆகையால் அவர்மீது வீண் தோஷம் சொல்லலாகாது. குருகுலத் திற்கும் டாக்டர் நாயுடுவுக்கும் வகுப்புத் துவேஷத்திற்கும் சம்பந்தமே கிடையாது.

சமபந்தி போஜனம் சின்ன விஷயமென்பதை நான் ஒப்புக்கொள்கிறேன். சிறிய விஷயம் மலைபோல வந்துவிட்டால் அதைத் தீர்க்க வேண்டியது நமது கடமை. இப்பொழுது

வழக்கம் இருந்துவருவதை நான் ஒப்புக்கொள்ளுகிறேன். தடியெடுத்துக்கொண்டு அதை அடித்து வெருட்ட வேண்டு மென்று நான் சொல்லவில்லை. நாளடைவிலேயே மாறுதல் ஏற்பட வேண்டுமென்பதை நான் ஒப்புக்கொள்ளுகிறேன். ஆனால் சிறுவர்கள் விஷயத்தில் இக்கெட்ட பழக்கத்தைப் புகுத்தக் கூடாது என்றுதான் சொல்லுகிறேன். நிலைத்த நெஞ்சம் ஸ்ரீமான் ஐயருக்கு இல்லாததுதான் கஷ்டமாக இருக்கிறது.

ராஜகோபாலாச்சாரி: சமபந்தி போஜனம் அங்கு நடக்க வேண்டுமென்று சொல்லுகிறீர்களா? வேண்டாமென்று சொல்லுகிறீர்களா?

முதலியார்: ஆசிரியர் எதை விரும்புகிறாரோ அதையே சொல்ல வேண்டும்.

ராஜகோபாலாச்சாரி: அதுதான் என்னுடைய தீர்மானம்.

முதலியார்: ஸ்ரீமான் ராஜகோபாலாச்சாரியின் தீர்மானம் நன்றாகத்தான் இருக்கிறது. ஆனால் ஸ்ரீமான் ஐயர் நிலையான ஒரு முறையை அனுஷ்டிக்கவில்லை. ஆகையால்தான் இரு தரப்பு வாதங்களையும் மகாத்மா கேட்டுச் செய்த தீர்ப்பை அனுஷ்டிக்க வேண்டுமென்று கேட்கிறோம். சமபந்தி போஜன விஷயத்தைக் கட்டாயப்படுத்த இந்தச் சபைக்கு அதிகார முண்டா என்று ஸ்ரீமான் எம்.கே. ஆச்சாரியார் கேட்டது பொருத்தமானதுதான். ஆனால் நிலைமையைக் கவனித்து முடிவு செய்ய வேண்டும். பணத்தைத் திருப்பிக்கேட்பதும் சரியாகத் தோன்றவில்லை. சமபந்தி போஜனம் செய்யும்படி கட்டாயப்படுத்துவதும்... பணத்தைக் கொடுத்துவிட்டோம். வருத்தத்தைத் தெரிவிப்பதுதான் நாம் செய்யக்கூடியது என்று சொன்னார்.

வ.வே.சு.ஐயரின் தேச பக்தியையும் தேச சேவையையும் முன்னிட்டுப் பணஉதவி செய்யப்பட்டதால், அவர் தம்முடைய ராஜினாமாவை வாபீஸ் வாங்கிக்கொண்டு குருகுலத்தை மகாத்மாஜி கூறிய வழியில் நடத்த வேண்டுமென்று தங்கப் பெருமாள் பிள்ளை ஒரு திருத்தப் பிரேரணையைக் கொண்டு வந்தார். ஆதிநாராயண செட்டியார் இதை ஆமோதித்தார். கோயமுத்தூர் சுப்பையா முதலியார் தீர்மானத்தை ஆதரித்துப் பேசினார்.

ஸ்ரீ ராமநாதனின் பிரேரணை நிறைவேறியது

ராமசுவாமி நாயக்கர் ராமநாதனின் திருத்தத்தை ஆதரித்தார். இன்னும் விவாதம் நடந்த பிறகு பிரேரணைகள் ஓட்டுக்கு விடப்பட்டன. ராமநாதனின் திருத்தப் பிரேரணை

நிறைவேறியது. ஸ்ரீமான்கள் ராமநாதன், ஷண்முகம் செட்டியார், ராமசுவாமி நாயக்கர் ஆகிய மூவரும் கமிட்டி மெம்பர்களாக நியமிக்கப்பட்டனர்.

சாமினாத செட்டியார் பிரேரேபித்ததின் பேரில் அக்கிராசனாதிபதியிடம் நம்பிக்கையிருப்பதாகச் சபையில் ஒரு தீர்மானம் நிறைவேற்றப்பட்டது.

அக்கிராசனாதிபதி ஒரு பிரசங்கத்துடன் கூட்டத்தை முடிவுக்குக் கொண்டுவந்தார். இந்தச் சமயத்தில் ஸர் பி.டி. செட்டியார் இறந்துபோன சமாசாரம் தெரிந்ததால் ஒரு அனுதாபத் தீர்மானம் நிறைவேற்றப்பட்டது. எம்.கே. ஆச்சாரியார் மெம்பர் பதவியை ராஜினாமா செய்துவிட்டதாக அறிகிறேன்.

சுதேசமித்திரன், 30 ஏப்ரல் 1925

~

உ

29 ஏப்ரல் 1925 அன்று நடந்த தமிழ்நாடு காங்கிரஸ் கமிட்டியில் குருகுல விவாதத்தின் தொடர்ச்சி.

ஸி. ராஜகோபாலாச்சாரியார்: காரியக் கமிட்டியின் தீர்மானமானது சமபந்தி போஜனம் செய்ய வேண்டுமென்று விரும்புகிறதா அல்லது விரும்பவில்லையா?

முதலியார்: நாம் நமது வருத்தத்தை உணர்த்தினால் எவ்விதம் நடந்துகொள்ள வேண்டுமோ அவ்விதமே ஸ்ரீமான் ஐயர் நடந்துகொள்ளுவார்.

இன்னொரு திருத்தப் பிரேரணை

தங்கப்பெருமாள் பிள்ளை அடியிற் கண்ட திருத்தத்தைப் பிரேரணை செய்தார்:

வ.வே.சு. ஐயருடைய யோக்கியத்தையும் தியாகத்தையும் தேசபக்தியையும் முன்னிட்டே அவருக்குப் பணங்கொடுத்திருக்கிறபடியால் அவர் தம்முடைய ராஜினாமாவை வாபீஸ் வாங்கிக்கொண்டு குருகுலத்தை நடத்திவர வேண்டியது மிகவும் அவசியமென்று இக்கமிட்டி வற்புறுத்துகிறது.

குருகுல விஷயமாக ஏற்பட்ட விவாதத்தைப் பற்றி மகாத்மா செய்த தீர்ப்புகளை வ.வே.சு. ஐயர் ஏற்றுக்கொண்டு அம்முறையில் குருகுலத்தை நடத்த வேண்டுமென்றும், ஸ்ரீமான் ஐயர் தமது ராஜினாமாவை வாபீஸ் வாங்கிக்கொண்டு

மறுபடியும் குருகுலத் தலைமை வகித்து நடத்திவர வேண்டு மென்று இக்கூட்டம் தீர்மானிக்கிறது.

அவர் பேசியதாவது: நாம் இவ்விஷயத்தைப் பைசல் செய்யவே இங்கு வந்திருக்கிறோம். ஆறு மணிநேரம் கூடிப் பேசிவிட்டு ஒன்றும் செய்யாமல் போவது உசிதமாகாது. இத்துடன் இவ்விஷயத்தைக் கைகழுவ விட்டுப் போய்விடுவ தென்றால் தீர்மானமே வேண்டியதில்லை. வருத்தப்படுவதாகத் தீர்மானம் செய்வதைவிடச் சும்மா இருக்கலாம். குருகுலத்தை இக்கமிட்டி சீர்திருத்தம் செய்ய சாத்தியப்படுமென்று நம்பியே இங்கு வந்திருக்கிறோம். அதைச் செய்து முடிக்காமல் விடுவது உசிதமாகாது. சமபந்தி போஜன விஷயத்தில் டி.வி. கலியாணசுந்தர முதலியார் நினைப்பது போலவே நானும் அபிப்பிராயப்படு கிறேன். ஆனால் குருகுல விஷயத்தில் மகாத்மா ஒருவிதமாகத் தீர்ப்புச் செய்திருக்கிறார். அவருக்கு மதிப்பு வைத்து அதை அமலுக்குக் கொண்டுவர முயல வேண்டும்.

ராஜகோபாலாச்சாரியார்: காந்தியடிகள் தீர்மானத்தின் படி நடப்பதென்று திருத்திக்கொண்டால் நான் அதை ஆமோதிக்கிறேன். இ.வி. ராமசுவாமி நாயக்கர், ராமநாதனுடைய திருத்தப் பிரேரணையைப் பற்றித் தங்களுடைய அபிப்பிராய மென்னவென்று தங்கப்பெருமாள் பிள்ளையைக் கேட்டார்.

பிள்ளை: இந்தியா முழுவதும் ஒரு காரியத்தைச் செய்ய விரும்புவதாகச் சொல்லுவது சரியான காரியமென்று நான் நினைக்கிறேன்.

டி. ஆதிநாராயண செட்டியார்

திருத்தப் பிரேரணையை ஆமோதிக்கையில் அப்பிரே ரணையானது முழுப் பொறுப்பையும் மகாத்மாவின் மீது சுமத்துவதாக இருக்கிறதென்றும், அவரைவிடத் தகுந்தவரை நாம் பெற முடியாதென்றும், ஆகவே அதை எல்லாரும் ஆதரிக்க வேண்டுமென்றும் சொன்னார்.

முதலியார்: காந்தியடிகள் தீர்ப்புக்குப் பிறகு நிலைமை மாறியிருக்கிறது. ஸ்ரீமான் ஐயர் ராஜினாமா செய்திருக்கிறார். கமிட்டியின் கௌரவத்தையும் காப்பாற்றிக்கொள்ள வேண்டும். 5000 ரூபாய் கொடுத்தவரையில் நாம் வருத்தப்படுவதாகச் சொல்லி நிறுத்திவிடலாம். நன்கொடை கொடுத்தவர்கள் எதை வேண்டுமானாலும் செய்துகொள்ளட்டும்.

ராஜகோபாலாச்சாரியார்: நமது நம்பிக்கைக்கு பாத்திர மானவரின் தீர்ப்புப்படி நடந்துகொள்ளுவதென்று தீர்மானம் செய்துவிடின் கமிட்டி தன் கடமையை நிறைவேற்றியதாகி விடும். அதுவே போதுமானது.

சுப்பையா முதலியார் அசல் தீர்மானத்தை ஆதரித்துப் பேசினார். ஸ்ரீமான் ஐயர் தமது ஊருக்கு வந்திருந்தபோது வீரர்களைக் குருகுலத்தில் உற்பத்தி செய்யப்போவதாகச் சொன்னாரென்றும், அவருடைய பூர்வ சரித்திரத்தை அறிந்த நாங்கள் வேற்றுமையன்னியில் குருகுலத்தை நடத்துவாரென்றே நம்பியதாகவும், பெற்றோர்களுடைய அபிப்பிராயப்படி நடக்கப் போவதாக அப்பொழுது அவர் சொல்லவில்லையென்றும், இப்பொழுது அவ்விதம் அவர் சொல்லுவதில் நமது வருத்தத்தைத் தெரிவிக்க வேண்டுமென்றும், நன்கொடை யாளர்கள் சிலருடன் கலந்து யோசித்துச் சீர்திருத்தம் செய்விப்பதற்காக ஒருவரைக் கமிட்டியார் நியமிக்க வேண்டு மென்றும், இந்த வேலையை ஒரு பக்கமாக ஒதுக்கிவைத்து விட்டு காங்கிரஸ் வேலையைச் செய்ய வேண்டுமென்றும் சொன்னார்.

ஷண்முகம் செட்டியார் பேசுகையில் இங்கு நடந்த விவாதத்திற்குப் பிறகு தாம் பேசுவது அவசியப்பட்டதென்றும், ஸ்ரீமான் ஐயர் புதுச்சேரியிலிருந்து வருவதற்கு இரண்டு வருஷங் களுக்கு முன்பிருந்தே குருகுல விஷயமாகத் தங்களுக்குள் கடிதப்போக்குவரத்து நடந்துவந்ததென்றும், குருகுலத்தை ஸ்தாபிப்பதாக அவர் தெரிவித்ததும் முதல் தவணையாகத் தாம் ரூ. 3000 அனுப்பியதாகவும், அவருடைய தேச அபிமானம் அளவற்றதென்றும், எனினும் அவருடைய சபல புத்தியே சங்கட நிலைமையை உண்டுபண்ணியிருக்கிறதென்றும் சொன்னார். சில புல்லர்களுடைய சேர்க்கையினாலேயே அவருடைய நிலை மாறியிருக்கிறதென்று அவருடன் நேரில் பேசியபோது தாம் தெரிந்துகொண்டதாகவும், தாம் அவருக்குச் சமாதானம் கூறி மனசாட்சிப்படி நடக்கும்படியும் அதற்கு வேண்டிய உதவியைச் செய்வதாகச் சொல்லியதாகவும், அங்கு எல்லோரையும் பிறகு அழைத்துப் பேசியதாகவும், சமபந்தியை வற்புறுத்தினால் பிள்ளைகள் போய்விடுவரே என்று சொல்லப்பட்டதாகவும், அதற்குத் தாம் உதவிசெய்வ தாகவும் வேறு பலரையும் உதவி செய்யும்படி தூண்டுவதாகச் சொன்னதாகவும் குறிப்பிட்டார். பிராமணர் சமையற்காரராக இருப்பதில் ஆட்சேபணையில்லையென்றும், ஆனால் திருஷ்டி தோஷம் கூடாதென்று தாம் சொல்லியதாகவும், சமையற் காரர்கள் கிடைக்கமாட்டார்கள் என்று அதற்குப் பதில் சொல்லப்பட்டதாகவும், வேறு தகுந்தவர்களைக் கொடுத்துதவுவ தாகத் தாம் சொல்லியதாகவும், அதை ஒட்டியும் ஸ்ரீமான் ஐயர் நடக்க முடியாமல் கானாடுகாத்தானுக்கு அதைச் சொல்ல வந்திருந்தார். அவர் சொல்லியதைத் தாங்கள் ஒப்புக் கொள்ளவில்லையென்றும், இவைகளிலிருந்து ஸ்ரீமான்

ஐயருக்குத் திடபுத்தியில்லையென்று தெரியவந்ததென்றும், டாக்டர் நாயுடு முதலியோர் ஸ்ரீமான் ஐயரைத் தாக்கியது தகாதென்று தாம் ஆரம்பத்தில் சொல்லிவந்தும் பிறகு தாமே மகாத்மாவின் முன்னிலையில் ஸ்ரீமான் ஐயரிடம் பணத்தைக் கொடுத்தது பாவமென்று சொல்ல நேர்ந்துவிட்டதென்றும் கூறினார்.

ஸ்ரீமான் ஐயருடைய தேசாபிமானத்தைப் பற்றிச் சந்தேகமே கிடையாதென்றும், ஆனால் அவருடைய கொள்கை மாற்றம் தான் சங்கடத்தை உண்டுபண்ணியிருக்கிறதென்றும், தீண்டாமை கூடாதென்பது காங்கிரசின் கொள்கையாக இருக்கையில் திருஷ்டிதோஷத்தைத் தொலைக்க வேண்டியது காங்கிரசின் கடமையென்றும், ஜாதி அபிமானமானது நடுநிலைக்கோட்டி லிருந்து தவற வைத்துவிடுகிறதென்று இன்றைய நடவடிக்கை வெளிப்படுத்திவிட்டதென்றும் வருந்தினார். தாம் சில தினங்கள் முன் 5அனுப்பிய 250 வார்த்தைகள் அடங்கிய ஒரு தந்தியில் 5, 6 வரிகளையே *ஹிந்து*வும் 10, 15 வரிகளையே *ஸ்வராஜ்யா*வும் பிரசுரித்ததென்றும் சொல்லிவருகையில் டாக்டர் நாயுடு குறுக்கிட்டு *சுதேசமித்திரன்* அதைக்கூடப் பிரசுரிக்கவில்லை யென்றார். *சுதேசமித்திர*னுக்குத் தந்தியைத் தான் அனுப்ப வில்லையென்று ஷண்முகம் செட்டியார் சட்டெனச் சொல்லி டாக்டர் நாயுடுவின் விஷம வார்த்தை ஆதாரமற்றதென்று மெய்ப்பித்தார்.

இ.வெ. ராமசுவாமி நாயக்கர் பேசியதாவது: ஒவ்வொரு வரும் ஒவ்வொரு அபிப்பிராயத்துடன் இங்கு வந்திருப்பதாகத் தெரிகிறது. ஆனால் கருத்தில் அபிப்பிராயப் பேதம் இருப்பதாகத் தெரியவில்லை. எல்லோரும் ஒரே தன்மையில் வேலை செய்துகொண்டிருந்தவர்கள். நமக்குள் வித்தியாசமேயில்லை. பொதுவாகச் செய்ய வேண்டிய வேலை குறைந்து அவர் களுடைய மனம் வேறு வழியில் திரும்பியதும் சண்டைகள் கிளம்பலாயின. இங்கு பேசியவர்கள் குரோதத்துடன் பேசுகிறார்களா அல்லது சீர்திருத்தத்தை நாடிப் பேசுகிறார் களாவென்று பார்த்தால் ஒருவருக்காவது துவேஷமில்லை யென்பது புலப்படும். அபிப்பிராயப் பேதமேயொழிய குரோத புத்தியில்லையென்பதும் தெளிவாகிறது. ஸ்ரீமான் ஐயருடைய தியாகத்தை மடித்து மடித்துப் பேசினீர்கள். கல்லில் வேண்டு மானால் அதை எழுதி வைத்துக்கொள்ளுங்கள். ஆனால் மற்றவருடைய தியாகம் குறைவா? ஒவ்வொருவரும் அவரவரா லான தியாகத்தைச் செய்திருக்கிறார்கள். குருகுல சம்பந்தமாக ஸ்ரீமான் ஐயர்மீது குற்றம் சாட்ட வேண்டியிருந்தால் அவரைக் காப்பதற்காக அவருடைய தியாகத்தைச் சொல்ல வேண்டி

யிருந்தது. அவ்விதமே டாக்டர் நாயுடுமீதும் குறைகூறப்படு கிறது. அவருடைய தியாகம் குறைவா? ஆகையால் அவரிடம் நம்பிக்கையிருப்பதாக ஒரு தீர்மானம் செய்துவிட்டுத்தான் போக வேண்டும். அவரவர் பொறுப்பைக் கழித்துவிட்டுப் போய்விட முயலக் கூடாது. அந்தக் கஷ்டம் பிறகு நமது தலையிலேயே விடியும். ஆகையால் இன்றே முடித்துவிட்டுப் போக வேண்டும். இல்லையேல் ரத்தக்களரி ஏற்பட இட முண்டுபண்ணியவர்களாவோம்.

ஒற்றுமையாக இருந்த நாம் இப்பொழுது நாம் வேற்றுமைப் பட்டிருப்பதேன்? பிராமணரல்லாதார் அழிந்துவிட வேண்டு மென்று நினைக்காத பிராமணரில்லை; பிராமணர்களுடைய அகம்பாவம் என்று ஒழியுமென்று நினைக்காத பிராமண ரல்லாதாரில்லை. இத்தகைய நிலைமை ஏற்படுவானேன்? நம்முள் நான் உயர்ந்தவன், நான் தாழ்ந்தவன் என்ற எண்ணம் ஏற்பட்டிருப்பதே அதற்குக் காரணம். அதை ஒழித்துவிட ராமநாதன் சொல்லியபடி இன்று ஏற்பாடு செய்துவிட்டுப் போக வேண்டும். அது குருகுல வியாஜமாக எழுந்திருக்கிறது. இந்த நிலைமையில் எத்தீர்மானத்தைச் செய்தால் வேற்றுமை யுணர்ச்சி மறையுமென்று நீங்கள் யோசிக்க வேண்டும். இன்று எப்படித் தப்புவதென்று பார்த்துக்கொண்டு போய்விடக் கூடாது. நம்முள் ஏற்றத்தாழ்ச்சியில்லையென்ற உணர்ச்சி இருப்பது வாஸ்தவமானால் அதற்குத் தகுந்த தீர்மானத்தைச் செய்ய வேண்டும். இல்லையேல் குருகுலத்தில் சமபந்தி போஜனம் செய்வதால் எவ்விதப் பலனுமேற்பட்டுவிடப் போவதில்லை. உங்களுக்குக் கீழே எவருமில்லையென்ற உணர்ச்சி உங்களுக்கு இல்லாததால்தான் யார் வந்தாலும் சாயாதென்று பிராமணர்கள் சொல்லுகின்றனர். ஆகையால் அந்த எண்ணம் உங்களிடமில்லை என்பதைக் காட்டிக்கொள் ளுங்கள். ஸ்ரீமான் ராமநாதனுடைய திருத்தப் பிரேரணை யுக்தமானதென்று எனக்குத் தோன்றுகிறது என்று சொன்னார்.

அசல் தீர்மானத்தில் 'எல்லா மாணாக்கர்களையும் சரிசமத்துவமாக நடத்த வேண்டுமென்ற தேசியக் கொள்கை' என்பதைச் சேர்க்க வேண்டுமென்று அக்கிராசனர் பிரேரணை செய்தார். கிளர்ச்சி சாப்பாட்டு விஷயமாகவே வந்திருப்பதால் அதைத் தெளிவாகச் சொல்லிவிட வேண்டுமென்று ஸி. ராஜ கோபாலாச்சாரி சொன்னார். சாப்பாட்டு விஷயமே முக்கியத் தகராறு அல்லவென்று சிலர் சொன்னார்கள். சரிசமத்துவமாக நடத்துவது என்று சொன்னால் சமபந்தி ஆகாரம் அதில் அடங்கியிருக்க வேண்டுமென்பதில்லையென்று ஸி. ராஜ கோபாலாச்சாரி சொன்னார். கல்வி விஷயத்திலும் சரிசமத்துவ

மாக நடக்க வேண்டுமென்று சிலர் சொன்னார்கள். அதையும் சேர்த்துக்கொள்ளுங்களென்று ஸி. ராஜகோபாலாச்சாரி சொன்னார். முக்கியஸ்தர்கள் கலந்து யோசித்து ஒரு திருப்தி கரமான தீர்மானத்தைக் கொண்டுவருவதற்காக நாளைவரை கூட்டத்தை ஒத்திவைத்துக்கொள்ளலாமென்று ராமபத்ர உடையார் சொன்னார். அது கூடாதென்று டாக்டர் நாயுடுவும் இ.வெ. ராமசுவாமி நாயக்கரும் சொல்லிவிட்டனர். சமத்துவம் என்றால் எல்லா விஷயங்களிலும் சமத்துவம் என்றே சாதாரண மாக அர்த்தம் செய்யப்படுகிறதென்றும், அதே அர்த்தத்தில்தான் அந்த வாசகம் தீர்மானத்தில் உபயோகிக்கப்பட்டிருக்கிறதென்றும் வரதராஜுலு சொல்லி அசல் தீர்மானத்தைத் திருத்தி வாசித்தார். தீர்மானம் மரியாதையாக இருக்கிறதென்று கலியாணசுந்தர முதலியார் சொன்னார். குருகுல ஆசாரியாருக்கு நிலையான கொள்கையில்லையென்று சொல்லும் நாம் நிலையான காரியத்தில் இறங்கவில்லையென்று ஸி. ராஜகோபாலாச்சாரி சொன்னார். பணத்தைக் கொடுத்ததற்கு வருத்தப்படுவதாகச் சொல்லி நிறுத்திவிட்டால் நன்கொடை கொடுத்தவர்கள் தங்களுக்கு யுக்தமாகத் தோன்றுகிற நடவடிக்கைகளை எடுத்துக் கொள்ளட்டும் என்று அக்கிராசனர் சொன்னார்.

ஸி. ராஜகோபாலாச்சாரியாரின் திருத்தப் பிரேரணை முதலில் ஓட்டுக்கு விடப்பட்டுத் தோற்றுப்போயிற்று. நால்வரே சாதகமாக ஓட்டு கொடுத்தனர். தங்கப்பெருமாள் பிள்ளையின் பிரேரணை பிறகு ஓட்டுக்கு விடப்பட்டது. ஒன்பது பேர்கள் சாதகமாகவும், 15பேர் விரோதமாகவும் ஓட்டு கொடுத்தனர். எஸ். ராமநாதனுடைய திருத்தப் பிரேரணைக்குச் சாதகமாக 15 அங்கத்தினர்களும் விரோதமாக ஒன்பது அங்கத்தினர்களும் ஓட்டு கொடுத்தனர். அவருடைய திருத்தப் பிரேரணை நிறை வேறியது. ஆனால் அசல் பிரேரணையின் கதியைப் பற்றிச் சிலருக்குச் சந்தேகமிருந்ததால் இப்பிரேரணை நிறைவேறிவிடின் இதர பிரேரணைகள் அடிபட்டுப்போய்விடுவதைச் சொல்லி மறுபடியும் ஓட்டெடுக்கலாமென்று ஸி. ராஜகோபாலாச் சாரியார் சொன்னார். மறுபடியும் ராமநாதனுடைய பிரேரணை ஓட்டுக்கு விடப்பட்டது. பிரேரணைக்குச் சாதக மாக 19 அங்கத்தினர்களும் விரோதமாக ஏழு அங்கத்தினர் களும் ஓட்டு கொடுத்தனர்.

கமிட்டிக்கு அடியிற் கண்டவர்களைத் தெரிந்தெடுக்க வேண்டுமென்று அக்கிராசனர் பிரேரணை செய்ய எழுந் திருக்கையில் நபர்களைப் பற்றிய விவாதம் எழுந்தது. சமத் துவத்தைக் கோருகையில் பிராமணர்களை ஒதுக்கிவிடக் கூடா தென்று எஸ். ராமநாதன் சொன்னார். ஸ்ரீமான் எஸ். ஸ்ரீநிவாச

ஐயங்காருடைய பெயர் பிரஸ்தாபிக்கப்பட்டது. அவர்தான் கலகத்திற்கு ஆஸ்பதம் என்றும் அவருடைய பெயரைத் தாம் ஆட்சேபிப்பதாகவும் அக்கிராசனர் சொன்னார். ஸி. ராஜ கோபாலாச்சாரியார் தமது பெயரைக் கமிட்டியில் சேர்க்க வேண்டாமென்று சொன்னார். அசல் தீர்மானம் விவகாரத்தை ஒழிக்குமென்றும், திருத்தப் பிரேரணை விவகாரத்தை வளர்க்கலாமென்றும் நினைத்துத் திருத்தப் பிரேரணைக்கு விரோதமாகத் தாம் ஓட்டு செய்திருப்பதால் தம்முடைய பெயரைச் சேர்க்க வேண்டாமென்று டி.வி. கலியாணசுந்தர முதலியார் சொன்னார். கடைசியாக ஸ்ரீமான்கள் தியாகராஜ செட்டியார், இ.வெ. ராமசுவாமி நாயக்கர், எஸ். ராமநாதன், ஸி. ராஜகோபாலாச்சாரி இவர்களுடைய பெயர்களை அக்கிராசனர் பிரேரித்தார். ஸி. ராஜகோபாலாச்சாரியார் தம்முடைய பெயரை விட்டுவிடும்படி கேட்டுக்கொண்டார். அவ்விதமே அவர் பெயர் விடப்பட்டது. மூன்று பெயர்கள் போதுமென்று தீர்மானிக்கப்பட்டு முதல் மூன்று பெயர்களும் ஒப்புக்கொள்ளப்பட்டன.

அக்கிராசனரிடம் நம்பிக்கைத் தீர்மானம்

கமிட்டியின் அக்கிராசனரிடம் கமிட்டிக்கு நம்பிக்கை இருப்பதாகக் குறிப்பிட்ட தீர்மானத்தை ஸி.எஸ். சாமினாத செட்டியார் பிரேரணை செய்தார். உஸ்மான் சாகிபு இதை எதிர்த்தார். பிரேரணை நிறைவேறிவிட்டது.

அக்கிராசனர் (வரதராஜுலு) பேசுகையில் குருகுல விஷயமாகக் கமிட்டி கூடி விவாதிக்கத் தீர்மானித்ததிலிருந்து தம்முடைய முயற்சி நியாயமானதென்று ஏற்பட்டுவிட்ட தென்றும் இத்தீர்மானம் அவசியமில்லையென்றும் சொன்னார்.

கேள்விகள்

பிறகு உஸ்மான் சாகிபின் கேள்விகளுக்கு அக்கிராசனர் பதில் சொன்னார். தாம் இதுவரையில் தமது பிரயாணச் செலவிற்காக ஒரு பைசாக்கூட எடுத்துக்கொண்டதில்லை யென்றும், சுயராஜ்யக் கட்சியில் தாம் சேராததால் பிறர் சேரவேண்டுமென்று தாம் சொல்ல இடமில்லையென்றும், ஆனால் காங்கிரஸானது சுயராஜ்யக் கட்சியை ஒரு அங்கமாக ஒப்புக்கொண்டிருப்பதால் அக்கட்சிக்கு சமயோசிதம் போல் உதவி அளிக்கும்படியே தாம் சொல்லிவருவதாகவும் அவர் சொன்னார்.

அக்கிராசனர் முடிவுரையாகப் பேசுகையில் மகாத்மாவின் கொள்கையை அனுசரித்து அங்கத்தினர்கள் நடந்துகொண்

டிருப்பதாகவும், தாம் பிராமணர்கள்மீது போர் தொடுத்திருப்ப தாகக் கூச்சல் போடப்படுகிறதென்றும், பிராமணப் பத்திரிகை களிலேயே அவ்விதம் சொல்லப்படுகிறதென்றும், வேறு பத்திரிகைகளில் அவ்விதம் வெளிவந்தால் தாம் தம்மைத் திருத்திக்கொண்டிருக்க முடியுமென்றும் கூறினார். தாம் செய்யும் பிரசங்கங்களைப் பத்திரிகைகள் திருத்திப் பிரசுரித்து வருகின்றன என்றும், கும்பகோணம் உபந்யாசத்தைப் பற்றி *சுயராஜ்ய* நிருபர் எழுதிய ரிப்போர்ட்டில் இரண்டு பத்தி ஒரே பிசகாயிருந்ததால் அதைத் தாம் திருத்த முடியவில்லை யென்றும், பத்திரிகைகள் ஒரு மனிதனை ஆக்கவும் அழிக்கவும் சக்தியுடையவனாக இருக்கின்றனவென்றும், ஆனால் பிராமணரல்லாதார் பத்திரிகைகளில் பிரசுரமாகிவந்த விஷமச் செய்திகளை நம்பாமலிருந்ததைத் தாம் பாராட்டுவதாகவும், பிராமணப் பத்திரிகைகளும் பிராமணத் தலைவர்களும் நடந்திருக்கும் தோரணையிலிருந்து ஒருவேளை தமது முறை மாறுபடலாமென்றும் தெரிவித்தார்.

தாம் சென்ற இடங்களில் தாம் பிரசங்கம் செய்ய முடியாமல் தடுத்துவந்திருப்பதாகவும், தாம் ஒரு பிரசங்கத்தில் யாரையோ “படவா” என்று சொல்லியதாக இன்று *ஹிந்துப்* பத்திரிகையில் ஒருவர் எழுதியிருந்தது வாஸ்தவமல்லவென்றும், அதை யார் எழுதியதென்று தமக்குத் தெரியுமென்றும், க்ஷத்திரிய தர்மத்தை அனுசரித்துத் தாம் பதில் சொல்லியிருக்கக் கூடுமேயல்லாது “படவா” என்று தாம் சொல்லக்கூடியவரல்ல வென்றும் குறிப்பிட்டார்.

மாயவரம் கூட்டத்தில் ஆஜானுபாகுக்களான வக்கீல்கள் பல அல்லல்களை விளைவித்தனரென்றும், கூட்டத்தில் அடிவிழுந்தது வாஸ்வதமென்றும், ஆனால் தாம் அடிக்கும்படி சொல்லவில்லையென்றும், தாம் அடிக்கும்படி சொல்லியிருந் தால் அம்மட்டோடு நின்றிராதென்றும் சொன்னார். வேண்டு மென்றே ஒவ்வொரு ஊரிலும் இரண்டு மூன்று பேர்கள் சேர்ந்து கலகம் செய்ததாகவும், தாம் காங்கிரஸ் கமிட்டியின் தலைவர் பதவியை விரும்பவில்லையென்றும், தாம் ராஜினாமா கொடுத்துவிடுவதாகக்கூட மகாத்மாவிடம் சொன்னதாகவும், அவர் கூடாதென்று சொன்னதாகவும், இன்று ராஜினாமா கொடுத்துவிட வேண்டுமென்றே தாம் வந்ததாகவும், தீர்மானம் நிறைவேறாமலிருந்தால் அது தமது செய்கையைக் கண்டிப்ப தாகவே இருக்குமென்றும், ஆனால் நம்பிக்கையிருப்பதாகச் சபையினர் தீர்மானம் செய்திருக்கிறார்களென்றும் விளக்கினார்.

குருகுலத்திற்குக் கொடுத்த பணத்தைத் திருப்பி வாங்கிவிட வேண்டுமென்ற உத்தேசமில்லையென்றும், சவுகரியப்பட்டால்

திருப்பிக்கொடுத்துவிடுவதாக ஸ்ரீமான் ஐயர் சொன்னால் போதுமென்றும், பணத்தைத் திருப்பிக் கேட்கப்போவதில்லையென்றும் அறிவித்தார். மகாதேவய்யரை ஆசாரியராக நியமித்திருப்பது சூழ்ச்சியாகவே தோன்றுகிறதென்றும், குருகுலத்திற்குக் கொடுத்த பணம் ஒரு காசாவது திரும்பி வர வேண்டும் அல்லது சமத்துவமாக நடத்துவதாக ஒப்புக்கொள்ள வேண்டும், இல்லையேல் போராட்டத்தை தாமே நடத்திக்கொண்டே வரப்போவதாகவும், இவ்விஷயத்தில் பிராமணர்கள் ஒத்துவராவிட்டால் பிராமணர்கள் ஒரு பக்கமும் ஜஸ்டிஸ் கட்சியினர் ஒரு பக்கமும் நின்று போராடும்படி விட்டுவிட்டுப் பிராமணரல்லாதாரான தேசியவாதிகள் ஒதுங்கி நிற்க வேண்டியதுதானென்றும் சொன்னார்.

கூட்டம் கலையும் தறுவாயில் சர் பி. தியாகராய செட்டியார் காலகதியடைந்துவிட்ட துக்க செய்தி வந்திருப்பதாக அக்கிராசனர் சொன்னார். அவருடைய மரணத்திற்கு அனுதாபப்படுவதாகக் குறிப்பிட்ட தீர்மானத்தை ஸி. ராஜகோபாலாச்சாரியார் பிரேரணை செய்ய, டி.வி. கலியாணசுந்தர முதலியார் ஆமோதிக்க, சுரேந்திரநாத் ஆரியாவும் இ.வெ. ராமசுவாமி நாயக்கரும் ஆதரிக்கத் தீர்மானம் நிறைவேறியது. இத்துடன் கூட்டம் இரவு ஒன்பது மணிக்குக் கலைந்தது.

சுதேசமித்திரன், 1 மே 1925

~

௫

தலைவர் வரதராஜுலு தொடக்க உரை

குருகுல விஷயத்தில் கமிட்டித் தலையிடலாமா கூடாதா என்பதில் அபிப்பிராய பேதமிருக்கிறது. என்னுடைய அபிப்பிராயம் இது வெளியே தீர்க்கப்பட வேண்டியது என்பதாகும். ஆனால் பலர் வேறுவிதமாக நினைக்கிறார்கள். தவிர, பத்திரிகைகள் தவறான விவரங்களைப் பிரசுரித்து உள்ள விஷயத்தை மாறுபடுத்திக் கூறிவருகின்றன. அவை ஒவ்வொன்றையும் திருத்திக்கொண்டிருப்பது சாத்தியமில்லை. இந்தத் தேசத்தில் ஜாதி வித்தியாசங்கள் இருக்கின்றன. உலகமுள்ளவரையில் அவை இருந்துதான் தீரும். அவற்றைப் போக்கடிக்க நம்மால் முடியாது. ஆனால் தேசிய இயக்கத்தில் சம்பந்தப்பட்டுள்ள தலைவர்கள் இந்த ஜாதி வித்தியாசத்தை வளர்க்கக்கூடிய இயக்கங்களில் சம்பந்தப்படக் கூடாது.

தமிழ் குருகுலம் பொதுஜன உதவியைக் கொண்டு ஆரம்பிக்கப்பட்டது. தமிழ்நாடு காங்கிரஸ் கமிட்டி 5000 ரூபாய்

கொடுத்தது. நகரத்தார் அதிகத் தொகை கொடுத்தனர். குருகுலத் தில் வித்தியாசமான நடத்தையை ஒழிக்கவே என்னுடைய போர் ஆரம்பிக்கப்பட்டிருக்கிறது. வெளியில் வருணாஸ்ரம தர்மம் இருக்கக் கூடாதென்று நான் கூறவில்லை. எனக்கும் ராஜகோபாலாச்சாரியாருக்கும் ஒன்றாக உட்கார்ந்து சாப்பிட ஆட்க்ஷேபமில்லாதபோதிலும் எங்களுடைய உறவினர்களை வருணாஸ்ரம தர்மத்தை விட்டுவிடும்படி கட்டாயப்படுத்த முடியாது. அவர்களை அப்படிக் கட்டாயப்படுத்த முயல்வதும் பெருத்த அநீதியாகும்.

குருகுலத்தைப் பற்றிய முக்கிய ஆஷேபமென்னவென்றால் அது தேசிய ஸ்தாபனமாய் இருப்பதுடன் வித்தியாசம் எதுவு மேற்படுத்தப்படமாட்டாது என்று உறுதியும் கூறப்பட்டிருக்கை யில் அதற்குப் பொறுப்பானவர்கள் வேறுவிதமாக நடக்கும் படி விட்டிருப்பதானாகும். இதனால்தான் பணம் கொடுத் தவர்கள் அதைத் திருப்பிக் கேட்கிறார்கள். இந்த விஷயத்தில் பிராமணர் பிராமணரல்லாதார் பிரச்சினையைக் கிளப்புவா னேன் என்று கேட்கப்படலாம். ஸ்ரீமான் ஐயரின் செய்கை தவறானதென்று பல பிராமணர்கள் நினைத்தபோதிலும் அவர்கள் தைரியமாக முன்வந்து அவரைக் கண்டிக்காததால் தான் இந்நிலைமை ஏற்பட்டது. மறுபடியும் இந்த விவாதத் தால் தேசிய வேலை பாதிக்கப்படாதா என்று கேட்கப்படலாம். ஒருவருடைய சுயமரியாதையைவிடத் தேசிய வேலை அவ்வளவு உயர்வல்லவென்று பதில் கூறுகிறேன்.

கமிட்டி இந்த விஷயத்தைச் சரியாகக் கவனிக்காவிடில் நாங்கள் போராட்டத்தை விட்டுவிடப்போவதில்லை. நாங்கள் வெளியேயிருந்து இதை நடத்துவோம். வித்தியாசமான நடத்தை இனி இருக்காதென்று இப்போது ஸ்ரீமான் ஐயர் கூறியதும் நாங்கள் போராட்டத்தை விட்டுவிடுவோம். பத்திரிகைகள் தவறாகச் செய்திகளைப் பரப்பிவந்தமையால் நான் சுற்றுப்பிரயாணம் செய்து பிரசாரம் செய்ய வேண்டிய தாயிற்று. சில இடங்களில் கஷ்டம் உண்டாக்கப்பட்டது. இந்த விஷயத்தைக் கமிட்டியார் ஒருவிதமாக முடிவு செய்த பின் உண்மையில் என்ன நடந்ததென்று பத்திரிகைகளுக்கு எழுதப்போகிறேன். நான் தவறான வழியில் நடப்பதாகக் கமிட்டி நினைத்தால் என்மீது கண்டனத் தீர்மானம் நிறை வேற்றலாம். ஆனால் இந்த விவாதம் மிகவும் கடுமையாக நடந்துகொண்டிருந்த சமயத்தில் என்னை அக்கிராசனப் பதவிக்குத் தேர்ந்தெடுத்தீர்களென்பதை உங்களுக்கு ஞாபகப் படுத்த விரும்புகிறேன். ஆகையால் நான் இதை இப்போது

புதிதாக ஆரம்பித்திருக்கிறேனென்று கூற முடியாது. இதையும் மீறி நீங்கள் கண்டனத் தீர்மானம் நிறைவேற்றினால் நான் அதற்குப் பிறகு இங்கு இருப்பதில் பிரயோஜனமில்லை.

நான் வருணாசிரம தர்மத்திற்கு விரோதியல்ல. ஆனால் ராஜீய விஷயத்தில் இதைக் கலக்கக்கூடாதென்பதை நான் ஆக்ஷேபிக்கிறேன். நாம் ஒரு நெருக்கடியான நிலைமையில் கூடியிருக்கிறோம். தேசம் முழுவதும் ஊக்கத்துடன் நம்மைக் கவனித்துக்கொண்டிருக்கிறது. பிராமணரும் பிராமணரல்லாதாரும் சேராது சுயேட்சைப் போராட்டத்தை நடத்துவதா இல்லையா என்பது இந்தப் பிரச்சினை திருப்திகரமாக முடிவதைப் பெரிதும் பொறுத்திருக்கிறது. ஆகையால் நன்றாக யோசித்துக் கிரமமான முடிவிற்கு வரும்படி உங்களை வேண்டிக்கொள்ளுகிறேன்.

சுதேசமித்திரன், 30 ஏப்ரல் 1925

~~

(iii)
காந்தி கடிதங்கள்

~

வரதராஜுலுவுக்கு

March 2, 1925

Dr. Varadarajulu Naidu,

Nothing can be fixed before reaching Vykom. Reaching Madras probably Saturday. Leaving same day for Vykom.

Gandhi

Collected Works of Mahatma Gandhi (*CWMG*), Vol. XXVI, p. 214

~

March 5, 1925
Dr. Varadarajulu Naidu
3, Broadway
Madras

HAVE WIRED CORPORATION AGREEING ACCEPT ADDRESS SATURDAY IMPOSSIBLE STAY TWO DAYS MADRAS VIEW SILENCE DAY BEING IMMEDIATELY AFTER.

CWMG, XXVI, p. 230

~

March 10, 1925

Dear Dr. Varadarajulu,

With reference to the Gurukul controversy I told Mr Iyer that I would not give a definite opinion unless I had seen you and heard you. Having heard you, it seems to me that in so far as the present brahmacharis are concerned, if the parents of the Brahmin boys insist on their boys being allowed to dine separately, their scruples should be respected. But, for the future, it may be announced that no brahmacharis would be accepted whose parents would not let their boys dine in the same row with the others. I understand from you that the cook at the Gurukul would be always a Brahmin. What you object to (and that properly) is the separating of non-Brahmin boys from the Brahmins. I do think that all the boys should sit in the same row whilst they are taking their meals.

Sincerely,

Yours
M.K. Gandhi

The Hindu, 21.3.1925

CWMG, XXVI, p. 260

~

டி. ஆர். மகாதேவ ஐயருக்கு

Kumara Park, Bangalore
August 10, 1927

Dear friend,

You must excuse me for not being able to write to you earlier. I waited purposely for one or two days as Dr. Varadarajulu was coming. I have now discussed the situation with him also. He tells me that the people in the Malay Peninsula are also with the committee and he really thinks that I need not bother myself about the matter as in course of time the possession of the property was bound to revert to the committee. My own opinion is that where there is a large number of people who want to observe caste restrictions, they should be able to lend their children to the gurukul with the option to them to feed them separately. But if the majority of those who are in power do not favour the view and wish to have a rigid rule excluding all who wish to observe caste restrictions you should gracefully and instantaneously give up possession. If what Dr. Varadarajulu says is true, namely, that you have no effective opinion behind you, it appears to me to be useless to go to arbitration. If you will give up possession at once, you are at liberty to use this letter in order to justify your step.

Yours sincerely,
M.K. Gandhi

Sjt. T.R. Mahadeva Iyer
No.1, Krishnamachari Road
Numgambakkam
Cathedral P.O.
Madras

CWMG, XXXIV, p. 307

டி.ஆர். மகாதேவ ஐயர், வ.வே.சு. ஐயரின் விலகலுக்குப் பின் சேரன்மாதேவி குருகுலத்தின் தலைமைப் பொறுப்பிற்கு வந்தவர்.

~

எஸ். ராமநாதனுக்கு

Kumara Park, Bangalore
July 13, 1927

My Dear Ramanathan,

Mr. Mahadeva Iyer of Shermadevi Gurukul is here. I never knew that you have anything to do with this Gurukul. But Mr. Mahadeva Iyer tells me that you are vitally interested in it. When V. V. S. Iyer was alive he wrote to me and spoke to me about the inter-dining controversy that was then going on. Mahadeva Iyer has briefly described to me the happenings after Iyer's death. Will you please let me know what connection you have with this Gurukul and what is now wanted by the party which Mahadeva Iyer describes as hostile to him or to the Gurukul?

I hope you have got over your fever.

Yours sincerely,
M.K. Gandhi

Sjt. S. Ramanathan
Erode

CWMG, XXXIX, p. 215

~

Kumara Park, Bangalore
July 27, 1927

My Dear Ramanathan,

I have both your letters. I hope you are now completely restored.

Mr. Mahadeva Iyer has been coming to me since my return from Mysore almost every day, and I have been giving a few minutes daily to him. If I find anything useful to say, I shall write to you again.

Yours sincerely,
M.K. Gandhi

Sjt. Ramanathan
A. I. S. A.
Erode

CWMG, XXXIX, p. 304

~

திருமதி பாக்கியலக்ஷ்மி வ.வே.சு. ஐயருக்கு

Dear Sister,

Though I have not been able to reply to your letter earlier I have not neglected your affairs. I have met Mahadev Iyer. He has handed over all the papers. I expect to see you in Trichy where matters can be arranged.

I hope you are keeping well.

Yours sincerely

1.2.34 M.K. Gandhi

~

யாருக்கோ

on tour

4/10/1927

Dear friend,

I have your letter. I am no longer in correspondence with Shri Mahadev Iyer and I do not think that I will be able to influence him in the direction you desire. If however I get an oppourtunity I will do what I can.

Yours sincerely,

M.K.Gandhi

இக்கடிதம் திருச்சி வ.வே.சு. ஐயர் நினைவகத்தில் காட்சிப்படுத்தப்பட்டுள்ளது. வ.வே.சு. ஐயருக்கு எழுதியது என்று (தவறாகத்) தலைப்பிடப்பட்டுள்ளது. இக்கடிதம் யாருக்கு எழுதப்பட்டதெனத் தெரியவில்லை.

~ ~

.3.
ஏணியேற்ற நிலையம்
அ. மாதவையா

ஒத்துழையாமை, கட்கடை மறியல், சத்யாக்கிரகம், காராக் கிரகம், கத்தர் உடுத்தல், கடற்கரை பிரசங்கம் இந்த நாளிலே இவற்றால் முதன்மை பெற்றவர் எத்தனையோ பேர். மோட்ஷத் துக்குப் பல மார்க்கங்கள் இருப்பதுபோலக் கீர்த்திக்கும் பல வழிகளுண்டு. கீர்த்தி வீட்டைச் சேர்ப்பிக்கும் மற்ற உபாயங்களை ஞான மார்க்கம், கரும மார்க்கம், யோக மார்க்கம் என்றால் இவற்றைப் பக்தி மார்க்கம் எனலாம்.

இந்த அறுதொழில்களிலும் கைதேர்ந்து முன்னுக்கு வந்தவர் இராமலிங்கம். ஜெயில் வாசல்களிலும் ரெயில் வண்டி களிலும் அவர் சூடப்பெற்ற கத்தர் மாலைகளுக்கும் கணக் கில்லை. ஆனால் கேவலம் கீர்த்தியை நாடி அவர் இவ்வழியில் திரும்பினார் என்பது படாப்பழியாம். ஆற்றோரத்தில் கிடக்கும் கட்டை, வெள்ளத்தால் இழுப்புண்டு, சமுத்திரத்தை அடைந்து, மலையிலிருந்துவந்த அகில், சந்தனம், தந்தங்களோடு சேர்ந்து திகழ்வதைப் போல ஆழ்ந்த ஆலோசனை, ஊன்றிய உறுதி யான கோட்பாடு, நீண்ட பரந்த நோக்கங்கள் முதலிய தொந்தரைகள் இல்லாமலே தான் அறியாமலே, தேசத் தொண்டர் திருக்கூட்டத்தின் நடுவே இலங்கலானார் இராமலிங்கம். பூர்வாசிரமத்திலே அவர் வைத்திருந்த கிளப்பு சிலரே அறிந்த பழங்கதை ஆகிவிட்டது. துவராடை பூணாத தேசியத் துறவியாகவே தன்னை மதித்து அவர் இப்பொழுது நடந்துவந்தார். தன் சொந்த ஊர் போவதும் குடும்பத்தோடு வாழ்வதும் அரிதாகிவிட்டன. ஜீவனத்துக்குப் போதுமான சொத்தும் இருந்தது. அவர் மகனும் பெரியவனாகிவிட்ட படியால் அவர்களும் இவரை தொந்தரை செய்யவில்லை. முதலில் கொஞ்சம் சொல்லிப்பார்த்து அப்பால் 'விதிவசம்', 'சித்தபிரமை' என்று விட்டுவிட்டனர்.

ஜாமீன் கொடுக்க மறுத்து, நாலாவது முறை ஜெயிலி லிருந்து திரும்பி, வெற்றி மாலைகள் அணிந்து, சொற்பொழிவு கள் சொரிந்து ஒருவாறு ஆடிப்பாடி அமர்ந்த பிறகு கத்தரையும் தீண்டாமையையும் தவிர, மற்ற தேசிய பரவர்த்திகளெல்லாம் தீண்டுவாரற்றுக் கிடப்பதை இராமலிங்கர் உணர்ந்தார். என் செய்வதென்று தெரியாமல் சிலநாள் பயனின்றிக் கழிந்த பின்பு, வைக்கோற் புரியினும் சன்னமான நூலைத் தன்னால் நூற்க முடியாது என்பதை அனுபவத்தில் அறிந்தவ ராதலின், சாதி பேதங்களை வேரொடு களைந்து, தமிழர்கள் எல்லோரையுமேனும் ஒன்றுபடுத்தும் கடமையைக் கைக் கொள்ள நினைத்தார். தேச சேவையிலே இவ்வளவு ஊறி உழைத்தவர், தன் சாப்பாடு விஷயத்தில் திருஷ்டிதோஷம், சாதி வித்தியாசம் பாராட்டுவதில்லை என்று கூறுதல் அனாவசியமே. எவர் சமைத்தாலும் எவரோடிருந்தும் தாராளமாய் உண்பார். "சமைப்பவர் சுத்தியாயிருக்க வேண்டும்" என்று சிலர் கூறும் நிபந்தனையைக்கூட அவர் வற்புறுத்துவ தில்லை. ஆளும் நல்ல போகுதான். இடம் ஏதாயினும் சகாக்கள் யாராயினும் விருந்துச் சாப்பாடு என்றால் ஒரு கை பார்க்க எப்போதும் தயார். இப்படிப்பட்டவர் நான்கு முறை தானாகச் சிறை புகுந்ததே அவர் தீவிர தேசபக்தியை விளக்கும்.

தான் செய்தற்குரிய தேசத்தொண்டு இன்னதென்று துணிந்த பிறகு, தன்னிடமிருந்த சிறு பொருளையும் பிறர் உதவியைக் கொண்டு இராமலிங்கர் 'ஏணியேற்ற நிலைய'த்தை ஸ்தாபித்தார். அதன் திறப்பு விழாக் கொண்டாட்டத்தன்று ஜனநாயகர்கள் பலர் விஜயஞ்செய்து, சிற்றுண்டி அருந்தி, பிரசங்கமாரி பொழிந்தனர். இராமலிங்கர் சாதியேணியிலே கீழ்ப்படிகளில் இருப்பவர்களை மேலேற்றிவிடும் தன்மை யினால் அந்த நிலையத்துக்குத் தான் சூட்டிய விசித்திர நாமத்தைப் பற்றி ஓர் அரிய சொற்பொழிவு சொரிந்தார்.

இராமலிங்கர் அந்த நிலையத்தை நடத்திவந்த விதமும் விந்தையானது. நடுநிலை யுத்தியை அனுசரித்து 'மேல்' சாதியாரைச் சற்றுக்கீழே இறக்கி, 'கீழ்' சாதியாரை மேலே உயர்த்திவிட்டால் எல்லோரும் ஒரு பொதுமேடையில் சாதிபேதமின்றி வாழலாம் என்று எண்ணினார். முதலில் மாமிசம் உண்ணும் விஷயம் ஒரு பெருந்தடையாயிருந்தது. இப்பொழுது ஊன் உண்ணும் சாதியர்கள் அதை நீக்கிவிட்டால் இந்தியாவுக்குள்ள அரைகுறையான சரீர பலமும் அறவே ஒழிந்துபோம் என்று சிலர் அஞ்சினர். ஊன் உண்பது கடவுள் ஆக்கினைப்படி ஒழுகுவதே என்று சிலர் வாதாடினர். முடிவில் தன் ஆசிரமம் சம்பந்தப்பட்ட வரையில் இராமலிங்கர் புலாலை மறுத்துவிட்டார். அவர் முதலில் ஒரு பிராமணச் சமையற்

காரனைத் திட்டஞ்செய்தார். அவன் சமைத்துப் பரிமாறியதை எல்லோரும் சாப்பிட்டுவந்தனர். அப்பால் அவன் சமைப்பது நடுநிலை நியாயத்துக்குப் பொருந்தாது என்றெண்ணி, 'ஒரு சைவ வேளாளத் தவசிப்பிள்ளை'யைத் திட்டம் செய்தார். அவன் சமையல் சிலருக்குப் பிடியாததும் தவிர தான் சமைத்ததையே அவன் அங்கே சாப்பிடுவதில்லை. தீண்டாச் சாதியார், கீழ்ச்சாதியார் உண்ட மிச்சத்தை அவன் உண்ண இசையாமல் வேலை முடிந்த பின், தான் சாப்பிடத் தன் வீட்டுக்குப் போய்விடுவான்.

தவசிப்பிள்ளை சங்கரலிங்கம் நீங்க, ஏணியேற்ற நிலையத் திலே மொத்தம் 15 பேர் இருந்தனர். இவர்கள் எல்லோருக்கும் சாப்பாடு இலவசம். சாதாரணப் படிப்பும், தோத்திரப் பாக்களும், பாரதியார் பாடல்களும், சில கைத்தொழில்களும் கற்பிக்கப்பட்டன.

இந்த 15 பேரும் 13 சாதிப் பிரிவுகளைச் சேர்ந்தவர்கள்.

1. பிராமணர் (ஸ்மார்த்தர், வைஷ்ணவர்) — 2
2. ஷத்திரியர் (வன்னியர், நாடார்) — 2
3. முதலியார் (தொண்டை மண்டலத்தார், கைக்கோளர்) — 2
4. பிள்ளைமார் (சைவர், அசைவர்) — 2
5. மறவர், அகம்படியார், கள்ளர் — 3
6. தீண்டாச்சாதியார் — 4

ஆகமொத்தம் — 15

1. சாதி பேதங்கள் ஒழிந்தால்தான் நாடு முன்னேற்றம் அடையும் என நம்பிவந்தவர் — 2
2. இலவச சோற்றுக்காக வந்தவரும், தமக்கு மேற்சாதியினரோடு சேர்ந்து வாழும்பொருட்டு வந்தவரும் — 10
3. தம்மைப் பிறர் தேசபக்தர்களாகவும் தைரியசாலிகளாகவும் மதித்துப் புகழ வேண்டுமென்று கருதிவந்தவர். — 2
4. நிலைய ஸ்தாபகர் இராமலிங்கர் — 1

ஆகமொத்தம் — 15

ஏணியேற்ற நிலையம் தொடங்கிய காலத்தில் இவர்கள் சமபந்தி போஜனம் செய்த முறையைப் பார்த்தால் நவக்கிரக தேவதைகள் பதினைவராய் அவதரித்து வந்து வீற்றிருக் கின்றனரோ என்று தோன்றும். முதல் மாதத்துக்குப் பின்,

ஆசிரமத்தின்பொருட்டு யாசகமெடுக்க இராமலிங்கர் தினந் தோறும் வீடுவீடாய் 'பெரிய மனுஷர்' தயவை நாடிச் செல்ல வேண்டியதாயிற்று. அந்தக் காலங்களிலே ஆசிரமத்திலிருந்த ஷத்திரியர்களுக்குள் நீ பள்ளி, நீ சானான் என்று கிளம்பிய கூக்குரலும், தொண்டை மண்டல முதலியாரும் கைக்களவ முதலியாரும் செய்த சண்டைகளும், தீண்டாதவர்களுக்குள்ளுமே நீ மேல், நான் மேல், நான் சாம்பானில்லையா என்று நிகழ்ந்த சச்சரவுகளும் வீதி வழியே செல்வோரின் காதைத் துளைக்கும். சில வேளைகளில் பிராமணர்கள் மத்தியஸ்தம் செய்ய முயலுவர். அப்பொழுது உனக்கென்னடா பார்ப்பான். நாங்கள் எல்லோருமே ஒன்றுதான் உனக்கு. பார்ப்பான் கெட்டால் பறையனிலும் கேடாவான். தலைக்கு மேல் போகும் வெள்ளம் சாணானாலும் முழமானாலும் உனக்கு ஒன்றுதான். எங்கள் ஏற்றத்தாழ்வுகளும் பூர்வசரித்திரங்களும் உனக்கென்ன தெரியும் என்று கூறி எல்லோருமே அவர் மேல் பாய, ஆட்டுக்கிடாய்ச் சண்டையில் அகப்பட்டுக்கொண்ட கரிபோல பிராமணர் விழிப்பர்.

நிலையத்தில் நடக்கும் உட்கலகங்களும், நிலையவாசி களுக்குள் உள்ள 'சகோதர வாஞ்சை'யின் மெய்ம்மையும் இராமலிங்கத்துக்குத் தெரியும். நிலைய செலவுக்கு வேண்டிய பொருள் கிடைப்பது நாளுக்கு நாள் அரிதாயிற்று. அவர் ஹோட்டலில் வாதுமை அல்வாவும் காப்பியும் அருந்திப் பழகின பழைய நண்பர் சிலர், இதென்ன பைத்தியமா உனக்கு, ஹிந்துகள் என்று சொல்லிக்கொண்டு திரியும் ஒரு மதத்தார் 15 பேருக்குள்ளே இவ்வளவு சங்கடமானால், நீர் நாட்டைத் திருத்துவது எந்த யுகத்தில்? முகம்மதியரும் கிறிஸ்தவரும் வந்து சேர்ந்துவிட்டால் இன்னும் எவ்வாறாகுமோ? என்றும், திண்ணைப் பள்ளியில் படித்த கணக்கு ஞாபகமிருக்கிறதா உமக்கு? இன்னும் ஓராண்டுக்குள் இவர்கள் எல்லோரும் உண்மையில் ஒன்று சேர்ந்துவிடுவார்கள், பொறுமைதான் வேண்டும் என்கிறீரே! 15 பேருக்கு ஒரு வருஷமானால் 33 கோடி ஜனங்களுக்கு எவ்வளவு நாளாகும்? என்றும் கூறி கேலிசெய்து அவருக்கு அதைரியத்தை உண்டாக்கிவந்தனர். இக்காரணங்களினால் சில வேளைகளில் அவர் மனத்தியங்கிச் சோர்வடைந்தார்.

இராமலிங்கத்துக்கு உற்ற துணையாகி, நிலையத்துக்கு ஒரு கொள்கொம்பு போல உடனிருந்து உழைத்துவந்தவர் ஒத்துழையாமையைக் கைக்கொள்ளுமுன் பள்ளி ஆசிரியரா யிருந்த ஒரு பிராமணர். அவர் உதவியும் உபதேசங்களும், நிலையத்தை அப்போதைக்கப்போது வந்து மேலாகப் பார்த்துச் சென்ற மகான்கள் நிலையத்து விஸிட்டர்ஸ் புக்கில் எழுதி

வைத்த புகழுரைகளுமே இராமலிங்கத்துக்கு ஊக்கமளித்து வந்தன. அந்தப் பிராமணருங்கூட, மகாத்மா காந்தியே வர்ணாசிரம தர்மம் நல்லது என்கிறாரே! சாதி என்று ஏற்படுத்திவிட்டால் சாதிக்கு புறம்பானது, சாதி கெட்டது என்பது இல்லாமற் போகுமோ! இதென்ன விபரீதம். பிராமணன் கூட இருந்து சாப்பிட விரும்பும் வேளாளன், பறையன் கூடத் தான் இருந்து சாப்பிடக் கூசுகிறானே! சணப்பன் வீட்டுக் கோழியின் பாடு போலச் சிக்கலாயல்லவா இருக்கிறது என்று மலைப்பதுண்டு.

ஒரு நாள் அவரும் இராமலிங்கரும் இவ்வாறு நிலையத்தைப் பற்றி அந்தரங்கமாய்ப் பேசிக்கொண்டிருக்கும்பொழுது பிராமணருக்கு ஒரு தந்தி வந்தது. அவர் மகனைப் போலீசார் கைதுசெய்திருப்பதாய் உடனே புறப்பட்டு வரும்படி அவர் மனைவி அனுப்பிய தந்தி அது. ரெயிலுக்குமே கையில் பணமில்லை. பாவம் என் செய்வார் தேசபக்தர். கடன்வாங்கி, என்ன விசேஷம் என்று விசாரித்துப் பதில் தந்தி கொடுத்தார். பதில் வரும்முன் மறுநாள் தினசரிப் பத்திரிகைகளுக்கு வந்த தந்தியிலிருந்து உண்மை துலங்கிவிட்டது. அவர் ஊரில் அக்கிரகாரத்துக்குள்ளிருந்த P.O.க்கு ஆதித் திராவிடர் நேரில் வந்த நிமித்தம் நடந்த கலகத்திலே இவர் மகன் சம்பந்தப் பட்டுக் கைதி செய்யப்பட்ட செய்தி தெரியவந்தது. ஒரே மகன் கைதியானதைவிட, அதன் காரணமே பிராமணர் மனத்தை அதிகம் புண்படுத்தியது. இதென்ன சங்கடம் ஈசா என்று விதியை நொந்து தலையில் புடைத்துக்கொண்டு அவர் மறுநாள் புறப்பட்டு ஊர்போய்ச் சேர்ந்தார்.

மகாத்மா காந்தி ஏணியேற்ற நிலையத்துக்கு விஜயம் செய்த அன்று திருவிழாக்கோலமாய் இயங்கிற்று நிலையம். இராமலிங்கத்தின் தேச சேவையைப் புகழ்ந்து மகாத்மா அவரிடம் பேசியபோது, அவர் புளகாங்கிதமாகி மனம் பூரித்தார். இரண்டொரு முஸ்லீம்கள், கிறிஸ்துவர்களையும் கூடச் சேர்த்துக்கொள்ளுவதென்று தன் மனதுக்குள் தீர்மானித்துக்கொண்டார். ஆனால் அன்றிரவே அவர் மனம் உடையும்படி ஒரு சங்கதி நடந்துவிட்டது. அவரவர் சாப்பிடும் இலைகள், பாத்திரங்களை அவரவரே சுத்தஞ்செய்வது நிலையத்து வழக்கம். பழனி முதலி என்பவன் அன்று ஜுரப் பட்டிருந்ததால் அவன் கஞ்சி குடித்த பாத்திரத்தைக் கழுவும் படி தவசிப்பிள்ளை சங்கரலிங்கத்திடம் சொன்னான். நான் என்ன கார்காத்த வேளாளப்பிள்ளை என்பது தெரியாதோ? கைக்களுவப் பயலுக்கு இவ்வளவு கொழுத்துப் போய்விட்டதோ? என்னைப் பார்த்து நாக்கு கூசாமல் உன் எச்சிற் கிண்ணியைக் கழுவச் சொல்லுகிறாயோ? என்று கர்சித்தான் தவசிப்பிள்ளை.

அதைக் கேட்டு இராமலிங்கர் நீ கழுவ வேண்டாம். நானே கழுவுகிறேன். உன்னை இங்கே வேலைக்கு வைத்ததே தவறு என்று கூறிவிட்டுத் தானே பாத்திரத்தைக் கழுவினார்.

நான் இன்னும் சாதி கெட்டுப்போகவில்லை. பள்ளனுக்கும் பறையனுக்கும் சாதி கெட்ட பயல்களுக்கும் பொங்கிப் போடுகிற வேலை, பொல்லாத உத்தியோகம் இது. நமக்கிது வேண்டவே வேண்டாம். நம்ம கணக்கைத் தீர்த்துப்போடுங்கள். நாளை காலை நம்மால் வர முடியாது என்று சங்கரலிங்கம் பதில் கூறவே அப்படியே சம்பளக் கணக்கைத் தீர்த்து அவனை அனுப்பிவிட்டார்.

மறுநாள் வேறு சமையற்காரன் அமையாததால் ஒரு பட்லர் மகனான சிவபூஷணம் என்ற பறை பையனையும் மற்றொரு கீழ்ச்சாதி சிறுவனையும் தனக்கு உதவியாய்க் கொண்டு தானே சமையல் செய்தார் இராமலிங்கர். ஆனால் அந்தோ! நிலையத்திலுள்ள 14 பேரில் 9 பேர் அந்தச் சோற்றைத் தாம் சாப்பிடமாட்டோமென்று மறுத்துவிட்டதுமன்றி, சத்யாக்கிரக புலிகளானதால் பட்டினியும் தொடங்கிவிட்டனர். ஜுரத்தால் வருந்திய பழனி முதலியுமே கஞ்சி குடிக்கமாட்டோமென்று மறுத்துவிட்டான்.

ஏணியேற்ற நிலையமாகச் சில மாதங்களுக்கு இயங்கிய வீடு இப்பொழுது ஒரு கடையாகி, பழைய கோணிச் சாக்குகளும் கிரோஸின் டின்களும் பீப்பாய் பிதிலிகளும் அதில் விற்கப்படுகின்றன. மூடபக்தி மூட்டைகள், சாதிகொழுப்புப் பிதிலிகள், வீண் டம்ப டின்கள், சத்திழந்த ஆசாரக் கழிசடைகள் போன்ற பழைய பண்டங்கள் மட்டும் அங்கே விலையாவதில்லை.

பஞ்சாமிர்தம், 1925
சித்திரை

~ ~

.4.

பிற்காலப் பார்வை

~

வ.வே.சு. ஐயர் பற்றி ராய. சொக்கலிங்கன்

வ.வே.சு. ஐயர் யார் என்பதைத் தமிழ்நாட்டார் அதற்குள்ளாகவா மறந்திருப்பார்? இல்லை. மறந்திருக்கமாட்டார். "நன்றி மறப்பது நன்றன்று" என்பது புலவர் தமிழ் மறையல்லவா? வ.வே.சு. ஐயர் தமிழ்நாட்டிற்குச் செய்த நன்றி பெரிது. அது என்றும் மறக்கத்தக்கதன்று. அவர் நன்று அல்லது ஏதும் செய்திருந்தாரானால் அதை அன்றே மறந்திருத்தல் வேண்டும். "நன்று அல்லது அன்றே மறப்பது நன்று" என்று தமிழர் சட்டம் சாற்றுகின்றது.

முற்றும் குறைவிலா நிறைவாக இருத்தல் வேண்டும் என எவரையும் எதிர்பார்த்தல் ஆகாது. அது நடவாத ஒன்று. குறைவிலா நிறைவும் கோதிலா அமுதும் கடவுள் ஒன்றுதான். அதுவும் உருப்பெறாமையாலேயே அப்பெருமையை இன்னும் இழவாமல் இருக்கிறது. மனிதர்களுள் குணத்தையும் குற்றத்தையும் சரியான தராசில் வைத்துச் சரியாக நிறுத்துச் சரியான கண்கொண்டு பார்த்துச் சரியாக முடிவு கட்டிக் குணத்தால் மிக்காரை மேலோர் எனக் கொள்ளல் வேண்டும். "குணம்நாடிக் குற்றமும் நாடி அவற்றுள் மிகைநாடி மிக்க கொளல்" முறை. அம்முறையில் தமிழ்நாட்டில் நாம் அறிய வாழ்ந்த பெரியார்களுள்ளே, ஒரு கை விரல்களுள் அடங்கக்கூடியவருள் ஒருவர் வ.வே.சு. ஐயர். பெரியார் என்ற உயர்ந்த சொல்லை உச்சரிக்கும் போது ஒரு நடுக்கம் ஏற்படுகிறது. அச்சொல் இன்றையத் தமிழ்நாட்டில் பெருமை இழந்து நிற்கிறது. இன்று, உரிய பொருள்களின்மேல் அச்சொல் நிற்கவில்லை. குற்றமே குணமாகக் கொண்டவர்கூடச் சிலபல காரணங்களால் அச்சொல்லால் அலங்கரிக்கப்பெறுவதைக் காணும்போது உண்மைப் பெரியாரைப் பெரியார் என்று கூற அச்சமாகத்தான் இருக்கிறது. ஆயினும், என் செய்வது! ஒவ்வொருவரும்

அறிவுகொண்டு பகுத்தறிவதைத் தவிர வேறு வழியில்லை. "எப்பொருள் யார்யார்வாய்க் கேட்பினும் அப்பொருள் மெய்ப்பொருள் காண்பது அறிவு."

பெரியார் யார்? என்ற கேள்விக்குத் தமிழ்நாட்டார் தவப்பேறாக வந்த வள்ளுவர், "செயற்கரிய செய்வர் பெரியார்" என்றார். பிறர் செய்வதற்கு அருமையான காரியத்தை யார் செய்கிறாரோ அவர் பெரியார். நமது வ.வே.சு. ஐயர் உலகத்தில் பலரும் செய்ய முடியாத உயர்ந்த வினைகள் செய்து பெரியாரானவர். துணிவு என்ற பொருளுக்கு உறைவிடம் வ.வே.சு. ஐயர். 'திலகர்' என்ற சொல்லுக்கு 'சுந்தரம்' என்று அகராதியில் பொருள் எழுத வேண்டும் என்று அன்பர் சுப்பிரமணிய சிவம் சொல்லுவார். வ.வே.சு. ஐயர் என்ற சொல்லுக்கு 'அஞ்சாமை' எனப் பொருள் எழுதுதல் பொருந்தும்.

வ.வே.சு. ஐயர் பாரிஸ்டர் படிப்பின்பொருட்டு லண்டனில் வாழ்ந்துவந்த காலத்தில் நிகழ்த்திய துணிவு கொண்ட வீரச்செயல் பலப்பல. ஐயர் லண்டனிலிருந்து இந்திய நாட்டின் எல்லையை மிதித்த உண்மைக் கதை, அதிஅற்புத மாகக் கட்டப்பட்ட நாவற் கதைகளைவிட ரசமானது. அவற்றை அன்று உடன்பழகி அறியாத என் போன்றார் விரித்தெழுதுவதை விட, அன்று கூட லண்டனில் இந்தியா மாளிகையிலிருந்து கலந்துகொண்ட டாக்டர் ராஜன் போன்றாரே அந்நிகழ்ச்சி களை விரிக்கத் தகுதியுடையார். எனவே நான் அவற்றில் புகவில்லை. நான் நேரில் கண்ட வ.வே.சு. ஐயரைப் பற்றிக் கூறுகின்றேன்.

வரகனேரி என்பது அவர் ஊர். அது திருச்சியைச் சேர்ந்த ஒரு பகுதி. அவர் தகப்பனார் பெயர் வேங்கடராம ஐயர். அவர் பெயர் சுப்பிரமணிய ஐயர்.

ஐயர் என்ற பட்டத்தை அவர் விடாமல் சிறப்பாக வைத்துக்கொண்டமையால், சாதி வித்தியாசம் இருத்தல் வேண்டும் என்ற கொள்கையுடையவர் அவர் என எண்ணி விடாதீர்கள். அதோடு, 'குருகுல'ச் சண்டையையும் சேர்த்துப் பார்த்து அதற்கு ஒரு வால் வைத்துவிட வேண்டாம். தொடக் கத்தில் ஏதோ சுருக்கமாக இருக்கிறது என எண்ணி அவ்வாறு வைத்துக்கொண்டிருக்கலாம். பின்னால் அது பழக்கத்திற்கு வந்துவிட்டபடியால் மாற்றாமல் விட்டிருக்கலாம்.

வ.வே.சு. ஐயர் கம்பீரமான தோற்றமுடையவர்; மார்பை எட்டிப் பார்க்கும் அழகான நல்ல கறுப்புத்தாடி; அன்பு ஒழுகும் கண்கள்; மூலை செருகிக் கட்டப்பட்ட முரட்டுக் கதர்; மேலே உடம்பு முழுதும் போர்த்தப்பட்ட ஓர் ஆடை;

நெற்றியில் பிறைச் சந்தனக் குறி; குளிர்ந்த பார்வை; உண்மை முனிவரின் தோற்றம்; நிமிர்ந்த நடை; அவர் நடக்கும் நடை ஒரு தனி அழகு கொண்டது. நடப்பதற்கும் நடையென்று பெயர்; ஒழுக்கத்திற்கும் தமிழில் நடையென்று பெயர். இரண்டிலும் சாலச் சிறந்தவர் வ.வே.சு. ஐயர்.

வ.வே.சு. ஐயர் லண்டனிலிருந்து தப்பிப் பிழைத்து ஒருவாறாக இந்தியா சேர்ந்ததும் புதுச்சேரி வாசியானார். அந்நாளில் மாறுவேடப் போட்டியில் தேர்ச்சிபெற்ற தேசபக்தர் பலர்க்கு வாழ்வு அளித்த 'பாண்டிச்சேரி', வ.வே.சு. ஐயருக்கும் அபயம் அளித்தது. பாரதி பாக்களில் பல பாண்டிச்சேரியில் தோன்றியமை போலவே ஐயர் வாயிலாகவும் பாண்டிச்சேரியி னின்றும் பல நூல்கள் தோன்றின. 'புக்கர் வாஷிங்டன்', 'மங்கையர்க்கரசியின் காதல்' முதலிய புத்தகங்கள் அங்கிருந்தே வெளியாயின.

அங்கு 'கம்ப நிலையம்' என்ற ஒரு பதிப்பகத்தை உண்டாக்கி அதன் மூலமாகப் பல நூல்களை வெளியிட்டார் வ.வே.சு. ஐயர். கம்பரிடம் வ.வே.சு. ஐயருக்கு மிக உயர்ந்த மதிப்பு. கம்பருக்கு இணையான மகாகவி உலகில் எங்குமே அரியர் என்பதைக் காரணங்களுடன் விளக்கி எழுதியிருக்கின்றார் ஐயர். கம்பராமாயணம் பாலகாண்டத்தைச் சுருக்கி அச்சிட்டிருக் கின்றார் வ.வே.சு. ஐயர். அதில் நல்ல ஆராய்ச்சிக் களஞ்சியமாக விளங்குகின்றது அவரின் விரிந்த முகவுரை. நடுவுநிலைமை சிறிதும் பிறழாமல் எழுதப்பட்ட உயரிய நூன்முகம் அது. கருத்து வேறுபாடு இருக்கலாம். அவர் கண்ட உண்மையையே ஐயர் கூறுகிறார் என்பதை மறுக்க முடியாது.

வ.வே.சு. ஐயர் பல மொழியும் வல்லவர். மேல்நாட்டு மொழிகளில் கிரீக், லத்தீன், பிரஞ்சு, ஆங்கிலம் முதலியன அறிவார். தமிழில் நல்ல பாண்டித்தியம். வடமொழியும் நன்கு தெரியும். எனவே அவர் பெரும்பாலும் உலகத்து ஆசிரியர் எல்லோரையும் பற்றிப் பேச உரிமையுடையார். திருக்குறளை ஐயர் ஆங்கிலத்தில் மொழிபெயர்த்திருக்கின்றார். ஹோமரின் வீர காவியத்தை ஐயர் மூலபாஷையில் கம்பீரமாக உரக்கப் படிப்பதைக் கேட்கும் எவரும் ஓர் உணர்ச்சிகொண்டு துள்ளி எழுந்துவிடுவர்; கேட்போர்க்குப் பாஷை தெரிய வேண்டும் என்பதுகூட இல்லை.

பாண்டிச்சேரிவிட்டுச் சென்னைக்கு வந்து, தேசபக்தன் பத்திரிகைக்குச் சிலகாலம் ஆசிரியராக இருந்தார். நாளடைவில் தடை தானாக நீங்கியது. பாண்டிச்சேரிச் சிறை வாழ்வைக் கடந்தார். பரந்த இந்தியாவில் கால்வைத்தார். அந்த நாளில் பத்திரிகை உலகிற்கும் பத்திரிகைத் தமிழுக்கும் புத்துயிர் கொடுத்த தேசபக்தன் ஆசிரிய பீடம் காலியாக இருந்தது.

சேரன்மாதேவி குருகுலம்

அதன் முதலாசிரியர் அன்பர் திரு.வி.க. விலகிய சமயம், அன்பர் ஐயர் அமர்ந்தார் அவ் அணையில். அதன் பயனாக ஐயருக்குச் சிறை வாழ்வு கிடைத்தது. தேசபக்தனில் வெளிவந்த கட்டுரை ஐயருக்குச் சிறையை நல்கியது. தேசபக்தன் பத்திரிகையைப் பற்றியிராவிட்டால் பிற்கால வாழ்வு வ.வே.சு. ஐயருக்குச் சிறை செல்லும் சந்தர்ப்பத்தை நல்கி யிருக்காது. 'சிறை சென்ற தேசபக்தர்' என்ற முத்திரையை ஐயர் பெறத் துணைசெய்தது தேசபக்தன் பத்திரிகை.

வ.வே.சு. ஐயர் சிறைவாழ்வு கடந்ததும் குருகுல முயற்சியில் தலைப்பட்டார். இந்தியாவிலுள்ள சிறந்த பல குருகுலங்களை நேரிற் சென்று கண்டு அவற்றின் நடைமுறைகளை நன்கு பயின்றுவந்தார். தண்பொருநை நதிக்கரையில் சேரமாதேவி என்ற திவ்ய ஸ்தலத்தில் குருகுலம் தோற்றுவிக்கப்பட்டது. குருகுல ஆசிரியராக அமர்ந்து வீரர்களை உண்டாக்கும் தனித்தகுதியில் ஐயர் நிகரற்றவர் என்பதில் ஐயம் இல்லை. ஆனால், ஐயரின் மேதை விளங்க முடியாமல் போய்விட்டது. மாயை மறைத்துவிட்டது. ஐயரின் அறிவு ஒளியை மாய இருள் கவ்விவிட்டது. தேசத்தைக் கொல்லும் பாழான வகுப்புப் பிணி, வ.வே.சு. ஐயரையும் விரைவில் இவ் உலகத்தைவிட்டே பிரித்துவிட்டது.

வ.வே.சு. ஐயர் வகுப்பு உயர்வு தாழ்வு இருந்து தீர வேண்டும் என்ற கொள்கைகொண்டவரல்லர். அவர் எங்கும் சாப்பிடுவார். காரைக்குடியில் என் வீட்டில் சிதம்பரம் சகஜாநந்த சுவாமி களோடு உடனிருந்து உண்டிருக்கிறார். குருகுலம் இருந்த இடமும் விதிவசத்தால் அமைந்த சீடர்களும் வ.வே.சு. ஐயரால் தமிழ்நாடு அடைய வேண்டிய பெரும் பயனைத் தொலைத்து விட்டனர்.

வ.வே.சு. ஐயரிடம் தமிழ்நாட்டார் பெருமதிப்பு வைத்தனர். அவர் கண்ட குருகுலத்திற்குத் தமிழர் பேராதரவு தந்தனர். ஏராளமான பொருளைத் தமிழர் வாரி வழங்கினர். குருகுலத் தில் சாதி பிரித்துவைத்துப் பிள்ளைகளுக்குச் சோறுபோட்டதைக் கண்டனர். மனம் பதைத்தனர். அத்தகாத முறையைப் போக்க முயன்றனர். முடியவில்லை. போர் தொடுத்தனர். காந்தியடிகள் வரை இதில் தலையிடும் நிலை வந்தது. சென்னையில் காந்தியடிகள் முன்னிலையில் எஸ். சீனிவாச ஐயங்கார் இல்லத்தில் பலர்கூடி வாதித்தனர். முடிவு ஏதும் ஏற்பட வில்லை.

துணிவே உருவாக ஒரு காலத்தில் இருந்த வ.வே.சு. ஐயர், பின்னாளில் சுற்றுச் சார்புக்குப் பெரிதும் அஞ்சிவிட்டார்.

துணிவுக்கே பொருளாக வரையலாம் என்ற நிலையில் இருந்த வ.வே.சு. ஐயர் தம் போன்றார்க்கு மிக்க சாதாரணமான ஒரு காரியத்தைச் செய்யப் பயந்துவிட்டார் என்பது வியப்பாக வில்லையா? ஆம்! உண்மை அதுதான்! பிரித்துவைத்துச் சோறுபோடுவதை அவர் விரும்பவில்லை. பிறருக்காகவே அவ்வாறு செய்தார். அதன் பயன் என்ன? குருகுலம் பாழாகப் போய்விட்டது. அக்குருகுலத்தால், தமிழ்நாட்டிலேயே தலை சிறந்து விளங்கியிருக்க வேண்டிய வ.வே.சு. ஐயர் புகழ் மங்கிப்போய்விட்டது. குருகுலச் சண்டை நடந்த காலத்தில் வ.வே.சு. ஐயர் 1925 பிப்ரவரி மாதம் 20ஆம் தேதி பின்வருமாறு எனக்கு எழுதினார்:

'என்னையும் தற்பொழுது வேறாகக் கருதியிருக்கிறீர்கள்; தாங்களும் இவ்வாறு நினைத்தால் மற்றோர் என்ன நினைக்க மாட்டார்?'

இதனால் அவர் என்மீது கொண்ட அன்பு வெளிப்படு கிறது. ஆயினும் என் செய்வது? கொள்கைக்காகச் சண்டை போட்டே தீர வேண்டியதாகிவிட்டது.

1924 ஆகஸ்ட் 12இல் பல நண்பர்களுடன் சேரமாதேவி சென்று குருகுலத்தில் தங்கினேன். அன்று அதைப் பார்த்து நான் பட்ட ஆனந்தம் அதிக நாள் நிலைக்கவில்லை. நாங்கள் போன அன்று வ.வே.சு. ஐயருக்குத் தலையில் ஒரு காயம். அது அப்பொழுதுதான் ஏற்பட்டது. எதனால்? அவர் விளை யாட்டுப் பிள்ளைபோல் குடுகுடுவென்று எல்லாம் செய்வார். ஏற்றுக்கேணியில் தண்ணீர் எடுத்தார். அந்த நீளக்கம்பு தலையைக் கிழித்து ரத்தத்தை வடித்துவிட்டது. அதைப் பொருட்படுத்துபவரல்லர் வ.வே.சு. ஐயர்.

இன்று பாண்டிச்சேரியிலிருந்து நூல்களை எழுதிக் குவித்துக் கொண்டிருக்கும் சுத்தானந்த பாரதியார், வ.வே.சு. ஐயரோடு கூடக் குருகுலத்தில் இருந்தவரே. 1924ஆம் வருஷம் சுத்தானந்த பாரதியார், சேரமாதேவியிலிருந்து குருகுலப் பிள்ளைகளுடன் குற்றாலம் வந்து, நான் இருந்த பங்களாவில் தங்கி, அப்பிள்ளை களைக் கொண்டு ஒரு நாள் அப்பர் சுவாமிகள் சரிதத்தை நடத்திக் காட்டியது இன்னும் நன்றாக நினைவில் இருக்கிறது.

சண்டை தொடங்கிய சில மாதங்களில் 1925 ஜூன் 3ஆம் தேதி வ.வே.சு. ஐயர் நம்மைப் பிரிந்து சென்றுவிட்டார். அவர்தம் முடிவு கோரமானது. 'ஓ'வென்று அலறி இடையறாது விழுந்துகொண்டிருக்கும் பாபநாசம் பேர் அருவி, வ.வே.சு. ஐயர் உயிரை உடலினின்றும் அகற்றிவிட்டது.

தொடக்கத்தில் கொண்ட திண்மையை இறுதியில் கைவிடாதிருந்திருப்பாரானால் வ.வே.சு. ஐயரின் நிலை வேறுவிதமாக இருந்திருக்கலாம்.

விதி யாரை விட்டது?

குமரிமலர், 1943

> வ.வே.சு. ஐயரின் தந்தையின் பெயர் வேங்கடேச ஐயர் என்றே அனைவரும் குறிக்கின்றனர். குருகுலம் தொடர்பான சேரன்மாதேவி நிலப்பதிவு ஆவணம் ஒன்றில் மட்டும் வேங்கடேசுவர ஐயர் என்பதாகக் குறித்திருப்பதை நான் பார்த்தேன். எப்படியாயினும் வேங்கடராமன் ஐயர் என்று ராய.சொ. சொல்வது கவனக் குறை.

~

வ.வே.சு. ஐயர் பற்றி டி.எஸ். சொக்கலிங்கம்

வ.வெ.சு. அய்யர் ஒரு கல்விக் களஞ்சியம். அஞ்சா நெஞ்சு படைத்த புரட்சி வீரர். குழந்தைகளையும் அதேமாதிரி கல்விக் களஞ்சியங்களாகவும், புரட்சி வீரராகவும் செய்வதற்காகச் சேர்மாதேவியில் அவர் ஒரு குருகுலம் ஆரம்பித்தார். ஆனால், வைதிகத்தை எதிர்க்கக்கூடிய துணிவு அவருக்கு ஏற்படவில்லை. மகாத்மா காந்தி ஆரம்பித்த சத்தியாக்கிரக ஆசிரமத்திலோ, மகாகவி தாகூர் ஆரம்பித்து நடத்திவந்த சாந்தி நிகேதனத்திலோ பந்திபோஜனத்தில் ஜாதி வித்தியாசம் பாராட்டவில்லை. வ.வெ.சு. அய்யரும் அம்மாதிரி செய்திருந்தால் அவர் ஆரம்பித்த குருகுலம் இன்று வளர்ந்தோங்கிப் பிரகாசமடைந்திருக்கும். தமிழ் நாட்டின் துரதிருஷ்டம் அப்படி நடக்காமல் போயிற்று. வ.வெ.சு. அய்யர் குருகுலம் ஆரம்பித்ததைத் தமிழ்நாடு மகிழ்ச்சி யோடு வரவேற்றது. தமிழ்நாட்டிலுள்ள பல காங்கிரஸ்காரர்கள் தங்கள் குழந்தைகளைக் குருகுலத்திற்கு அனுப்பினார்கள். தமிழ் நாடெங்கும் நல்ல ஆதரவு இருந்தது. மலேயா, பர்மா முதலிய நாடுகளில் வசித்துவந்த தமிழர்களும் ஏராளமாய் நன்கொடை கொடுத்தார்கள். பல தடவைகள் நான் ஆசிரமத்துக்குப் போயிருக்கிறேன். ஆசிரமத்தில் மானேஜராய் வேலை பார்த்துவந்தவர் பெயர் ஸ்ரீ அனந்தகிருஷ்ணன். அவரும் நானும் பல ஊர்களுக்குப் போய்க் காங்கிரஸ் பிரச்சாரம் செய்திருக்கிறோம். அவர் குருகுல மானேஜராக வந்ததனால் நான் குருகுலத்திற்கு அடிக்கடி போக நேரிட்டது. அங்கேதான் ஸ்ரீ வ.வெ.சு. அய்யரை முதன்முதலாகச் சந்தித்தேன். அந்தக் காலத்தில் பிராமணரும் பிராமணரல்லாதாரும் சமபந்தி போஜனம் செய்வதென்பது கிராமங்களில் சாத்திய மில்லாத காரியமாய் இருந்தது. பிராமணரல்லாதாருக்கு

வெளித்திண்ணையில் இலைபோட்டுத்தான் பிராமணர் வீடுகளில் சாப்பாடு போடுவார்கள். அம்மாதிரி சாப்பிடுவதற்கு நான் சம்மதிக்க முடியாது. பிராமணரல்லாதார் வீடுகளில் பிராமணர்கள் சாப்பிட்டால் அத்தகைய பிராமணர்கள் செய்யும் பிரச்சாரத்தைக் கேட்கக் கிராமங்களில் பிராமணர்கள் வரமாட்டார்கள். பிரசாரகர்களில் பிராமணர்கள் பிராமணர் வீட்டிலும், பிராமணரல்லாதார் பிராமணரல்லாதார் வீட்டிலும் சாப்பிட்டுவிட்டுப் பிரச்சாரத்தை நடத்துவோமென்றால், அம்மாதிரி பிரிந்து சாப்பிடுவதில் எனக்கும் அனந்தகிருஷ்ணனுக்கும் சம்மதமில்லை. கிராமங்களில் ஹோட்டல்களும் அக்காலத்தில் கிடையாது. இதைப் பற்றி நானும் அனந்தகிருஷ்ணனும் யோசித்தோம். வைதிகக் கிராமங்களுக்குப் பிரச்சாரம் செய்யப்போனால் ஒருவர் வீட்டிலும் சாப்பிடக் கூடாதென்று முதலில் முடிவு செய்தோம். அடுத்தபடியாக, பொரிமாவையும் வெல்லத்தையும் எங்கள் கையுடனேயே கொண்டு போவதென்றும், எங்கே பசி எடுக்கிறதோ அங்கே அதைச் சாப்பிட்டுக் கொள்ளுவதென்றும் ஏற்பாடு செய்தோம். வைதிகர்கள் காங்கிரஸ்காரர்களைப் பற்றித் தவறாக நினைக்கக் கூடாதே என்ற ஒரே காரணத்திற்காகத்தான் நாங்கள் இந்த வழியை மேற்கொண்டோம். ஆகவே, சமபந்தி போஜனத்திற்குச் சாதகமான நிலைமை அக்காலத்தில் இல்லையென்பது உண்மைதான். என்றாலும், வ.வெ.சு. அய்யர் போன்ற தலைவர்கள், அந்த நியாயமற்ற வழக்கத்தைத் தகர்க்க வேண்டிய தலைவர்கள்கூட, அந்த வழக்கத்திற்கு அடிமையாய்ப் போனதைப் பார்த்தபோதுதான் தமிழ் மக்களுக்கு மனவருத்தம் ஏற்பட்டது. வ.வெ.சு. அய்யர் குருகுலத்தை ஆரம்பித்தபோது பந்தி வித்தியாசத்தை ஏற்படுத்தவில்லை. அவர் ஏற்படுத்தக் கூடியவருமல்ல. ஆனால், அவருக்கு வந்துசேர்ந்த ஒரு வைதிகத் துணைவர் இந்த விஷயத்தை மெதுவாக நுழைத்துவிட்டார். ஸ்தல அபிப்பிராயம் அப்படி இருப்பதாக அந்தத் துணைவர் சொல்லி அய்யரின் உறுதியைத் தளர்த்தினார். அந்தத் துணைவரின் போதனைக்கு அய்யர் உட்படாமல் இருந்திருக்கலாம். அல்லது வைதிக இடமான சேர்மாதேவியை விட்டு வேறு எங்காவது குருகுலத்தை மாற்றி இருக்கலாம். அய்யர் அப்படிச் செய்யவில்லை. அதனால் ஒரு நல்ல ஸ்தாபனம் வளர முடியாமல் போயிற்று.

என்னைக் குருகுலத்தில் சேர்ந்து சேவை செய்யும்படி ஸ்ரீ அய்யரும் அனந்தகிருஷ்ணனும் பல தடவைகள் என்னிடம் சொன்னார்கள். ஒத்துழையாமை இயக்கம் நின்ற பின்பு தேச சேவையை எந்தவிதத்தில் செய்வது என்று தெரியாமல் விழித்துக்கொண்டிருந்த காலம். என்றாலும், அந்தக் காலத்தில்

குருகுல சேவை என் மனத்திற்குப் பிடிக்கவில்லை. பத்திரிகைத் தொழிலிலேயே என் மனம் சென்றுகொண்டிருந்தது. அதனால், குருகுலத்தில் சேராமல் *தமிழ்நாடு* பத்திரிகையில் சேர்ந்தேன். நான் *தமிழ்நாடு* பத்திரிகையில் இருந்தபோதுதான் ஒரு நண்பர் தமது குழந்தையைக் குருகுலத்தில் சேர்க்க வேண்டும் என்று எனக்கு எழுதினார். ஆனால், சாப்பாடு விஷயத்தில் வகுப்பு வித்தியாசம் காட்டுவதாகக் கேள்விப்படுவதாகவும், அது உண்மையா என்றும் கேட்டிருந்தார். பந்தியில் வித்தியாசம் காட்டப்படுவது எனக்கு அதுவரை தெரியாது. அதனால், அனந்தகிருஷ்ணனுக்குக் கடிதம் எழுதிக் கேட்டேன். பந்தி வித்தியாசம் இருப்பது உண்மைதான் என்று அவர் பதில் எழுதினார். எங்களுக்கெல்லாம் அது பெரிய அதிர்ச்சியாய் இருந்தது. அன்றுதான் குருகுலக் கிளர்ச்சி ஆரம்பமாயிற்று. தமிழ்நாட்டு ராஜீயத்திற்கு அக்கிளர்ச்சி பெரிய அதிர்ச்சி வைத்தியமாக அமைந்தது.

மகாத்மா காந்தி சென்னைக்கு வந்திருந்தபோது இந்தக் கிளர்ச்சியை நிறுத்த அவர் ஒரு யோசனை சொன்னார். சமையல் செய்வதும் பரிமாறுவதும் பிராமணராய் இருக்கட்டும். ஆனால், பந்தி மட்டும் ஒரே பந்தியாய் இருக்கட்டும் என்று கூறினார். சமபந்தி போஜனத்திற்காகக் கிளர்ச்சி செய்துவந்த டாக்டர் நாயுடு கட்சியார் அதை ஒப்புக் கொண்டார்கள். ஆனால், அய்யர் ஒப்புக் கொள்ளவில்லை. அதனால், அந்தச் சமரசமும் பலிக்காமல் போயிற்று!

எனது முதல் சந்திப்பு (1956)

~ ~

.5.
படங்கள்

வ.வே.சு. ஐயர்

வரதராஜுலு

பெரியார்

சொ. முருகப்பா

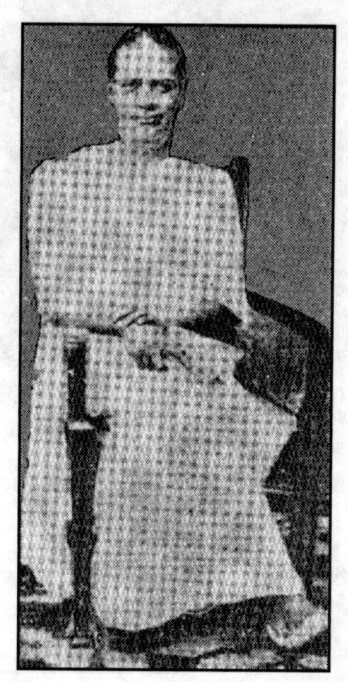

வை.சு. சண்முகம்

எஸ். ராமநாதன்

காவியகண்ட கணபதி சாஸ்திரி

டி.எஸ்.எஸ். ராஜன்

மகள் சுபத்ராவுடன் திருமதி வ.வே.சு. ஐயர்

மகன் சு. கிருஷ்ணமூர்த்தியுடன் திருமதி. வ.வே.சு. ஐயர்

கருத்துப் படங்கள் – தமிழ்நாடு

ஐயோ! புலி துரத்துகிறதே!

மிஸ்டர் பிராமணரல்லாதார், பத்திரிகையில் பிரமாதமாக புகழ்ந் தெழுதப்பட்டிருந்த தமிழ் குருகுலத்தில் தமது பையன்களைச்சேர்த்து கல்வி கற்பிக்க விரும்பி, அங்கு சமத்துவம் உச்சஸ்தானத்தில் இருப் பதாக மனப்பால் குடித்துக் கொண்டிருந்தார். பாவம்! அந்த "சமத் துவத்தை அனுபவிக்க ஆவல் மேலிட்டவராய் தமது பையன்களையும் அழைத்துக்கொண்டு, ஒரு பை பணத்தையும் குரு தக்ஷிணைக்காக எடுத் துக்கொண்டு குருகுலம் சென்றடைந்தார். சிறிது நேரம் பேசிக் கொண்டிருந்துவிட்டு சமத்துவத்தை எல்லா மூலைகளிலும் தேடிப்பார்த் தார் என்ன கிடைத்தது? கொள்ளிக் கட்டைகளைப் போன்று தக தக வென்று மின்னும் இரண்டு கண்களைப் பார்த்தார்! தனது பழைய எதிரி (ஜாதி வித்தியாசம்) அங்கும் இருப்பதைப் பார்த்ததும் அறிவிழந்து, கால்கள் தள்ளாட நாக்குளற அலறிக்கொண்டு, தமது பணப்பையையும் பையன்களையும் எடுத்துக்கொண்டு ஓரே ஓட்டம் பிடித்தார். "பழைய எதிரியும் இவரை துரத்திற்று. இச்சமயத்தில் சமாதானம் சொல்லு கிருர்.

ஸ்ரீ வ. வெ. சு. ஐயர்,—புலி ஒன்றும் செய்யாது, நில்லுங்கள். வீணாக என் கிலி யடைகிறீர்கள்?

பிராமணரல்தார்,—முடியாது முதலில் புலியைக் கொல்லுங்கள். இல்லாவிட்டால் திரும்பவாமுடியாது.

ஸ்ரீ. ஐயர்,—சரி, நம் விவகாரத்தை அப்புறம் தீர்த்துக்கொள்ள லாம். முதலில் அந்த பணப்பையையாவது போட்டுவிட்டுப் போங்கள்.

11 ஜனவரி 1925

நிறம் மாறுதல்

"அதற்குள் மற்றொரு நிறம்! என் இப்படி நிறத்தை (கொள்கை) ாற்றிக் கொண்டே இருக்கிறது?"

"அது தான் அதன் இயற்கை குணம்"

5 ஏப்ரல் 1925

திட புத்தியின்மை

பலர் அபிப்பிராயத்தையும் கேட்டு நடந்ததால் குருகுலத்திற்கு வந்த முடிவு.

19 ஏப்ரல் 1925

.6.
வாழ்க்கை வரலாற்றுக் குறிப்புகள்

எம்.கே. ஆச்சாரியா (1876 – 1935)

சனாதனி. காங்கிரசுகாரர். சென்னை சௌகார்பேட்டை இந்து தியாலாஜிகல் உயர்நிலைப் பள்ளி (1902 – 1909), கேரளம் ஒட்டப்பாலம் எட்வர்ட் காரனேஷன் பள்ளி (1912 – 1917) ஆகியவற்றில் தலைமையாசிரியராகப் பணியாற்றியவர். ஹோம் ரூல் இயக்கம் மூலம் அரசியலுக்கு வந்தவர். 1930 வரை முழுநேர அரசியல்வாதி. இரு முறை தில்லி இம்பீரியல் சட்டசபையில் உறுப்பினராக இருந்தவர். 1923 – 1926இல் சுயராஜ்யக் கட்சியின் தென்னார்க்காடு மற்றும் செங்கல்பட்டு தொகுதியிலிருந்து தேர்ந்தெடுக்கப்பட்டவர்.

வருணாசிரமத்தில் ஆழ்ந்த பிடிப்பு கொண்ட எம்.கே. ஆச்சாரியா பாலக்காடு விவேகானந்த சங்கத்தில் பணியாற்றியவர். அப்போது நடந்த மலபார் மாவட்ட மாநாட்டுக்கு இவரே காரணம். வைதிக சுயராஜ்ய சங்கத்தின் சார்பில் ஒரு குழுவுக்குத் தலைமை தாங்கி இங்கிலாந்து சென்று வந்தவர். பெண்களின் இளம் வயது திருமணத்தைத் தடை செய்யும் சாரதா சட்டத்தை எதிர்த்தவர். அரசியல் சட்டத் திலேயே இந்து சனாதனிகளுக்குப் பாதுகாப்பு இருக்க வேண்டும் எனப் பாடுபட்டவர்

காவியகண்ட கணபதி சாஸ்திரி (1878 – 1936)

சமூக சீர்திருத்தங்களுக்குச் சாஸ்திரத்தின் ஒப்புதல் உண்டு என்பதை சாஸ்திரம் அறிந்த பண்டிதர்களும் ஒப்புக்கொள்ளும் வண்ணம் வியாக்கியானம் தரும் வேதம் அறிந்த காங்கிரசுக் காரர்.

ஆந்திர மாநிலம் ஸ்ரீகாகுளத்தில் பிறந்தவர். அய்யால சோமயாஜுல சூர்ய கணபதி சாஸ்திரி என்பது முழுப்பெயர். ஆசு கவித்திறமையாலும், தொடர்ந்து கவிபாடும் திறமையாலும்,

காவியத்தைத் தன் தொண்டையிலேயே வைத்திருந்து எப்போதும் அதை வெளிப்படுத்தும் உடனடி ஆற்றல் கொண்டவராக இருந்தமையாலும் காவியகண்ட என்ற முன்னொட்டினைப் பெற்றவர்.

சிறுவயதிலேயே திருமணமானாலும் கல்வி ஆர்வம் கொண்டு குடும்பத்தை விட்டுவிட்டு ஊர்சுற்றியானார். நாசிக், காசி, புவனேசுவரம், மகேந்திரகிரி, நவதீப் என இந்தியாவின் பல ஊர் சபைகளில் அறிஞர்கள் பலரிடம் படித்தார். சில காலம் குறிப்பாக, சேரன்மாதேவி, வைக்கம் போராட்ட காலத்தில் திருவண்ணாமலையில் ரமணரிடம் இருந்தார். பிறகு சிரிசியில் உள்ள ஆனந்தா ஆசிரமத்திற்குச் சென்றார். இறுதியில் கரக்பூருக்கு அருகில் உள்ள நம்பூராவில் தனது ஆசிரமத்தில் காலமானார்.

பல நூல்களையும் சம்ஸ்கிருத செய்யுள்களையும் எழுதிய இவர், அரசியல் இயக்கமான காங்கிரசிலும் ஈடுபாடு கொண்டவர். காகிநாடா, பெல்காம் காங்கிரஸ் மாநாடுகளில் கலந்துகொண்டார். இவரது வாழ்க்கை வரலாறு ‘வாசிஷ்ட வைபவம்’ என்ற பெயரில் சமஸ்கிருதத்தில் வெளியாகியுள்ளது. ஆசிரியர் டி.வி. கபாலி சாஸ்திரி.

சேரன்மாதேவி குருகுலப் போராட்டத்தில் வ.வே.சு. ஐயர் தான் செய்ய விரும்பிய சம்ஸ்காரங்கள் தொடர்பாக இவரிடம் சில சாஸ்திர ஆலோசனைகளைக் கேட்டார். *1925* ஜனவரியில் காங்கிரசு அமைத்த குருகுலத்தின் நிலைமை அறியும் மூவர் குழுவில் உறுப்பினராக இருந்தவர். வை.சு. சண்முகம் செட்டியார் வேண்டிக்கொண்டபடி குருகுலத்தில் ஒரு பேச்சு வார்த்தையின்போது உடனிருந்தார். இக்குருகுலத்தில் சமையல் செய்ய பார்ப்பனரல்லாதார் ஒருவரை நியமிக்க கோரியபோது ஆதிதிராவிடர் ஒருவரை நியமிக்கலாம் என்று யோசனை கூறியவர் கணபதி சாஸ்திரி.

வை.சு. சண்முகம் (1894 – 1962)

காரைக்குடி வட்டாரப் புரவலர். காங்கிரசில் ஈடுபாடு கொண்டிருந்த இவர் பின்னர் சுயமரியாதை இயக்கப் பற்றாளராக மாறினார்.

இலக்கியவாதிகள், அரசியல்வாதிகள் அனைவருக்கும் அவரது கானாடுகாத்தான் ‘இன்ப மாளிகை’ நிழலாக இருந்தது. பாரதி, வ.வே.சு. ஐயர், காந்தி, பெரியார், பாரதிதாசன் எனப் பலரின் ஆற்றலையும் அவர்கள் புகழ் பெறாக் காலத் திலேயே கண்டுணர்ந்து மதித்துப் போற்றியவர். பாரதிதாசன் நூல்களை வெளியிடுவதற்காகவே முத்தமிழ் நிலையம்

தொடங்கியவர். பத்தாம் வயதில் லட்சுமி அம்மையாரை மணந்தவர்; தஞ்சை மராட்டியப் பெண்ணான மஞ்சுளா பாய் அம்மையாரை மறுமணம் புரிந்தவர். சேரன்மாதேவி குருகுலத்திற்கு நிலம் வாங்குவது முதல் அதற்குப் பேருதவி புரிந்தவர்.

சொ. முருகப்பா (1893 – 1956)

சொக்கலிங்கம் முருகப்பா செட்டிநாட்டுப் பிரமுகர். தொடக்கத்தில் சீர்திருத்த ஆர்வமும் பின்னாளில் காங்கிரசுப் பற்றாளராகவும் வாழ்ந்தவர். *குமரன்* ஆசிரியர். இராமாயணம் பதிப்பித்த பதிப்பாசிரியர். நூலாசிரியர்.

சொக்கலிங்கம் – விசாலாட்சி இணையருக்கு பிறந்த முருகப்பா, சிறிது காலம் மலேசியாவில் வசித்துவிட்டு காரைக்குடிக்குத் திரும்பியவர். முதல் திருமணம் 1912இலும் மறுமணம் 1929இலும் நிகழ்ந்தன. கைம்பெண்ணான மரகதவல்லியைப் பெரியார் தலைமையில் மணந்தவர்.

1917இல் காரைக்குடியில் இந்து மதாபிமான சங்கம் தொடங்கியவர். *தன வைசிய ஊழியன் (1920 – 1922)*, *குமரன் (1923 – 1947)* ஆகிய இதழ்களின் ஆசிரியர். *கம்பர் காவியம் (1953)*, *பால காண்டம் (1953)*, *அயோத்திய காண்டம் (1956)*, *இராமகாதை (1969)* ஆகிய நூல்களின் தொகுப்பாசிரியர். மனைவி மரகதவல்லி நடத்திய *மாதர் மறுமணம்* இதழை அச்சிட்டதும் வெளியிட்டதும் இவரே. குமரன், கம்பர் பெயர்களில் பதிப்பகம் நடத்தியவர்.

பாரதி, வ.வே.சு. ஐயர், பெரியார் ஆகியோருடன் நெருங்கிப் பழகியவர். இந்து மதத்தில் பற்றுறுதி கொண்ட சீர்திருத்த உணர்வுக்காரர். கிராப் வைத்துக்கொள்ளப் போராடியவர். பெண்ணைக் காசு கொடுத்து வாங்கும் திருமணப் பழக்கத்தைக் தடுத்து நிறுத்தப் போராடியவர். குருகுலப் போராட்டத்தில் வரதராஜுலு பக்கம் நின்றவர்.

~ ~

துணைநூற் பட்டியல்

அரசு, புலவர்., *டாக்டர் சண்முகஞ்செட்டியார்*, சென்னை, 1953.

அருணன், *தமிழகத்தில் சமூக சீர்திருத்தம்*, மதுரை, 1999.

ஆனைமுத்து, வே, *பெரியார் ஈ.வெ.ரா சிந்தனைகள்*, திருச்சி, 1974

———, *பெரியார் ஈ.வெ.ரா. சிந்தனைகள்*, சென்னை, 2009.

இராமசாமி, அ., *தமிழ்நாட்டில் காந்தி*, மதுரை, 1969.

சாமிநாதசர்மா வெ., *நான் கண்ட நால்வர்*, சென்னை, 1998.

செல்வராஜ், டி, *சாமி சிதம்பரனார்*, புது தில்லி, 2006.

செல்வம், கோ., *வ.வே.சு. ஐயர்*, புது தில்லி, 2000.

சிற்றரசு, சி.பி., *டாக்டர் பி. வரதராஜுலு நாயுடு வாழ்க்கை வரலாறு*, சென்னை, 1983.

சிவஞானம், ம.பொ., *விடுதலைக்குப்பின் தமிழ் வளர்ந்த வரலாறு*, சென்னை, 1980.

சுத்தானந்த பாரதி, *வீரவிளக்கு வ.வே.சு. ஐயர்*, சென்னை 1947.

———, *ஆத்மசோதனை*, சென்னை, 1950.

சொக்கலிங்கம், டி.எஸ்., *எனது முதல் சந்திப்பு*, சென்னை, 1956.

சோமலெ, *விவசாய முதலமைச்சர் – ஓமந்தூரார் வாழ்க்கை வரலாறு*, வேதாரண்யம், 1979.

திருநாவுக்கரசு, க., *நீதிக்கட்சி வரலாறு (1916 – 1944)*, சென்னை, 2009.

நாச்சியப்பன், நா.ரா., *குருகுலப் போராட்டம்*, சென்னை, 1994.

பத்மநாபன், ரா.அ., *வ.வெ.ஸு. ஐயர்*, புதுதில்லி, 1981.

———, *புரட்சிவீரர் நீலகண்ட பிரம்மச்சாரி*, விழுப்புரம், 1978.

பாலதண்டாயுதம், கே., *ஜீவா வாழ்க்கை வரலாறு*, சென்னை, 1966.

பி.ஸ்ரீ., *நான் அறிந்த தமிழ்மணிகள்*, சென்னை, 1971.

பொன்னீலன், *ஜீவா என்றொரு மானுடன்*, சென்னை, 1982.

மணி, பெ.சு., *வ.வே.சு. ஐயர் அரசியல் – இலக்கியப் பணிகள்*, சென்னை, 1993.

——— (ப.ர்), *வ.வே.சு. ஐயர் கட்டுரைகள்*, சென்னை, 1981.

முடியரசன், சீர்திருத்தச் செம்மல் வை.சு. சண்முகனார், சென்னை, 1990.

ராமசாமி, வ., (வ.ரா), *தமிழ்ப் பெரியார்கள்*, சென்னை, 1943.

ராஜ துரை, எஸ்.வி., *பெரியார்: ஆகஸ்ட் 15*, கோயம்புத்தூர், 1998.

ராஜதுரை, எஸ்.வி., கீதா, வ., *பெரியார்: சுயமரியாதை சமதர்மம்*, கோயமுத்தூர், 1999.

ராஜன், தி.சே.செள., *வ.வே.சு. ஐயர்*, சென்னை, 1946,

———, *தமிழ்நாட்டில் காந்தி*, சென்னை, 1944,

———, *நினைவு அலைகள்*, சென்னை, 1947.

வீரமணி, கி., *விடுதலைப்போரும் திராவிடர் இயக்கமும் – உண்மை வரலாறு*, சென்னை, 1985.

வேங்கடாசலபதி, ஆ.இரா., (ப.ர்), *மறைமலையடிகளார் நாட்குறிப்புகள் (1898 – 1950)*, சென்னை, 1988.

———, *திராவிட இயக்கமும் வேளாளரும்*, சென்னை, 1994

பாபாசாகேப் டாக்டர் அம்பேத்கர் நூல்தொகுப்பு, தொகுப்பு: 1, புதுதில்லி, 1993.

ஸ்டாலின் குணசேகரன், த., *விடுதலை வேள்வியில் தமிழகம்,* ஈரோடு, 2000.

ஆங்கிலம்

Gandhi, M.K., *Collected works.* Delhi. 1959.

Nehru, Jawaharlal, *An Autobiography,* New Delhi, 1980.

இதழ்கள்

குடிஅரசு 1925,

குமரன் 1923, 1924, 1925

சுதேசமித்திரன், 1923, 1924, 1925

நவசக்தி, 1924

லக்ஷ்மி 1924

ஆங்கிலம்

The Hindu, 1924, 1925